NGÔN NGỮ
TẠP CHÍ VĂN HỌC NGHỆ THUẬT
ẤN BẢN ĐẶC BIỆT
TRỊNH Y THƯ
THÁNG 8 NĂM 2024

Nhóm chủ trương:
LUÂN HOÁN • SONG THAO • NGUYỄN VY KHANH •
HỒ ĐÌNH NGHIÊM • LÊ HÂN

Thiết kế bìa:
UYÊN NGUYÊN TRẦN TRIẾT

Ảnh bìa:
NGUYỄN BÁ KHANH

Thiết kế sách:
TRỊNH Y THƯ

Liên lạc:
Luân Hoán: lebao_hoang@yahoo,com
Song Thao: tatrungson@hotmail.com

Tòa soạn & Trị sự:
Lê Hân: (408) 722-5626, han.le3359@gmail.com

MỤC LỤC

Thư đầu sách • 7
Đôi lời giới thiệu Trịnh Y Thư • 9
Tiểu sử Trịnh Y Thư • 13

PHẦN I: Văn • *Truyện ngắn*

Tự truyện của kẻ đi tìm quá khứ • 17
Đôi mắt của bóng đêm • 41
Ngôi nhà thờ trắng • 64
Tại phòng đợi • 82

PHẦN II: Văn • *Tiểu thuyết*

Ký ức của loài bò sát • 95
Dưới những gốc nho biển • 110
Đường về thủy phủ • 117

PHẦN III: Văn • *Tạp luận* • *Tạp bút* • *Tùy bút*

Nguyễn Xuân Khánh: *Chuyện ngõ nghèo* • 127
Trần Vũ: *Phép tính của một nho sĩ* • 143
Cái cười • 157
Kẻ tà đạo • 167
Tại sao chúng ta làm thơ • 176
Duềnh quyên • 189
Về những mái chùa • 197
Một kẻ lạ trên phố phường Hà Nội • 207

PHẦN IV: Thơ

Phế tích của ảo ảnh & Những bài thơ khác • 219

PHẦN V
Văn • *Dịch*

Franz Kafka: *Nghệ nhân nhịn đói* • 291
Gabriel García Márquez: *Cái chết lần thứ ba* • 303
Milan Kundera: *Đời nhẹ khôn kham* • 318
Milan Kundera: *Bức màn* • 326

PHẦN VI: Phụ lục

Trịnh Y Thư trong ống kính nhiếp ảnh gia Nguyễn Bá Khanh • 370

Đối thoại với Trịnh Y Thư: *Văn chương Nghệ thuật & Những điều khác* • 377

Bằng hữu viết về Trịnh Y Thư

Thơ ở quảng trường Siêu thực (*Du Tử Lê*) • 393
Nỗi hoang mang của gã ôm đàn (*Nguyễn Đức Tùng*) • 397
Ký ức giữa nhớ và quên (*Phạm Xuân Nguyên*) • 404
Và khi về ngồi dưới những gốc nho biển (*Bùi Vĩnh Phúc*) • 411
Những chiếc lá nhỏ nhoi trong cơn lốc lịch sử (*Nguyễn Thị Khánh Minh*) • 418
Khi mặt trời mọc là mình đến nơi (*Nina Hòa Bình Lê*) • 440

THƯ ĐẦU SÁCH

Luân Hoán

Ngôn Ngữ đặc biệt về "tác giả tác phẩm", cuốn này hân hạnh được giới thiệu đến quý bạn đọc, một cây bút tài danh đã viết và thành công trong hầu hết trong nhiều bộ môn văn học nghệ thuật qua bốn thập niên. Tác giả đó là nhà văn Trịnh Y Thư.

Ông tên thật Trịnh Ngọc Minh, sinh ngày 11 tháng 2 năm 1952 tại Hà Nội, trưởng thành tại Sài Gòn, du học và hành nghề điện tử viễn thông tại Hoa Kỳ cho đến khi hưu trí vào năm 2018.

Như đã thượng dẫn, Trịnh Y Thư là một người đa tài, chúng tôi xin giới thiệu đại khái về từng bộ môn ông đã sinh hoạt.

Trong bộ môn văn, ông đã viết và phổ biến rộng qua sách in từ truyện ngắn, tiểu thuyết, truyện dịch, khảo cứu, nhận định văn học, tùy bút, tạp bút, tạp luận.

Với bộ môn thi ca, ông có một số ít bài theo phong cách vần điệu nhưng không cùn mòn. Chúng tôi nghĩ ông rất hứng thú và chuyên về trường ca, hoặc những bài viết có số lượng câu không quá ngắn hoặc quá dài, và ông cũng sử dụng cả lối thơ Hokku với chỉ 3 câu cho từng khổ. Điểm đặc biệt, dù viết với hình thức nào, chủ yếu thơ ông cũng nghiêng về suy tư, giàu tư tưởng, sau khi tinh tế cảm nhận mọi sự việc trong cuộc sống, nhưng không vì thế thơ thiếu vắng mượt mà của tình người.

Trịnh Y Thư là một người rộng kiến thức, tiếp thu lâu năm văn học nước ngoài, nên bên cạnh thông hiểu về văn hóa văn chương, ông đã tạo cho mình một bản chất trầm tĩnh, khiêm nhường, chừng mực, hòa đồng, không cục bộ… những điều này đã giúp ông một thời làm chủ bút tạp chí *Văn Học* tại hải ngoại khởi sắc, cũng như rất thành công trong việc điều hành nhà xuất bản *Văn Học Press* lẫn từ *Việt Báo Weekly News* sau đó. Sức làm việc, sáng tác có giá trị cao của Trịnh Y Thư, bên cạnh những tác phẩm chuyển ngữ, đã nhanh chóng đưa tên tuổi ông đến nhiều bạn đọc của lứa tuổi đã về già, cũng như những người đang phơi phới mới lớn, tại nhiều quốc gia có sách báo Việt ngữ, và ngay ở Việt Nam cũng đón nhận và phổ biến sách của ông.

Trong số *Ngôn Ngữ* về Trịnh Y Thư này, chúng tôi tuần tự giới thiệu tiêu biểu một số sáng tác của ông qua nhiều bộ môn như kể trên. Đồng thời chúng tôi xin cảm ơn các tác giả đã viết về ông, qua những nhận định tinh tế, khách quan và chân tình. Các vị đó là những nhà văn, nhà thơ, nhà biên khảo văn học, với những quý danh thật rực rỡ, đáng tin cậy như: Nina Hòa Bình Lê (chủ bút *Việt Báo* hiện tại), nhà văn Đặng Thơ Thơ, nhà văn Đinh Từ Bích Thúy (qua đối thoại văn học với Trịnh Y Thư), nhà thơ văn Nguyễn Thị Khánh Minh (Hoa Kỳ), nhà biên khảo văn học Bùi Vĩnh Phúc (Hoa Kỳ), nhà biên khảo văn học Phạm Xuân Nguyên (Việt Nam), nhà thơ và biên khảo văn học Nguyễn Đức Tùng (Canada), nhà thơ và biên khảo văn học Du Tử Lê (1942-2019).

Ngoài công trình thơ văn biên khảo… nhà văn Trịnh Y Thư còn là tay chơi Tây Ban Cầm xuất sắc. Ông có khả năng và đã viết nhạc, soạn lời Việt cho ca khúc ngoại quốc rất được yêu thích.

Trong cuốn sách này, chân dung đời thường của Trịnh Y Thư qua ống kính của nhiếp ảnh gia Nguyễn Bá Khanh cũng được trang trọng in lại, để các bạn đọc cùng thưởng ngoạn.

Thư Đầu Sách chỉ là hình thức đưa đường vào nội dung sung túc tiếp theo, vốn đã lỡ có từ những cuốn khởi đầu, trong việc giới thiệu những người còn tại thế thành danh, nên vẫn giữ như một cái duyên, giới thiệu tổng quát, sai sót hẳn có, kính mong tác giả Trịnh Y Thư, các bạn viết về ông, cũng như đông đảo bạn đọc lượng thứ. Để giúp mọi sinh hoạt văn học tại hải ngoại, một phần nhỏ này còn được tiếp tục, kính mong quý bạn đọc vui vẻ mang tác phẩm này về tủ sách gia đình nhà mình, qua liên lạc thẳng với nhà văn Trịnh Y Thư (email: trinhythu@gmail.com). Cũng có thể mua trực tiếp trên Amazon hay Barnes & Noble.

Trân trọng,

– Luân Hoán

Đôi lời giới thiệu Trịnh Y Thư

Đặng Thơ Thơ

Trịnh Y Thư là người đa tài: viết văn, làm thơ, chơi đàn, soạn nhạc, dịch thuật và viết nhận định văn học. Anh từng làm chủ bút tạp chí *Văn Học*, sau này phụ trách *Việt Báo Weekly News* và nhà xuất bản Văn Học Press. Anh đã đóng góp cho nền văn học hải ngoại hầu như trong mọi lãnh vực trong bốn thập niên vừa qua. Tầm ảnh hưởng của Trịnh Y Thư còn tỏa rộng đến độc giả trong nước với những tập truyện ngắn cũng như các tác phẩm dịch thuật của anh.

Trong Trịnh Y Thư có một trí thức và một nghệ sĩ luôn kết hợp với nhau khi viết văn, làm thơ, viết nhận định. Văn nghiệp Trịnh Y Thư vì vậy có sự cân đối giữa các mảng phân tích và sáng tác, hư cấu và lý luận. Qua những tác phẩm và những cuộc phỏng vấn, chúng ta thấy sự trình bày của anh về mọi vấn đề đều có sự kết hợp đó, giữ cho mọi thứ ở trạng thái quân bằng, trung dung mà vẫn cô đọng và chuẩn xác. Điều này làm nên tính cách Trịnh Y Thư luôn chừng mực, cẩn trọng, tránh sự thái quá cực đoan, càng biết nhiều hiểu rộng lại càng khiêm tốn.

Cái đọc của Trịnh Y Thư phong phú, đa dạng, mới mẻ. Anh có sự cảm thụ văn chương và các bộ môn nghệ thuật sâu sắc, một tâm hồn nghệ sĩ mẫn cảm, một thái độ trầm tĩnh trước cuộc sống và sự nắm bắt tinh nhạy về nhân sinh của một người thông hiểu nhiều nền văn hóa. Có thể thấy cái đọc của anh góp phần vào cái viết tạo nên văn cách Trịnh Y Thư. Các bài tạp luận, ký, tùy bút trong hai cuốn *Chỉ là đồ chơi* và *Theo dấu thư hương* là khung cửa mở ra những thế giới tạo thanh, tạo hình, tạo nghĩa và mời gọi người đọc cùng đi theo anh vào hành trình thưởng thức thi ca, văn chương, âm nhạc, hội hoạ, và cuộc sống.

Trong sáng tác văn xuôi, Trịnh Y Thư có lẽ là người đầu tiên đưa kỹ thuật siêu hư cấu và giải cấu trúc kiểu Milan Kundera vào tiểu thuyết (*Đường về thủy phủ*) và các truyện ngắn (trong tập truyện *Người đàn bà khác*), qua đó chúng ta thấy tác giả lên tiếng trực tiếp giữa các diễn biến, can thiệp vào dòng suy nghĩ của nhân vật, và giải thích tiến trình câu chuyện. Thật ra, điều này luôn xảy ra với người viết khi tìm cách xử trí tình thế và lý giải nhân vật, chỉ có điều là chúng ta không viết ra, mà giữ lại trong vùng khuất của tư duy sáng tác, cất giữ trong ngăn kéo bí mật của người viết. Trong các tác phẩm của Trịnh Y Thư, anh đẩy bàn viết, mở ngăn kéo, đưa không gian viết của anh đến sát gần người đọc. Kỹ thuật viết như thế cho người đọc cảm thức vừa xem màn kịch trên sân khấu vừa chứng kiến mọi tình tiết trong hậu trường – có đạo diễn điều động, có diễn viên chuẩn bị đạo cụ và y trang – thấy mọi thứ vừa có liên quan với nhau vừa hướng đến những tự sự khác nhau, tạo ra những chiều kích mới cho việc sáng tác và thưởng thức.

Trịnh Y Thư có công lớn trong việc đưa những tác giả ngoại quốc đến với người thưởng ngoạn văn chương trong và ngoài nước, từ những người viết cổ điển đến hiện đại, rồi đương đại. Tuy số lượng sách dịch trong nước rất nhiều nhưng dịch giả có trình độ chuyên môn như Trịnh Y Thư lại rất hiếm. Anh là một trong số hiếm hoi những nhà văn viết thông thạo và nắm được linh hồn của cả hai ngôn ngữ Anh-Việt. Những bản dịch của anh, ngoài việc chính xác và trung thành với nguyên tác về ngữ nghĩa và ý tưởng, còn có sự linh động, uyển chuyển và tài hoa trong việc vận dụng chữ nghĩa để tái tạo một tác phẩm văn học trong một ngôn ngữ khác.

Đấy là Trịnh Y Thư, người đa tài, đa đoan và đa mang (chữ anh dùng cho chính mình). Bây giờ là một trong những nhân vật cột trụ của văn học hải ngoại, Trịnh Y Thư vẫn là người trầm lặng, và thầm lặng nữa, ngay giữa đám đông. Anh như luôn ưu tư về một điều gì đó, như có gì đang bủa vây tâm trí mà không thể nói ra, khiến ngay giữa cuộc vui anh cũng như chỉ tham gia một nửa. Trịnh Y Thư ngồi giữa mọi người mà vẫn là một khối cô đặc, được tạc vào một vùng khí trong suốt và không thể xuyên thủng, như một hiện hữu đóng băng trong một thế giới riêng. Trong thế giới đó, Trịnh Y Thư đang đối mặt với những thứ "chỉ là đồ chơi" đang tranh giành nhau sự chú tâm của anh: một đoạn văn dịch, một luận đề, một ý tưởng cho tiểu thuyết, một hòa âm cho bản đàn đang soạn… Hoặc có thể anh đang trú ẩn trong không gian của riêng anh, không gian có "*Duềnh quyên bóng động hai hàng, Nghìn thu từ độ vẫn bàng hoàng trôi*", của những ý thơ, những thi ảnh, những khả thể của cảm xúc và sáng tạo.

– Đặng Thơ Thơ
(7/2024)

(Ảnh chân dung TYT trên trang này và các trang sau là của nhiếp ảnh gia Nguyễn Bá Khanh, thực hiện năm 2024.)

Tiểu sử TRỊNH Y THƯ

Trịnh Y Thư, tên thật Trịnh Ngọc Minh, sinh ngày 11 tháng 2 năm 1952 tại Hà Nội. Theo gia đình di cư vào Nam năm 1954. Lớn lên ở Sài Gòn. Năm 1970 sang Mỹ du học, sau khi tốt nghiệp, làm việc trong ngành điện tử viễn thông cho đến khi về hưu năm 2018. Viết văn, làm thơ, dịch. Nguyên Chủ bút tạp chí *Văn Học* (California). Đương chăm sóc cơ sở xuất bản *Văn Học* Press. Từ 2021, đảm nhiệm Chủ bút *Việt Báo Weekly News* tại Orange County, California. Ngoài các sinh hoạt văn chương, Trịnh Y Thư còn là một cầm thủ ghi-ta cổ điển, và sáng tác nhạc gồm những tấu khúc cho piano, ghi-ta, và một ít ca khúc lời Việt.

Tác phẩm dịch đã xuất bản:

- *Đời nhẹ khôn kham* (*The Unbearable Lightness of Being)*, tiểu thuyết của nhà văn Pháp gốc Tiệp Milan Kundera; ấn bản I, tạp chí *Văn Học* (California), 2002; ấn bản II, Nhã Nam & NXB Hội Nhà Văn (Hà Nội), 2018.
- *Căn phòng riêng (A Room of One's Own)*, tiểu luận văn học của nữ sĩ Virginia Woolf; ấn bản I, 2009 & ấn bản II, 2016, Tri Thức (Hà Nội); ấn bản III, Văn Học Press, 2023.
- *Jane Eyre*, tiểu thuyết của nữ sĩ Charlotte Brontë, Nhã Nam & NXB Văn Học (Hà Nội), 2016.
- *Gặp gỡ với định mệnh,* tuyển văn dịch nhiều tác giả, Văn Học Press, 2020.

- *Tập sách cái cười & sự lãng quên* (*The Book of Laughter and Forgetting)*, tiểu thuyết của nhà văn Pháp gốc Tiệp Milan Kundera, Văn Học Press, 2021.

Sáng tác đã xuất bản:

- *Người đàn bà khác*, tập truyện; ấn bản I, Song Thúy Bookstore & NXB Thế Giới (Hà Nội), 2010; ấn bản II, Văn Học Press, 2024.
- *Chỉ là đồ chơi*, tạp bút; ấn bản I, tạp chí *Hợp Lưu*, 2012; ấn bản II, Văn Học Press, 2019.
- *Phế tích của ảo ảnh*, thơ, Văn Học Press, 2017.
- *Theo dấu thư hương*, tạp luận, Văn Học Press, 2022.
- *Đường về thủy phủ*, tiểu thuyết, Văn Học Press, 2024.

Hiện định cư tại California, Hoa Kỳ.

email: trinhythu@gmail.com
Facebook: Van Hoc Press

PHẦN I
Văn • *Truyện ngắn*

Tự truyện
của kẻ đi tìm quá khứ

1.

Xe về đến đầu làng, đứa cháu họ quay sang bảo tôi: "Chú thấy cây đa làng mình không? Cụ tổ họ nhà mình trồng đấy. Cháu nghe ông cháu bảo thế. Chắc là mấy trăm năm rồi. Bên Mỹ chắc chẳng có cây đa như thế này đâu, chú nhỉ?" Giọng nó bình thản nhưng tôi nghe như có pha chút hãnh diện.

Tôi ngửng đầu lên nhìn. Cây đa đen đúa, cao sừng sững, già nua, quắt queo như mảnh đất này. Bên cạnh cây đa, biểu tượng của làng quê Việt Nam, chen chúc trong bóng chiều ảm đạm ngày cuối tháng Mười vài mái nhà nhếch nhác và một quán bia hơi. Tôi không nhìn cây đa mà đưa mắt sang quán bia. Quán không có khách, chỉ có cô gái trạc ngoài hai mươi, mặt bánh đúc, hai môi dày, áo thun đỏ bó sát người, quần bò bạc màu, ngồi vắt chân nhìn người qua lại.

Huy, đứa cháu lái ô-tô chở tôi từ Hà Nội về làng, đỗ xe trước quán rồi nói vọng ra với cô gái:

"Hoa ơi! Chốc nữa đóng cửa sớm về nhà bà Tư ăn cơm nhé. Có chú Minh bên Mỹ mới về."

Cô gái trố mắt nhìn tôi. Tôi có cảm tưởng cô đang nhìn người hành tinh lạ từ dải thiên hà nào trong vũ trụ bay lạc xuống địa cầu này. Hóa ra cô là một trong những đứa cháu tôi trong làng. Cháu tôi bán bia hơi, ngay dưới gốc cây đa đầu làng. Tôi ngỡ khi bước chân vào đầu làng, dưới gốc đa phải có bà cụ già bảy tám mươi tuổi ngồi bán nước chè tươi và bánh gai gói lá chứ!

Không, chẳng có gì ngạc nhiên. "Làng quê bây giờ khác xưa nhiều lắm, chú ạ." Lúc còn ở Hà Nội tôi được mọi người nhắc nhở trước như vậy như thể họ sợ tôi bị sốc khi về làng. Họ luôn miệng cung cấp cho tôi liều lượng thông tin rất đầy đủ và cập nhật về những đổi mới trong làng. "Gớm! Thời buổi kinh tế thị trường có khác, đến con Chắt mà bây giờ cũng có điện thoại di động, chốc chốc lại thấy rút máy ra nháy." Tôi chẳng biết Chắt là ai, nhưng qua giọng nói, nói trống không nhưng hiển nhiên chủ ý muốn người nghe là tôi, tôi biết mọi người trong quê bây giờ đỡ khổ nhiều lắm so với thời bao cấp. Vâng, tôi hiểu rồi. Tôi hiểu tôi là kẻ lạ trên xứ này. Những gì tôi biết về làng quê hoàn toàn là qua sách vở, văn chương, phim ảnh, hay lời kể từ những người thân quen trong họ hàng gần xa. Làng quê, với tôi, là nơi chốn hoang đường thần thoại như trong truyện cổ tích thần kỳ. Bao nhiêu năm nhập cuộc trò chơi chữ nghĩa, tôi chẳng bao giờ dám viết một dòng một chữ nào về cái nơi chốn cách đây hơn nửa thế kỷ tôi mở mắt chào đời nhưng chẳng hề để lại dấu vết nào, dù thật mờ nhạt, trong ý thức hoặc tiềm thức tôi. Làm sao tôi có thể viết về những điều tôi hoàn toàn mù mịt? Thi thoảng đọc được bài thơ của thi sĩ nào đó viết về nỗi nhớ quê nhớ nước, mặc dù thấy hay hay nhưng tâm trạng tôi dửng dưng như kẻ đứng bên ngoài, cảm xúc nơi bài thơ chẳng thể nào khiến tôi rung động theo tác giả. Tại sao vậy? Chẳng lẽ tôi là kẻ không có quê hương? Nhiều lúc tôi nghĩ quê hương tôi có lẽ là chiếc giường tôi ngủ hằng đêm.

Nhưng có thật như thế không? Hay đó chỉ là cảm giác bị đánh lừa của kẻ sống quá lâu nơi xứ người mà trở về là chuyện chẳng bao giờ nghĩ đến. Tuy lòng tôi chẳng bao giờ thấy đau đáu nỗi nhớ nhà, nhớ quê, nhưng thi thoảng nó vẫn dấy lên thành nỗi buồn kỳ quặc. Tôi nói kỳ quặc bởi tôi chẳng thể nào giải thích cho chính tôi hiểu tôi nhớ cái gì. Lòng tôi như có vết thương không lành, lâu lâu lại tấy lên mưng mủ khiến tôi có cảm giác như nao nao mất mát, như thiếu thốn cái gì, tôi bị ám ảnh bởi hàng chục câu hỏi không có câu trả lời.

Cho đến một hôm tôi ra tiệm sách mua về đọc một mạch hết cuốn tiểu thuyết nhan đề *Ignorance* của Milan Kundera.

2.

Milan Kundera. Tủ sách tôi hình như không thiếu cuốn sách nào của nhà văn này. Cách đây không lâu ông cho xuất bản tác phẩm tiểu thuyết mới nhất, cuốn *Ignorance*. Những tác phẩm tiểu thuyết sau này Kundera viết bằng Pháp ngữ, hình như bắt đầu từ cuốn *Slowness*, không còn chất "lửa" như thời ông sinh sống ở Bôhêmia, quê hương cũ của ông. Với cuốn *Ignorance*, Kundera đem đề tài hoài hương ra mổ xẻ dưới mắt một người lưu vong, vì những biến cố lịch sử khốc liệt nơi đất nước mình, đã phải bỏ xứ đi định cư ở quốc gia khác. Nghe sao giống hoàn cảnh tôi và bạn thế. Và vì thế cuốn sách rất đáng đọc. Hơn nữa, tuy "lửa" không còn ngùn ngụt cháy như thuở trước nhưng bạn đừng quên đây là Milan Kundera, một trong vài ba văn tài kiệt xuất nhất của văn học thế giới đương đại.

Người ta gọi Kundera là "diệu thủ" của chữ nghĩa. Điều đó hiển lộ trong phân đoạn Hai của cuốn tiểu thuyết, trong đó ông giải thích tường tận ý nghĩa từ *nostalgia* mà thường được dịch sang Việt ngữ là lòng nhớ nhà, nhớ quê, hay văn chương hơn, hoài hương, hoài thổ. Đọc đến phần này, trí óc tôi bỗng nhen nhúm câu trả lời cho câu hỏi vẫn mãi vương vấn trong tôi từ trước đến giờ.

Chúng ta hãy giở lại những dòng chữ của Kundera ở phân đoạn Hai:

Tiếng Hy Lạp "sự trở về" là nostos. *Còn* Algos *có nghĩa là "khổ sở." Vì thế* nostalgia *(lòng hoài hương) nghĩa là nỗi khổ gây nên bởi lòng mong mỏi khôn nguôi muốn trở về quê cũ. Để biểu hiện ý niệm cơ bản đó hầu hết các dân tộc Âu châu sử dụng từ ngữ một mặt vay mượn từ ngôn ngữ Hy Lạp (*nostalgia, nostalgie*) một mặt lấy từ những từ khác trong ngôn ngữ riêng của quốc gia mình: người Tây Ban Nha nói* anoranza*; người Bồ Đào Nha nói* saudade. *Mỗi từ hàm chứa một ý nghĩa khang khác. Thông thường chúng chỉ có nghĩa là nỗi buồn do cảnh huống không thể quay về quê cũ: lòng khao khát muốn trở về cố lý, nhà xưa. Trong Anh ngữ người ta gọi là* "homesickness." *Hay Đức ngữ:* Heimweh. *Hà Lan:* heimwee. *Nhưng điều này khiến ý niệm trọng đại của từ ngữ bị giảm sút, chỉ còn lại yếu tố không gian của nó. Một trong những ngôn ngữ cổ xưa nhất của Âu châu, tiếng Băng Đảo (giống như Anh ngữ) phân biệt rạch ròi hai từ khác nhau:* soknuður*: lòng hoài hương với ý nghĩa thông thường của nó; và* heimprá*: khát vọng nhìn về đất mẹ. Người Tiệp có từ* nostalgie*, gốc Hy Lạp, lại có thêm danh từ,* stesk, *và cả động từ nữa; câu nói biểu hiện tình yêu mãnh liệt gây rung động nhiều nhất trong ngôn ngữ Tiệp là:* styska se mi po tobe *("Anh mong mỏi em", "Anh hoài tưởng em", "Anh không chịu nổi nỗi đau* *vắng em"). Tiếng Tây Ban Nha từ* anoranza *được kết hợp bởi động từ* anorar *(cảm thấy nhớ quê hương), từ này lấy gốc từ ngôn ngữ Catalan, từ* enyorar, *và chính nó lại có gốc từ tiếng La tinh, từ* ignorare *(không hay biết, không hề nếm trải bao giờ, thiếu, hụt). Giữa luồng ánh sáng ngữ nguyên đó lòng hoài hương có vẻ như là nỗi đau của kẻ bất tri, không hay biết. Bạn ở xa, và tôi không biết bây giờ bạn như thế nào. Quê hương tôi xa lắm, và tôi không biết chuyện gì đang xảy ra bên đó. Có những ngôn ngữ lúng túng với từ hoài hương: người Pháp chỉ có thể diễn tả nó bằng danh từ gốc Hy Lạp, họ không có động từ; họ có thể nói* Je m'ennuie de toi *(Anh nhớ em), nhưng từ* s'ennuyer *yếu ớt, lạnh lẽo lắm, nó quá nhẹ để biểu hiện cảm giác trầm trọng. Người Đức rất hiếm khi dùng từ* Nostalgie *gốc Hy Lạp, họ có xu hướng nói* Sehnsucht *khi diễn tả lòng khao khát cái gì vắng mặt, không còn. Nhưng lại có thể dùng từ* Sehnsucht *để ám chỉ cái hiện hữu và cái chưa bao giờ hiện hữu (một cuộc phiêu lưu mới chẳng hạn), và bởi thế nó không nhất thiết ám chỉ ý tưởng* nostos; *nếu muốn dùng từ* Sehnsucht *cho nỗi ám ảnh muốn quay về thì phải điền thêm cụm từ bổ túc như sau:* Sehnsucht nach der Vergangenheit, nach der verlorenen Kindheit, nach der ersten Liebe *(khát khao quá khứ, khát khao tuổi thơ đã mất, khát khao tình yêu đầu).*

3.

Đoạn văn này Kundera viết một mạch, không xuống hàng. Tôi vốn không thích Ngôn ngữ học, với tôi nó là khoa học chán ngắt, toàn một mớ chữ nghĩa rối rít nhưng vô cảm; tuy thế mỗi lần đọc lại đoạn văn trên tôi thấy sự thú vị như được nhân lên gấp bội; tôi còn dịch ra đây để chia sẻ với bạn nữa. Kundera nói hộ tôi điều tôi thắc mắc bấy lâu nay. *Hoài hương. Bất tri*. Tại sao ông chọn nhan đề cuốn tiểu thuyết là *Bất tri* khi viết về đề tài *Hoài hương*? (Kundera là người cầu toàn, ông rất cẩn trọng trong việc chọn nhan đề sách.) Hóa ra chúng nằm cùng phạm trù. Nó là nỗi đau của kẻ không biết chuyện gì xảy ra bên kia quả địa cầu, không biết cái miền đất cũ kỹ, rách rưới đó bây giờ ra sao và sự trở về luôn luôn là niềm khát vọng ám ảnh khôn nguôi. Với tôi, nó còn là nỗi đau của kẻ muốn quên đi, không muốn nhìn nhận, không muốn biết những gì đang xảy ra nơi đó. Một tâm thức vong thân, hay vong bản, nếu bạn muốn gọi như vậy. Với Kundera, *Bất tri* chỉ là không hay biết. Nhưng với tôi, bên cạnh cái không hay biết đó còn là cái *Bất tri* của cô gái nước Thương trong "*Thương nữ bất tri vong quốc hận, Cách giang do xướng Hậu Đình Hoa.*" (*Thương nữ* thường được hiểu là người con gái buôn, nhưng tôi thích lối giải thích của cụ Hoàng Văn Chí hơn.)

Vong bản. Từ ngữ nặng nề thật, như bản án chung thân. Dĩ nhiên, tôi không khỏi rúng động khi nghĩ mình là kẻ vong bản nhưng nếu bạn là người văn minh đang hồ hởi tay bơi tay chèo thuyền nan thuyền thúng vươn ra biển lớn để hội nhập thế giới, bạn hãy cho tôi quyền tự biện hộ trước khi bạn giáng xuống đầu tôi bản án ghê gớm đó. Tôi sẵn sàng thú nhận với bạn tôi là người vong bản nếu bạn tìm ra cho tôi ý nghĩa nào khác của chữ "bản" ở đây. "Bản" viết theo Hán tự gồm chữ "mộc" có gạch ngang bên dưới, tượng trưng cho cái gốc. Vì thế vong bản có nghĩa là mất gốc. Nhưng cái gốc của tôi mới lo le chưa kịp bám sâu vào lòng đất thì đã bị giật phăng lên, rồi cơn lốc lịch sử cuốn tôi trôi giạt về những miền đất xa xôi, mờ mịt. Tôi không kịp ngoái nhìn để ghi nhớ bất kỳ hình ảnh dù cỏn con nào của cái mảnh đất chôn cuống rốn tôi đó. Tôi không có gốc thì bạn chẳng thể nào bảo tôi mất gốc được. Tôi không thể "mất" cái tôi không hề sở hữu bao giờ.

4.

Bữa cơm đoàn viên có bốn mâm. Mọi người ngồi quây quần trên bốn chiếc chiếu trải kín phía ngoài gian nhà, ngay dưới chân bàn thờ chú Tư tôi. Chẳng bao giờ tôi gặp chú. Chú mất cách đây ít năm sau cơn tai biến não. Thím nay đã ngoài chín mươi, người còm cõi, da dẻ nhăn nheo. Nhưng thật ra thím còn khỏe mạnh lắm, đầu óc tương đối tinh tường, chưa bị lẫn.

Thức ăn ê hề bày biện khéo léo trên những chiếc đĩa sứ chỉ nhỉnh hơn bàn tay người lớn một tí. Cô em họ ngồi bên cạnh cứ gắp thịt thà vào bát tôi nhưng món tôi ăn bắt miệng nhất là món nộm hoa chuối trộn với khế và tai lưỡi lợn thái mỏng. Đứa cháu dâu nghe nói tôi thích ăn bánh đúc vội đi quấy nồi bánh đúc đem lên mời. Bánh đúc có màu hồng hồng chứ không trắng ngà như bánh tôi hay ăn ở quán Viễn Đông bên Cali.

Tôi không rõ nguyên do từ đâu có huyền thoại thức ăn Việt Nam nấu bởi các nhà hàng Việt ở Cali ngon hơn trong nước. Tương tự như các chân lý *made in Vietnam* khác, chân lý này người ta khơi khơi công bố như một định đề Toán học chứ không hề có người nào cất công nghiên cứu, lập thống kê, lập thuyết, minh chứng, biện chứng; cũng chẳng hề có ai đi phỏng vấn các chuyên gia ẩm thực của kênh truyền hình *Food Networks* để xác định một lần rồi thôi là giữa phở Bolsa và phở Hà Nội, phở nào ngon hơn; giữa bánh cuốn Santa Ana và bánh cuốn Thanh Trì, bánh cuốn nào ngon hơn. Nhưng chuyện hơn thua là chuyện của bạn; riêng tôi, cho dù bạn là chuyên gia ẩm thực thượng thặng cũng chẳng thể thuyết phục nổi tôi. Tôi tin cái lưỡi tôi hơn bạn. Đầu bếp các nhà hàng Việt Nam ở Cali – tám, chín mươi phần trăm là người Mễ, tên nào tên nấy to béo lực lưỡng, nặng chí ít trên trăm cân – nhưng xin lỗi bạn, chúng làm sao đủ tư cách đọ với thím Tư tôi, tuy chỉ nặng không quá băm nhăm cân nhưng tuổi đời trên chín mươi, với quá trình bảy mươi năm về làm dâu nhà họ Trịnh, trải qua hai cuộc chiến tranh tàn khốc, chưa kể phong kiến, thực dân, cải cách ruộng đất, rèn quân chỉnh cán, xã hội chủ nghĩa, bao cấp, kinh tế thị trường, xóa đói giảm nghèo, và ngày nay vươn ra biển lớn, thức giấc từ ba giờ sáng riết róng chỉ đạo một đàn con cháu hoàn tất bốn mâm cỗ?

Tôi ngồi chung chiếu với thím Tư cùng con cái dâu rể của thím và mấy ông anh họ. Các bác tôi đã mất cả. Hiện tại thím là người có vai vế cao nhất trong họ. Ngồi một chốc cho đủ lễ bộ, tôi tìm cớ chuồi xuống mâm dưới với lũ cháu trai. Chúng nó mười mấy đứa đàn ông, trai tráng lực lưỡng đang đánh chén thịt cầy. Cạnh mâm là hũ rượu rắn. Hũ rượu to lắm, dễ thường đến bốn lít, hai con rắn hổ da vàng như nghệ nằm bên trong quấn quýt lấy nhau nhưng vẫn còn chỗ cho chúng ngóc đầu lên nhe nanh nhọn như doạ nạt người yếu bóng vía như tôi. Sử, đứa cháu đích tôn trong họ nâng ly mời tôi ly rượu rắn. Anh kém tôi ba tuổi, trước đi bộ đội, nay là Chủ tịch Uỷ ban Nhân dân Xã. Người anh rắn rỏi như hầu hết đàn ông khác trong làng. Anh bảo chính tay anh cắt tiết con cầy này để đãi tôi. Tôi bảo anh thịt cầy tôi chỉ ăn được món nhựa mận. Anh bảo tôi chưa biết mùi đời là gì nếu chưa ăn thịt cầy luộc do chính tay anh luộc. Người biết ăn thịt cầy thích nhất món luộc. Anh bảo tôi thế. Đàn ông trong làng gần như ai cũng mê ăn thịt cầy. Cánh đàn bà con gái có thể nấu nướng thật ngon thật khéo tất cả các món ngoại trừ thịt cầy. Nhà nào cũng nuôi chí ít dăm ba con chó, hở ra là các ông xúm vào cắt tiết, cạo lông nhẵn thín xong chất đống rơm ra thui. Nhất là khi có khách khứa đến nhà. Không biết có phải vì lý do đó mà mấy hôm ở trong làng, tôi để ý thấy chó nhà nào thấy tôi đến cũng chạy ra sủa vài tiếng lấy lệ rồi lủi đi chỗ khác. Phải chăng giác quan thứ sáu của loài chó ở đây cảnh báo cho chúng biết hễ có người lạ đến viếng nhà là y như rằng thế nào cũng có chú bị lôi ra vật chết làm thịt?

5.

Việc đầu tiên tôi làm khi về làng là thắp hương nhà thờ họ và đi thăm viếng mộ các cụ. Đi thăm mộ các cụ mất cả ngày trời mà chỉ mới gọi là tạm đủ. Đa phần người trong dòng tộc tôi tụ lại sinh sống ở Quảng Bị, nhưng cũng có gia đình sống rải rác bên Đầm Mơ, Chúc Sơn, Chúc Động, Tốt Động. Đây là những làng mạc có từ lâu đời lắm thuộc huyện Chương Mỹ, tỉnh Hà Đông (nay là Hà Tây), từ Hà Nội lấy quốc lộ 6 đi về phía Tây Nam chưa tới một giờ xe, nói chung là vùng đất chiêm trũng thuộc đồng bằng giữa sông Hồng và sông Đáy. Có lẽ nó cũng là nơi lập nghiệp từ thuở ban sơ của dòng giống Việt thuộc văn hóa Phùng Nguyên.

Mộ các cụ nằm dưới ruộng nên có lúc tôi phải xắn quần lội nước bì bõm mới vào đến tận nơi. Mộ nhiều lắm, tôi không tài nào nhớ hết nổi của những ai, phần lớn xây sơ sài chứ không "hoành tráng" như mồ mả trong Nam. Hướng nằm của các cụ cũng không theo quy hoạch nào cả khiến tôi có cảm tưởng khi chôn cất các cụ, người đào huyệt bạ đâu đào đó. Nhưng tôi đoán các cụ trước khi chết đã đón thầy địa lý về xem hướng mộ dựa vào tuổi tác của mình rồi dặn dò con cháu cứ theo hướng đó mà chôn. Phong thủy Việt Nam rất chú trọng đến hướng nằm, nằm trên giường cũng như nằm trong mồ.

Sử lấy Hông-đa "nai" tôi đi hết mấy làng. Những con đường đất đỏ bề ngang không quá thước Tây ngoằn ngoèo chạy theo ruộng nương bát ngát. Những ao cá lấp lánh như dát bạc. Cỏ lác bên vệ mương rập rình lau lách. Gió tháng Mười man mát và lòng tôi chùng xuống. Tôi chẳng nghĩ ngợi gì cả. Những ý tưởng văn hoa, cao đẹp với tôi lúc đó đều vô nghĩa. Tôi cố dẹp hết mọi tạp niệm trong đầu để thật sự tận hưởng mùi vị thiên nhiên. Thiên nhiên có những cánh đồng đậu tương mút mắt bên Đầm Mơ, những luống cải xanh tươi

Mộ Cụ Tổ dòng họ Trịnh (không rõ mất năm nào).

tắn chạy đều tăm tắp bên Quảng Bị và những bãi phân trâu, phân bò to như cái thúng nằm đầy lối đi. Không, bạn đừng nghĩ tôi đang mỉa mai, trêu chọc ai. Phân trâu, phân bò hoặc phân của tất cả các con vật là một phần của thiên nhiên đang bị con người, nhân danh văn minh và tiến bộ, đẩy lùi vào ngõ cụt. Nơi tôi sinh sống bên Mỹ, tôi không dám nuôi chó chỉ bởi không có chỗ cho nó vô tư chạy nhảy, phóng uế. Chó mà không được quyền tự do phóng uế bừa bãi ngoài đường sá, không được quyền tự do gặp chó cái đâu cũng nhào tới "dính lẹo" thì phí một đời chó lắm. Con người sống không tự do đã thành quán tính. Chúng ta dùng cái-gọi-là trí tuệ để tự đánh lừa bản năng nguyên sơ yêu chuộng tự do của chúng ta và cúi đầu bó thân cam chịu cuộc sống gò bó gần như nô lệ. *"Hàng thần lơ láo phận mình ra sao."* Tất cả chúng ta đều là hàng thần lơ láo. Lơ láo trong gia đình. Lơ láo trong cộng đồng. Lơ láo trong xã hội. Lơ láo trên cái hành tinh nhếch nhác, buồn thảm này. Câu thơ của Nguyễn Du chưa bao giờ thấm thía hơn. Loài vật không thế. Chúng có mặt trên địa cầu trước chúng ta nhiều triệu năm nhưng lý trí chúng không phát triển cùng tiến độ như chúng ta nên chúng vẫn biết thế nào là tự

Một ngôi mộ (không biết của ai) nằm dưới ruộng, bên cạnh bầy vịt thản nhiên kiếm ăn.

do. Lý tưởng tự do của loài vật là tuyệt đối; chẳng sách vở, chữ nghĩa, thơ văn nào của loài người có thể lý giải nổi.

Đến Chúc Sơn, tôi hỏi Sử biết mộ ông Hưng ở đâu không. Anh hỏi ngược lại tôi ông Hưng nào. Tôi bảo ông Đặng Đình Hưng đấy. Anh vỗ trán kêu lên, "À, cháu biết ông Hưng đấy rồi. Cháu chỉ nghe mộ ông ấy chôn bên Chúc Sơn chứ không biết đích xác nơi nào. Để cháu hỏi cánh họ Đặng bên Thị Giang, chắc có người biết." Anh rút máy điện thoại di động ra nháy nhưng không có người trả lời. Hình ảnh anh nông dân đứng giữa cánh đồng áp vào tai chiếc máy di động trông cũng hay hay; các hãng điện thoại nên lấy hình ảnh này làm mẫu quảng cáo; trông nó ngộ nghĩnh nhưng độc đáo và "ấn tượng" hơn các cô người mẫu tuy xinh đẹp nhưng vô cảm đến độ trơ trẽn kia nhiều. Mẹ tôi và ông Hưng là anh em con cô con bác. Tôi không hề biết ông là người trong họ cho đến khi tôi về nước lần đầu được ông Đặng Đình Áng (em ông Hưng) tặng hai tập thơ của ông. *Ô Mai. Bến Lạ*. Lần nào về Sài Gòn tôi cũng đến thăm ông Áng. Với ông Áng, tôi có sự kính trọng và biết ơn đặc biệt. Kính trọng bởi ông là nhà Toán học kiệt xuất của Việt Nam và bởi phong cách nhà giáo suốt đời hy sinh tận tụy của ông. Biết ơn bởi chính ông đã bốc tôi sang Mỹ du học năm tôi mười tám tuổi, lúc đó ông đang là giáo sư thỉnh giảng tại Đại học bang Utah.

Làng có ba dòng họ lớn. Họ Trịnh đông đúc nhất nhưng nghèo khổ nhất, con cháu ít ai "thoát ly," có nghĩa là suốt mấy đời vẫn phải chui rúc trong làng cày sâu cuốc bẫm kiếm miếng ăn. Trong số những ông anh họ tôi, có người ngoài bảy mươi vẫn sáng sáng đi chăn bò. Họ Tạ tuy ít người hơn nhưng mấy đời giàu có, ruộng cò bay thẳng cánh, nhưng lại bị "đấu tố" tơi tả trong vụ cải cách ruộng đất, con cháu phần nhiều di cư vào Nam từ năm năm tư và bây giờ sinh sống nơi nước ngoài. Họ Đặng nhiều người đỗ đạt làm quan, nổi tiếng trong thời phong kiến cũng như bây giờ. Cũng như rất nhiều người khác trong làng, trong người tôi có gien của cả ba dòng họ đó.

Không tìm ra mộ ông Hưng, chúng tôi tiếp tục đi vào Tốt Động. Phong cảnh nơi đây có phần tiêu tao, trầm mặc hơn. Vẫn những con đường nhỏ hẹp quanh co, vẫn những ngôi nhà ba gian rêu phong ẩm mục, vẫn những bức tường đá ong trần trụi lở lói đã đen xỉn, vẫn những ngôi nhà thờ họ u uẩn khói hương. Nhưng không gian trong này dường như được ấp ủ bởi cái gì huyễn hoặc, kỳ bí.

Hay chỉ mình tôi thấy vậy?

Tốt Động. Chúc Động. Yên Duyệt. Ninh Giang. Những địa danh vang danh trong lịch sử với trận đánh lừng lẫy làm nên sự nghiệp cứu nước của Lê Lợi, Nguyễn Trãi. Sử sách ghi vậy. "*Ninh Kiều máu chảy thành sông, hôi tanh muôn dặm. Tốt Động thây phơi đầy nội, thối để nghìn thu.*" Bình Ngô Đại Cáo còn đó rành rành. Bài phú *Núi Chí Linh* cũng nói: "*Trận Ninh Kiều như ổ kiến làm đê vỡ, Trận Tốt Động như gió mạnh gãy cành cây.*" (Ninh Kiều là tên cũ của Chúc Động, theo chỗ tôi biết.) Đứng đây nhìn ra cánh đồng, một vùng chiêm trũng lầy lội, tôi không biết chỗ nào Trần Hiệp bị dáo đâm thủng bụng, chỗ nào Lý Lượng bị chém rơi đầu, nơi nào Vương Thông bị tên cắm vào sườn trọng thương. Tôi cũng chẳng thấy nơi đâu dấu tích chiến lũy nghĩa quân đắp để chống lại cả chục vạn quân Minh. Chiến trường khốc liệt. Máu chảy. Đầu rơi. Tiếng thét xung phong. Sát. Sát. Hàng vạn gươm dáo vung lên. Tên bay rợp trời. Tiếng người rú. Tiếng chiêng. Tiếng trống. Tiếng ngựa hí. Tiếng voi rống. Quân lính hai bên quần thảo, đâm chém nhau túi bụi

Cổng vào nhà Từ đường họ Trịnh.

Ngôi nhà của ấu thơ, hơn nửa thế kỷ vẫn không hề đổi thay.

Một cái am trong làng Tốt Động.

trên những nương ruộng mạ xanh màu. Tôi thả hồn về khoảng thời gian cách đây hơn năm trăm năm thử xem trí tưởng tượng dẫn dắt mình đến đâu. Cũng vào mùa này, tháng Mười Âm lịch, năm vạn xác quân Minh phơi thây trên đồng nội. Năm vạn xác người bỏ lại nơi đây. Hình ảnh thật khủng khiếp.

Tôi nhìn sang Sử. Bất giác tôi nở nụ cười, Sử cũng cười theo dù anh chẳng hiểu vì sao tôi cười. Tôi cười bởi tự nhiên tôi thấy thương mến anh vô hạn. Thương mến vì anh là đứa cháu ruột đích tôn của dòng họ, đúng thôi. Nhưng có một lý do khác mạnh hơn: vì tôi thấy hiện thân anh chính là mảnh đất này. Những người như anh, và trước anh không biết bao nhiêu thế hệ, đã đổ máu để chống giữ mảnh đất này cho đến ngày nay. Họ chỉ là những anh nông dân chất phác, trong đầu không chữ nghĩa, nhưng khi cần phải hy sinh đổ máu để giữ đất, họ không hề do dự. Họ chẳng cần biết lòng yêu nước là gì. Đối với họ, điều đó trừu tượng quá. Họ yêu mảnh đất này như thể nó là phần nối dài của thân xác họ.

"Có bao giờ ở đây người ta diễn lại trận đánh Tốt Động không, hả cháu?" Tôi hỏi Sử.

Bờ ruộng làng Quảng Bị.

Một góc làng Quảng Bị.

Sử lõ mắt nhìn tôi. Ánh mắt anh cho tôi biết anh chẳng hiểu tôi đang nói cái gì. Câu hỏi của tôi ngớ ngẩn thật, anh chẳng hiểu tôi nói gì là phải. Tôi chợt nhớ ra tôi là kẻ không có quá khứ. Không có quá khứ nên khao khát tìm kiếm quá khứ. *Bất tri. Hoài hương.* Cặp phạm trù Kundera dùng để lý giải nỗi đau của kẻ không biết gì. Vâng, xin lỗi cháu Sử, chú làm cháu ngỡ ngàng. Cháu đâu cần biết những điều chú đang tìm kiếm. Quá khứ mấy nghìn năm nơi đây đậm đặc đến độ người ta có thể sờ mó được. Nó kết tinh thành con người nông dân là cháu. Quá khứ là cháu. Mảnh đất này là cháu. Xương thịt. Mồ hôi. Cả máu nữa. Máu nhiều lắm. Nhiều như dòng sông ngoài kia. Dòng sông mang tên *Đỏ*. Đỏ như máu.

6.

Làng nào cũng có ngôi đình dùng làm nơi thờ cúng Thành Hoàng. Điều này nhờ đọc Toan Ánh tôi cũng biết, bạn không cần phải nhắc. Đình làng tôi to lắm, trông như cái chùa, kiến trúc cổ, sân lát gạch rộng thênh thang.

"Đêm đó chú Ba về đốt đình. Mãi đến năm chín hai làng quyên góp đủ tiền đại tu mới được khang trang như bây giờ." Anh Tùng bảo tôi.

Tôi giật mình. Chú Ba anh nói đây chính là bố tôi. Bố tôi đốt đình làng? Có chuyện đó nữa sao?

Buổi sáng trời thanh mát. Anh Tùng, ông anh họ, kéo tôi đi ăn phở ngoài chợ Quảng Bị. Phở không ngon như phở Hà Nội, nhưng dễ dàng ăn đứt phở Cali mà giá tiền chỉ có năm nghìn một bát. Quán bé lắm, vẻn vẹn ba chiếc bàn gỗ tạp và lỏng chỏng mấy chiếc ghế đẩu bằng nhựa. Hai bát phở bưng lên nghi ngút khói, thơm lừng. Quán chỉ có hai người khách là anh em chúng tôi. Tôi xin cô chủ quán mấy múi chanh. Cô biết tôi người nước ngoài về, nhìn tôi mỉm cười rồi đem ra một đĩa quất. Thấy đĩa quất, mắt tôi như sáng lên. *Bingo!* Cô đâu ngờ tôi là người thèm ăn quất như trẻ con thèm kẹo. Ở Cali, gần Tết, đến chơi nhà Cao Xuân Huy, lần nào cũng thế, mắt trước mắt sau thấy không có ai là tôi thò tay vặt trộm cây quất quý của chị Huy trồng ngoài vườn sau. Tôi ăn quất như người ta ăn nho, bỏ vào miệng từng trái nhai rau ráu rồi nuốt cả vỏ, không ngừng cho đến khi hết quất hoặc hết thèm mới thôi. Quất càng chua tôi càng đã.

Tôi thèm của chua như đàn bà có thai ba tháng. Nhưng đó là chuyện Cali với những trái quất bụ bẫm, to mập, vàng ươm của chị Huy. Còn chuyện ở đây là những trái quất be bé nửa xanh nửa vàng nhưng ăn vào vị chua thanh nhẹ khiến lòng tê tái như vừa chạm lưỡi người yêu. Ăn xong bát phở tôi tráng miệng bằng đĩa quất. Cô chủ quán thấy vậy, quày quả vào bếp gói một gói to tướng bảo tôi đem về ăn tiếp. Tôi cám ơn cô, móc túi đưa cô tờ năm nghìn nhưng cô không nhận.

Từ quán phở ra, anh em lững thững tản bộ về phía đình làng. Phố chợ buổi sáng có phần nhộn nhịp, người mua kẻ bán tấp nập, xe máy chạy táo tác phóng vèo vèo qua mặt xe công nông xình xịch lề mề, ô-tô bóp còi inh ỏi. Thấy vậy anh Tùng đọc tôi nghe câu ca dao thời đại nghe cũng vui vui, "*Ra đường sợ nhất công nông, Về nhà sợ nhất vợ không nói gì*." Anh Tùng năm nay đã ngoài bảy mươi, trông anh có vẻ là người nhàn nhã nhất làng. Anh khoe có đến hai khoản lương hưu, một quân đội, một giáo dục, bởi sau khi ở quân đội phục viên về, anh làm giáo viên cấp hai dạy học ở trường huyện suốt thời gian khá lâu.

Anh em đi bộ quanh sân đình và anh kể tôi nghe về bố tôi.

Hình như tôi chẳng biết gì nhiều về bố tôi. Từ khi bắt đầu có chút ít ý thức về đời sống, tôi chỉ biết ông là người nghiêm khắc với con cái trong nhà và có đời sống yên lặng, gần như an phận thủ thường. Lúc đó gia đình tôi đã tạm ổn định trong ngôi nhà mà bây giờ vẫn còn ở Sài Gòn. Ông ít giao du, ít nói năng. Bạn bè ông, tôi biết có mình chú Thụt. (Chú tên Thục nhưng khi di cư vào Nam năm năm tư phải làm lại giấy tờ, anh thư ký người Nam bộ tự ý sửa tên chú lại theo cách đánh vần mà anh ta cho là đúng.) Thi thoảng chú Thụt đến nhà tôi chơi. Mỗi lần như thế, tôi thấy bố tôi là con người khác. Ông linh động hẳn lên, ăn nói huyên thuyên. Ông và chú Thụt ngồi nói chuyện với nhau cả buổi. Tôi nghe chẳng hiểu gì mấy, nhưng tôi đoán hai người đang ôn lại những chuyện cũ, những kỷ niệm ngoài Bắc thời trước khi di cư. Với tôi ông chẳng bao giờ nói gì về con người ông, về thời gian trước khi tôi ra đời. Năm bốn mươi tuổi ông mới có tôi. Giữa tôi và chị tôi là khoảng cách mười hai năm. Mười tám tuổi tôi lên đường du học và cứ thế, cho đến ngày ông mất, tôi vẫn chẳng hay biết gì nhiều về người cha sinh thành ra mình.

"Tối hôm đó chú dẫn hơn chục du kích về đốt đình vì trước đó mấy hôm bọn Tây về chiếm đình làm bản doanh."

Chẳng biết có thằng Tây nào bị giết trong trận đánh "hỏa công" lừng lẫy nhất làng đó không nhưng chỉ biết là ngày hôm sau Tây "Ba giăng" túa vào làng càn quét giết không biết bao nhiêu người, đốt không biết bao nhiêu ngôi nhà và bố tôi phải bỏ trốn một mạch lên Việt Bắc. Mười năm sau ông xuất hiện tại ngưỡng cửa nhà tôi. Ông về giữa đêm khuya và dặn kỹ mẹ tôi không được cho ai hay biết, kể cả anh em ruột thịt trong họ. Ông về nhà hai ngày, suốt hai ngày không hề thò đầu ra khỏi cửa, nghỉ ngơi lấy lại sức xong lại tất tả thu vén ít tư trang rồi lén lút đưa mẹ và chị tôi ra Hà Nội. (Lúc đó tôi chưa ra đời.) Ngoài Hà Nội, ông còn nhiều bạn bè vì trước kháng chiến ông dạy học tại trường Bách Nghệ. Ông bảo mẹ tôi ông bỏ kháng chiến dinh Tê và ông không thể ở quê được vì ở quê mạng sống ông có thể bị lấy đi bất cứ lúc nào.

Sau đó là đấu tố và làng tôi tơi tả.

Câu chuyện gia đình tôi có lẽ cũng là chuyện gia đình bạn nếu bạn sinh sống ở Bắc thời gian đó. Cơn lốc lịch sử tàn bạo đó chẳng chừa một ai. Anh Tùng nắm tay tôi. Tôi thấy mắt anh như ươn ướt. Không, chẳng phải nước mắt đâu. Mắt dân trong làng đều thế. Mắt toét đấy mà. Sự đau đớn nơi họ chẳng còn chỗ cho nước mắt nữa. Họ chẳng bao giờ khóc bởi nước mắt từ lâu đã khô kiệt trong hai hốc mắt họ rồi.

7.

Lũy tre xanh. Biểu tượng thân thương! Nói đến làng quê Việt Nam, không thể không nói đến lũy tre. Bút mực, ống kính, cọ màu đã tuôn ra không biết bao nhiêu hình tượng đẹp đẽ, cao quý để ca ngợi nét đẹp tiêu biểu này của làng quê Việt Nam. Trí óc tôi tích lũy, in đậm hình ảnh đó. Cho đến ngày tôi về làng.

"Đéo mẹ! Chúng nó đẵn đem bán sạch rồi còn đâu!"

Một ông anh họ bảo tôi vậy khi tôi hỏi anh câu hỏi hết sức ngớ ngẩn, "Sao em thấy trong làng chẳng có bụi tre nào cả."

Chúng nó là ai? Có lẽ là người trong dòng tộc, họ hàng tôi thôi.

Biểu tượng. Chà, cái này mới khó đây. Quanh chúng ta, chỗ nào cũng thấy biểu tượng. Chúng ta hình như ai cũng sống vì biểu tượng, cho biểu tượng. Thậm chí, đôi khi còn hy sinh mạng sống quý giá cho biểu tượng. Lá cờ là biểu tượng và người ta chết cho lá

Ruộng đồng từ nghìn năm vẫn còn nguyên nếp cũ.

cờ là chuyện đời nào cũng có chứ không phải chuyện hoang đường. Đụng đến cái chết, biểu tượng trở nên thiêng liêng như ngọn lửa trí huệ đưa chúng ta ra khỏi cõi u mê.

Hay có lúc nó sáng rực như ngọn đèn pha một nghìn nến khiến chúng ta trở nên mù lòa có hành vi như kẻ cuồng tín, điên rồ?

"Ý nghĩa của sự vật không nằm ở chính sự vật mà ở thái độ của chúng ta đối với sự vật." Câu nói của Saint-Exupéry tôi còn nhớ. Cám ơn ông nhà văn tôi hâm mộ từ thời Trung học, xin mượn câu nói của ông để bênh vực cho lũ con cháu trẻ người non dạ.

"Mấy bụi tre vô tích sự thì để làm gì. Thời buổi kinh tế thị trường, cái gì có lợi thì làm thôi. Ối dào ôi! Biểu với chả tượng. Thôi! Cho con xin đi ông ơi. Chỉ khổ vợ khổ con chứ phỏng có ích lợi gì."

8.

Sau bữa cơm tối, mọi người trong nhà ra ngồi cả ngoài hàng hiên nói chuyện vãn. Trời hôm đó đứng gió, hơi oi bức. Qua khoảng sân rộng là hai cây hồng xiêm đang có quả chín. Ăn cơm với rau muống luộc và đậu phụ rán, no cứng bụng mà tôi vẫn còn sức "quất" thêm hai cái bánh rán và quả hồng xiêm. Bấy giờ tôi mới có dịp nói chuyện với Mân. Cô là con gái thứ ba của thím Tư, hơn tôi đúng bốn tuổi. Cô lấy chồng được một năm, đang mang thai thì chồng phải vào Nam chiến đấu. Anh chết mất xác trong đó và cho đến bây giờ vẫn chưa đem hài cốt về làng được.

"Thế… cô đã tìm ra nơi họ vùi xác chú ấy chưa?"

"Rồi anh ạ. Thầy dẫn em đi. Chỉ một chuyến là tìm ra, nhưng em chưa đem hài cốt anh ấy về được. Tốn kém lắm." Cô bảo tôi.

"Thầy? Thầy gì?" Tôi thắc mắc hỏi lại.

"Thầy… đấy anh." Cô lúng túng, không biết gọi tên ông thầy là gì cho ổn nhưng rồi cô làm ra vẻ thành thạo. "Thầy giúp khối người rồi đấy. Có người tốn bao công lao tiền của vào mấy đận mà vẫn không tìm ra hài cốt chồng, thế mà em nhờ thầy đưa đi ngay lần đầu là tìm ra ngay. Chuyến em đi với thầy, đến gần bãi, ông đốt hương rồi nhắm mắt khấn vái có năm phút là chỉ đúng ngay chỗ vùi xác chồng em."

Tôi trầm ngâm suy nghĩ. Ở Việt Nam có nhiều ngành nghề không biết gọi là gì và không hề được định nghĩa trong bất cứ sách vở

Kinh tế học nào trên thế giới, như cái nghề tìm hài cốt của ông thầy cúng nào đó giúp cô em họ tôi đi tìm xác chồng. Tôi định nói gì đó với Mân nhưng chưa biết phải ướm lời ra sao.

"Này! Tôi bảo cho mà biết. Cậu đừng khinh thường chúng tôi như thế chứ! Chúng tôi là những nhà ngoại cảm được trời phú cho giác quan thứ sáu trông thấy người cõi âm. Người phàm mắt thịt như cậu có căng rách mắt ra cũng chẳng thấy đâu. Cậu có câm cái mồm lại cho chúng tôi hành sự không nào."

Tôi có cảm tưởng ông thầy của Mân đang đứng chống nạnh mắng mỏ nhiếc móc tôi như vậy. A, nhà ngoại cảm. Cái tên hay thật. Như nhà ngoại giao, nhà văn, nhà thơ, nhà báo. Các "nhà" đều có tên gọi cực kỳ trang trọng. Nhưng càng trang trọng bao nhiêu càng nói phét hay bấy nhiêu, càng giỏi mê hoặc lòng người. Cả tỉ tỉ con chữ ngày ngày lúc nhúc chui ra từ các "nhà" này để lung lạc con người, biến con người thành thứ rô-bô chỉ biết cúi đầu vâng dạ và răm rắp nghe lời. Vâng, thưa ông, tôi sẽ im cái mồm tôi cho ông hành sự mặc dù tôi biết ông chỉ là tên bất lương làm tiền trên lòng mê tín hay nhẹ dạ, cả tin của những người đàn bà khốn khổ có chồng liệt sĩ như em tôi.

Thật vậy, tôi chẳng thể nào nói ra điều tôi nghĩ với Mân. Cô đang một lòng một dạ tin tưởng vào lời "nhà ngoại cảm" bảo cô sơm sớm lo liệu đưa hài cốt chồng về làng, bởi anh ấy nói với ông rằng anh ấy nhớ quê lắm, anh ấy nhớ vợ nhớ con, mặc dù anh chưa bao giờ thấy mặt con gái, bây giờ lại có cả cháu nữa, hai đứa cháu ngoan ngoãn học hành giỏi giang. Bằng mọi giá thôi. Bằng mọi giá cô phải đưa anh về làng. Tôi im lặng ngồi nghe cô kể, thấy xót thầm trong dạ mà chẳng biết nói gì. Suốt cuộc đời, hy vọng là liều thuốc bổ nhiệm màu giúp cô sống tới, tôi không có quyền chen vào giật mất liều thuốc đó của cô.

9.

Tôi đi bộ một mình xuống Xóm Vực. Chẳng hiểu vì sao xóm có tên như vậy, cũng như vì sao làng Tốt Động có tên Nôm là làng Rét. Xóm nằm ở cuối làng, đằng sau là ao cá rộng mênh mông tiếp giáp với cánh đồng.

Tôi tìm nhà không khó. Cứ hỏi bất cứ người nào quanh đó là được ân cần đưa vào tận ngõ.

Một trong nhiều ao cá trong làng.

Xóm Vực.

"Đây có phải là nhà bà Phấn không, cháu?"

Tôi hỏi đứa bé gái trạc mười lăm mười sáu tuổi đang ngồi chẻ rau muống ngoài hàng hiên. Hai rổ rau muống to lắm, tôi đoán để đem ra chợ bán.

"Thưa bác phải ạ. Mời bác vào nhà. Bác đến thăm bà cháu?"

Cô gái đứng dậy đon đả mời tôi vào nhà. Hai con chó xông ra sủa vang nhưng thoắt cái lủi đi nhanh cũng không kém. Tôi vào nhà. Sự nghèo túng như phả vào mặt tôi. Tôi đoán cô Phấn là người đàn bà già nua đang nằm thiêm thiếp trên chiếc phản gỗ cũ kỹ phía trái gian nhà ngoài, chăn bông đắp kín lên tận cổ mặc dù thời tiết bên ngoài còn oi bức lắm.

"Bà cháu đã tưởng đi rồi đấy, bác ạ. May quá tuần trước bố cháu lên phố Hà Đông thuê được cái bình ốc-xy, thế là bà cháu lại tỉnh dậy. Sáng nay còn ăn được bát cháo nữa." Cô gái vừa rót trà từ chiếc ấm sứ mời tôi vừa nói.

Tôi hớp ngụm trà mạn Thái Nguyên nóng hôi hổi đắng chát rồi bước lại phản ngồi xuống bên cạnh người đàn bà đang nằm chờ chết. Cuối cùng tôi nhìn thấy tận mắt người đàn bà đã khiến cậu tôi sống suốt cuộc đời trong nỗi dằn vặt khôn nguôi. Bà sắp chết nhưng tôi vẫn nhìn ra nét đẹp phảng phất trên mặt bà dù thời gian và nỗi khổ đã làm khuôn mặt kia trở nên rúm ró đến tang thương.

Thuở bé tôi hay nghe mẹ tôi kể chuyện cô Phấn. Bà kể nhiều lần, lần nào cũng lặp đi lặp lại câu chuyện giống nhau. Cô đẹp nhất làng thuở đó. Đã đẹp lại còn có học, một ngoại lệ hiếm hoi. Mẹ tôi bảo cô có bằng "Đíp-lôm." Cô còn biết làm thơ, và có thơ đăng trên báo Tiểu Thuyết Thứ Bẩy. Con gái họ Đặng làng mình từ ngày xửa ngày xưa đến giờ đều có máu thơ văn trong người. Mẹ tôi bảo vậy. Cô cũng "tân thời" lắm. Trong lúc đàn bà con gái trong làng còn mặc áo tứ thân, đầu chít khăn mỏ quạ hoặc áo cánh nâu, quần thâm, khăn vuông thì cô đã "phi-dê" tóc và mặc áo dài "lơ-muya" gì đó. Cô là người như thế nên cô và cậu tôi yêu nhau là chuyện chẳng có gì ngạc nhiên. Cậu tôi con nhà giàu, được ăn học từ tấm bé, lịch lãm, thông minh. Cuộc tình đẹp tưởng như chỉ có trong tiểu thuyết. Bố cô, một ông Cử văn hay chữ tốt, và ông ngoại tôi, cụ Chánh Tổng giàu có nhất làng, đều là chỗ đồng liêu. Mọi chuyện tưởng như có bàn tay trời sắp xếp. Nhưng đùng một cái là cải cách ruộng đất và gia đình ông ngoại tôi mất trắng toàn bộ dinh cơ sản nghiệp mấy đời ông cha để lại và phải bồng bế nhau di cư vào Nam. Gia đình cô

Phấn cũng bị đấu tố tơi tả. Lúc ra đi, cậu tôi và cô vẫn chưa chính thức là vợ chồng, cậu tôi xin gia đình cho cô đi theo nhưng không hiểu sao cô không đi và ở lại tức là nhận lãnh không biết bao nhiêu nỗi tân khổ đổ ập lên đầu, kể cả bị ép lấy anh tá điền xấu xí dốt đặc cán mai.

Suốt đời cậu tôi sống trong ân hận.

Người đàn bà vẫn nằm thiêm thiếp, hơi thở nặng nề. Mắt bà có lúc mở ra nhìn tôi nhưng vô hồn lắm. Tôi biết đó là mắt người sắp chết. Tôi đứng lên chào cô gái ra về. Không cần đợi tôi ra khuất ngõ, cô ngồi xuống với hai rổ rau muống, cắm cúi thoăn thoắt chẻ. Rất tiếc cô không có nét nào của bà cô cả. Chắc cô giống bố nhiều hơn, tức là giống ông cô, anh tá điền xấu xí nhưng nhờ chính sách sáng suốt đầy ắp công lý của Đảng và Nhà Nước lúc đó lấy được cô vợ đẹp. Cái xấu trên mặt anh truyền đến đời cô cháu gái.

Cái xấu mạnh lắm. Nó vẫn mạnh mẽ ngự trị thế gian này.

Đó là hôm cuối cùng tôi ở trong làng. Sáng mai cháu Huy lại đánh ô-tô đưa tôi ra Hà Nội để từ đó mười một giờ đêm tôi ra ga Hàng Cỏ đón chuyến tàu Thống Nhất xuôi Nam, lên máy bay về lại Mỹ.

10.

Từ nhà cô Phấn ra, tôi chưa về nhà thím Tư ngay mà rẽ vào ngôi trường Tiểu học. Trước đây, dưới thời bao cấp, nó là trụ sở hợp tác xã. Trước nữa, nó là nhà tôi. Đúng ra chỉ có cái nền là nhà tôi, đất đai của bố mẹ tôi do cha ông để lại.

Tôi vào sân trường. Sân rộng lắm, vuông vức, dễ thường đến ba mươi thước mỗi bề. Lớp học vắng tanh. Cái sân trống hoang trống hoác, không một món đồ chơi trẻ con dù đây là trường Tiểu học, không xích đu, không cầu tuột, cây cối cũng không nhiều. Sự trống vắng sao buồn thảm đến lạ lùng. Như phủ trùm cả thế gian. Chỉ vài hôm nữa cô Phấn sẽ mất. Cậu tôi cũng không còn. Ông chết vài tháng sau khi người nhà khiêng ông từ trại cải tạo về. Bố mẹ tôi cũng lần lượt qua đời. Tôi nghĩ đến những người thân của tôi. Cuộc sống họ sao trầm luân đến thế. Nhưng họ vẫn sống, sống không ta thán, không kêu ca. Từ họ, tôi nhìn ra một điều là chỉ cần sống cho trọn kiếp thôi đã là hành vi phi thường rồi. Họ không cần làm anh hùng. Họ không cần đứng lên cứu dân cứu nước. Họ không cần được sử sách ghi danh. Họ chỉ cần sống.

Đầu óc tôi lại lởn vởn câu thơ của Boris Pasternak, *"Sống cho trọn kiếp nào phải trò trẻ con."* Vâng, cảm ơn nhà thơ vĩ đại của nhân loại, tôi cũng chỉ cần sống sao cho trọn kiếp.

11.

Tôi chẳng hề có ý định điên rồ làm ra vẻ hiểu biết rành rọt về ngôi làng tổ tiên tôi góp sức vun trồng từ cái thời xa xăm đó. Chẳng có gì lố bịch hơn. Vài ngày sống trong làng, sinh hoạt với người trên kẻ dưới, ăn uống chung đụng, tôi vẫn là kẻ lạ. Mãi mãi tôi là kẻ lạ. Tôi vẫn chẳng biết gì về ngôi làng. Khởi đi là bài ký, nhưng càng viết tôi càng thấy nó giống như tự truyện. Phải rồi, *Tự truyện của kẻ đi tìm quá khứ*. Như tôi nói, tôi là kẻ không sở hữu quá khứ nên khao khát đi tìm kiếm quá khứ. Nhưng quá khứ vây khốn tôi vào giữa. Nó làm tôi nghẹt thở. Nó trói tôi bằng sợi dây chão vô hình nhưng vô cùng chắc chắn, và tôi vô phương cục cựa.

Tôi biết tôi sẽ chẳng bao giờ thoát khỏi vòng vây đó.

Nhưng để làm gì? Tôi có trở về quá khứ được đâu? Hay là tôi giống như nhân vật Irena trong *Bất tri* của Kundera, trở về để *vẽ* lại quá khứ và bởi thế càng hoang mang, càng lạc lõng, càng trở thành kẻ lạ.

Đoạn kết cuốn truyện, Irena theo người tình lên phòng khách sạn làm tình. Làm tình xong, gã bảo gã không yêu cô. Với gã, quá khứ nhẹ tênh, khác hẳn cái nặng trĩu đang đè lên tâm tư Irena. Nặng/Nhẹ. Cặp phạm trù này đeo đẳng Kundera suốt văn nghiệp ông. Nặng khôn kham, nhẹ cũng khôn kham. Nó như biến tấu riết róng day trở mãi trong nỗi ám ảnh khôn nguôi. Thế rồi giữa cơn tuyệt vọng chán chường, Irena bật lên khóc. Khóc đến lúc mệt lả thì cô lăn ra ngủ. Cô ngủ mê mệt đến nỗi gã tình nhân bạc bẽo đứng dậy mặc quần áo bỏ đi mà vẫn không hay biết. Trước khi đi, gã trân trối nhìn cô lần cuối. Cô nằm đó, hơi thở dồn dập trong giấc ngủ nặng nề. Tênh hênh. Trần truồng. Hai chân dạng ra. Gã nhìn người đàn bà, nhìn thẳng vào phần da thịt diện tích nhỏ xíu mà có đến bốn chức năng – kích thích, giao hợp, truyền giống và tiểu tiện – của cô. Gã thấy lòng dửng dưng, vô cảm đến độ lạ lùng. Thế rồi gã bỏ đi.

Một nửa tôi giống Irena, nửa kia giống gã tình nhân đó. Một hôm tôi đến. Một hôm tôi bỏ đi.

Đôi mắt của bóng đêm

1.

Người đàn ông đứng nhìn vào khung cửa kính to rộng của gian hàng đồ chơi trẻ con. Tiệm đóng cửa từ lâu. Có lẽ đã gần nửa khuya. Đêm Chủ nhật, khu buôn bán chẳng còn ai lui tới, lâu lắm mới có người tạt ngang tiệm 7-Eleven mua vội vài món cần thiết rồi tất tả ra xe phóng đi. Bãi đậu xe vắng lặng, hơi sương lù mù khiến không gian như hẹp lại, xập xoạng dưới những vũng sáng yếu ớt trắng nhờ, nhợt nhạt phả xuống từ mấy cột đèn trong bãi đậu xe.

Người đàn ông đứng đó lâu lắm và giả như có người nãy giờ theo dõi hành vi của anh hẳn phải nghi ngờ anh đang có âm mưu ám muội nào đó. Chẳng lẽ anh là kẻ trộm đang rình rập tìm cách cạy cửa vào tiệm? Lẽ nào? Ăn trộm hành động như chớp nhoáng, chẳng bao giờ dại dột đứng ỳ một chỗ như bức tượng trước nơi mình sắp sửa hành nghề. Hơn nữa, ăn trộm không ăn mặc bảnh bao như anh: com-lê xanh đậm, cà-vạt thả lơi trên cổ sơ mi trắng, chân đi giày da loại đắt tiền. Anh có dáng dấp một người tự tin, thành đạt trong cuộc sống, gia đình hạnh phúc, vợ đẹp con khôn, chẳng bao giờ biết đau khổ, thiếu thốn là gì. Thoạt nhìn, ai cũng phải nhận ra ngay anh thuộc thành phần da trắng thượng lưu trong xã hội Mỹ. Tên họ anh có lẽ là cái tên Anglo-Saxon hay Do Thái nào đó; nhà cửa anh có lẽ nằm trong khu biệt lập có cổng ra vào, nhân viên bảo vệ canh gác ngày đêm; con cái anh có lẽ theo học những trường tư đắt tiền, nơi đào tạo thế hệ lãnh đạo tương lai của đất nước này; vợ anh có lẽ thời Trung học là hoa khôi trong trường, làm bạn với anh từ năm lớp mười một vì anh nổi tiếng vừa học giỏi vừa là cầu thủ ném bóng xuất sắc trong đội bóng rổ; anh có lẽ tốt nghiệp từ trường đại học Ivy League nào đó, và sau khi ra trường nắm giữ những chức vụ quan trọng trong guồng máy tư bản khổng lồ, năm này qua năm nọ giữ vững nước Mỹ ở vị thế siêu cường số một trên thế giới.

Anh phải là người lạ mặt nơi đây. Trông anh thật lạc lõng giữa khu buôn bán tầm thường, xộc xệch của thành phố, nơi chỉ có đám dân thiểu số nghèo đến mua sắm những món hàng gia dụng rẻ tiền.

Nhưng nếu không phải là kẻ trộm thì anh làm gì ở đây vào giờ này?

Anh đứng hai tay thọc túi quần, mắt chăm chú nhìn những món đồ chơi xinh xắn đủ sắc màu bày biện la liệt bên kia song sắt và lớp kính dày. Ánh sáng nhợt nhạt của đèn đường hắt vào không cho anh thấy rõ tất cả mọi vật trong tủ kính, nhưng món đồ đập vào mắt anh nãy giờ là đoàn tàu hoả nằm nghênh ngang trên đường sắt quây tròn giữa mô hình núi đồi sông ngòi mấp mô lên xuống thật đẹp mắt. Trông nó như đoàn tàu thật anh thường thấy chạy vùn vụt bên cạnh xa lộ xuyên bang mỗi lần anh chở vợ con đi nghỉ mát cuối tuần. Thằng con trai bảy tuổi ngồi băng ghế sau dán mũi vào cửa kính xe nhìn ra không chớp mắt. Đoàn tàu chạy băng băng trên cánh đồng thảo nguyên, kích thích trí tưởng tượng của thằng bé. Nó thắc mắc không biết đoàn tàu đi về đâu; lòng tàu chứa những thứ gì; biết bao chân trời xa lạ đoàn tàu sẽ xuyên qua. Mỗi lần được dẫn đi thương xá, nó hay kéo tay mẹ vào tiệm đồ chơi, nơi trưng bày đoàn tàu tuyệt đẹp nằm trên mô hình núi đồi. Anh biết thằng bé mê tàu hỏa và định bụng sẽ mua làm quà cho nó nhân dịp Giáng Sinh hoặc sinh nhật nó sắp tới. Nhưng anh cứ lần lữa, chẳng phải bởi anh tiếc tiền dù món quà trị giá gần hai trăm đô-la, mà chỉ vì tâm trí anh luôn bị khuấy động bởi trăm thứ linh tinh khác và chuyện mua quà cho thằng bé bị nhét xuống hàng thứ một trăm lẻ một. Bây giờ, đứng trước tiệm bán đồ chơi, bất chợt nhìn thấy món quà hứa với thằng bé suốt bấy nhiêu năm, anh bỗng thấy mình có lỗi với con hết sức. Tại sao chỉ một việc cỏn con như vậy mà suốt mười năm trời anh không thực hiện nổi? Thằng bé không nhèo nhẹo đi theo vòi vĩnh anh vì nó là đứa bé ngoan, nhưng không phải vì thế nó không buồn tủi trong lòng. Biết đâu nó vô cùng thất vọng nơi anh, một người cha không biết con cái muốn gì, chẳng bao giờ để ý đến tâm tình của thằng bé. Biết đâu trong lòng nó anh hiện thân là người cha xấu. Bây giờ nó đã mười bảy tuổi. Dĩ nhiên, nó không còn dán mắt vào tủ kính tiệm đồ chơi trong thương xá nhìn đoàn tàu hỏa tí hon chạy rập rình xuyên qua mô hình núi đồi sông ngòi vui mắt nữa. Một hôm nó trốn nhà theo mấy đứa bạn nhảy tàu hỏa sang tận Chicago chơi. Nó gọi về nhà báo tin, bảo hai ba bữa sẽ về. Vợ chồng anh thót tim vì cuộc phiêu lưu liều lĩnh của thằng con, nhưng rồi anh vẫn chẳng nhớ gì đến món quà anh hứa cho đến ngày hôm nay, khi anh một mình lạc lõng trong khu phố tồi tàn dơ bẩn vào lúc gần nửa đêm giữa lòng thành phố xa lạ này.

2.

Anh thấy có lỗi không những với đứa con trai mà với vợ nữa. Từ văn phòng trên lầu năm mươi tư của ngân hàng UBS Manhattan anh gọi điện về nhà. Anh bảo cô sáng sớm ngày mai, dù là thứ sáu, anh phải bay sang San José dự phiên họp khẩn với tập đoàn công ty X. Họ đang có nhiều vấn đề, doanh thu đợt này có thể dưới nhiều mức dự kiến. Anh cần nói chuyện trực tiếp, mặt-đối-mặt, với tay CFO của công ty.

Công ty X, có thể là công ty Y. Làm sao vợ anh biết đâu vào đâu. Xứ sở này có hàng trăm, hàng nghìn doanh nghiệp như vậy và dưới mắt cô chúng là những hình khối khổng lồ vô hồn, vô nhân diện. Vô hình nhưng chúng đầy ắp sức mạnh; chúng nuôi sống hàng trăm triệu con người, song cũng có thể bóp chết tươi bất cứ ai khờ khạo đứng lên ngăn cản bước đi của chúng. Anh là phân tích viên thị trường chứng khoán đặc trách công nghệ điện bán dẫn, vì thế dù làm việc và sinh sống ở New York, thung lũng Silicon ở California này chẳng xa lạ gì với anh.

"Tối nay em đi ăn với Kate, tiệm Giovanni's Atrium trên đường Washington. Anh nhớ cách đây ba năm vợ chồng mình và vợ chồng Joan ăn ở đó không? Kate đang gặp khó khăn với thằng con, cần gặp em để tâm sự và vấn kế." Giọng vợ anh lúc nào cũng ôn nhu, ấm áp như kể chuyện cổ tích.

"Anh nhớ chứ. Anh cũng thích tiệm này lắm." Anh vồn vã trả lời cô. "Tay đầu bếp trứ danh Mauro Tortellini nấu món thịt bò phi-lê Mignonette Cardinale cả New York chẳng tiệm nào ngon bằng. Nhưng nếu không thích thịt bò phi-lê, em có thể gọi Veal Parmigiana, cũng tuyệt lắm. Nhớ gọi một chai vang đỏ nữa, Bolgheri Rosso hoặc Torgiano Riserva. Chắc chắn em và Kate sẽ có bữa ăn ngon... À, có thể tối Chủ nhật anh mới về được, em đừng mong." Đến đây giọng anh trầm xuống, hơi ngập ngừng. "Tay CFO mời anh lên nghỉ cuối tuần trên nông trại của hắn gần thung lũng Napa. Hắn khoe hầm rượu của hắn có hơn nghìn chai, tha hồ cho anh chọn."

"Anh yên tâm. Cuối tuần này Eric đi cắm trại với bạn trên New Hampshire, chỉ có em và Jessica ở nhà. Jessica nhờ em giúp nó hoàn tất bài viết cho lớp Sử của nó về Victoria Claflin Woodhull và phong trào tranh đấu nữ quyền hồi cuối thế kỷ mười chín. Sáng Chủ nhật đi lễ ra em định đi mua sắm ít vật dụng cho căn nhà nghỉ mùa đông của gia đình mình. Còn thời gian em ghé qua văn phòng làm ít công việc trước khi về nhà nấu cơm tối đợi anh về."

Vợ chồng anh nói thêm dăm chuyện vu vơ nữa rồi cúp máy. Đặt điện thoại xuống, vẫn chưa đến giờ ăn trưa nhưng anh không quay lại màn ảnh vi tính tiếp tục công việc đang dở dang mà ngồi thừ ra, đầu óc luễnh loãng như vừa hít vào phổi liều ma túy cực mạnh. Anh không còn biết suy nghĩ là gì nữa, từ giây phút này trở đi hình như tất cả mọi hành vi, cử chỉ, lời nói, việc làm của anh đều do một sức mạnh vô hình nào đó thúc đẩy. Gần hai năm nay anh sống với cảm giác bất an, như chờ đợi một tai ương nào đó bất thình lình đổ ập xuống đầu mình và việc gì đến sẽ đến thôi. Định luật Murphy bảo thế. Đã là định luật, nó chẳng bao giờ sai trật. Không, công việc anh chẳng hề yêu cầu anh phải khẩn cấp bay sang San José. Công ty X thua lỗ nặng, bị công ty Y mua đứt từ lâu. Thời của những cơn sốt thị trường đã qua. Thời của cái gọi là *dotcom* đến như cơn bão và chết ngúm sau thời gian ngắn ngủi gây biết bao sóng gió trên thị trường và để lại biết bao thương tổn. Anh trở lại với công việc nhàm chán viết báo cáo cho khách hàng muốn đầu tư. Thi thoảng, anh tự kiếm lý do bay sang California, công ty không hề thắc mắc; một hai ngày ra khỏi bàn làm việc cộng phí tổn di chuyển, khách sạn chẳng thấm thía vào đâu so với số tiền anh đem về cho công ty.

Anh bay sang California để tìm cô nhân tình của anh.

3.

Đây không phải lần đầu Bruce lừa dối vợ. Ở New York, những người thành đạt như anh mà không có hàng nửa tá nhân tình trẻ đẹp mới là chuyện lạ. Anh lại đẹp trai. Năm nay dù đã ngoài bốn mươi anh vẫn giữ được thân hình thon gọn, cường tráng. Anh biết đàn bà khó cưỡng nổi đôi mắt sâu xanh biếc và nụ cười nửa miệng của anh. Nhất là lúc anh lột họ trần truồng trên giường những khách sạn đắt tiền quanh New York. Gần như lúc nào anh cũng có một hai cô nhân tình để trám vào khoảng thời gian trống từ văn phòng về nhà. Có hôm anh làm tình với ba người đàn bà khác nhau trong cùng một ngày. Sáng, chiều và tối. Anh làm tình như người ta ăn lạc rang, đã bỏ hạt đầu tiên vào miệng rồi thì chẳng thể nào ngưng được. Không, đừng hiểu lầm anh. Anh vẫn thương yêu Sheila, người vợ anh chung sống gần hai mươi năm nay, đêm đêm anh vẫn nằm bên cạnh cô, nghe tiếng thở đều đều của vợ, vẫn hít vào buồng phổi hơi hướm da thịt ngai ngái nồng nàn quen thuộc. Anh chẳng bao giờ dám nhận anh là người chồng gương mẫu nhưng anh cũng biết anh chẳng bao giờ xa được Sheila. Cô quả là người vợ lý tưởng cho anh. Thông minh, duyên dáng, hoa khôi thời Trung học, tế nhị, hiểu biết. Ở những buổi tiếp tân, tiệc tùng của đám dân thượng lưu New York, chưa bao giờ cô làm anh thất vọng; cô luôn luôn là bông hoa nổi bật gây sự chú ý của mọi người.

Nhưng có lẽ anh yêu cô không phải bởi cô là người đàn bà quyến rũ (tuy điều đó quan trọng không ít đối với anh) mà bởi cái chất đàn bà đặc quánh nơi con người cô. Dĩ nhiên cô là đàn bà, nhưng cô không giống những người đàn bà thông minh, giỏi giang khác anh biết, cô không có tham vọng trèo lên địa vị cao trong xã hội bằng cách lao đầu vào những công việc đầy tính thủ đoạn, mưu mô, trí trá trong guồng máy kinh tế tư bản hoặc chính trị nơi đây. Cô cảm thấy ngột ngạt trong môi trường đó. Mặc dù có bằng tiến sĩ văn chương nhưng cô cảm thấy hạnh phúc với chân biên tập cho một nhà xuất bản nhỏ, ngày ngày thấy lòng lâng lâng ngồi đọc bản thảo tác phẩm từ khắp bốn phương gửi về. Cô mê đọc sách. Trong căn hộ trị giá mười lăm triệu của hai người ở đông ngạn thành phố New York, anh cho thiết kế một căn phòng thành cái thư viện bỏ túi. Cô thích căn phòng lắm. Ấm cúng, ngăn nắp, sách vở nghiêm cẩn hàng hàng lớp lớp che kín bốn bức tường. Đó là nơi cô ngồi hàng giờ với cuốn sách nào đó trên tay.

Cô sống với sách vở và Bruce. Thời sinh viên, hình như anh đến New York theo học ở Columbia sau cô một khóa. Anh học Kinh tế còn cô Văn học Tỉ giảo. Anh hay đến thăm cô nơi căn gác cô thuê ở SoHo. Căn phòng bé tí và bề bộn không thể tả. Chỗ nào cũng thấy sách. Ngay trên giường ngủ của cô cũng la liệt sách.

"Em ơi! Hôm nay tụi mình làm tình tay ba với Kafka hay Virginia Woolf đây?" Bruce hay nói đùa với cô như vậy mỗi lần anh đến rủ cô đi ăn tối hoặc đi chơi New York ban đêm và trước khi ra khỏi phòng bao giờ cũng quần thảo với nhau cả tiếng đồng hồ trên đống sách vở ngổn ngang của cô.

"Kafka anh ạ. Em trên này đánh vật với Kafka trong lúc anh bên dưới dùng lưỡi đùa cợt với lớp cỏ mượt mà của em nhé." Cô trả đũa ngay.

Bruce đè ngửa cô ra giường. Câu nói khiến anh như muốn ăn tươi nuốt sống cô. Cô cũng vậy. Nói xong cô thấy người nóng bừng và cô cũng hối hả cởi quần áo, không nhiều gì, chỉ chiếc áo thun mỏng và mảnh quần lót trên người, căn phòng không máy điều hòa giữa mùa hè oi bức, rồi bấu chặt lấy anh. Câu nói của cô kích thích anh tột độ. Với anh, Kafka, Woolf, Joyce và tất cả những tên tuổi lừng lẫy khác trong thế giới văn chương của cô chỉ làm anh điên đầu. Có lần anh mượn cô đem về phòng thử đọc một cuốn của Kafka và anh thú thật với cô anh không thể nào hiểu nổi làm sao cô có thể nghiền ngẫm những dòng chữ phi lý, vô nghĩa đó mà cảm thấy thú vị được. Cô bảo anh đọc văn chương tức là giải mã. Giải mã được mới thấy văn chương hay, còn không nó chỉ là mớ chữ lổn nhổn, lùng nhùng, vô nghĩa. Anh bảo cô anh chịu thua, anh chẳng bao giờ giải mã được văn chương. Có nghĩa là anh sẽ không bao giờ giải mã được cô. Anh sẽ không bao giờ có khả năng đi vào đầu óc cô. Đầu óc cô là thành trì bất khả xâm phạm, anh sẽ mãi mãi là kẻ đứng bên ngoài. Nhưng thân xác cô thì không. Nó hơ hớ mời mọc anh vào. Anh vào và anh ngất lịm trong nhục cảm. Phải chăng sự thỏa mãn chỉ dâng lên cực điểm khi nào hành vi tìm thỏa mãn bị ngăn chặn bởi điều gì. Cái ngăn chặn anh ở đây chính là mớ chữ nghĩa lổn nhổn trong đầu Sheila.

Phân cảnh buồn cười đó trở thành biến tấu lặp đi lặp lại nhiều lần ngay cả khi hai người đã thành vợ chồng. Anh chỉ bắt đầu quên dần sau khi anh tốt nghiệp MBA và có việc làm ngay tại Wall Street. Anh mau chóng gia nhập cuộc chơi của đám dân có tiền. Anh học không giỏi lắm, nếu không muốn nói là dưới trung bình, nhưng anh có tài ăn nói và tài ăn nói là yếu tố quan trọng định đoạt cho sự thành công trong nghề nghiệp của anh, cái nghề mỗi ngày nhìn thấy cả tỉ đô-la di chuyển từ tay người này sang tay người khác. Chỉ sau ba tháng làm việc anh đã bò lên giường ngủ với Wendy, cô thư ký có thân hình bốc lửa làm việc vặt trong văn phòng, và đó chỉ là trò chơi số một, khởi điểm cho vô số những cuộc phiêu lưu tình ái khác của anh sau đó, những cuộc phiêu lưu thảnh thơi, nhàn nhã như buổi sáng thứ bẩy anh chạy bộ ngoài Central Park. Anh làm tình với Wendy và những cô nhân tình khác thật thư thái, đầu óc họ thênh thang, không như Sheila, anh đi vào họ như vào căn nhà cửa mở không người.

4.

Phi cơ vừa chạm bánh xuống mặt đất anh đã vội vã rút máy di động gọi cho cô. Anh không mong lắm có tiếng cô trả lời nhưng vẫn gọi, anh gọi với hy vọng mong manh biết đâu lý do anh không liên lạc được với cô từ New York chẳng qua chỉ là sự trục trặc kỹ thuật của hãng điện thoại. Sang đến bờ biển miền Tây rực nắng này, sóng điện mạnh hơn và anh sẽ nghe được giọng nói dịu dàng của cô trong máy. Anh hồi hộp nghe tiếng chuông reng hai ba lượt nhưng rồi cái giọng đàn bà máy móc vô cảm lại vo ve trong tai anh khiến anh phải bật lên tiếng chửi thề. Suốt hai ngày anh phải nghe cái giọng nói đáng ghét đó. Hiển nhiên anh tuyệt vọng. Đường dây bị cắt. Không để lại số mới. Cô đi đâu? Cô dọn nhà ra khỏi thành phố rồi ư? Tại sao cô trốn tránh anh? Tại sao cô bỏ đi? Anh hoang mang quá. Phải làm gì bây giờ? Biết tìm cô nơi đâu? Anh vào quán rượu cạnh hành lang phi trường, gọi ly vang đỏ rồi ngồi thừ ra đó, lòng dạ như có lửa đốt trong lúc bên ngoài người đi lại tấp nập và đủ mọi thứ âm thanh hỗn độn ập vào tai anh như khúc nhạc nghịch âm.

Ngồi cách đó không xa là người đàn bà trạc ngoài ba mươi tuổi. Cô ngồi một mình, trên bàn cũng ly vang đỏ như anh. Trông cô có vẻ như một nhân viên tiếp thị của công ty nào đó đi công tác xa đang ngồi chờ chuyến bay chuyển tiếp. Ngồi bên đó nhưng thi thoảng cô liếc mắt sang anh. Lúc khác anh đã dễ dàng bắt chuyện làm quen và biết đâu tối nay anh không phải ngủ một mình trong phòng khách sạn. Nhưng lúc này anh chẳng còn tâm trí đâu để nghĩ đến chuyện trăng hoa, đầu óc anh đang bão bùng với câu hỏi tại sao cô gái bỏ đi, và cô đi đâu.

Thật ra anh mang tâm trạng này từ ngày anh mới quen cô. Anh

luôn bất an với cảm giác lo sợ một ngày nào đó cô nói với anh, "Thôi, em chào anh. Tụi mình chia tay. Em và anh chẳng bao giờ đến với nhau trọn vẹn." Đúng vậy thôi, anh chẳng bao giờ có được cô, chẳng bao giờ "đi vào đầu óc" cô như anh chẳng bao giờ giải mã được mớ chữ nghĩa lổn nhổn trong đầu óc Sheila. Hai người đàn bà của đời anh, hai người đàn bà anh yêu và với cả hai anh đều bó tay trước cánh cửa tâm hồn kín như bưng của họ. Hai người đàn bà là định mệnh đời anh. Hai người, hai cá tính, hai thái cực, hai thế giới hoàn toàn trái ngược, nhưng cả hai cùng lúc đưa anh lên chót điểm của tình yêu. Anh không chối cãi anh yêu cả hai người. Nhưng anh hiểu gì nơi họ? Hay chỉ là khoảng không kinh khiếp, ngay cả với Sheila, người vợ anh chung sống gần hai mươi năm. Anh cố đạp đổ rào cản đó bằng nhục cảm, nhưng vô ích. Anh tưởng người đàn bà khi nằm trần truồng trên giường, hai chân dạng ra cho anh đi vào là họ mở hết tâm hồn ra cho anh. Thật chẳng có sai lầm nào hơn.

"Trâm, có cái gì đó nơi em khiến anh như bị mê hoặc. Phải chăng đó là cái kỳ bí của Đông phương?" Có lần anh hỏi cô gái như vậy. "Em không biết. Em tưởng em chỉ là người đàn bà bình thường." Cô trả lời anh trong lúc hai mắt cô như bị thôi miên bởi những giọt nước mưa từ mái tranh chảy xuống thành dòng thánh thót. Hai người ngồi trong một trà quán giữa Vườn Trà Nhật đẹp đến não nùng của thành phố San Francisco. Hôm đó trời mù sương như hầu hết những ngày chớm đông của thành phố này, hai người đi chơi lang thang, lúc nhảy xe cáp, lúc đi bộ và khi đến Vườn Trà Nhật thì mưa bắt đầu nặng hạt. Lá phong trong vườn đỏ rực, khung cảnh đẹp nhưng u tịch hoang lạnh, khác hẳn bầu khí quyển ồn ào nhộn nhịp ngoài kia. Cô kéo anh vào quán ngồi uống trà nhìn ra hồ nước nhỏ nơi có những con cá koi lượn lờ vô tư lự. Kiến trúc quán phỏng theo mô hình trà quán Nhật thời phong kiến, mái tranh thấp lè tè, ba mặt trống không. Hai người ngồi im lặng thưởng thức cảnh đẹp hiếm có. Quán vắng khách, hôm nay trời mưa gió mù mịt, chỉ có những kẻ lỡ đường hoặc không bình thường mới đội mưa ra khỏi nhà. Mưa càng lúc càng nhanh, cái lạnh khiến cô run rẩy. Anh thấy da mặt cô tái xanh, mái tóc đen dài lấm tấm nước mưa lòa xòa trước mặt. Trông cô bé nhỏ quá và anh thấy lòng tràn ngập nỗi thương cảm lạ lùng.

5.

Cô bước vào đời anh như bước vào rạp chiếu phim lúc phim đã chiếu xong nửa đoạn. Có lẽ tệ hơn thế, bởi trong rạp chỉ sau ít phút định thần người ta làm quen ngay với bóng tối và tìm ra chỗ ngồi yên vị. Còn cô, càng lúc đầu óc cô càng hoang mang rối loạn, càng lúc cô càng lún sâu vào cảnh huống tưởng như chẳng bao giờ gỡ ra nổi. Cô như con thiêu thân – một lối ví von sáo mòn nhưng thật khó tìm ra ảnh tượng nào khác diễn tả con người cô – biết mình sẽ thua cuộc, biết mình sẽ chuốc lấy không biết bao nhiêu nỗi đau đớn nhưng vẫn lao đầu vào. Biết anh có vợ nhưng cô vẫn yêu anh. Những lần anh sang thung lũng Silicon công tác, cô sung sướng như con chim nhỏ trong buổi sáng mùa xuân. Cô ăn mặc đẹp rồi theo anh vào những tiệm ăn đắt tiền, ăn xong đi nghe nhạc jazz đến nửa đêm mới về phòng và làm tình cho đến lúc cô không còn biết mình ở đâu nữa. Căn hộ xinh xắn nằm lửng triền đồi gần thành phố Menlo Park là tổ ấm miền Tây của anh. Cô ghét nhất chiều Chủ nhật bởi đó là lúc cô đưa anh ra phi trường để con chim sắt khổng lồ đưa anh về lại mái nhà của anh bên kia lục địa, nơi ít tiếng đồng hồ sau đã thấy anh nằm âu yếm bên cạnh vợ, đi sâu vào thân thể trắng muốt nuột nà của cô. Còn lại một mình trong ngôi nhà trống trải, cô ôm mặt khóc, khóc chán cô lăn ra ngủ vùi, bỏ cả bữa cơm tối. Nửa đêm tỉnh dậy cô mò mẫm trong bóng tối đi tìm chai rượu. Nốc cạn nửa chai rượu, cô nôn thốc nôn tháo đến tận mật xanh mật vàng, nhưng nhờ vậy cô ngủ thẳng một mạch đến giữa trưa ngày hôm sau. Giấc ngủ mệt nhọc khiến đầu cô như bị bổ đôi. Cô vào phòng tắm cởi quần áo rồi vặn nước nóng. Tắm xong cô thấy dễ chịu đôi chút. Cô ra đứng trước tấm gương lớn, buông tấm khăn xuống sàn để một lần nữa chăm chú quan sát thân thể mình trong gương. Cô chẳng bao giờ tự hào về thân thể mình, nếu không muốn nói cô mang nặng mặc cảm ngay từ thuở dậy thì, cô không có một vóc dáng đàn bà hấp dẫn. Cô gầy quá. Xương vai, xương chậu, xương quai xanh cô lồi lên lõm vào trông rõ mồn một. Bởi thế lúc nào cô cũng mặc áo quần dày cộm. Tại sao hóa công hà tiện đến thế? Đã cho cô khuôn mặt đẹp thì có gì hao phí lắm đâu cho cô luôn thân hình tuyệt mỹ để cô sung sướng hiến dâng lên người tình thương yêu của cô?

Mặc cảm này khiến cô chẳng bao giờ tự tin khi bước chân vào cuộc tình nào. Sự thật là cô rất khó tính trong các quan hệ tình ái. Cô khó tính chẳng phải bởi cô kiêu kỳ, chẳng phải bởi cô là người có tính kén chọn mà chỉ bởi cô sợ hãi gã đàn ông đến với cô sẽ thất vọng trong lần làm tình đầu tiên khi gã khám phá ra thân hình ốm yếu thẳng băng từ trên xuống dưới của cô. Cô sợ sau khi đóng thật khéo cho trọn vẹn màn kịch yêu đương với cô, gã sẽ biến mất khỏi đời cô như kẻ lạ tình cờ chạm trán nhau tại ngã tư nào đó trong thành phố. Đàn ông khi nhìn cô, họ không nhìn vào mặt cô mà quét tia mắt từ chân cô trở lên. Cô có cảm tưởng sau khi làm thế họ mới nhướng hai mắt lên nhìn mặt cô. Cô đọc được vẻ ngạc nhiên đến sững sờ trong mắt họ khi nhận ra khuôn mặt xinh đẹp thông minh đang nghiêm nghị nhìn họ. Thân hình và khuôn mặt cô tương phản đến độ họ phải chưng hửng đến thế sao? Cô ghét cay ghét đắng những gã đàn ông suốt ngày ngồi ngoài quán cà phê tán hươu tán vượn, quai miệng ra chê bai con nhỏ này vú xẹp, con nhỏ kia mông lép. Những gã đàn ông đó, dưới mắt cô, là bọn vô lại, dư thừa trong xã hội, chẳng bao giờ xứng đáng cho cô để mắt tới, nhưng oái oăm thay, tất cả những gã đàn ông đi qua đời cô đều như thế cả, dĩ nhiên, chỉ bởi cô khờ khạo, cả tin. Tất cả, ngoại trừ Bruce.

6.

Ngồi mãi vẫn chẳng nghĩ ra giải pháp nào, anh đứng dậy bỏ đi. Người đàn bà với ly vang đỏ vẫn ngồi đó, cô kín đáo liếc đôi mắt đẹp về phía anh với tia nhìn dọ hỏi, thắc mắc. Có lẽ vẻ bồn chồn rối loạn hiện rõ lên nét mặt cùng cử chỉ anh khiến cô dù không muốn cũng phải tò mò để ý.

Anh ra thuê xe rồi lái thẳng đến nơi cư ngụ của Trâm trước đây. Nhà hình như đã có người khác vào ở. Tuy đã sáu giờ tối nhưng thợ sơn, thợ lót sàn vẫn lăng xăng bận rộn sửa sang lại nội thất căn hộ. Anh thấy buồn bã. Suốt hai năm trời dù sao nơi đó cũng là tổ ấm của anh và Trâm những ngày anh sang làm việc ở thung lũng Silicon này. Trâm xem việc săn sóc anh là thú vui của cô. Những hôm không ăn tiệm, cô chuẩn bị cơm nước chu đáo lắm. Làm cơm Việt Nam, cô cũng tế nhị chế biến cho hợp khẩu vị anh, không quá nhiều nước mắm, không quá cay mặn. Trong lúc ăn, cô nhường những chỗ ngon cho anh, thịt gà cô biết anh chỉ ăn thịt ức, toàn nạc, không chút mỡ. Và bữa nào cũng phải có chai vang bên cạnh. Trước đây cô không biết uống rượu, nhưng từ ngày quen Bruce cô trở thành người uống rất khá. Cơm nước xong cô lấy khăn lạnh cho anh lau mặt trong lúc ăn tráng miệng. Bruce mê xem phim truyện. Cô thuê sẵn một lô phim anh thích và những lúc ngồi bên cạnh anh xem phim trong căn phòng khách ấm cúng là giây phút sung sướng nhất đời cô. Có lúc cô gối đầu lên đùi anh, có lúc cô gác chân. Bruce xem phim còn cô xem anh. Cô nhìn khuôn mặt điển trai nhưng không trai lơ của Bruce mà thấy lòng dạt dào hạnh phúc.

"Mặt anh tối nay có cái gì bất thường hay sao mà em nhìn anh như vậy, hả Trâm?" Bruce hỏi cô như thể cô là người đi xem tranh không có chút kiến thức hội hoạ nào tình cờ bước vào gian phòng triển lãm treo toàn tranh trừu tượng.

"Em thấy anh lúc nào cũng bất thường." Trâm đáp lời anh.

"Ngay cả lúc làm tình với em?" Bruce hơi cười cợt.

"Nhất là lúc làm tình với em." Trâm nói ngay.

"Anh bất thường như thế nào? Nghĩa là anh không giống những người đàn ông trước đây của em?" Giọng anh bắt đầu hơi mát mẻ, đượm chút ghen tuông.

"Anh biết rồi còn hỏi." Trâm lườm anh một cái. "Anh biết em yêu anh đến nhường nào, trước anh em có bao giờ yêu ai như vầy đâu." Câu nói không có ý nghĩa gì lắm đối với Bruce bởi anh từng nghe không biết bao nhiêu câu tỏ tình từ đàn bà. Đàn bà nào đến với anh cũng nồng nhiệt, và những câu nói họ rót vào tai anh lúc ân ái bạo liệt lắm, nhưng chính cái lườm của Trâm đã khiến anh rúng động. Anh chưa bao giờ thấy ai tỏ tình bằng cái lườm như thế cả. Nó lãng mạn vô cùng mà có lẽ chỉ đàn bà Á đông mới có. Anh gọi nó là niềm bí ẩn phương Đông. Anh không cắt nghĩa nổi cái lườm khi tỏ tình tại sao lại có năng lực kỳ diệu như thế, chỉ là ánh mắt nhưng sao nó chứa đựng biết bao điều không thể diễn tả bằng cách khác. Và chỉ có anh hiểu được nó. Anh chợt nhớ đến câu nói của Sheila thời đi học khi cô bảo anh văn chương của các nhà văn quái quỷ nằm trong tủ sách của cô chỉ có thể hiểu được khi chúng ta giải mã được những điều họ viết. Chỉ khi đó ta mới thấy thích thú. Cho đến nay Bruce vẫn chưa giải mã nổi loại văn chương đó nhưng anh giải mã được cái lườm của Trâm và anh thấy niềm sung sướng ngọt ngào dâng lên dào dạt trong lòng mỗi lần Trâm đưa mắt lườm anh vì một chuyện nhỏ nhặt nào đó như chuyện vừa xảy ra. Anh luôn tìm cách chọc ghẹo Trâm để cô lườm anh như thế. Nó là nhu yếu cho tình yêu của anh, thiếu nó anh không chịu nổi, và những lúc ở xa cô anh nhớ nó nhiều hơn là chính con người cô.

7.

Suốt ngày thứ bẩy, Bruce một mình đi lang thang trên San Francisco. Anh gửi xe ở trạm thành phố Fremont rồi đáp chuyến BART sang đầu bên kia vịnh. Trước đây Trâm cũng hay dẫn anh đi theo tuyến đường này mỗi lần hai người lên chơi thành phố thơ mộng đó. Anh đi lại những nơi anh và Trâm hay đi. Mỗi nơi chốn đều nhắc lại anh một kỷ niệm nho nhỏ nào đó và anh thấy những cảm xúc trong lòng mình lạ lùng đến nỗi anh không nhận ra đó là tình cảm của anh nữa. Anh không biết đây có phải là tình yêu không?

Trên đường về lúc ngồi trên xe BART anh chợt nhớ đến một người mà từ đó may ra anh có thể phăng ra tung tích của Trâm. Đó là người hàng xóm của Trâm trước đây. Chị ta hình như sống với chồng con cách căn hộ của Trâm vài căn. Thi thoảng anh thấy chị ta đẩy xe đưa con đi dạo quanh khu xóm. Chị người Việt, có lẽ lớn hơn Trâm vài tuổi, tính tình hiền lành, ít nói, suốt ngày trong nhà trông con. Vài lần chị sang phòng Trâm nhờ vả cô việc gì đó, thấy anh, chị liếc thật nhanh, gật đầu chào rồi quay sang nói chuyện với Trâm bằng tiếng Việt. Anh nhớ hình như chẳng bao giờ anh nói chuyện gì với chị, anh cũng chẳng biết tên chị là gì. Nhưng bây giờ chỉ còn chị là đầu dây mối nhợ cho anh tìm Trâm và anh thấy nôn nóng với ý tưởng này, anh thấy đoàn tàu sao chạy chậm thế, lại còn ngừng bến quá nhiều lần, chạy năm phút lại ngừng. Anh tự trách mình tại sao không nghĩ ra chuyện này sớm hơn.

Sau ba lần bấm chuông lầm và phải xin lỗi chủ nhà, anh tìm ra căn hộ nơi vợ chồng chị bạn Trâm sinh sống. Chính chị mở cửa cho anh. Chị tròn hai mắt nhìn anh. Để nhìn lên mặt anh chị phải ngửa đầu hẳn ra phía sau bởi chị thấp lắm, đứng chỉ tới ngực anh. Chị mời anh vào nhà, chắc chị ngầm hiểu lý do nào khiến anh đến bấm chuông nhà chị vào lúc bẩy giờ tối ngày thứ bẩy. Sau khi xin lỗi chị về sự đường đột của mình, anh hỏi chị ngay:

"Chị không biết Trâm dọn nhà đi đâu thật sao?"

"Tôi không có lý do nào để giấu giếm ông." Chị nói tiếng Anh không thạo lắm nhưng đủ cho Bruce hiểu chị muốn nói gì. "Sáng thứ năm tôi đẩy xe đưa con đi dạo thì thấy căn hộ của Trâm trống rỗng, tôi hỏi người quản lý thì ông ta cho biết Trâm đã đưa thư xin dọn ra cả tháng trước. Ông ta cũng bảo tôi là tất cả đồ đạc nặng của Trâm trong nhà như TV, tủ lạnh, giường ghế, Trâm tặng hết cho cơ quan từ thiện thành phố và họ đã cho xe tải đến chở đi. Có nghĩa là Trâm ra khỏi nhà với chiếc va li nhỏ duy nhất trên tay, còn Trâm đi đâu thì không ai hay biết. Vợ chồng tôi suốt từ hôm đó đến nay bàn tán không dứt về chuyện này. Chúng tôi cũng thắc mắc không kém ông là Trâm đi đâu và tại sao Trâm phải đột ngột bỏ đi như vậy."

"Lần cuối chị gặp Trâm là bao giờ?" Bruce hỏi như thể anh đang hỏi cung một can phạm nhưng là giọng hỏi cung từ tốn đầy sự lo lắng.

"Cả tháng rồi ông ạ. Con bé con nhà tôi bị đau cả hai tuần nay, tôi chẳng có thời gian đi đâu."

"Lần cuối gặp Trâm, chị có thấy cái gì bất thường ở Trâm không?"

"Không, hoàn toàn không. Thường chúng tôi gặp nhau chỉ để nói những chuyện vu vơ và bếp núc. Gần đây Trâm học thêm nấu ăn và cô ấy nhờ tôi chỉ những món Việt Nam tôi biết nấu."

Bruce đọc thấy nét thành thật trên khuôn mặt trắng xanh của chị. Có lẽ chị thân thiết với Trâm hơn anh nghĩ. Có lẽ chị xem Trâm như đứa em gái bất hạnh mặc dù hai người gặp nhau chỉ để nói chuyện vu vơ và bếp núc. Nỗi thương cảm hiện rõ trong ánh mắt của chị, khi nói môi dưới chị run run chứng tỏ lòng chị dao động không ngừng. Bất chợt Bruce thấy gần gũi hơn với chị. Anh có cảm tưởng lâu lắm rồi anh mới đối diện một con người thành thật. Sự thành thật ở xã hội anh sống sao hiếm hoi đến thế! Những kẻ anh giao tiếp, chung đụng hằng ngày, con người họ thật lịch sự, đẹp đẽ, đầu óc họ cao việt, uyên bác hơn chị hàng xóm quê kệch này của Trâm nhiều lắm, người suốt ngày chỉ biết ở nhà làm bếp, trông con. Nhưng những kẻ trong thế giới của anh hiện thân là khối đạo đức giả khổng lồ, họ không có đến một gam sự thành thật trong lời nói. Tất cả, trong đó có anh, như đang diễn xuất trong vở kịch bi hài, vở kịch bi hài của đời sống hiện đại, văn minh.

Nói thêm vài chuyện nhưng vẫn không bật thêm tia sáng nào về sự bỏ đi của Trâm, Bruce chợt im lặng rồi anh buột miệng nói như thể bị điều khiển bởi vô thức:

"Chị biết Trâm đang có thai không?"

8.

Phải chăng đó là lý do khiến Bruce bỏ dở công việc, tất tả bay sang thung lũng Silicon này và suốt hai ngày nay như ngồi trên đống lửa, đầu óc hoang mang hoảng loạn như kẻ đứng nhìn ngôi nhà mình bốc cháy mà không biết phải làm gì để cứu chữa? Cũng sáng thứ năm, anh đang ngồi làm việc trong văn phòng thì có điện thoại của Trâm gọi sang. Giọng cô bình thản như mọi lần. Cô bảo cô có thai đã gần ba tháng (kết quả của kỳ anh sang lần trước) và cô quyết định từ giã anh, tìm nơi sinh con rồi tìm cách ổn định lại đời sống mới với đứa con. Cô gọi cho anh để nói lời từ giã. Cô không để anh nói nhiều. Trước khi gác máy cô bảo anh đừng tìm kiếm cô làm gì. Nói đến đây giọng cô hơi run lên một chút. Cô gác máy. Anh hét lên trong máy nhưng cô làm như không nghe tiếng anh. Anh gọi lại số nhưng đợi cả chục tiếng chuông reo vẫn không có người nhấc máy. Nhìn số mã vùng anh đoán Trâm dùng điện thoại công cộng ở San José. Cuối cùng có kẻ nhấc máy điện thoại. Anh nghe tiếng đàn ông giọng Mễ nặng nề nói như quát vào máy. Anh lịch sự hỏi gã có thấy cô gái Á châu tóc dài nào gần đó không, anh hy vọng cô vẫn luẩn quẩn đâu đó, gã có vẻ chẳng hiểu anh nói gì và hy vọng của anh tắt ngúm khi gã đàn ông vẫn quát vào máy những câu nói thô tục nửa tiếng Anh nửa tiếng Tây Ban Nha. Hơn nửa tiếng đồng hồ anh loay hoay với hai con số điện thoại của Trâm, số di động và số trong cơ quan của cô, hai đường dây duy nhất nối liền anh với cô, nhưng anh chỉ hoài công, cô biến khỏi cuộc đời anh như thể có nhà ảo thuật đại tài nào dùng cây đũa thần biến cô tan vào hư không.

Trâm có thai và đứa con trong bụng cô là con anh. Chao ơi, tại sao có ngày anh phải đối diện với thực tế vô cùng khó khăn và đau lòng này? Làm sao anh có thể để chuyện như thế xảy ra? Suốt buổi anh tự trách mình rồi anh chợt nảy ra ý nghĩ biết đâu đây là cách trả thù tình ái của Trâm? Trâm biết sẽ không bao có anh trọn vẹn và cô bỏ đi với cái bào thai trong bụng để cho anh đau khổ với nỗi ân hận dày vò suốt đời? Biết đâu đây chẳng qua chỉ là tấn bi kịch do chính tay Trâm đạo diễn? Đàn bà trả thù tình ái bằng cách tự kết liễu đời mình, chuyện đó chẳng xảy ra mỗi ngày đấy ư? Anh nhớ có lần trong lúc nằm trên giường âu yếm, cô thủ thỉ bên tai anh cô muốn có đứa con với anh. Hình như đàn bà nào cũng nói với anh câu nói đó trong lúc thân thể trần truồng nằm trong vòng tay anh. Lần đó anh khéo léo pha trò biến chuyện con cái thành chuyện khôi hài và anh chẳng nhớ gì sau đó. Nhưng Trâm thì không quên. Cô lừa anh vào bẫy và giờ đây cô đang thi hành độc kế biến anh thành kẻ có tội, kẻ phải chịu đựng mọi hình phạt của lương tâm, và không hình phạt nào ghê gớm hơn sự dày vò, cắn rứt bởi chính lương tâm mình.

Có đúng như thế không? Có phải Trâm là kẻ dùng độc kế đưa anh vào tròng? Nhưng có gì bảo đảm cái độc kế đàn bà rất buồn cười đó – tự tay đâm vào trái tim mình để trả thù gã đàn ông bạc bẽo, khiến hắn phải đau khổ suốt đời – sẽ đánh thức lương tri hắn? Biết đâu hắn lại thấy đây là cơ hội may mắn duy nhất cho hắn chặt đứt sợi dây chão trói chặt hắn trong cạm bẫy của tình yêu? Giác quan duy nhất của lương tri là con mắt, nếu hắn trùm mắt nó cho kín, nó sẽ chẳng bao giờ ngóc đầu lên nổi chứ đừng nói là cắn được con người hắn.

Tôi có thể kết thúc chuyện tình của Bruce ngay đây, bởi có lẽ anh chẳng khác chúng ta bao nhiêu. Nó như cuộc du lịch xa. Thú vị. Khích động. Nhưng khi hết hạn nghỉ hè, chúng ta muốn quay về nhà nằm ngủ trên chiếc giường êm ái quen thuộc hằng đêm. Một thời gian anh sẽ quên Trâm và đời sống cứ thế đẩy anh về nơi cuối trời miên viễn mỗi lúc một xa dần biểu tượng của cuộc sống và tình yêu lúc ban đầu. Anh sẽ sống nốt cuộc đời mình, chạy theo những thú vui tầm thường nhưng nhàn nhã. Một lúc nào đó trong tuổi xế chiều, nếu có nhớ đến Trâm, chắc anh chỉ nhớ như một kỷ niệm đẹp, bởi trí óc chúng ta lạ lắm, với hồi ức, nó thải đi tất cả những gì bị nó xem là xấu xa mà chỉ gạn lọc lại những gì tốt lành, đẹp đẽ.

Nhưng tôi đánh giá vô cùng sai lầm con người của Bruce. Phải chăng anh không trùm kín nổi con mắt lương tri anh? Phải chăng anh thấy có trách nhiệm rất lớn về câu chuyện đau lòng này với người anh thương yêu? Phải chăng anh thật lòng yêu Trâm? Lương tri? Trách nhiệm? Tình yêu? Tôi rất muốn tin như thế mặc dù từ lâu tôi đã mất hẳn niềm tin này vào cuộc đời. Tôi muốn tin rằng ngay ở buổi hoàng hôn của nhân loại con người vẫn còn yêu thương nhau, vẫn xem nhau như con người.

9.

Chị hàng xóm của Trâm nào biết chuyện Trâm đang có thai. Từ sửng sốt biến thành chua xót, hai hàng nước mắt bỗng lăn dài trên khuôn mặt chị. Bruce càng thấy gần gũi chị hơn. Chị có vẻ chẳng trách móc gì anh. Hình như chị thông cảm với anh hoàn toàn và không xem anh là kẻ có lỗi. Tại sao lại có người cao cả như thế? Chị có thể là người quê mùa, dốt nát, nhưng chị hiểu tình yêu hơn rất nhiều kẻ đầu óc cao diệu, luôn tự hào mình là thông minh xuất chúng. Cả hai im lặng một lúc lâu đoạn chị ngước lên nhìn anh:

"Ông định làm gì bây giờ?"

"Tôi không rõ lắm. Bằng mọi cách tôi phải tìm ra Trâm, nhưng tôi không rõ mình phải làm gì."

"Ông còn yêu Trâm không?" Chị đột ngột hỏi anh.

"Dĩ nhiên, tôi còn yêu Trâm." Anh trả lời không do dự.

Đàn bà chỉ cần biết có thế, mọi chuyện khác đều là thứ yếu. Lạ thật. Đây là lần đầu tiên trong đời anh để tình cảm mình bộc lộ, mà lại bộc lộ với một người hoàn toàn xa lạ, cho đến giờ phút đó anh vẫn chưa biết tên là gì. Mới ngày hôm qua hình ảnh chị không hề nằm trong bộ nhớ của anh, thế mà tối nay anh ngồi đây, mặt mày thiểu não và dốc cả tâm can mình với người đàn bà tầm thường, dung dị. Lẽ ra giờ này anh phải ngồi trong những quán ăn sang trọng, chuyện trò bàn bạc cùng những nhân vật quyền uy, tính toán những biến chuyển lên xuống trong thị trường, trong thế giới doanh thương, bằng những ngôn từ, những thuật ngữ kinh tế người bình thường không ai hiểu nổi chứ. Nếu không thế thì anh cũng đang ôm ghì thân thể nóng bỏng của cô gái nào đó trong phòng khách sạn, uống vào từng phân vuông da thịt thơm tho của cô. Tại sao anh ngồi đây, trong một căn hộ bừa bãi đồ đạc thô lậu, nhếch nhác, nói những chuyện dấm dớ về tình yêu với một chị đàn bà đầu óc thô thiển, hành vi quê mùa. Thật không ai hiểu nổi cái gì đi xuyên qua trí óc anh lúc bấy giờ.

"Hình như Trâm có người anh trai sinh sống ở San José." Anh bảo chị. "Suốt thời gian biết Trâm, tôi chỉ nghe Trâm nhắc đến người anh của mình một lần duy nhất. Hình như hai người không hòa thuận nhau lắm. Ngoài ra Trâm chẳng còn bà con xa gần nào. Chị biết gì về người anh trai này của Trâm không?"

"Có lần Trâm nói với tôi ông ta làm chủ một tiệm 7-Eleven dưới

San José."

"Chị biết tên ông ta không?"

"Có. Trâm gọi là anh Thắng."

Chi tiết này khiến con người tháo vát hành động của Bruce quay về với anh. Anh kiếu từ chị đàn bà hàng xóm tốt bụng, cám ơn chị, đoạn ra xe bấm máy di động tìm địa chỉ tất cả những tiệm 7-Eleven dưới phố San José rồi lại bấm vào máy GPS trong xe. Anh nổ máy xe và chiếc BMW750 lướt nhẹ dưới ánh đèn đêm vàng vọt của thành phố. Đã gần chín giờ tối ngày thứ bẩy. Bụng anh không thấy đói mặc dù suốt ngày anh chỉ ăn uống qua loa trên đường phố San Francisco. Anh thấy quặn đau như những lần bị chứng loét bao tử hành hạ.

10.

Cuối cùng anh tìm ra tiệm 7-Eleven của người đàn ông tên Thắng. Nhưng gã nhân viên bán hàng bảo anh ông chủ gã đưa vợ đi Lake Tahoe nghỉ cuối tuần đến chiều Chủ nhật mới về. Gã cũng bảo thêm cách hay nhất là anh trở lại đây lúc mười giờ tối mai bởi đó là lúc ông chủ gã ghé tiệm tính sổ sách mỗi tuần. Anh hỏi xin số điện thoại di động của chủ gã, nhưng gã cương quyết chối từ ngay cả khi anh xòe ra tờ giấy bạc một trăm. Biết không làm được gì hơn anh bỏ về khách sạn, tắm rửa rồi lên giường cố dỗ giấc ngủ qua đêm.

Sáng hôm sau anh gọi điện cho hãng hàng không xin hoãn lại chuyến bay về New York. Anh cũng gọi Sheila báo tin mình về muộn. Sheila đang ăn trưa với con gái trong phòng ăn. Cô vẫn không thắc mắc gì về lý do tại sao anh chưa về. Anh nằm lì trong phòng khách sạn suốt ngày Chủ nhật xem TV. Mãi tám giờ tối anh mới ra khỏi phòng, xuống nhà hàng ăn tối, rồi lái xe đến tiệm tìm gặp người anh của Trâm. Trước khi đi, anh định mặc bộ quần áo nhẹ anh đem theo trong va li, nhưng không hiểu sao anh lại khoác bộ vét lên người như thể sắp đi dự một buổi họp quan trọng nào.

Anh không tìm thấy nét nào của Trâm trên người anh trai cô. Anh ta trạc bốn mươi, khổ người tầm thước, bụng đã bắt đầu phệ, tóc thưa, nước da đen xỉn. Anh ta như chìm lỉm trong đám di dân Á châu thế hệ thứ nhất nơi đất nước này.

Nhác trông thấy Bruce, tưởng anh là khách hàng, anh ta nở nụ cười gượng gạo trên môi. Nụ cười biến mất và thay vào đó là sắc mặt tối sầm khi Bruce tự giới thiệu anh là ai và mục đích vào đây của anh là gì. Anh ta mời Bruce ngồi xuống ghế phía sau quầy tính tiền. Ngay lập tức, anh cảm thấy cuộc đối thoại với người đàn ông này là một cực hình, khác hẳn buổi nói chuyện với chị hàng xóm của Trâm tối hôm qua. Anh ta bắt đầu bằng giọng điệu trách móc Bruce, hiển nhiên xem anh là nguyên nhân cho mọi đau khổ cô em gái anh ta hứng chịu. Anh ta không cho Bruce có cơ hội chống chế.

"Tôi khuyên ông nên quên em gái tôi đi. Ông đừng làm nó đau khổ thêm nữa. Nó là người đàn bà cứng cỏi. Nó không chết đâu. Ông đừng lo." Đến đây giọng anh ta trở nên hằn học. "Nhưng ngay cả nếu ông gặp lại em tôi bây giờ thì liệu ông làm được gì cho nó? Tôi hỏi thật, ông có dám ly dị vợ mình để lấy nó không? Nó là đàn bà và đàn bà nào cũng cần có người thương yêu bên cạnh. Tôi nói cho ông biết lý do anh em tôi bất hòa cả hai năm nay chỉ vì nó dính líu đến ông, một người đàn ông có vợ. Và ông không có quyền nửa đêm xông vào đây đòi hỏi tôi phải làm thế này thế nọ cho ông. Ông hãy tự chất vấn lương tâm mình đi. Ông có thấy mình công bằng với mọi người không? Em tôi, nó bỏ đi vì nó thương ông, nó không muốn ông phải vướng bận, nó hy sinh vì nó biết ông không hẳn là con người xấu và ông có yêu thương nó. Giải pháp nó chọn đó là đúng thôi và tôi khuyên ông tối thiểu nên tôn trọng nó, hãy để nó yên."

"Nhưng đứa con Trâm đang mang trong bụng là con tôi..." Bruce chống đỡ yếu ớt.

"Hừ! Nếu ông biết trách nhiệm là gì thì ông đã không để chuyện xảy ra như ngày hôm nay. Những đứa con không cha. Ông ơi, ông không biết đấy chứ, chúng đầy dẫy ngoài xã hội, và chẳng đứa nào chết đâu."

"Tôi không nói chuyện lương tri hoặc trách nhiệm với ông làm gì. Lương tri và trách nhiệm là cái gì vô cùng chủ quan, mỗi người một quan niệm, nói ra ở đây chỉ vô ích, phí thời gian. Cái tôi muốn nói là tình yêu. Như ông nói, cô em ông yêu tôi và tôi cũng yêu cô ấy. Tôi cần gặp cô ấy để tìm cho nhau một giải pháp tương đối ít đau đớn nhất, nhất là cho tương lai đứa bé…"

"Tình yêu!" Người đàn ông cười khẩy, "Ông biết quái gì về tình yêu. Những người như ông chỉ biết thân xác đàn bà chứ biết tình yêu là gì." Anh ta không ngớt hắt vào mặt Bruce những ngôn từ đau đớn nhất, "Ông muốn gặp nó để khuyên nó phá thai chứ gì? Có phải ông chỉ muốn tái lập quan hệ cũ để ông muốn đến lúc nào thì đến, muốn đi lúc nào thì đi? Tôi lạ gì những người như ông. Một lần nữa tôi khuyên ông hãy bỏ ý định đi tìm em tôi và quay về thế giới của ông. Tôi thành thật khuyên ông như vậy. Ông không mất mát gì cả. Phần thiệt thòi là về phía em tôi, gia đình chúng tôi. Chúng tôi không đòi hỏi từ ông điều gì, chỉ mong ông để yên cho chúng tôi sống. Chỉ có cách đó chứ không còn cách nào khác. Mọi chuyện chấm dứt ngay tại đây, vào lúc này… Xin phép ông, tôi phải quay lại công việc của tôi, đã gần nửa đêm, tôi phải về nhà với vợ con tôi."

Cuộc đối thoại xem chừng chẳng đi đến đâu. Bruce mệt mỏi quá sức chịu đựng. Tinh thần anh như khô cứng. Đầu óc anh không còn sự tỉnh táo, lanh lẹ để đối ứng với người đàn ông nữa. Anh hỏi anh ta một câu cuối cùng:

"Thôi được. Tôi sẽ không làm phiền ông nữa. Nhưng giữa con người với nhau, tôi chỉ xin ông cho tôi biết hiện nay Trâm ở đâu. Tôi không cần địa chỉ, tôi chỉ muốn biết tình trạng sinh sống của Trâm ra sao, tôi sẽ không quấy nhiễu Trâm như ông sợ đâu, ông đừng lo."

Người đàn ông ngần ngừ một lúc khá lâu, đoạn hình như cảm thấy đã hả cơn giận vì được dịp mắng nhiếc không tiếc lời người đàn ông làm khổ em gái mình, anh ta hạ giọng:

"Nói thật với ông tôi cũng không rõ nó ở đâu bây giờ, chỉ biết nó có ý định quay về Việt Nam sinh sống, nhưng gia đình tôi ở Việt Nam bây giờ đâu còn ai, cha mẹ chúng tôi qua đời lâu rồi, những người thân thuộc thì ở tản mác khắp nơi trên thế giới."

11.

Bruce có cảm tưởng anh ta nói thật. Anh cám ơn người đàn ông rồi loạng choạng bước ra khỏi tiệm. Cuộc nói chuyện với người đàn ông không đem lại kết quả gì mà chỉ khiến anh buồn bã thêm. Anh buồn không phải vì đau đớn tổn thương sau những câu nói như bổ vào mặt của người đàn ông, anh buồn vì anh biết anh đã thật sự mất Trâm. Anh yêu Trâm, lần đầu tiên anh thú nhận với lòng mình là anh quả có yêu thương người đàn bà đó. Nhưng đột nhiên anh cũng thấy mình điên khùng hết sức. Động lực nào thúc đẩy anh suốt từ sáng thứ năm cho đến tối nay có những hành vi và ý tưởng lạ thường như bị ma ám? Sự mê muội khiến anh không còn khả năng suy nghĩ cặn kẽ nữa, sự việc đâu đã đến nỗi nào, Trâm tuy bỏ đi nhưng cô vẫn còn đấy trên cõi đời này, tại sao anh phải điên khùng như vậy? Có ích lợi gì đâu? Dù sao anh vẫn còn đời sống không có Trâm của anh.

Không khí lạnh và thoáng bên ngoài khiến đầu óc anh tỉnh táo lên đôi chút. Anh ra bãi đậu tìm chiếc xe nhưng linh cảm cho anh biết có chuyện chẳng lành. Chiếc BMW750 mới toanh biến mất, mặt đất vương vãi mảnh kính vụn. Cảm giác vừa sợ hãi vừa giận dữ khiến anh run lên như muốn đập phá cái gì. Anh hít vào phổi một làn hơi thật sâu để lấy lại sự bình tĩnh rồi rút máy di động gọi cho hãng mướn xe. Họ bảo anh đừng lo lắng. Sau khi hỏi anh qua loa về địa điểm nơi mất xe, họ bảo họ sẽ liên hệ với cảnh sát, còn về phần anh, anh không phải làm gì cả, họ đề nghị anh lấy tắc xi về khách sạn, sáng hôm sau họ sẽ đưa chiếc xe khác đến, họ cũng bảo anh khu phố đó nhiều trộm cướp băng đảng lắm, anh không nên đứng ngoài đường mà nên vào trong một cửa tiệm nào đó. Anh cảm ơn người nhân viên hãng mướn xe rồi bấm máy gọi tắc xi. Tắt máy di động, anh phùng mang thở mạnh một hơi, đầu lắc lắc như thể muốn rũ đi tất cả những bực dọc lo âu mấy ngày hôm nay. Anh mong chiếc tắc xi đến đón anh thật nhanh để anh về khách sạn và sáng mai bay về bên kia lục địa, trở về với cái cũ kỹ, quen thuộc của anh. Chưa bao giờ anh nhớ Sheila như lúc này.

Nhìn quanh khu buôn bán, ngoài tiệm 7-Eleven anh thấy chẳng còn tiệm nào mở cửa. Chẳng lẽ anh lại chui vào nhìn mặt người đàn ông lần nữa? Anh bước lên vỉa hè đến đứng trước một tiệm bán đồ chơi trẻ con. *Anh đứng hai tay thọc túi quần, mắt chăm chú nhìn những món đồ chơi xinh xắn đủ sắc màu bày biện la liệt bên kia song sắt và lớp kính dày. Ánh sáng nhợt nhạt của đèn đường hắt vào không cho anh thấy rõ tất cả mọi vật trong tủ kính, nhưng món đồ đập vào mắt anh nãy giờ là đoàn tàu hoả nằm nghênh ngang trên đường sắt quây tròn giữa mô hình núi đồi sông ngòi mấp mô lên xuống thật đẹp mắt...*

Anh đứng đó lâu lắm. Chiếc tắc xi mãi chưa thấy đến. Nửa đêm Chủ nhật, thành phố mơ màng ngủ như muốn quên đi mọi ưu phiền, bức bối của ban ngày. Chưa bao giờ anh thấy cô đơn như lúc này. Thốt nhiên anh thấy lành lạnh sau gáy, anh quay lại và thấy hai tên đàn ông to béo, mặt mày trùm kín, đang lù lù tiến lại gần anh, một tên lăm lăm khẩu súng nhỏ trên tay. Khẩu súng khạc đạn, tia lửa lóe sáng trong đêm. Hai tiếng nổ trơ trốc. Khô khan và chát chúa.

12.

Lương tri. Trách nhiệm. Tình yêu. Chúng như bầy quái thú kinh khiếp, hãy xích chúng lại và nhốt chúng trong hầm tối. Một khi được cởi xích, chúng không để chúng ta yên đâu. Bởi ngay lập tức chúng toa rập với con quái thú kinh khiếp không kém khác nằm chờ sẵn bên ngoài có tên gọi là định mệnh, để cả lũ hung hãn xông tới húc văng chúng ta xuống vực thẳm.

Bruce thoát chết nhờ người tài xế tắc xi đến kịp chở anh vào bệnh viện, nhưng anh phải ngồi xe lăn suốt đời. Cuộc đời anh bỗng chốc đi vào một ngõ quành khốc liệt.

Thời gian sau, trong một buổi tối ngồi nói chuyện, Sheila thú nhận với anh là suốt năm năm qua cô có cuộc tình với một người đàn ông. Anh hỏi cô anh biết người đàn ông đó không, cô bảo không, anh ta là thi sĩ, nhưng không phải một thi sĩ danh tiếng mà là người đang chờ đợi ngày nào đó tên tuổi mình sẽ gắn liền với những trào lưu thi ca cách tân đầy táo bạo. Những tên thi sĩ như vậy – ý nghĩ chậm chạp đi qua đầu anh – ở New York này có cả tá nếu không muốn nói hàng trăm. Ban ngày họ lái xe tắc xi, phục vụ ở tiệm ăn kiếm sống, đêm đêm tụ tập trong những quán rượu chật hẹp mù mịt khói cần sa dưới SoHo đọc cho nhau nghe những câu thơ không ai hiểu. Họ chẳng được ai nhắc đến và ngược lại họ cũng bất cần đời. Làm sao Sheila có thể yêu một tên *loser* như vậy được? Anh tự hỏi. Nhưng anh biết anh thất bại, anh mới là *loser*, muôn đời anh chẳng bao giờ giải mã nổi những gì lổn nhổn trong đầu óc cô. Anh hỏi cô muốn gì. Cô bảo cô muốn ly dị. Anh hỏi cô còn yêu anh không nhưng không nghe cô trả lời và anh hiểu. Anh gật đầu bảo được, anh cũng nói thêm anh sẽ chia gia sản một cách công bằng để suốt đời cô không phải lo lắng đến sinh kế. Cô cám ơn anh rồi bỏ vào phòng ngồi đọc sách cho đến khuya, như mọi đêm.

Sheila biết rất rõ tính trăng hoa của anh, nhưng suốt thời gian làm vợ anh, cô không hề tỏ lộ chút ghen tuông nào, thậm chí một câu nói bóng gió trách nhẹ cũng không. Hình như người đàn bà trí thức như cô không được phép ghen chồng. Ghen chỉ dành cho các bà nhà quê tầm thường, thấp kém. Nhưng anh cũng biết đời sống hôn nhân anh như tòa lâu đài xây trên cát, nó có thể đổ xuống tan tành bất cứ lúc nào. Sheila ở tuổi trung niên mang nặng căn bệnh trầm cảm của người đàn bà trí thức, trầm cảm không do bất cứ duyên cớ nào, trầm cảm vì nó là một thuộc tính tự nhiên.

Căn bệnh trầm cảm của Sheila có lẽ đã giúp cô bình thản nghe Bruce thú nhận với cô về chuyến đi cuối tuần sang cái thành phố khốn nạn ấy lúc anh vừa tỉnh táo lại đôi chút và còn nằm trên giường bệnh viện. Và quan hệ giữa anh và cô gái người Việt trong suốt hai năm, chuyện cô có thai và bỏ đi. Cô nắm tay anh trong lúc nghe anh nói. Anh không nói nhiều vì đầu óc vẫn còn luễnh loãng sau tai họa suýt chết, nhưng cô hiểu tất cả. Khi anh nói xong cô chỉ cúi xuống hôn nhẹ lên trán anh, vỗ về cho anh ngủ rồi đứng dậy ra về.

13.

Sau khi Sheila bỏ vào phòng đọc sách, còn lại một mình trên xe lăn ngoài phòng khách, Bruce nhìn ra ngoài khung cửa sổ rộng. New York về đêm bao giờ cũng đẹp. Nó chỉ đẹp vào ban đêm. Đã bao nhiêu lần anh nhìn khung cảnh này rồi mà vẫn không thấy chán. Chỉ có cái đẹp mới xoa dịu được anh bây giờ thôi. Nhưng thật ra mọi đau đớn đã chai lì. Đã qua rồi giai đoạn khổ sở khi những ý nghĩ quýnh quáng dồn nén xung quanh ý định quyên sinh. Đã một năm trôi qua từ buổi tối hôm đó. Bây giờ anh không nghĩ đến cái chết nữa. Mọi người không ai hiểu anh. Họ bảo tuy thoát chết nhưng anh bị sốc quá nặng nên rất có thể bị lâm vào trạng thái tâm thần, cần được chữa trị. Nghĩa là họ bảo anh điên. Anh là thằng điên ư? Không đời nào. Từ một người dùng lời nói để kiếm tiền, anh suốt ngày không nói một câu. Nhưng điều đó không có nghĩa là anh trở thành người điên. Người điên nói rất nhiều. Tất cả mọi người xung quanh bây giờ mới là người điên. Nhưng không ai đồng ý với anh như thế. Anh ghét cay ghét đắng cái lão Do Thái Kuzminski điệu đà như quan tòa, cậy mình có bằng tiến sĩ phân tâm học, tra vấn anh đủ điều, những điều anh chưa bao giờ thổ lộ với ai, ngay cả đêm ngủ anh mơ thấy gì cũng phải khai báo với lão. Sáng mai anh lại phải đi gặp lão nữa đây, nhưng anh sẽ chẳng kể cho lão nghe về giấc mơ anh mơ đi mơ lại suốt hai tháng qua đâu. Anh mơ anh gặp Trâm.

Anh thấy anh lạc vào một khu nhà tập thể to rộng. Kiến trúc ngôi nhà chỉ thấy ở vùng gần Thẩm Quyến, Đông Quan miền nam nước Tầu, nơi anh hay bay sang công tác trước đây. Phòng ngoài có những cô gái Á châu và cô nào mặt mày cũng hớn hở chờ làm tình với anh. Không, các cô không phải gái điếm. Anh biết rất rõ những ổ gái điếm quanh vùng này hay Thượng Hải, Hồng Kông, nơi các tay tài phiệt Tầu hay đưa anh xuống mua vui mỗi lần anh sang công tác. Những cô gái trong khu nhà tập thể này trông quê mùa lắm, trông họ như những cô gái quê ngồi cặm cụi làm công việc lắp ráp trong các hãng xưởng. Nét thành thật, ngây ngô hiện rõ trên khuôn mặt không son phấn của họ. Họ nhìn anh luyến tiếc trong lúc anh chạy vụt vào một hàng lang hẹp và sâu hun hút. (Trong giấc mơ anh chạy như bay chứ không ngồi xe lăn). Hành lang dài lắm, anh chạy mãi vẫn chưa đến phòng Trâm. Tất cả cửa phòng đều y như nhau, màu nâu nhạt và đều tăm tắp. Nhưng làm sao anh biết phòng nào là phòng của Trâm? Anh biết chứ. Anh biết bởi trên cửa phòng hiện rõ đôi mắt của Trâm lườm anh. Anh biết Trâm đang nằm bên trong đợi anh. Cô sẽ lườm anh một cái rồi bảo, "Sao lâu quá anh không sang với em?" Chao ơi, anh nhớ cái lườm đó xiết bao!

14.

Tình yêu nào cũng cần có cái gì làm ảnh tượng. Tôi đoán ảnh tượng tình yêu của Bruce với Trâm là cái lườm đầy tình tứ của cô.

Ngôi nhà thờ trắng

1.

Nhiều năm sau, mỗi lần có dịp về lại thành phố, tôi đều tìm cách ghé qua ngôi nhà thờ. Tôi không phải là tín đồ ngoan đạo; đúng ra, mấy chục năm nay, từ khi trưởng thành, đủ lông cánh thoát khỏi tầm kiềm tỏa của người lớn, tôi chưa bước chân vào nhà thờ lần nào. Tất cả những bài kinh cầu trúc trắc mẹ tôi cố nhồi nhét vào đầu tôi lúc ấu thơ, tôi đều quên sạch. Bạn có thể gọi tôi là con chiên ghẻ cũng chẳng ngoa bao nhiêu. Tôi đến đây không phải để vào quỳ xuống xưng tội trước tượng Đức chúa Giê-su Ki-tô bao dung và nhân ái (mặc dù tôi biết tội lỗi tôi tích lũy khá nhiều theo năm tháng). Tôi đến chỉ để hồi tưởng lại một mảng đời xưa cũ. Vậy thôi. Như Odysseus trên chặng đường phiêu lãng có lúc nhìn ra biển khơi mà lòng hoài niệm bỗng rức lên hình ảnh đền đài, cung điện Ithaca yêu dấu. Người ta sống vì hoài niệm. Cuộc sống càng dài, nỗi buồn càng lớn và để chạy trốn thực tại người ta hay thả hồn về quá khứ, như tìm giấc mơ hoa. Phải vậy không? Một giấc mơ hoa? Quá khứ bao giờ cũng đẹp, bởi quá khứ, những hình ảnh thật xa vời, giờ đây chỉ còn hiện hữu trong tâm tưởng; chúng ta nhìn nó qua tầng lăng kính dày cộm, sẵn sàng đãi lọc, thải đi lớp sỏi cát không ưa thích và vô điều kiện thăng hoa nó thành giấc mơ.

Tôi ngồi co ro trong xe. Từ phi trường tôi thuê xe chạy thẳng về đây. Chỉ còn hai ngày nữa là Giáng Sinh, không hiểu sao tôi lại ngồi đây, cách xa cả ngàn dặm ngôi nhà ấm cúng nơi vợ con tôi đang từng giờ từng phút đợi tôi về, giữa một vùng núi non trùng điệp tuyết trắng xóa không gian. Thành phố ép mình dưới tuyết. Nhiệt độ bên ngoài chí ít cũng mười độ âm. Tôi đoán vậy dựa vào hình dạng, màu sắc những cột băng đá be bé trông như hàng thạch nhũ tí hon nhú xuống tăm tắp từ máng xối những ngôi nhà gạch nâu xám nằm rải rác quanh ngọn đồi. Mùa đông nơi đây khắc nghiệt lắm, một ngày như hôm nay có thể xem là ngày đẹp trời. Ngôi nhà thờ nằm trên lửng triền dốc. Trông nó chẳng có gì đặc biệt, tầm thường là đằng khác. Cũ kỹ. Buồn rầu. Màu trắng đục của nó tiệp với nền trời ảm đạm khiến cảnh tượng càng thêm hoang vắng, thê lương. Ba gốc thông già và hàng bạch dương bấy nhiêu năm không thay đổi, vẫn rầu rầu chia sẻ khoảng không gian tẻ nhạt với gác chuông và những cột điện trụi trơ, cũ xỉn. Con đường dốc trơn trượt hơn một lần tôi té ngã đau điếng vì không quen đi trên mặt đường đóng băng vào mùa đông giá lạnh.

Đó là thời điểm cha con tôi dắt díu nhau đến đây lập nghiệp sau chuyến vượt biên đầy trắc trở mà cái giá vô cùng đắt cha con tôi phải trả là cái chết của mẹ tôi trên biển. Sau đó là hơn năm trời vất vưởng trong trại tị nạn Thái Lan. Nhưng rồi đời sống mới nơi xứ người dù khập khiễng cũng trôi qua, và một trong những việc đầu tiên ba tôi cố thực hiện khi cuộc sống cha con tạm ổn định là tìm thầy cho tôi học vĩ cầm.

2.

Đó là giấc mơ của ba tôi. Nghe nói thuở trước, ông nội tôi là tay vĩ cầm danh tiếng ở Hà Nội. Thừa hưởng dòng máu đó, sau khi di cư vào Nam năm 54, dù nhà nghèo, bà nội tôi vẫn cố xoay xở nhịn ăn nhịn mặc cho ba tôi học đàn với một nhạc sĩ người Pháp. Nhưng chiến tranh không cho phép ba tôi hoàn thành giấc mộng lớn của ông là trở thành tay vĩ cầm số một của Việt Nam. Khi tôi ra đời, mới lên năm ông đã nhét cây đàn vào tay tôi. Hơn một lần tôi ném đàn xuống đất, hơn một lần ông kiên nhẫn nhặt lên và uốn nắn tôi từ bài học vỡ lòng cho đến khi tôi nắm hết vốn liếng âm nhạc của ông. Suốt mười năm, kể cả thời gian ông bị giam trong trại cải tạo, tôi miệt mài với cây đàn. Phải công nhận công lao của mẹ tôi nữa, nhờ có bà tôi vẫn no đủ học hành. Có lẽ tôi đàn cũng kha khá vì nhiều người nghe xong tán thưởng không tiếc lời, trong đó có những nhạc sĩ bạn của ba tôi. Nhưng tôi đoán gien âm nhạc không luân lưu trong tế bào thân thể tôi nên tôi không hề thấy tâm hồn mình rung động chút nào với tiếng nhạc. Tôi đàn như máy, những nốt nhạc tuy tròn trịa nhưng vô cảm thỏng thừa như cô gái chỉ có nhan sắc mà thiếu hẳn nét duyên. Dĩ nhiên lúc đó tôi nào biết vậy. Ba tôi bảo hồn nhạc dần dà sẽ nhập tâm khi tôi khôn lớn, trưởng thành; bây giờ chỉ cần khổ luyện kỹ thuật sao cho thật nhuần nhuyễn. Tự thâm tâm tôi không chắc lắm điều đó sẽ thành sự thật, bởi tôi cắn răng chịu khó tập tành ngày đêm là cho ba tôi chứ không phải do lòng đam mê trong tôi. Dù sao chăng nữa, âm nhạc hiển nhiên chiếm cứ phần rất lớn trong đời sống tôi từ thuở bé thơ.

3.

Cha xứ nhà thờ, nơi cha con tôi dự thánh lễ hằng tuần, trước khi đi tu là nhạc sĩ vĩ cầm. Khi biết ra điều đó ba tôi mừng lắm và sau khi nghe tôi đàn thử Cha sẵn sàng nhận tôi vào lớp học của Cha. Cha Thomas. Chúng tôi gọi Cha như vậy. Nhà thờ nghèo nhưng Cha đào tạo được ban nhạc khá hùng hậu và lễ Mi-sa của Cha mỗi Chúa nhật là một buổi hoà nhạc đặc sắc. Ngoài phần đệm cho ban hợp xướng hát thánh ca, dàn nhạc giao hưởng còn trình tấu những tấu khúc cổ điển của Bach, Mozart, Handel, vân vân. Ngôi thánh đường nhỏ chật ních người, có người ở xa lái xe cả mấy chục dặm đường, đến có lẽ để nghe nhạc miễn phí nhiều hơn là dự lễ. Tôi được Cha xếp vào ngồi dãy cuối khâu vĩ cầm trong dàn nhạc.

Ba tôi hãnh diện lắm. Chúa nhật nào ông cũng dậy thật sớm, chuẩn bị áo quần tươm tất cho tôi rồi chở tôi đi nhà thờ. Ông ngồi băng dưới, mắt lim dim mơ màng, lòng tràn trề chân phúc. Ông sung sướng không phải vì đang nhận lãnh ân sủng của Thiên Chúa. Lòng ông vui vì ông đang nghĩ đến ngày tôi không phải ngồi dãy cuối dàn nhạc Cha Thomas nữa mà đứng oai nghiêm trên sân khấu nhà hát lớn thành phố kéo nốt cuối cùng của hòa tấu khúc cung Rê trưởng của Beethoven giữa tiếng vỗ tay đến vỡ rạp của hàng ngàn khán giả. Ông dẫn tôi đi nghe hai lần rồi, một lần khi tay vĩ cầm danh tiếng Itzhak Perlman đến trình diễn với ban nhạc giao hưởng của thành phố. Sau buổi hòa nhạc, ông kéo tôi vào phòng sau xin chữ ký nhà danh cầm. Ông ta bị thọt cả hai chân, đi phải chống nạng, dáng người phục phịch như con gấu, nhưng ông có nụ cười khá thân thiện. Ông bắt tay tôi khi ba tôi bảo ông tôi đang học vĩ cầm. Ông hỏi ba tôi người nước nào. Khi biết chúng tôi là người Việt Nam, mắt ông nhướng lên tỏ vẻ ngạc nhiên lắm như thể ở cái chốn nghèo đói, khỉ ho cò gáy đó mà cũng có người chơi vĩ cầm à. Tôi không nhớ ông nói gì với tôi, có lẽ vài lời khích lệ. Giọng ông ồm ồm, rổn rảng.

Giờ đây trong khối óc đầy phấn chấn của ba tôi, ông không mơ tôi sẽ trở thành nhạc sĩ vĩ cầm số một của Việt Nam, ông mơ tôi một hôm nghiễm nhiên trở thành vĩ cầm thủ số một của thế giới. Học với cha Thomas đến năm mười tám tôi sẽ được nhạc viện Juilliard ở New York nhận vào học miễn phí vì tôi là thiên tài hiếm có. Bốn năm sau tôi sẽ lần lượt đoạt giải nhất tất cả những giải thưởng cao quý trên thế giới về bộ môn vĩ cầm và sự nghiệp âm nhạc của tôi từ đó cứ lên như diều gặp gió. Ông vẽ ra tương lai tôi như vậy.

4.

Cửa nhà thờ bỗng mở. Bước ra người đàn ông già râu tóc bạc phơ. Tôi nhận ra đó là Già Frank. Không biết ông lưu lạc từ đâu đến, và cũng chẳng ai biết ông giữ chân ông từ trong nhà thờ tự thuở nào. Ông ít nói, sống lầm lũi một mình trong căn phòng nhỏ dưới hầm với ước mong duy nhất là ngày nhắm mắt có được cái hòm tử tế và bài kinh cầu hồn của cha xứ. Tôi không biết hiện giờ ai là cha xứ. Cha Thomas về nhà chung đã lâu. Không chừng Cha đã thành người thiên cổ.

Già Frank khép cửa nhà thờ, nheo mắt nhìn về phía tôi. Mặt ông rúm ró vết nhăn. Tôi biết ông không trông thấy tôi vì trời lù mù sương tuyết và mắt ông kém lắm. Ông lọm khọm băng qua khoảng sân nơi đặt bồn nước thánh và tượng Đức Mẹ đoạn chui vào ngôi nhà trệt. Qua cánh cửa nặng nề của ngôi nhà trệt khá rộng là nơi sinh hoạt của giáo xứ và cũng là phòng tập nhạc. Nhắm mắt tôi cũng hình dung được phòng tập nhạc và nhắm mắt tôi cũng nhìn thấy cô ngồi xoay lưng ra ngoài, để hết tinh thần vào tiếng đàn kỳ ảo.

Hôm đó, cũng một hôm trời đổ tuyết như hôm nay, ba tôi phải đi làm giờ phụ trội ngày thứ Bảy. Ông chở tôi đến phòng tập nhạc sớm cả tiếng đồng hồ. Tôi bước vào phòng với hy vọng không có ai ở đó để lấy đàn ra tập trước khi Cha khảo bài. Nhưng phòng nhạc không yên ắng như tôi tưởng, đập vào tai tôi là tiếng nhạc lạ lùng tôi chưa bao giờ nghe trong đời. Tiếng nhạc không lớn lắm, mới nghe tưởng là tiếng thụ cầm nhưng chắc chắn không phải vì thụ cầm không bao giờ nhấn được *rubato* như thế. Tiếng đàn lạ lùng đó thu hút tôi ngay tức khắc. Tôi khép cửa rồi len lén bước vào. Bản tính tôi vốn nhút nhát, gặp hoàn cảnh như vậy thường tôi rút êm ra ngoài vì không muốn quấy nhiễu người lạ, nhưng không hiểu sao lúc đó, như có mãnh lực nào thu hút, hai chân tôi cứ nhấc đều về phía tiếng đàn. Cô ngồi xoay lưng ra ngoài, tấm áo đen dài bó sát lưng, mái tóc nâu đen buông lửng. Tôi tìm ghế rón rén ngồi xuống rồi lắng nghe với tất cả say mê. Cô đàn say sưa lắm, mái tóc ẻo lả mỗi lần lắc đầu mạnh theo tiếng nhạc. Giai điệu lạ lùng, quyến rũ cứ thế tuôn chảy; những hợp âm và rất nhiều nghịch âm, quãng hai, quãng năm, khiến tôi dựng cả tóc gáy. Nó có ma lực thật mãnh liệt. Da diết. Sôi nổi. Lúc chậm rãi sâu lắng, lúc rú gào thê thiết. Tôi bàng hoàng như người tỉnh mộng, chẳng bao giờ ngờ trên đời lại có thứ âm thanh kỳ diệu đến vậy. Lần đầu tiên tâm hồn tôi thật sự chấn động khi nghe nhạc.

Hình như do linh tính cô biết sự có mặt của tôi sau lưng cô. Ngưng đàn, cô quay lại nhìn tôi nở nụ cười. Tôi giật mình, tránh, không dám nhìn vào mắt cô, đôi mắt nửa man dại nửa đam mê mà sau này tôi biết chỉ phụ nữ mang dòng máu Tây Ban Nha sinh trưởng ở châu thổ miền Nam Châu Mỹ mới có.

"Xin lỗi cô…" Tôi lúng búng trong miệng, ngượng ngập đứng lên.

"Không sao. Em học vĩ cầm?" Cô nhìn vào thùng đàn tôi đang cầm trên tay. Vẫn nụ cười trên môi. Tiếng Anh cô phát âm nghe biết ngay không phải của người bản xứ.

"Vâng, em là học trò Cha Thomas." Tôi bạo dạn hơn. "Cô đàn hay quá. Em không bao giờ ngờ đàn ghi-ta có thể tạo được những âm thanh... như vậy." Tôi bới óc cố tìm một tính từ hay ho nào để diễn tả tiếng đàn của cô nhưng tìm mãi không ra.

"Cám ơn em. Em học đàn lâu chưa?"

"Từ hồi năm tuổi, nhưng em đàn còn kém lắm. Cha Thomas cứ phải sửa đi sửa lại những kỹ thuật em học sai... À, bản nhạc hồi nãy cô đàn là bản gì vậy? Em chưa nghe bao giờ."

Cô nói tên khúc nhạc. Cái tên thật dài bằng tiếng Tây Ban Nha. Biết tôi không rõ về khúc nhạc cô nói luôn tên người soạn nhạc. Tôi lại càng ngẩn người, mặt thộn ra. Nhưng nhờ âm nhạc câu chuyện giữa tôi và cô trở nên rôm rả. Âm nhạc là ngôn ngữ quốc tế mà. Cô cũng hỏi tôi người nước nào – thời gian mới đến đây tôi bị hỏi như vậy mỗi ngày – nhưng khác với cái ông Itzhak Perlman, cô nhìn tôi với cặp mắt trìu mến đầy thiện cảm rồi cô bảo cô cũng phải lìa bỏ quê quán ra đi như tôi, chỉ khác ở chỗ cô ra đi vì không sống nổi với chính quyền quân phiệt hữu khuynh. Sau một lúc nói chuyện, cô bảo tôi hôm nay học bài gì lấy đàn ra đàn cho cô nghe. Thoạt đầu tôi ngần ngừ nhưng tính trẻ con ngựa non háu đá trong tôi bỗng nổi lên. Tôi lấy đàn ra, lên dây, rồi mím môi tấu khúc *Courante* trong *Partita* số hai cuả J.S. Bach, một bài Cha Thomas cấm tôi chơi vì, Cha bảo, sức tôi chưa đủ nếu cố chỉ chuốc thêm những cố tật rất khó sửa chữa sau này và làm hỏng tay nghề. Đàn được mươi trường canh tôi biết mình sai lầm. Bốn ngón tay trái tôi lính quýnh tìm nốt nhạc. Tay phải tôi đẩy đưa cái mã vĩ mà tưởng như đang cử thanh sắt nặng. Nhưng lỡ leo lưng cọp rồi, tôi nhắm mắt đàn hết khúc nhạc. Cô khẽ gật đầu.

"Em đàn vững lắm. Nhưng theo tôi, em nên đàn chậm lại một chút. Và phải đặt hết tâm hồn mình vào từng nốt nhạc. Em có thể đàn sai nốt. Không sao. Ai cũng có lúc đàn sai nốt, kể cả các tay diệu thủ, nhưng âm nhạc mà chỉ trơ trụi phần kỹ thuật hay kỹ xảo thì xơ cứng như cô gái đẹp vô duyên. Vừa rồi em đàn cho tôi nghe khúc nhạc của Bach. Nhạc của Bach rất hoàn chỉnh. Âm nhạc mà chuẩn xác như Toán học, đó là tinh thần của Bach. Nhưng Bach sinh vào thời Baroque, và nghệ thuật Baroque là nghệ thuật của hoa mỹ, của ứng tác, ngẫu hứng. Điều này nghe có vẻ nghịch lý, vừa chuẩn xác vừa ngẫu hứng có được không? Vì thế nó đòi hỏi người chơi nhạc phải thấu triệt cả hai yếu tính đó mới có thể diễn tả Bach đến nơi đến chốn. Thêm vào đó, nhạc của Bach chủ yếu là phức điệu. Hai, ba, đôi lúc bốn giai điệu cùng lúc chạy bên nhau, chồng chất lên nhau, dù chỉ là bài độc tấu như bài em vừa đàn. Các 'giọng' trong câu nhạc, trầm hay bổng, đều quan trọng ngang nhau, khi đàn em phải biết đưa những 'giọng' trầm lên và kéo 'giọng' bổng xuống, nếu không 'giọng' bổng sẽ nhận chìm 'giọng' trầm... Nhạc Bach không dễ chơi, nhưng chỉ cần tôn trọng những gì ông viết, nhạc của ông sẽ len vào ve vuốt, xoa dịu tâm hồn chúng ta. Lúc đó chỉ có cái đẹp của nhạc, tuyệt đối không còn gì khác."

Tôi đứng nghe cô nói. Nào hiểu gì đâu. Mặt càng lúc càng thộn ra, như cậu bé hư đốn bị mẹ mắng yêu. Nhưng tôi linh cảm bài học cỏn con đó của cô giá trị gấp mười lần những bài tập cứng nhắc Cha Thomas bắt tôi luyện tập hằng ngày. Tuy không hiểu trọn vẹn những điều cô nói nhưng tôi mơ hồ nhận ra sự thật đơn giản bên trong khu rừng thâm u trùng điệp của thế giới âm thanh: Tôi sẽ chẳng bao giờ trở thành nhạc sĩ chân chính nếu tôi không nhìn ra cái đẹp vĩnh cửu của âm nhạc. Hơn mười năm khổ luyện tôi vẫn là kẻ nô lệ âm thanh, vẫn chưa làm chủ được giai điệu, hoà âm, tiết tấu, âm sắc do chính mình tạo ra. Âm nhạc không phải là tập hợp những nốt đen trắng cao thấp nhảy múa vô nghĩa, nó chỉ có ý nghĩa khi nào nó len vào "ve vuốt, xoa dịu tâm hồn" mình. Âm nhạc mà không lay động nổi con tim, không làm tâm hồn rưng rưng xao động thì chỉ là chuỗi âm thanh xơ cứng, thô lậu. Thêm nữa, chơi nhạc trước hết là cho mình, sau đó mới nghĩ đến danh vọng, tiền bạc; điều đó cả ba tôi lẫn Cha Thomas đều chẳng bao giờ nhắc đến.

Lúc này tôi có dịp quan sát cô kỹ hơn. Cô trạc ngoài ba mươi, đuôi mắt đã có vết chân chim, hai bên mép hai vết hằn lõm sâu, nhưng khuôn mặt cô như phả ra phía trước vùng sáng mà tâm điểm là đôi mắt nâu long lanh như hai hạt ngọc. Cử chỉ cô nhẹ nhàng, tự tin nhưng lại đầy vẻ ấm áp thân tình. Thằng bé con trong tôi mê mẩn cả tâm thần và tôi ước chi cô nhận tôi làm học trò. Bây giờ cái ông Itzhak Perlman – người cả thế giới ngưỡng mộ – có nhận tôi làm học trò tôi cũng đứng lên từ chối phắt. Làm sao tôi chịu nổi cặp mắt trắng dã nhướng lên sau cặp kính dày cộm nhìn cha con tôi? Tôi như nghe ông ta nói, "Chú mày ở đây làm gì? Đây đâu phải chỗ cho những thằng người lơ láo như chú mày. Thế giới chúng tôi là thế giới những người cao kỳ. Chú mày nên nhìn lại chú mày đi!" "Vâng, cám ơn ông vĩ cầm thủ số một của thế giới đã vạch ra cho tôi thấy bộ mặt đạo đức giả của thế giới các ông. Các ông, các bà lịch sự cao kỳ lắm, mở miệng toàn những câu nói khéo léo văn vẻ nhưng lòng dạ thì lạnh lùng như băng tuyết, ác độc như sói lang. Các ông không cần nhắc nhở thằng tôi, tôi biết tôi đang đứng ở đâu chứ, và tôi chán các ông lắm. Tôi có nơi khác để về rồi." Tôi thật sự chán học vĩ cầm, tôi chán Cha Thomas và ban nhạc cà khổ của ông, tôi chán ông cà thọt nhìn cha con tôi với ánh mặt dị kỳ như thể chúng tôi là loài động vật đến từ hành tinh lạ, tôi cũng chán ba tôi lúc ông ngồi dưới ghế nhà thờ, mắt lim dim mơ tưởng cái viễn ảnh tôi biết chẳng bao giờ có thật. Thốt nhiên tôi thấy lòng mình nhẹ hẫng. Tại sao tôi không làm cái gì tôi yêu thích? Tại sao tôi cứ phải ép mình làm những gì cho người khác, cho dù người đó là ba tôi? Tại sao tôi phải bám vào lời Cha Thomas cho rằng mục đích cao đẹp nhất của âm nhạc là để ngợi ca Thiên Chúa? Trí óc tôi bỗng lóe lên ý tưởng tôi có thể bỏ ngay buổi tập đàn ngày hôm nay với Cha Thomas, vứt lại thùng đàn vĩ cầm, không lời từ giã, và theo cô về nhà bắt đầu bài học ghi-ta thứ nhất.

5.

Cô tên Sara Moreno, gốc gác tận xứ Uruguay, một quốc gia tôi chẳng biết nằm đâu trên bản đồ thế giới. Cô là cầm thủ ghi-ta nổi tiếng ở New York, được mời trình diễn khá nhiều nơi trên thế giới nhưng không hiểu vì nguyên cớ nào cô về đây nhận chân dạy học tại trường đại học gần nơi cha con tôi cư ngụ. Cô quen Cha Thomas và chính Cha là người giới thiệu cô với ông trưởng khoa Âm nhạc của trường. Cô bảo tôi là người bạn đầu tiên cô gặp ở đây. Ồ, hóa ra cô xem mình là bạn! Chưa bao giờ tôi sung sướng trong lòng như vậy. Chưa bao giờ tôi thấy mình quan trọng như vậy.

Sinh nhật thứ mười sáu của tôi, tôi bảo ba tôi: "Ba à, con không học vĩ cầm nữa đâu." Phản ứng của ba tôi thoạt đầu dữ dội lắm nhưng vài hôm sau, cơn giận của ông nguôi xuống khi nghe tôi kể lể khúc nôi. "Ba, con có học thêm mười năm nữa thì vẫn đứng nguyên một chỗ thôi. Con lên Trung học hai năm rồi, chương trình học ở trường bây giờ nặng lắm, vừa tập đàn vừa học hành con không đủ thời gian." Tôi nói tôi sẽ không thành công nếu theo đuổi sự nghiệp âm nhạc vì "con biết con không xuất sắc như ba tưởng. Trong ban nhạc của Cha Thomas ở nhà thờ, nhiều đứa bằng tuổi con mà tài giỏi hơn con nhiều, chúng nó có thầy chỉ dẫn từ khi mới học nên không phải tốn công sức sửa chữa những cố tật như con." Ba tôi thất vọng vì biết tôi nản chí, ông cũng nhiều lần nản chí như vậy trong đời nên ông hiểu. Con đường chông gai quá. Ngoài chông gai nó còn là con đường dốc thẳng đứng! Cuối cùng ông tự an ủi. Thôi mình là dân tị nạn, được như vầy là khá lắm rồi, mơ ước thêm làm chi, con mình đâu có hư, nó chịu khó học hành đỗ đạt sau này làm ra tiền tự nuôi thân là tốt rồi. Và ông để tôi yên. Tôi cũng không phải đàn trong dàn nhạc Cha Thomas nữa. Có thời gian rảnh rỗi tôi đi chơi với lũ bạn cùng trang lứa. Tôi nhẹ như chim. Tôi khám phá ngoài âm nhạc đời sống còn nhiều điều thú vị lắm mà thằng bé con háo hức như tôi đang khao khát kiếm tìm.

Tôi hay đạp xe tới nhà cô chơi. Cô thuê căn nhà cũ gần trường đại học. Phòng khách cô biến thành phòng tập nhạc, bừa bộn không thể tả. Cô có cả nửa tá đàn ghi-ta, toàn đàn quý người đóng đàn đóng riêng cho cô, bóng lộn, cô nâng niu chúng như nâng niu đàn con. Cô cho tôi mượn một cây để tập. Chuyển từ vĩ cầm sang ghi-ta, tôi học mau lắm, chỉ thời gian ngắn tôi đã thuần thục những kỹ năng căn bản, ngón tay tôi đã bắt đầu thoăn thoắt trên phím đàn. Nhưng tôi thờ ơ, lý do học chỉ vì tôi muốn được quanh quẩn bên cô, muốn "nhìn" cô say sưa nói về nhạc. Hình như cô chẳng biết gì ngoài âm nhạc và ngoài âm nhạc cô chẳng còn niềm vui nào khác. Cô có thể ngồi đàn suốt ngày đêm, bỏ cả bữa ăn. Buông đàn xuống lại lấy giấy bút ra hí hoáy biên chép, ghi chú một tấu khúc nào đó. Cô dạy học cũng nhàn nhã lắm, hai lớp buổi sáng, một lớp chiều. Cô cũng chẳng nhận học trò riêng như nhiều giáo sư âm nhạc khác. Tờ báo lớn nhất của thành phố nghe tin cô về định cư mấy lần đề nghị gửi ký giả đến nhà thực hiện cuộc phỏng vấn cho phụ trang nghệ thuật của họ, nhưng cô cứ lần lữa khất lại. Sau cùng họ chán nản, không gọi cô nữa.

Một hôm tôi đến nhà cô lúc gần tối. Cô đang tiếp chuyện người đàn ông lạ mặt mà cô giới thiệu là giáo sư âm nhạc trên trường. "Giáo sư Aaron Brokowski dạy hòa âm và đối điểm." Cô bảo tôi. Cô cũng giới thiệu tôi với ông ta, bảo đây là một tài năng trẻ. Ông ta chìa tay ra cho tôi bắt trong lúc vẫn giữ nguyên tư thế ngồi trong ghế bành như Đức Giáo hoàng chìa tay cho các con chiên quỳ xuống hôn. Tôi bắt tay nhưng không thèm nhìn mặt ông ta. Ông ta trạc ngoài bốn mươi, dáng người cao, da dẻ trắng trẻo, đeo kính trắng gọng tròn, ăn mặc nghệ sĩ lắm, mái tóc dài dợn sóng hất tung ra đằng sau. Đột nhiên tôi ghét tất cả những ai có tên họ chấm dứt bằng cái âm "ki" khó chịu như ông Brokowski này. Hồi còn ở quê nhà, hàng xóm tôi có con chó tên Kiki. Tôi ghét nó thậm tệ, chỉ mong có ngày nó ăn phải bả chó, chết quách. Brokowski hay Kiki thì cũng đồng dạng như nhau thôi, Kiki chết còn cho vào nồi thành bữa nhậu đã đời chứ Brokowski mà chết thì chỉ tổ làm khổ mũi thiên hạ!

Tôi ngồi im lặng, đầu óc miên man với những ý nghĩ trẻ con lăng nhăng buồn cười đó trong lúc hai người huyên thuyên nói chuyện về âm nhạc.

"Sarita! Cô nhận lời trình diễn trong buổi hòa nhạc đó chứ?" Ông ta chợt lên tiếng hỏi cô.

Thì ra ông ta đến để thuyết phục cô nhận lời trình diễn trong một buổi hòa nhạc gây quỹ từ thiện.

"Vâng, tôi nhận lời chứ. Hòa nhạc gây quỹ giúp hội từ thiện thì tôi đâu có quyền từ chối. Có thể sẽ có cả màn song tấu nữa đấy." Vừa nói cô vừa phác một cử chỉ về phía tôi.

"Không, không, Sarita." Tôi lắc đầu quầy quậy, "Em không chơi nhạc nữa đâu. Em sẽ không bao giờ cầm đàn nữa. Ba em bảo âm nhạc hủ hóa con người. Âm nhạc không những không sản xuất mà còn làm tê liệt ý chí tranh đấu của con người." Tôi nói bậy bạ, quơ quào như vậy mà trong lòng lấy làm hả dạ thú vị lắm. (Câu nói đúng ra không phải của ba tôi mà của ông bác họ ngoài Bắc vào thăm mẹ tôi dạo mấy năm đói ở quê nhà. Ông khó chịu lắm khi thấy tôi vẫn kéo đàn trong lúc cả nhà chạy gạo kiếm ăn.) Nói xong tôi vớ cái áo khoác, hùng hổ bước ra khỏi cửa.

Sau cái biến cố buồn cười đó, cô giận tôi lắm, gần một tháng trời không cho tôi đến nhà. Cuối cùng cô gọi điện thoại bảo tôi đến ăn cơm do chính tay cô nấu. Tôi chạy lại ngay. Cô mở cửa đón tôi vào nhà. Cô làm mặt nghiêm nhìn tôi một chặp rồi bật lên cười. Tôi cũng phá ra cười ngặt nghẽo. Tôi và cô cứ thế rũ ra cười cho đến khi nước mắt nước mũi giàn giụa mới thôi. Tối hôm đó cô nấu món ăn của quê hương cô cho tôi ăn. Chỉ là thịt trừu ninh nhừ trong thứ nước xốt đỏ quạch cay xé lưỡi ăn với đậu bắp. A, ngoài âm nhạc cô còn biết nấu ăn.

Lần khác đến, sau cả tháng trời không gặp, vừa đặt chân vào nhà tôi đã cảm thấy có gì khác lạ. Trông cô tiều tụy, hai hốc mắt lõm sâu. Vùng sáng trước mắt cô như bị thay thế bởi làn sương đen. Hình như cô có nỗi buồn riêng mà tôi không sao hiểu nổi. Từ lâu tôi linh cảm cô tuy sống nơi đây nhưng tâm hồn thì ở mãi đâu đâu. Càng thân thiết, tôi càng thấy rõ nỗi buồn đặc quánh trong người cô. Nhưng tôi không đủ tinh tế để tìm hiểu thêm về nguyên cớ nỗi buồn đó của cô. Đôi lúc tôi áy náy vì chẳng biết làm gì cho cô vui. Nhạc. Chỉ có âm nhạc mới làm cô vui. Thì cô vẫn đàn đấy. Có lúc nào ngưng tiếng đàn đâu. Thi thoảng tôi còn lấy vĩ cầm ra kéo những khúc Sonata ngắn ngắn dễ thương của Paganini. Cô đàn phần ghi-ta. Những lúc đó cô vui lắm. Cô kể Paganini có thời mê say đắm nàng nữ bá tước nào đó. Ông biến vào tòa lâu đài của nàng sống suốt ba năm trời. Nàng nữ bá tước yêu tiếng đàn ghi-ta, thế là Paganini bỏ vĩ cầm, xoay sang học ghi-ta để đàn cho nàng nghe. Ông đàn ghi-ta cũng xuất quỷ nhập thần như vĩ cầm vậy và để lại cho hậu thế số lượng nhạc không nhỏ nhờ mối tình diễm ảo đó. Tôi hỏi cô, "Về sau Paganini có lấy nàng nữ bá tước đó làm vợ và hai người mãi mãi sống bên nhau trong tòa lâu đài như trong truyện thần tiên không." Cô bảo nghệ sĩ ít khi hạnh phúc. Bất hạnh hay xảy đến cho người làm nghệ thuật, nếu không từ trên trời rớt xuống thì do chính mình gây ra. Nghe cô nói tôi có cảm tưởng cô đang nói về chính cô. Những lúc nhìn cô âu sầu, tôi thấy xót xa trong dạ, nửa thắc mắc nửa ái ngại mà chẳng biết làm gì.

Tôi hỏi cô có chuyện gì buồn thì cô gắt lên khiến tôi chưng hửng, tôi chào cô ra về, cô ngần ngừ định giữ tôi lại, rồi lại thôi. Tôi về. Cô gọi tôi ngay khi tôi vừa đặt chân vào nhà.

"Sarita! Cô có chuyện buồn muốn nói với em hả? Cô muốn em quay lại với cô không?"

"Không, tôi chỉ muốn xin lỗi em vì hồi nãy làm em ngỡ ngàng."

Nói vậy nhưng mười lăm phút sau tôi đã có mặt ở nhà cô. Cô ôm tôi vào lòng. Tôi biết chuyện gì phải đến. Cô kéo tôi vào giường ngủ, ôm tôi như ôm đứa trẻ. Cô vuốt tóc tôi như người mẹ vuốt tóc đứa con trai yêu dấu, miệng cô hát nho nhỏ bằng tiếng mẹ của cô, bài hát dù không hiểu tôi cũng biết là bài ru con. Cứ thế cô rót vào tai tôi những âm thanh êm ái nhất giữa con người với con người. Và tôi chìm vào giấc ngủ.

6.

Concierto de Aranjuez là cầm tấu khúc bất hủ do nhà soạn nhạc tài ba Tây Ban Nha Joaquín Rodrigo viết vào năm 1939. Khi về chiều, ông thố lộ với mọi người chi tiết khá bi thương về hoàn cảnh ông viết khúc nhạc. Hành âm thứ hai, khúc *Adagio*, ông viết ngay sau cái chết của đứa con đầu lòng khi đứa bé vừa ra đời. Đêm đó, từ nhà thương về, sau khi chứng kiến cái chết của đứa con và nỗi đau xé da xé thịt của người vợ trẻ, ông lấy giấy mực viết xuống dòng nhạc bất hủ mà ngày nay ở thị trấn Aranjuez người ta dùng giai điệu trong khúc nhạc làm tiếng chuông điểm mỗi giờ, âm thanh vang vọng cả quảng trường thành phố. Giai điệu trổi lên ngay khi hành âm khởi đầu với tiếng kèn *English horn* thê thiết, dàn nhạc giao hưởng đệm theo và ghi-ta vuốt nhẹ *arpeggio* ở hợp âm Si thứ. Rodrigo triển khai giai điệu đến tột cùng. Ghi-ta, *English horn*, dàn nhạc cứ thế đối đáp xướng họa nhau từng chặp, đến đoạn *cadenza* thì tiếng ghi-ta độc tấu đang thê lương bỗng biến thành cơn thét gào tuyệt vọng. Đoạn kết của khúc nhạc là tiếng thở dài não ruột. Tiếng nhạc nhỏ rức ở âm độ *pianissimo*, những nốt ghi-ta chơi bằng *harmonics* rời rạc chậm rãi như ngọn đèn leo lét đang dần lịm tắt. Bản nhạc đúng là tiếng than thở của người cha mất con. Rodrigo phổ nỗi đau riêng của mình vào nghệ thuật. Và nghệ thuật đó sống mãi.

Sara cũng có nỗi đau riêng tương tự như nhà soạn nhạc lỗi lạc kia. Chồng và con trai cô tử nạn trong một tai nạn xe hơi thảm khốc. Mãi hai mươi năm sau tôi mới biết ra điều đó và tôi bừng hiểu tại sao khi trình tấu hành âm thứ hai của hòa tấu khúc cô đã đàn với tất cả tâm hồn mình và tôi cũng hiểu tại sao có những đêm cô ngồi trong bóng tối đàn đi đàn lại khúc nhạc. Về sau tôi nghe nhiều diệu thủ ghi-ta đàn khúc nhạc, từ Julian Bream đến Pepe Romero, nhưng tôi dám chắc chẳng ai tạo được nét nhạc diễm ảo như cô. Nhạc và cô là một.

Giai điệu khúc nhạc lại lởn vởn trong đầu tôi, đúng hơn, nhiều năm nay nó trở về ám ảnh tôi. Băng qua khoảng sân và bên trong cánh cửa kia là phòng tập nhạc của Cha Thomas, chỉ vài chục bước từ chỗ tôi đang ngồi co ro trong xe, tôi thấy tôi khẽ khàng bước những bước thật nhẹ về phía tiếng đàn. Cô ngồi xoay lưng ra ngoài, tấm áo đen dài bó sát lưng, mái tóc nâu đen buông lửng. Tôi tìm ghế rón rén ngồi xuống rồi lắng nghe với tất cả say mê. Cô đàn say sưa lắm, mái tóc ẻo lả mỗi lần lắc đầu mạnh theo tiếng nhạc. Hành âm *Adagio* trong hòa tấu khúc *Concierto de Aranjuez* bất hủ!

7.

Tôi không thể ngờ người ta có thể độc ác với cô như vậy. Người thứ nhất hài tội cô là Cha Thomas. Tôi không biết Cha nói gì với cô nhưng khi Cha gọi tôi vào văn phòng nói chuyện thì tôi không giữ nổi nỗi bất bình. Cha rủa xả cô với tất cả những gì xấu xa nhất ngôn ngữ con người cho phép. Giữa những câu rủa xả, Cha lẩm bẩm trong miệng câu "Chúa ơi! Chúa ơi! Tội lỗi quỷ ma! Tội lỗi quỷ ma!" Cha cứ thế luôn miệng từ lúc ngồi xuống.

Tôi ngồi im lặng nghe Cha nói. Lúc lâu sau Cha dịu giọng bảo tôi:

"Sự thật như thế nào, con phải nói hết cho Cha nghe."

"Chẳng có sự thật gì cả, thưa Cha. Cô Moreno là người dạy con nhạc. Cô đối xử với con rất tử tế. Thế thôi. Tất cả những gì Cha nghe từ người khác đều không đúng sự thật. Con chẳng phạm tội gì cả. Nhưng nếu phạm tội con sẽ xưng tội với Cha trong buồng xưng tội, không phải nơi đây." Tôi bình thản trả lời Cha.

Rầm!

Cha Thomas đập tay thật mạnh xuống mặt bàn. Tôi chưa bao giờ thấy Cha giận dữ. Trông Cha kinh khiếp quá. Mặt Cha đỏ bừng như quả cà chua chín, hai mắt Cha trợn lên trắng dã làm tôi nhớ đến mắt nhà danh cầm Itzhak Perlman. (Dân chơi vĩ cầm có điểm giống nhau, nhắm tịt mắt lúc kéo đàn và trợn mắt các lúc khác.) Cha hét lên như điên cuồng. Già Frank nghe tiếng ồn ào chạy xộc vào lôi tôi ra ngoài trong khi cơn bão thịnh nộ của Cha vẫn tơi bời trong căn phòng nhỏ.

Sau đó, tôi không bao giờ gặp lại Cha nữa. Cha ghét tôi như con chó ghẻ. Tôi cũng chẳng còn tình cảm gì với Cha, nhất là sau khi biết ra sự thật tại sao Cha đi tu. Cha đi tu vì thất tình Sara. Chuyện đó xảy ra từ hồi xửa hồi xưa, từ thuở Sara và Cha còn ngồi chung dưới mái trường ở New York, và Cha chưa mặc áo chùng đen, nhưng tôi vẫn không thể nào chấp nhận nổi.

Người thứ hai là ông giáo sư Brokowski. Một buổi tối tôi đang ngồi trong nhà với cô thì ông ta sầm sập chạy đến đập cửa đòi vào nhà. Vừa đập cửa ông vừa la ông ổng làm náo loạn cả khu xóm:

"Sara! Cô nghe tôi nói đây. Họ đang tính chuyện đưa cô ra hội đồng kỷ luật và tòa án tiểu bang! Thằng nhỏ Chinaboy đó đang tuổi vị thành niên. Cô có thể vào tù! Cô nên bình tĩnh tìm cách cứu vãn. Cô nên nói chuyện với tôi. Tôi sẽ giúp cô."

Lạ thật, chính ông là người lên hội đồng kỷ luật đặt điều tố cáo cô, bây giờ ông lại bảo cô nên nói chuyện với ông để cứu vãn tình thế! Ông ta không gọi cô bằng cái tên Sarita thân mật nữa. Tôi đưa mắt nhìn sang cô nhưng cô chỉ lắc đầu. Đập phá một chặp thấy không có kết quả, ông ta bỏ đi sau khi buông vài câu đe doạ. Ông ta đi rồi, cô bảo tôi: "Ông Brokowski này đang bị hai cô sinh viên trên trường thưa về tội cưỡng hiếp." Có lẽ ông ta đang tìm cách quậy chuyện người khác lên để che giấu hoặc đánh lạc hướng chuyện xấu xa của chính mình. Tôi nghĩ thế. Linh cảm của tôi về ông Brokowski này đúng lắm. Đã bảo Brokowski hay Kiki gì thì cũng như nhau thôi, cùng một giuộc, chẳng ra gì, chỉ dê dẫm là không ai bằng. Brokowski còn tệ hơn Kiki một bậc, chẳng những dê dẫm mà còn dê diếu nữa!

Người thứ ba là ba tôi. Từ hơn năm nay cha con tôi càng ngày càng xa cách nhau. Tôi ít khi về nhà. Ông kiếm được ở đâu một mụ người Việt nạ dòng đem về nhà làm bầu bạn gá nghĩa. Hình như chồng mụ còn bị giam trong trại cải tạo ở Việt Nam. Mụ kém ba tôi chừng hai, ba tuổi thôi nhưng lúc nào cũng õng ẹo như con gái mười bảy. Tôi ghét mụ lắm. Cả đứa con gái mụ nữa, nó nặc nô chẳng kém gì mẹ. Nhiều lần tôi bắt gặp mụ trần truồng như nhộng đi từ phòng ngủ xuống nhà bếp mở tủ lạnh tìm đồ ăn đồ uống rồi ngoe nguẩy cầm về phòng ngủ. Mông vú mụ thỗn thện, núng nính. Từ ngày có mụ, ba tôi xem tôi như cục nợ, chỉ mong tôi sớm ra khỏi nhà. Tôi cũng mong vậy và có lẽ tôi vẫn giữ chút tình phụ tử trong lòng nếu một hôm ông đừng gọi điện thoại mạt sát Sara. Chửi cô xong ông cúp máy, quay sang chửi tôi. Tôi cãi lại. Ông giáng vào mặt tôi cái tát nổ đom đóm. Tôi lẳng lặng ôm ít quần áo và sách vở dọn về phòng thằng bạn thân.

8.

Cô chẳng bao giờ để người khác làm nhục mình. Hội đồng kỷ luật của nhà trường sẽ chẳng bao giờ có cơ hội bắt cô ngồi trước cái bàn dài cho họ chất vấn những câu hỏi ghê người như công an điều tra tội phạm đại hình. Tôi hiểu điều đó và tôi bảo cô hãy từ chức rồi trở về New York tìm chân dạy học tư. Tôi sợ cô tự tử. Tôi sợ cô quẫn trí.

Nhưng tôi đánh giá cô thấp quá. Những ông bà già khú, mặt mày xấu xí lúc nào cũng trầm trọng, cau có như đưa đám trong hội đồng kỷ luật và từ ông trưởng khoa trở xuống trong cái phân khoa Âm nhạc của trường chẳng qua chỉ là những chức sắc sống lâu lên lão làng. Họ chỉ là những kẻ kém tài, vô danh tiểu tốt nơi cái xó núi này trong khi cô đã là con phượng hoàng bay khắp gầm trời xanh cao rộng ngoài kia. Con phượng hoàng một hôm mỏi cánh tìm nơi vắng vẻ đáp xuống nghỉ ngơi trong chốc lát rồi lại bay đi. Con phượng hoàng không thể sống chung bầu khí quyển bụi bặm với lũ diều quạ băng nhăng lắm mồm tâm địa ác độc kia. Hôm lên đường giã từ, cô bảo tôi: "Tôi xin lỗi em. Em tha thứ cho tôi." Tôi không nói gì, chỉ ôm cô thật lâu. Trong lúc ôm cô tôi nghĩ lẽ ra tôi phải cám ơn cô mới đúng. Nhờ cô tôi biết tự tin và sống thật con người mình. Hạnh phúc là làm sao sống mà không phải tự sắm cho mình vai trò nào đó trong vở kịch gọi là đời sống. Tôi biết đâu là chân nghệ thuật, chân giá trị và đâu là giả nghệ thuật, giả đạo đức. Cô bảo tôi thế gian toàn bọn hư ngụy, giả đạo đức, nếu sống với chân giá trị tôi sẽ bị chết nghiến đấy. Tôi bảo cô đừng lo, tôi đủ thông minh và nhạy cảm để biết vậy và tôi có cách đối phó của riêng tôi. Cô tủm tỉm cười khi tôi nhắc lại chuyện tôi đối đáp với Cha Thomas.

Người ra đi buồn bã nhưng kẻ ở lại hụt hẫng như bị ném vào khoảng không gian vô tận. Một thời gian dài tôi như kẻ thất tình thật thụ, nhưng rồi tôi cũng nguôi ngoai. Khi đó tôi quay sang oán trách cô. Cô hứa cho tôi biết nơi chốn cô về nhưng cả năm trời cô vẫn biền biệt tăm hơi. Cô hoàn toàn biến mất khỏi cuộc sống tôi. Thậm chí một tấm ảnh cô, tôi cũng không có. Không kỷ vật, không bằng chứng nào cô có thời hiện hữu trong đời sống tôi. Tôi có cảm tưởng tên tuổi cô bị người ta xóa sạch như thể đó là vết nhơ kẻ vô đạo nào nửa đêm lén bôi lên mặt tượng Chúa. Như thể cô không hề hiện hữu trên cõi đời này. Rồi tôi lại có ý tưởng cô là thiên thần – mặc dù tôi chẳng bao giờ tin vào thiên thần – hiện ra cứu rỗi tôi, cho tôi niềm tin rồi đột ngột biến mất vào khoảng không. Vâng, cô đúng là thiên thần của tôi. Tôi sẽ sống mãi với ý nghĩ dễ thương đó. Chỉ có thiên thần mới xem nhẹ việc trần thế như cô. Chỉ có thiên thần mới yêu tiếng đàn, yêu nghệ thuật chân chính như cô.

9.

Tôi học xong Trung học. Ông Brokowski bị đuổi khỏi nhạc viện dù vụ thưa kiện của hai cô sinh viên chưa ngã ngũ. Ba tôi béo gấp rưỡi dạo xưa, mụ nạ dòng vỗ béo ông giỏi lắm, mụ còn tìm mua những thứ bổ dương bổ thận cho ông ăn. Tôi cũng chẳng bao giờ đặt chân vào nhà thờ Cha Thomas nữa.

Tôi được năm trường đại học lớn nhận với học bổng toàn phần nhưng sau cùng tôi chọn UCLA. Tám năm học và hai năm nội trú, người ta gọi tôi là bác sĩ và tôi gần hoàn tất giấc mơ không nhỏ của những người ở thế hệ thứ nhất, thứ hai đến xứ sở này lập nghiệp. Tôi lập gia đình. Vợ tôi là con gái Đài Loan, tôi quen thời đi học.

Chúng tôi có một mái gia đình nho nhỏ ở ngoại ô Los Angeles. Đứa con gái đầu lòng tôi đặt tên là Sarah. Đời sống tất bật, tôi chẳng bao giờ cầm lại đàn. Thằng con trai thứ lên năm thích trò chơi video hơn là tập đàn. Tôi có lần nhét cây vĩ cầm cũ của tôi vào tay nó, bắt nó học. Thằng bé học được dăm buổi rồi vứt đàn xuống đất như tôi hồi kia. Nó vùng vằng bảo tôi: "Đàn chỉ được vỗ tay chứ không có tiền." Từ đó trong nhà tôi vắng bặt tiếng đàn.

Một hôm tình cờ đọc báo, tôi thấy bài phỏng vấn cầm thủ Sharon Isbin, bà sắp có buổi trình diễn lớn với ban đại hòa tấu Los Angeles. Khi nói về những người trẻ có tiềm năng trong ngành ghi-ta, tôi nhớ cô hay nhắc đến tên Sharon Isbin. Hiện nay bà Isbin là một trong những cầm thủ ghi-ta lừng lẫy nhất thế giới. Buổi trình diễn nào của bà cũng đông nghẹt khán giả. Tối hôm sau tôi để vợ con ở nhà lái xe một mình đi dự buổi hòa nhạc của bà. Tờ chương trình ghi bà sẽ đàn tấu khúc *Concierto de Aranjuez* của Joaquín Rodrigo.

Sau buổi trình diễn tôi len vào hậu trường đứng xếp hàng trước căn phòng nhỏ chờ xin chữ ký của bà như một khán thính giả ái mộ trung thành nhất. Bà ký tên như máy. Tôi nghĩ chắc bà chẳng thích thú gì công việc này lắm đâu, chỉ vì muốn giữ cảm tình đẹp nơi khán thính giả. Đến lượt tôi vào, trong lúc bà đang ký lên tờ chương trình, tôi cất tiếng hỏi:

"Xin lỗi bà cho tôi hỏi. Bà biết Sara Moreno không?"

Đang ký bà bỗng khựng lại như bị chạm điện. Bà ngẫm nghĩ lúc khá lâu như cố hồi tưởng chuyện gì xa xưa lắm, rồi từ tốn ngửng lên nhìn tôi:

"Ông biết Sara Moreno?"

"Vâng, có thời tôi là học trò bà ấy."

"Lúc lên New York học, tôi không có cơ may học với Sara, nhưng tôi thân tình với bà lắm. Tôi chưa thấy ai yêu âm nhạc và nghệ thuật như bà. Một nghệ sĩ toàn bích, một tài năng hiếm có. Lúc đó bọn trẻ chúng tôi thương quý bà vô cùng. Sau cái chết của chồng con trong một tai nạn xe cộ, bà bỏ New York về vùng Liên Sơn sinh sống và dạy học tại một đại học nhỏ. Nhưng chỉ được hai năm bà lại bỏ đi. Lần này không ai biết bà đi đâu. Có người đoán bà sang Âu châu sống đời ẩn dật, có người bảo bà trở về quê cũ ở Uruguay. Nhưng sự thật là bà đã chết. Quyên sinh… Bà đột ngột biến mất khỏi thế gian này và ai nấy ngậm ngùi thương nhớ bà vô cùng. Thế giới âm thanh thật thiệt thòi vì mất đi tiếng đàn tuyệt luân… Lâu lắm rồi tôi mới nghe có người nhắc đến tên bà…"

"Bà nói sao? Chồng con bà ấy chết trong một tai nạn xe cộ? Bà ấy quyên sinh ư? Có chuyện đó thật sao?" Tôi lắp bắp hỏi lại, lạc cả thần sắc. Bà Isbin nhìn tôi đầy vẻ kinh ngạc vì toàn thân tôi run lên như kẻ bị động kinh. Bà nói thêm câu gì đó nhưng tôi nghe không rõ vì tai tôi đã ù. Đám đông xếp hàng ngoài cửa bắt đầu mất kiên nhẫn. Tôi cám ơn bà rồi lủi nhanh ra khỏi phòng, và tôi chợt hiểu tất cả.

10.

Cánh cửa ngôi nhà trệt lại mở. Già Frank lại xuất hiện, trên tay ôm món vật gì đó, xệch xạc bước về phía nhà thờ. Lúc nào trông ông cũng già nua, bây giờ ông lại càng già quá đỗi. Chắc ông sống không bao lâu nữa đâu. Tôi thấy nao nao trong dạ. Vâng, chuyện gì cũng phải có lúc kết thúc thôi kể cả cuộc hành hương của tôi đôi ba năm một lần, đặt điều dối trá với vợ con, lên đây một mình, nhìn ngắm ngôi nhà thờ, chết sững năm ba phút với những hình ảnh càng lúc càng hư ảo – không biết đâu là thực đâu là mộng, mộng và thực rối mù vào nhau – rồi ra về trong hoang mang như người cô độc lạc đường giữa đêm vắng hoang vu. Tôi sẽ tiếp tục như vầy bao lâu nữa? Tôi tìm kiếm gì ở những hình ảnh vô cùng mơ hồ, lãng đãng đó? Hai mươi năm từ ngày bỏ cung điện ra đi, Odysseus cuối cùng trở về Ithaca với vợ con. Nhưng Ithaca đâu phải quê quán tôi. Với Odysseus, Ithaca có thật. Nó là nơi chốn để về. Nó là quá khứ có thật. Còn tôi? Nó chỉ là giấc mơ do chính tôi vẽ vời, thêu dệt, và tôi bàng hoàng ngẫm lại chừng đó năm tháng – hai mươi năm trời chứ ít ỏi gì – tôi nuôi nấng, chắt chiu giấc mơ đó trong đầu. Để làm gì? Tôi hoàn toàn không có câu trả lời. Không, tôi không nhìn quá khứ qua lăng kính nào cả. Tôi lấy sơn tô vẽ quá khứ từ điểm không và tôi sống với nó như chàng thư sinh trong truyện Liêu Trai sống dật dờ với bóng hồ ly phiêu hốt. Làm gì có buổi hạnh ngộ với tiếng đàn kỳ ảo say đắm. Làm gì có những đêm khuya khoắt tuyết lạnh tôi được ủ vào lòng tấm da thịt ấm áp nồng nàn, được nghe bài hát ru êm ái. Làm gì có tiếng nhạc lung linh như đêm trăng huyền thoại. Tất cả đều do tôi đạo diễn trong cuốn phim viễn tưởng thần kỳ, cuốn phim chiếu đi chiếu lại hai mươi năm, cuốn phim chiếu cho khán giả độc nhất xem, khán giả đó chính là tôi. Tôi hãy nhìn ra sự thật đi.

Quá khứ ngươi không hiện hữu, ngay cả trong khối óc sắp đặc cứng của ngươi. Ngươi là kẻ không có quá khứ và chuyện gì cũng phải có hồi kết thúc. Hãy bước ra khỏi cơn mê muội này và trở về đời sống thật của ngươi!

Tôi nổ máy xe rồi đạp mạnh chân ga. Chiếc xe chồm lên cày tung đám tuyết đóng dày dưới mặt đường. Chẳng còn gì cho tôi ở chốn này. Tất cả đã trôi đi như đám phù vân, chẳng còn ai ở lại với tôi. Chỉ còn lại ngôi nhà thờ cũ kỹ lặng lẽ đứng trơ trọi trên lửng triền đồi tẻ lạnh như thi gan cùng bầu trời sương tuyết.

Tại phòng đợi

1.

Cuối cùng ông Hoàng bị đẩy vào một gian phòng. Đúng ra chẳng ai đẩy ông cả. Thân thể ông như không có trọng lượng, đôi chân như bay là là trên mặt đất. Người ông nhẹ hơn không khí, và nó cứ bay như thế cho đến lúc ông nghĩ phải dừng lại kẻo va vào kẻ khác. Nói là gian phòng chứ thật ra ông không thấy bốn bức tường đâu cả, và bóng người thì đầy kín. Ánh sáng trong gian phòng cũng lạ lắm, nó là thứ màu trắng xanh như đèn nê-ông lúc gần cháy bóng, nhợt nhạt tỏa đều phả xuống đám người lố nhố bên dưới. Ông nghĩ đây phải là một gian phòng, một gian phòng rộng mênh mông, bởi ông vẫn cảm nhận được cái sàn cứng, bằng phẳng dưới chân. Ông không nhìn rõ sàn vì ánh sáng trong phòng và màu của sàn tiếp vào nhau làm một, tạo thành một khối không gian không hình tượng, không đường biên. Có lẽ nó là thứ sàn nhà rẻ tiền tráng xi măng thường thấy tại các nhà kho. Ông ngước mặt nhìn lên trần nhà, nó cao rộng lắm, trông như cái vòm khổng lồ của sân vận động, sâu hun hút, từ đó thứ ánh sáng bệnh hoạn phả xuống, nhưng không thấy bóng đèn đâu.

Cảm giác bỡ ngỡ ban đầu tạm lắng xuống, ông Hoàng bắt đầu để ý đến đám người xung quanh. Họ đông lắm, đứng kín khắp nơi, nhưng không ai đụng vào ai, như thể họ cố ý né tránh va chạm nhau. Toàn thân họ, ai cũng như ai, trắng toát một màu, nếu nói là cùng màu với ánh sáng từ trên phả xuống, và màu cái sàn bên dưới thì cũng không sai bao nhiêu. Tất cả tạo thành một khung cảnh mờ ảo tuyệt đối, và thật chán mắt, bởi không hề có một hình tượng, một món vật nào khác ngoài đám nhân ảnh chập chờn như bóng ma trong một không gian sáng không ra sáng, tối không ra tối. Ông

Hoàng để ý thấy họ giống nhau lắm, ai nấy đều không có tóc, đầu trọc nhẵn thín, trên người họ khoác hờ một chiếc áo, đúng hơn, một mảnh vải mỏng manh như áo bệnh nhân mặc trong nhà thương, và chiếc áo cũng màu trắng như mặt mày, tay chân họ. Bất giác ông Hoàng đưa tay lên sờ đầu mình, cái đầu ông cũng trọc lóc, không có sợi tóc nào, thậm chí lông mày ông cũng không còn, hình như vậy, nếu ông còn tin tưởng vào xúc giác bàn tay ông. Đến đây thì ông nhận ra ông và những người xung quanh đều đồng dạng, chẳng mảy may khác biệt, tất cả đều trắng toát, tất cả đều có khuôn mặt y như nhau, một khuôn mặt của chiếc máy rô-bô hình người vô cảm, tất cả đều mờ ảo bên trong gian phòng với thứ ánh sáng trắng xanh ma quái, rùng rợn.

Dáng điệu mọi người có vẻ bồn chồn như đang chờ đợi một biến cố gì trọng đại sắp xảy ra, nhưng họ không náo động mà chỉ di chuyển chậm chạp, và trong lúc di chuyển, mặt họ hơi cúi xuống như tránh nhìn mặt nhau. Sự di chuyển ấy xem ra chẳng ích lợi gì bởi họ chỉ đi vài bước lại trở về chỗ cũ. Nó là sự hoán chuyển chỗ đứng thì đúng hơn, dù không phải lúc nào cũng hoán chuyển với cùng một người, bởi sau khi đổi chỗ với người này họ có thể làm y như thế với một người khác, và nhờ thế vị trí của họ luôn thay đổi. Nhưng sự thay đổi đó chẳng khiến họ có tầm nhìn khá hơn, tất cả vẫn hoàn lại như cũ, vẫn chẳng nhìn thấy gì khác ngoài một biển người lô nhô lúc nhúc chuyển động xung quanh.

Ông Hoàng cũng ngạc nhiên hết sức khi nghe tiếng người râm ran mà không thấy môi miệng ai mấp máy động đậy. Họ là những người biết nói bằng giọng bụng ư? Như các anh chàng làm trò nói chuyện với hình nộm giúp vui trên sân khấu. Cái đó thật khó hiểu. Ông bây giờ nhập bọn với đám người khó hiểu này. Ông tiến tới một nhóm đang đổi chỗ cho nhau. Lại gần ông thấy không phải ai cũng cùng một nét mặt. A, có thế chứ! Ông Hoàng reo thầm trong lòng. Mỗi con người là một công trình tạo dựng duy nhất của Đấng Tạo Hóa, con người đâu phải rô-bô. Và may quá, ông vẫn nhận ra đàn ông khác đàn bà, khác nét mặt và khác thân hình. Điều này khiến ông phấn chấn đôi chút như vừa được an ủi rằng thế gian chưa đến nỗi tuyệt vọng, bởi đối với ông Hoàng, chẳng gì kinh khiếp hơn một thế giới đồng dạng, sự đồng dạng của một trại tù, trại tập trung.

2.

Ông Hoàng đang đổi chỗ với một người mà ông đoán là đàn ông, ông ta có thân hình to béo với dáng đi xẳng xớm như một lực sĩ cử tạ. Lúc gần đối mặt nhau, ông Hoàng hỏi ông ta (môi ông không hề cử động):

"Đây là đâu, thưa ông?"

"Phòng đợi chứ còn đâu nữa. Đồ ngu!" Ông ta nói như quát, nhưng nét mặt trơ tráo, có vẻ hoang mang, khiếp hãi chứ không có gì là dữ dằn, hung tợn.

"Phòng đợi? Nhưng mà đợi đi đâu?" Ông Hoàng cố giữ vẻ nhẫn nại hỏi tiếp.

"Đi về đâu thì chỉ có Trời biết!"

Nói xong, ông ta phớt tỉnh dợm chân đi tiếp, nhưng hình như mấy người xung quanh nghe được vài câu đối thoại ngắn ngủi giữa ông Hoàng và nhà lực sĩ cử tạ, bèn xúm lại chặn bước hai người, vô tình vây hai người vào giữa vòng vây của họ.

Một ông ra dáng giáo sư đại học, bảo:

"Tôi biết bọn mình đợi đi đâu."

"Đi đâu? Đi đâu? Ông nói chúng tôi nghe thử." Mọi người nghe thế bèn nhao nhao lên hỏi tới tấp vị giáo sư đại học.

"Đằng kia kìa, mãi tít đằng kia có hai cái cầu thang bằng đá, một cái đi lên và một cái đi xuống. Ai được lên cầu thang đi lên sẽ lên thiên đàng, còn ai bị đẩy xuống cầu thang đi xuống sẽ xuống địa ngục."

Hiển nhiên vị giáo sư đại học khả kính là người duy tâm. Và ông nhìn vấn đề thật giản dị, giản dị đến độ trong veo. Mọi người lại tiếp tục nhao nhao:

"Chắc chắn tôi sẽ lên thiên đàng, lúc sống tôi làm toàn điều thiện, điều lành…"

Thế là những câu nói như vậy nổi lên không dứt. Họ tranh nhau nói. Kẻ bảo tôi đi nhà thờ cầu nguyện mỗi ngày, chắc chắn Đức Chúa Trời cho tôi lên hầu hạ Ngài. Kẻ khác bảo tôi năm ngoái cúng dường cho chùa Năm Vàng gần một tỉ đồng, Đức Phật Thế Tôn không thể đọa tôi xuống địa ngục được, nếu tôi bị bắt xuống dưới đó, tôi sẽ hiện về chùa đòi lại tiền cho mấy người biết tay tôi. Một kẻ lại nói, tôi kinh doanh buôn bán, đôi lúc phải ăn gian nói dối một chút, nhưng bù lại ngày rằm nào cũng ăn chay niệm Phật, chắc Ngài không bắt tôi chịu tội đâu. Một kẻ nói cả đời tôi chỉ lỡ làm một cô gái ngây thơ có bầu và ép cô phá thai, sau đó tôi cho cô ta một số tiền lớn để làm ăn rồi tôi bỏ trốn. Sau này tôi nghe nói nhờ số tiền tôi cho cô buôn bán khá giả, lấy chồng, đẻ con, gia đình hạnh phúc. Một con người như tôi thì không thể nào xuống địa ngục được.

Ông Hoàng nghe muốn bể đầu, không biết bao nhiêu lời lẽ biện hộ, biện minh cho những thành tích của mình lúc sống được đem ra mổ xẻ phân tích với niềm tin chắc nịch mình sẽ lên thiên đàng. Chẳng ai muốn xuống địa ngục, mặc dù lúc đó chắc chắn không ai biết thiên đàng thật sự có cái gì và sống dưới địa ngục thì khổ sở như thế nào. Không ai biết.

Ông duy tâm có vẻ hể hả hãnh diện lắm, như thể mình là lãnh tụ anh minh của đám người này. Nhờ ông, họ biết đường lên thiên đàng và chỉ chờ hiệu lệnh ban ra là ông sẵn sàng dẫn đầu bọn họ như đoàn hùng binh tiến bước ra hai cái cầu thang đằng kia, và tất cả sẽ ưỡn ngực, mặt ngước lên cao, bước lên cầu thang đi lên chứ không một ai phải đi xuống.

Tiếng ồn ào thưa dần, mọi người dường như bớt vẻ ưu tư, bồn chồn khi nãy. Có kẻ quay đầu tiếp tục cuộc hoán chuyển vị trí đứng của mình. Bỗng có giọng một người nào cất lên nghe rõ mồn một:

"Thối! Thối! Cả lũ thối! Thối không chịu được! Thối đéo ngửi được! Đếch có thiên đàng hay địa ngục nào ở đây như các ông các bà khéo tưởng tượng…"

Lời nói của ông rõ to, chắc nịch như vị tướng quân hiệu triệu quân lính trước khi lâm trận. Vài kẻ vừa quay đầu định bước đi nghe thế bèn quay phắt lại nghe ngóng. Ông Hoàng cũng dừng lại cố tìm xem người vừa thốt câu nói đó là ai. Ông ta tiến ra cho mọi người thấy mặt (dù là cái mặt đồng dạng với bất kỳ ai khác). Ông Hoàng nhìn kỹ thấy đó là một con người nhỏ thó, chân dường như có tật, đi đứng ngả nghiêng như người say rượu. Ông ta có dáng điệu của một họa sĩ, nhưng giọng nói lại rổn rảng như một nhà hùng biện. Ông ta nói:

"Thiên đàng hay địa ngục toàn là những việc con người bịa đặt ra để ru ngủ những kẻ yếu bóng vía, những kẻ tin vào chuyện thần tiên. Chết là hết, các người nghe chửa!? Chẳng có thiên đàng hay địa ngục nào cho các người tiếp tục cuộc sống tồi tệ của các người đâu. Chết là về với cát bụi, là tan ra thành những hạt tử trong vũ trụ…"

Nghe chưa dứt câu đã biết ông ta là người duy vật, một trăm tám mươi độ với ông duy tâm bên kia. Ông duy tâm cùng mọi người im lặng lắng nghe. (Ít nhất trong lúc này, người ta biết lắng nghe nhau, không như khi còn sống người ta khóa miệng nhau như khóa mõm một con chó dại, không bao giờ cho người khác ý kiến với mình phát biểu, dù chỉ là một lời than van oan ức tắc nghẹn trong cuống họng.)

Ông duy vật tiếp tục nói:

"Cái vũ trụ ông bà đang sắp trở về có tỉ tỉ dải ngân hà, mỗi dải ngân hà có tỉ tỉ ngôi sao, mỗi ngôi sao là một thái dương hệ với nhiều hành tinh, và các hành tinh đó có thể có đời sống. Chỉ cần một bài tính xác suất cực kỳ đơn giản, chúng ta cũng thừa biết là có cả tỉ tỉ tỉ tỉ sinh linh trong vũ trụ này. Với số người vũ trụ đông đảo kinh khiếp đó, Chúa Phật nào, hay Thượng Đế, Đấng Tạo Hóa nào lo lắng cho từng người được. Câu nói nếu Thượng Đế sinh ra muôn loài thì Thượng Đế phải có chương trình cho muôn loài, Thượng Đế không chơi xúc xắc với những sinh vật Ngài tạo dựng, vân vân, là những câu nói láo. Láo! Láo! Láo khoét! Toàn những điều láo khoét! Nếu có Thượng Đế thì Ngài *có* chơi xúc xắc với mọi con người trên mặt hành tinh này và các nơi khác trong vũ trụ. Các người sắp trở về làm những hạt tử trong vũ trụ vì đó là nơi sản sinh ra các người, các người và các ngôi sao trong vũ trụ có cùng một nguồn gốc, một chất liệu cấu thành, cùng những hạt tử y như nhau, chẳng qua là do một duyên khởi nào đó mà trở nên khác nhau thôi…"

"A, chính cái duyên khởi đó là hành động thánh hóa phi thường của Thượng Đế đã cho chúng ta hình hài đặc biệt này." Ông duy tâm chụp lấy cơ hội phản bác liền. "Chúng ta khác với những ngôi sao vô hồn kia, và phải chăng đó chính là món quà vô giá mà Thượng Đế đã ưu ái ban cho chúng ta? Chối bỏ Thượng Đế là hành vi của kẻ chạy tội, kẻ bán linh hồn cho quỷ!"

Ông duy vật cười khan mấy tiếng đoạn nói tiếp:

"Các ông các bà ngây thơ mới tin như thế. Thử hỏi đã có ai thấy Thượng Đế bao giờ chưa? Hay chứng kiến một thao tác ban phát nào Thượng Đế làm cho chúng ta chưa? Nhưng vũ trụ này, chúng ta đã phân chất tường tận, chúng ta đã tận mắt nhìn thấy những hạt tử nhỏ bé nhất trong vũ trụ, chúng ta đã nhìn thấy sự cấu thành và hủy diệt của các vật thể trong vũ trụ, từ các ngôi sao vĩ đại cho đến các sinh vật li ti, tất cả đều sinh ra rồi chết. Cái chết là sự trở về, trở về cái nguyên thủy, nguyên sơ ở thể dạng tinh tuyền nhất, đó là những hạt tử…"

"Cái ông nói là vật chất, nhưng còn tinh thần, còn linh hồn. Linh hồn là bất diệt. *Thác là thể phách, còn là tinh anh*. Cái tinh anh ấy chính là linh hồn. Mà linh hồn thì bất tử, không ai có quyền năng hủy diệt linh hồn." Ông duy tâm nhất định không chịu thua, ông còn lấy Kiều cho viện chứng của mình mặc dù ông hiểu sai hay cố tình hiểu sai câu thơ của cụ Nguyễn.

"Bất diệt cái con khỉ tiểu! Ông ngu thấy mẹ, chỉ biết tin vào những tín điều ấu trĩ và ngu dốt do những kẻ mị dân đặt ra để mê hoặc, không chế những kẻ tin vào chuyện thần tiên như ông. Linh hồn cũng là hạt tử, ông rõ chưa? Chỉ có hạt tử là bất diệt, còn tất cả, nghe tôi nói này, tất cả những gì do hạt tử cấu thành đều sinh rồi diệt, đều từ hạt tử mà ra rồi trở về thành hạt tử." Ông duy vật quát lại. Ông định nói thêm, nhưng nghĩ sao ông im lặng, thân hình bé loắt choắt của ông bỗng như co rút, trở thành cái gì vô trọng lượng, chỉ chực tan biến vào hư vô.

Có lẽ ông sắp biến thành những hạt tử thật rồi.

Có kẻ lên tiếng chất vấn ông duy vật:

"Nếu ông nói là chúng ta sắp trở về cát bụi, sắp biến thành những hạt tử hay cái quỷ quái gì đó, thì xin ông cho biết chúng ta đang làm cái chó gì ở cái phòng đợi chết tiệt này?"

"Các ông các bà sẽ phải ở trong phòng đợi này cho đến khi nào…"

Đang nói ông duy vật bỗng ngưng bặt, mọi người thấy ông run lên. Mãi một lúc sau mới nghe tiếng ông vo ve như hàng trăm con ong, cái giọng hùng biện biến đâu mất, còn lại chỉ là tiếng nói như than van:

"Các người đang sống trong khoảng thời gian một từ một phần ngàn giây đồng hồ cho đến vài phút sau khi cơ thể các người đã bỏ cuộc, quả tim đã ngừng đập. Cơ thể đã chết nhưng não bộ chưa chết hẳn mà vẫn gây ảo giác như trong giấc mơ. Sau một phần ngàn giây đồng hồ, mọi thứ sẽ tắt phụp và lúc đó cái chết mới thực sự bắt đầu… Bắt đầu quy trình trở về hạt tử…"

Ông không nói gì nữa, nhưng vẫn thấy ông đứng đó, càng lúc càng thiểu não, tội nghiệp.

Ông duy tâm sau khi nghe ông duy vật nói cũng bớt vẻ kiêu hãnh. Sự thật là ông đứng đó bất động như một tội phạm vừa nghe bản án tử hình từ quan tòa giáng xuống. Tay lực sĩ cử tạ thân hình to lớn như ông hộ pháp tiến lại gần vỗ vai ông, hỏi:

"Có thật ông thấy hai cái cầu thang đằng kia không?" Vừa nói ông vừa giơ ngón tay chỉ về phía xa xa nơi không ai thấy hình thù rõ rệt nào mà chỉ có những đầu người lố nhố. Ông duy tâm xoay nửa người nhìn lên nhà lực sĩ với vẻ gượng gạo, ông nói thật nhỏ nhưng ông Hoàng nghe rõ:

"Chính mắt thì tôi chưa thấy nhưng tôi có đọc sách nói về nó và tôi tin vào sách. Tôi là người có đức tin…"

A, đức tin. Cái này mới là gay go đây, ông Hoàng nghĩ. Đức tin là bảo hiểm cho mình được lên thiên đàng thay vì sa xuống địa ngục. Ông duy tâm hiển nhiên là người tin tưởng như thế, và lúc nào trong túi ông cũng thủ sẵn tờ bảo hiểm chứng thực ông là người có đức tin. Kẻ có đức tin trong lúc sống có thể bị bách hại dã man, nhưng khi chết họ được Thượng Đế dành chỗ đứng trên thiên đàng, như hơn trăm ông Thánh tử đạo hồi thế kỷ XIX. Hay họ cũng tan biến thành các hạt tử như ông duy vật hùng hổ phát biểu ban nãy.

Dĩ nhiên, ông thừa biết câu trả lời của hai ông duy tâm và duy vật sẽ như thế nào. Nhưng vốn là người tin vào đạo trung dung, ông muốn nói chuyện thêm với cả hai để biết đâu tìm được câu trả lời khả lý nhất. Dáo dác nhìn quanh, ông không thấy ông duy tâm đâu cả, có lẽ ông đang đi tìm hai cái cầu thang, có lẽ ông đã quên béng nhiệm vụ của ông là dẫn đầu đoàn hùng binh tiến lên thiên đàng. Ông Hoàng bèn mon men bước lại chỗ ông duy vật đang đứng. Ông thấy ông này vẫn đứng yên như cũ, nhưng thân hình ông run bắn lên như kẻ bị động kinh. Ông Hoàng ghé mặt sát vào định xem tình trạng của ông ra sao thì đột nhiên nghe thấy tiếng lẩm bẩm phát ra từ miệng ông. Ông ngẩn người không hiểu ông duy vật đang nói gì, nhưng chỉ một lát sau ông nhận ra ông duy vật đang đọc một bài kinh cầu người ta hay đọc trong giờ lâm minh, bởi ông lặp đi lặp lại một câu: "Xin Chúa rủ lòng thương xót linh hồn con và các linh hồn nơi luyện tội, mà đem về hưởng phúc trong nhà Chúa muôn đời…"

3.

Bây giờ phần nhiều đám đông những bóng trắng như ma trơi đã tản mác ra chỗ khác, họ lại tiếp tục hoán chuyển chỗ đứng với những người-ma khác. Nhưng vẫn còn dăm bảy người đứng đó cạnh ông

Hoàng và ông duy vật. Miệng ông duy vật vẫn phát ra những lời kinh cầu đều đều buồn chán. Hay ông đổi ý vào phút chót, không muốn làm hạt tử bé xíu chẳng thú vị chút nào nữa, mà muốn rong chơi trên thiên đàng? Một điều ông Hoàng chắc chắn là ông duy vật đang sợ hãi, có cái gì đó khiến ông lên cơn sợ, bởi thân hình loắt choắt như một đứa bé con của ông không ngớt run lên bần bật và càng lúc càng co rút vào, rúm ró như một cái giẻ rách.

Bỗng có tiếng một người đàn bà vang lên:

"Tội nghiệp con bé Annie trưa nay đi học về không biết có cái gì ăn không?"

Đoạn bà xoay người sang người bên cạnh, nói tiếp:

"Nó là con cháu gái của tôi đấy, bà ạ. Nó ngoan lắm cơ, học giỏi nữa. Tôi thương nó lắm vì bố mẹ nó mải làm ăn chơi bời, suốt ngày bỏ bê nó…"

Người kia, cũng là một người đàn bà, không để bà dứt lời, nói ngay:

"Tôi cũng tội nghiệp thằng cháu trai tôi lắm. Bố mẹ nó là đại gia nhờ biết dựa vào thế lực nhà nước làm ăn với tư bản nước ngoài, tài sản cơ ngơi lên tới cả trăm triệu đô-la, nhưng nó bị tật nghiện ngập xì-ke ma túy đến nỗi thân tàn ma dại, bây giờ cũng đang chờ chết. Nó lại là cháu đích tôn mới khổ cơ chứ…"

Bà này chưa dứt lời thì một ông xen vào:

"Tôi cũng là đại gia đấy, các bà ạ. Sáng nay chưa kịp ký cái hợp đồng 50 triệu đô-la với thằng Jinhua thì tôi bị nhồi máu cơ tim chết không kịp ngáp…"

Cứ thế, năm bảy cái miệng thi nhau kể lể thành tích của mình lúc còn sống. Và y như lúc còn sống, họ giành nhau từng lời nói như thể mỗi cuộc đàm thoại là một bãi chiến trường khốc liệt, không ai nhường ai mà phải tiên hạ thủ vi cường. Tất cả chỉ để nói về cái tôi, cái của tôi, cái về tôi, cái cho tôi, cái bởi tôi. Dù đã là ma nhưng cái tôi của họ xem ra nặng ký chẳng kém gì lúc sống.

4.

Ông Hoàng nghe phát chán, ông xoay lưng định đi tìm một khoảng trống để tránh phải chạm mặt ai. Đi một lúc ông tìm được chỗ sàn doãng ra thưa người, ông vừa bước chầm chậm vừa suy nghĩ về cuộc đấu khẩu vừa rồi giữa ông duy tâm và ông duy vật.

Hừm, ông duy tâm nói có lý. Bởi theo lời ông duy vật thì con người và cục đất là như nhau.

Lẽ nào như thế được! Ông Descartes chẳng nói là "*Je pense, donc je suis*" đấy ư? Triết lý của ông Descartes đặt con người lên cấp bậc thượng đẳng, tối ưu trong các loài trên mặt đất này. Đấng Toàn Năng ban cho con người bộ óc có trí thông minh vượt trội hơn các loài khác, và nghiễm nhiên con người làm chủ nhân ông hành tinh này. Con người có quyền kiêu hãnh chứ. Làm chủ nhân ông một hành tinh trong vũ trụ nào phải chuyện tầm thường! Con người xứng đáng nhận lãnh vai trò đó. Hắn làm chủ ngôi nhà và hắn có quyền hưởng những đặc ân do ngôi nhà đem lại. (Hắn có biết gìn giữ, vun xới ngôi nhà cho tốt đẹp, yên lành mãi hay không là chuyện khác).

Nhưng giả sử vào buổi sáng cái hôm mùng 5 tháng 9 năm 1977 đó, ta đáp chiếc phi thuyền không gian Voyager I vượt khỏi thượng tầng khí quyển quả đất, và ngót nửa thế kỷ sau nó bay ra khỏi hệ thái dương, khỏi hấp lực mặt trời. Lúc đó ta ngoái đầu nhìn lại trái đất (một điểm xanh nhỏ xíu lấp lánh giữa vũ trụ bao la đen kịt) thì những điều ông duy vật nói lại là sự thật. Bởi trong mắt nhìn của ta lúc đó, con người và cục đất là như nhau, cả hai đều vô nghĩa, đều vô trọng lượng, đều không là gì cả. Ta thấy cả hai bình đẳng. Con người không là chủ nhân ông của bất cứ vật gì, không sở hữu cục đất. Ngược lại là đằng khác, con người gặp cục đất phải cung kính chào hỏi (nếu không sẽ bị cục đất ném vào mặt cho phù mỏ). Ta thấy ông Descartes chắp tay sau đít đi tới đi lui trong phòng suy nghĩ mông lung vì cảm thấy thân phận cùng danh giá mình đột nhiên thấp hèn, và ông Nietzsche không phải ra đường phố ôm đầu con ngựa thồ mà khóc rống lên vì thương xót con vật bị con người, chủ nhân ông của nó, hành hạ thân xác đến tả tơi.

Vậy, ông duy tâm đúng hay ông duy vật đúng? Ông Hoàng tự hỏi và ông có cảm tưởng như cả hai đều đúng và cả hai đều sai. Cũng như tất cả các chân lý trên thế gian, không chân lý nào là tuyệt đối. Ngoại trừ cái chết. Ông Hoàng tạm thời kết luận như thế.

Chỉ có cái chết là tuyệt đối, và đời sống trên cái điểm xanh lơ bé xíu đó chỉ có một ý nghĩa duy nhất là chuẩn bị cho cái chết. Ông Hoàng lại suy nghĩ trong lúc né tránh một vài bóng người-ma đang xăm xăm bước tới. Ông Hoàng lúc sống là một nhà văn và ông đã sống hết đời tận tình như một nhà văn. Nhà văn là kẻ "phải lòng" với cuộc sống. Ông Hoàng rất thích định nghĩa này của một nhà văn khác, bạn thân của ông. Ông này mất trước ông vài năm. Vâng, ông Hoàng là người như thế, ông "phải lòng" với cuộc sống và ông không bao giờ ngần ngại lao mình vào cuộc sống với lòng hăm hở của kẻ sắp sửa lên đường. Ông đã chiêm nghiệm đầy đủ hạnh phúc và khổ đau của cuộc sống, nên khi chết ông chẳng có gì tiếc nuối như cái bà có cô cháu gái tên Annie, hay ông đại gia chưa kịp ký cái hợp đồng 50 triệu đô-la. Ông xem cái chết là một phần đời sống, và cái đáng sợ không phải là cái chết, mà là cái gì nóng bỏng trong lòng bỗng dưng có lúc nguội lạnh rồi chết trong lúc mình còn đang sống.

Chỉ sau khi những trải nghiệm sống đã chín muồi, những xúc cảm đã tràn đầy, những suy nghiệm đã viên mãn, lúc đó ông mới viết. Ông viết hết, không e dè, không nhẹ tay chừa lại một chút gì trong ngòi bút, và bởi thế nhiều người bảo ông điên. Vâng, có dạo ông tưởng ông điên thật và ông phải vào nhà thương điên tịnh dưỡng. Nhưng chỉ một thời gian ngắn sau ông biết mình chẳng điên chút nào. Chính những điều người đời bảo ông điên đã là chất liệu tinh ròng không ai có, để ông, với sức sống cuồng nhiệt và sự nhạy cảm, biến thành nghệ thuật. Ông đã sống hết mình, và viết hết mình với tất cả sự chân thật trong lòng.

Nhưng hỡi ôi! Tất cả những điều ông đang suy ngẫm này có thật như vậy không, hay ông vẫn hiện nguyên hình là kẻ ngoa ngôn hư ngụy? Cái chết đáng sợ thật, nhưng cái chết trong lòng người thương yêu còn sống mới đáng sợ bội phần. Hơn một lần ông Hoàng viết như vậy trong các tác phẩm của mình. Mặc dù ý tưởng đó ông chỉ sao chép lại bản chính từ các tác giả đi trước, nhưng bây giờ nghĩ lại ông thấy nó láo khoét quá chừng. Láo! Láo! Láo khoét! Y như ông duy vật mắng ông duy tâm lúc nãy. Ông tự nói với mình và cảm thấy xấu hổ vì đã từng viết những điều chẳng ra gì, toàn những điều trá ngụy và khoa trương một cách ngu xuẩn. Nhà văn là một bọn nói láo, ông đã nói láo về cái chết, bởi ông biết gì về cái chết cơ chứ, và muôn kiếp sau cái chết vẫn là một bí ẩn vô biên.

Bây giờ ông Hoàng cảm thấy sợ hãi, y như ông duy vật với cái thân xác nhỏ xíu thảm thương đang đứng đằng kia run lẩy bẩy. Ông Hoàng không biết sẽ phải ở trong cái phòng đợi này bao lâu nữa. Khi người ta không biết tương lai mình về đâu, người ta sợ hãi. Ông duy vật nói giấc mơ này kéo dài một phần ngàn giây nhưng sao nó dài như vô tận. Có lẽ nó diễn ra trong một phần ngàn giây đối với người sống, còn với người chết thì là thiên thu. Ông Hoàng không nhẫn nại được nữa, có lẽ ông sắp điên thật.

Bỗng ông thấy đám người-ma xung quanh như giãn ra tạo thành những khoảng cách rộng rãi hơn ban nãy. Hay là có sự di chuyển? Hay là có người lên hay xuống cầu thang như ông duy tâm tin tưởng và số người trong phòng thưa dần? Ông Hoàng hoang mang, nhưng ông chưa kịp có nhận thức nào rõ rệt thì không biết từ đâu đã có những bóng người-ma đột ngột hiện lên, ngay tức khắc làm đầy những khoảng cách vừa giãn ra. Ông Hoàng vẫn đứng nguyên vị trí cũ. Một bóng người-ma dáng điệu như một gã du côn đi thật nhanh đến gần ông. Khi giáp mặt, gã hất hàm hỏi:

"Ê, đây là đâu dzậy, cha nội?"

"Phòng đợi chứ còn đâu nữa. Đồ ngu!" Ông Hoàng xẳng giọng trả lời gã, đoạn ông bỏ mặc gã đứng đó, tiếp tục hoán chuyển chỗ đứng với những người-ma xung quanh. Bước đi chậm chạp, từ tốn như đang suy nghĩ điều gì hệ trọng, nhưng thật ra đầu óc ông đang rỗng rãng, trống không.

PHẦN II
Văn • *Tiểu thuyết*

Ký ức của loài bò sát

(Trích đoạn tiểu thuyết *Đường về thủy phủ*)

14.

Mười chín tuổi, tôi trở thành một dân quân du kích. Tôi được phát một khẩu súng và một băng đạn. Tôi cũng được tập bắn súng, nhưng mỗi lần tập chỉ được bắn ba phát vì không có nhiều đạn. Khẩu súng là vật bất ly thân, mặc dù công việc của tôi mỗi ngày là trồng ngô sắn, và đi mua lương thực như thịt cá về cho nhà bếp. Có hôm vào rừng đẵn những thân nứa to về làm lán, mỗi lán có ba, bốn du kích hay bộ đội trú ngụ. Lán của tôi do chính tay tôi cùng với năm anh du kích khác dựng, nên tôi làm kỹ lắm, trước cửa tôi còn trồng mấy bụi hoa rừng màu tim tím dễ thương.

Hình như có một tiểu đoàn bộ đội trú quân trong cánh rừng này, họ không tập trung ở một nơi mà tản mác ra khắp các buôn bản xung quanh. Họ di chuyển luôn luôn để tránh bị phát hiện. Hành tung của họ bí mật đến nỗi mặc dù vào sống chung trong một khu rừng cả năm, sáu tháng rồi mà tôi vẫn không biết họ ở đâu, làm gì mỗi ngày. Tôi nghe các anh du kích khác kháo nhau rằng châm ngôn của họ là "Đi không dấu, nấu không khói, nói không tiếng." Khó nhất trong châm ngôn ba điều này là nấu ăn không tỏa khói. Họ có một phương pháp đào lỗ, khoét rãnh dưới đất làm lò nấu ăn, gọi là bếp Hoàng Cầm, chắc là do một anh nuôi nào đó tên Hoàng Cầm sáng chế. Cái bếp làm rất khéo, phải chọn vị trí theo hướng gió để không phải quạt ở cửa bếp, phủ trên miệng rãnh có những cành cây nhỏ đặt ngang. Công dụng của nó là khói từ củi lửa tỏa ra theo các rãnh, tản mác bay lên không trung thành những làn khói nhẹ rồi mau chóng tan biến chứ không thành cột. Nhờ thế, máy bay thám thính của địch trên cao không biết dưới đất có một đoàn quân đang trú đóng.

Thi thoảng gặp một anh bộ đội nào đó, tôi làm quen, nói chuyện vãn. Trong số, tôi thân nhất với anh Sơn. Anh gốc Nam Định, trước ở Liên khu Tư, Thanh Hóa, không hiểu sao bây giờ lại được biên chế về phục vụ trong tiểu đoàn này ở đây. Tính tình anh khá ấm áp, nét mặt tình cảm. Khi quen nhau lâu hơn, có lần tâm sự với tôi, anh nói người yêu anh ở Nam Định không chờ anh về mà đã lấy chồng khác. Tôi đoán có lẽ vì thế anh đâm ra buồn bã và xin về đây chiến đấu cho vơi bớt nỗi buồn. Nhưng chúng tôi không có thời gian nhiều cho những chuyện tình cảm vu vơ. Nhiều hôm tôi thấy anh vắng mặt cả tháng trời. Hỏi ra mới biết anh vừa trở về sau một vụ "nhổ" đồn Tây. Anh kể tôi nghe về vụ công đồn, giọng anh buồn bã chứ chẳng hào hứng như anh bộ đội hôm ghé lớp học của tôi kể về trận Sông Lô. Anh nói mỗi lần đi "nhổ" đồn Tây, anh lại mất một số bạn, và không biết bao giờ đến phiên anh. Nhưng ngay sau đó anh tự an ủi, "Chiến tranh, đạn tránh mình chứ mình làm sao tránh được đạn. Số mình chết thì sẽ chết thôi."

Tôi chưa được dự một trận đánh nào. Dân quân như tôi chỉ đi theo thu dọn chiến trường chứ ít khi tham gia chiến trận lớn, ngoài những lần đi tuần, phục kích những đám lính Tây đi lẻ tẻ hay dò thám động tĩnh vùng Tây đóng. Cho đến một hôm, anh đội trưởng đội du kích bảo bọn tôi chuẩn bị vũ khí đạn dược sáng sớm mai lên đường. Sáng sớm hôm sau, chúng tôi, hai tiểu đội du kích, mất hơn ba tiếng đồng hồ trèo đèo lội suối mới đến một khu rừng khác rậm rạp hơn. Giữa cánh rừng bạt ngàn, giữa trưa không thấy ánh mặt trời, tôi thấy một ngôi nhà lớn và nhiều lán làm bằng nứa rải rác xung quanh. Trên đường đi vào có nhiều trạm canh được ngụy trang bằng lá cây rừng, người ở trong bất ngờ nhảy xổ ra lúc nào không biết, chặn đường hỏi mật khẩu, súng trường lăm lăm trên tay. Tôi đoán đây là bản doanh của tiểu đoàn. Đến nơi, chúng tôi được lệnh nghỉ ngơi, đem lương khô ra ăn. Tôi ngồi dưới một gốc cây to, vén quần lên bắt hết vắt, đỉa trên ống chân, đùi mới giở món ăn của mình đựng trong một ống tre. Tôi hồi hộp không biết Xụ Phụn Phèn làm món gì cho tôi ăn. Hóa ra là mèn mén.

Biết sáng nay tôi ra trận, cô dậy từ lúc gà chưa gáy để nấu món này cho tôi đem theo, đủ ăn ít nhất ba ngày. Đưa vội ống tre cho tôi nhét vào ba-lô, cô quay mặt chạy đi ngay, không nói một lời, nhưng tôi vẫn kịp thấy hai dòng nước mắt của cô giàn giụa chảy xuống hai bên má. Xụ Phụn Phèn là cô gái H'Mông mới mười lăm tuổi nhưng yêu tôi lắm. Da dẻ cô trắng hồng chứ không đen đủi như nhiều cô H'Mông khác. Khuôn mặt cô trong sáng, đôi mắt nâu, hai làn môi mỏng lúc nào cũng thắm đỏ, và khi cô trút bỏ chiếc áo thổ cẩm màu đen, nằm dài trên thảm cỏ mượt mà bên bờ suối thì trước mắt tôi hiện ra một bông hoa rừng tuyệt đẹp, chờ đợi tôi cúi xuống chiêm ngưỡng và chiếm đoạt. Cô dạy tôi nói tiếng H'Mông, nấu những món ăn của dân tộc cô cho tôi ăn, tôi thích nhất món mèn mén này. Nó được xem là món ăn chính của đồng bào dân tộc vùng Tây Bắc bởi được chế biến từ ngô, một thứ nông phẩm sẵn có, trồng ở miền núi cao dễ hơn là lúa gạo. Mèn mén có thể để dành ăn trong ngày hoặc vài ngày khi đi nương, đi rừng. Làm món ăn này, người phụ nữ dân tộc phải mất khá nhiều thời gian để chế biến cho được mẻ mèn mén vừa dẻo vừa thơm. Tôi vừa ăn vừa nghĩ đến Xụ Phụn Phèn, tôi hình dung cô trong chiếc váy thổ cẩm màu đen, đầu chít khăn, lưng đeo *lù kở*, đang đi trên những con đường mòn dốc thoai thoải giữa một vùng thiên nhiên bao la xanh thẳm. Tôi nhớ cô quá mất thôi.

Chiều chưa xuống mà sương lam đã phủ kín mờ mịt không gian. Đoàn ngựa thồ của toán bộ đội hậu cần vừa về đến nơi, họ khuân xuống những bao tải to tướng. Một chặp sau, mọi người được mời ra ăn tối. Bàn ghế làm bằng những thân cây rừng ghép lại. Mọi người cầm đũa tre, khi ăn, một đầu gắp thức ăn, xong trở đầu đũa và cơm vào miệng. Thức ăn để trên những tàu lá chuối, không có canh, thịt toàn là thịt trâu, và rau củ vài loại. Bát cơm, ai có thì dùng, còn không, phải dùng ca uống nước thay thế. Xung quanh tôi, toàn màu rêu áo trấn thủ, vì khí trời đã rét buốt. Đông lắm, có lẽ cả tiểu đoàn tập kết tại đây trước giờ công đồn. Ăn xong, mọi người ai nấy cầm bát đũa dơ ra suối rửa, con suối nhỏ cách đấy không xa. Có một toán bộ đội đi thu dọn rác rến đem chôn dưới một cái hố lớn. Có cả kẹo lạc và trà nóng đem ra cho mọi người thưởng thức. Buổi tối là giờ học tập, nghe hiệu triệu từ các cấp chỉ huy, và sau cùng là chương trình văn nghệ hát những bài hùng ca. Tất cả chui vào căn nhà lớn, chen chúc nhau ngồi xếp bằng dưới sàn. Học tập và hiệu triệu thì tôi chẳng thấy hứng thú gì mấy, toàn những điều đã nghe cả trăm lần, nhưng chương trình văn nghệ phong phú và hấp dẫn lắm, có cả màn kịch do ban kịch của tiểu đoàn trình diễn. Có sân khấu đàng hoàng, dù chỉ là cái bục cao chưa tới đầu gối. Vở kịch tuyên truyền, kích động lòng căm thù giặc Tây, nhưng diễn viên khá xuất sắc nhất là vai nữ. Trong các bài hùng ca, tôi thích nhất bài Xuất quân của ông Phạm Duy. Chẳng biết lúc này ông đang ở đâu, nghe nói ông đi cùng khắp đất nước hát cho bộ đội nghe, thậm chí Bình Trị Thiên ông cũng đã vào. "*Ngày bao hùng binh tiến lên. Bờ cõi vang lừng câu quyết chiến...*" Nghe cả trăm cái miệng cùng há to hát, có tiếng đàn ghi-ta của hai anh bộ đội thì thùng đệm theo, tôi có cảm giác máu trong người chảy mạnh.

Lúc học tập và nghe hiệu triệu, các đơn vị ngồi riêng ra, nhưng lúc văn nghệ thì mọi người tìm bạn ngồi với nhau, vừa hát vừa vỗ tay đánh nhịp vừa nói chuyện văn rôm rả. Anh Sơn cũng có mặt. Ban chiều tôi nhác trông thấy anh ngoài rừng, nhưng không tiện lại hỏi han. Lúc màn kịch bắt đầu, anh lại chỗ tôi ngồi, rút bao Bastos mời tôi, anh bảo bao thuốc lá là chiến lợi phẩm trong trận "nhổ" đồn Tây cách đây hai tháng. Anh thích nói chuyện với tôi, có lẽ vì thấy tôi chịu khó lắng nghe chuyện người khác. Mộng ước của anh là sau này trở thành nhà văn, nên lúc nào anh cũng giữ một cuốn sổ tay nhỏ trong ba-lô, ngồi đâu là rút sổ ra hí hoáy viết. Những kinh nghiệm sống này sẽ không bao giờ tìm lại được, anh bảo tôi. Chỉ cần sau này viết lại những gì mình trải nghiệm trong cuộc chiến tranh này là đã quá dư thừa cho những tác phẩm hay. Nhưng làm sao viết được những tác phẩm hay? Kinh nghiệm bản thân chỉ cho mình chất liệu tốt chứ chưa chắc giúp mình cho ra đời một tác phẩm hay để đời. Anh bảo tôi. Chỉ có cách đọc những danh tác quốc tế, và muốn thế phải có căn bản ngoại ngữ. Mình đọc họ không phải để xem họ viết cái gì. Cái gì, không quan hệ. Chuyện đời, bản chất con người, đâu đâu cũng như nhau, thời nào cũng vậy. Cái quan trọng là xem họ viết như thế nào. Làm văn là viết như thế nào chứ không phải viết cái gì. Anh còn nói nhiều nữa, tôi chỉ biết gật gù tán đồng. Có vẻ như anh sinh ra để viết văn chứ không phải đánh giặc. Anh bảo tôi văn học Việt Nam mình còn non nớt lắm, nổi đình đám hơn cả là nhóm Tự Lực Văn Đoàn, nhưng trong nhóm chẳng ai có tầm vóc quốc tế, ông Nhất Linh thì viết theo công thức luận đề xã hội, đọc chán phè phè, ông Thạch Lam thì chỉ có cái văn chương đèm đẹp. "Nếu viết văn, tôi sẽ viết như Dostoevsky." Anh nói tiếp. "Minh đã đọc ông nhà văn người Nga này bao giờ chưa? Nếu chưa thì sau này có dịp nên tìm đọc. Văn chương của ông ấy khai thác tâm lý con người đến tột cùng ở bối cảnh chính trị, xã hội của nước Nga vào cuối thế kỷ mười chín, nhưng khi đọc ông, ta không thấy xa lạ..."

"Ông này đúng là dân Nam Định trăm phần trăm." Nghe anh nói tôi nghĩ thầm trong bụng. Dân Nam Định hình như ai cũng là văn sĩ, thi sĩ, và chẳng bao giờ họ xem kẻ khác viết ra cái gì. Nhưng tối nay, trong bầu không khí say sưa phấn khích trước ngày ra trận, anh không bàn luận văn chương với tôi, anh choàng tay qua vai tôi thân mật rù rì chuyện trò, kể nhiều điều thú vị về các nhân vật quan trọng trong tiểu đoàn. Chẳng hạn như ông thiếu tá Lê Lân, chỉ huy trưởng tiểu đoàn.

"Ông này có mối thù không đội trời chung với Pháp vì cha ông ấy bị mật vụ Pháp giết." Anh Sơn bảo tôi.

"Cha ông ấy bị giết trong trường hợp nào, hả anh?" Tôi hỏi lại anh.

"Thì lập hội kín chống Pháp, tổ chức ám sát sĩ quan Pháp ngay Hà Nội, bị mật vụ Pháp ghi tên vào sổ đen truy lùng. Mật vụ Pháp tìm bắt mấy lần không được, vì ông ta trốn lên Yên Bái này. Vợ con ở một nơi bí mật khác. Thế mà Phòng Nhì Pháp truy ra. Chúng nó bắn ông chết ngay trước cửa căn nhà trọ. Sau này có người mách ông bị mật thám Pháp phăng ra vì có Việt gian tố giác nơi ông ẩn nấp. Vì thế ông Lê Lân thù Pháp một, thù tay sai cho Pháp mười."

Chuyện ông Lê Lân chưa hết, anh Sơn lại thì thào vào tai tôi:

"Minh thấy nhóm bộ đội có anh chàng tóc húi cua, răng hô như cải mả ngồi gần sân khấu không? Họ trong toán cảm tử đấy. Có ít nhất một anh ngày mai ôm bom ba càng."

Tôi cũng đang thắc mắc về nhóm bộ đội này. Họ có chừng chục người, ngồi tách biệt hẳn với mọi người xung quanh, ngay cả lúc ăn cơm ngoài mé rừng, suốt buổi không hề thấy họ mở miệng nói với ai câu nào. Họ cũng không vỗ tay hát theo những bài hùng ca. Họ dõi mắt nhìn lên sân khấu với những đôi mắt vô cảm như thể tâm tư họ để mãi đâu đâu. Giữa chính họ, cũng không thấy họ nói chuyện với nhau. Tất cả ngồi im như những pho tượng. Nghe anh Sơn nói, tôi mới biết họ là những chiến sĩ trong đội quyết tử, họ biết ngày mai họ sẽ chết. Tôi thấy mặt mày họ lạnh lẽo đến độ lạ lùng, không hiểu trong đầu họ lúc này đang nghĩ ngợi gì.

Nhưng tôi biết bom ba càng là gì. Tôi từng thấy nó lúc Trung đoàn Thủ đô chặn đánh quân Pháp ở Hà Nội. Nó là một thứ vũ khí chống tăng cảm tử, có dạng hình phễu, bộ phận kích nổ là ba chiếc càng sắt nhú ra từ đầu bom, vì thế người ta gọi nó là bom ba càng. Quả bom được lắp vào một thanh gậy gỗ dài hơn một thước. Chiến sĩ đánh bom ôm thanh gậy với quả bom như cầm giáo lao vào hông tăng địch, bom nổ, lớp thép dày của chiếc tăng bị xuyên thủng, nhưng chiến sĩ cũng tan xác theo.

"Họ có được hưởng ân huệ sau cùng gì trước cái chết ngày mai không, anh?" Tôi hỏi anh Sơn một câu có vẻ hơi ngớ ngẩn.

"Có chứ. Minh đợi tí nữa sẽ biết."

Mãi khuya mọi người mới lục tục đứng dậy ra khỏi ngôi nhà, chui vào lán đi ngủ. Tôi thấy một nhóm phụ nữ ăn mặc như dân quân đến nắm tay các anh cảm tử quân. Mỗi chị nắm tay một anh. Từng cặp, họ chui vào những gian buồng quây bằng nan trông như bồ lúa sát vách sau ngôi nhà. Và tôi hiểu.

15.

Chiều hôm sau mọi người ăn cơm sớm. Quanh bãi đất trống, tôi thấy vũ khí bày la liệt, có cả hai khẩu súng cối 60 ly dựng dưới gốc cây, vài khẩu đại liên, trung liên với những hòm đạn cũ kỹ, các loại súng nhẹ máng trên cành cây hoặc chụm ba lại thành giá súng dưới đất. Cơm nước xong, mọi người lại lục tục kéo vào ngôi nhà lớn. Sân khấu đêm qua bây giờ được di chuyển ra giữa nhà, trên đặt một sa bàn y hệt đồn Pháp. Mọi người vào ngồi xung quanh. Đợi ai nấy yên vị, ông Lê Lân đứng dậy, tay cầm một thanh que dài chỉ lên sa bàn nhắc lại nhiệm vụ của từng đơn vị. Đồn có bao nhiêu sĩ quan chỉ huy, bao nhiêu lính Pháp, bao nhiêu lính Partisan, bao nhiêu lính ta, lính Thổ, bao nhiêu súng nặng nhẹ, bao nhiêu xe, bao nhiêu lương thực, kho đạn để chỗ nào, tinh thần lính trong đồn ra sao, nhất nhất đều đã được nội tuyến báo cáo đầy đủ. Không khí thật trang nghiêm. Tôi nhìn nét mặt mọi người rắn đanh như sắt thép. Lúc này tôi mới có dịp nhìn rõ ông Lê Lân. Người ông tầm thước, khuôn mặt không có gì đặc biệt, nước da tái, hai môi dầy, thâm, nhưng cặp mắt như có tia điện quang chiếu lấp lánh, giọng nói gằn từng tiếng, sắc lạnh, nghe tàn nhẫn.

Trời sâm sẩm tối, mọi người được lệnh lên đường. Bộ đội vũ trang súng ống đạn dược đeo đầy trên người. Đội cảm tử cầm những ống bộc phá nội hóa dài, thang tre và kìm cắt dây thép gai. Tôi cũng khoác súng lên đi theo toán du kích do anh đội trưởng hướng dẫn. Chúng tôi, tay chống gậy tre, đi trong im lặng xuyên qua những cánh rừng thâm u rùng rợn giữa tiếng côn trùng rỉ rả. Đến gần nửa đêm thì có lệnh dừng lại, chia quân thành hai toán, một toán lên công đồn, toán kia bố trí chỗ phục kích viện binh địch. Chiến thuật công đồn đả viện này được các đồng chí Trung quốc dạy kỹ lắm. Tôi đi theo toán quân công đồn, tiếp tục đi nữa. Tiếng súng đại bác của Pháp từ trong đồn bắn đi ầm vang cả núi rừng, nhưng đấy chỉ là tiếng súng cầm canh thường lệ, bắn vu vơ. Đi cả tiếng đồng hồ nữa, tôi được lệnh nằm chờ sau mấy mô đất. Dưới ánh sao trời, tôi lờ mờ trông thấy cái đồn Pháp. Tiếng súng đại bác đã dứt, chỉ còn tiếng đêm của núi rừng yếu ớt, đứt quãng như đang thoi thóp chờ đợi cái gì hung bạo khiếp hãi sắp xảy ra. Không biết bộ đội nấp ở đâu, họ như bóng ma, mới thấy đó đã biến đâu mất tăm. Tôi thấy hồi hộp trong lòng. Chẳng gì khổ sở hơn khi phải chờ đợi ở những giây phút nặng nề nghẹt thở như vầy, nhưng tôi vẫn phải chờ.

Đồn bót là một thất bại lớn trong chiến lược chống Việt Minh lúc bấy giờ của Pháp. Để đương đầu một đoàn quân lúc ẩn lúc hiện như bóng ma, Pháp cho quân mình chường mặt ra trong những đồn bót đặt khắp nơi, phơi bày như những bia tập bắn. Việt Minh nắm thế chủ động. Tuy không đủ quân xa, hoàn toàn không có phi cơ, nhưng họ muốn đi đâu, muốn đánh chỗ nào, lúc nào, tùy ý. Trong khi quân Pháp chết bẹp dí trong những pháo đài chẳng lấy gì làm kiên cố, thường lại không đúng chỗ hoặc không thể giữ được vì vị thế hiểm trở, tiếp tế và cứu viện khó khăn, như cái đồn bộ đội sắp "nhổ" đây. Nó nằm trơ trọi giữa một mỏm đất cao, từ đó dùng ống nhòm có thể dễ dàng quan sát quốc lộ chạy dài bên dưới, nhưng chẳng ai ngu dại vác súng đi ngờ ngờ trên quốc lộ cho bị phát hiện. Các tướng lĩnh Pháp, ông nào ông nấy đầy sao lấp lánh trên cầu vai binh phục – năm sao như Carpentier, Navarre, bốn sao như Valluy, Salan, ba sao như Alessandri, De Linarès – mà sao không nhớ nổi lời dạy của Napoléon: *Les forts sont faits pour être pris!*

Hơi lạnh của núi rừng bây giờ thấm vào người tôi, mặc dù tôi đã thủ chiếc áo dạ bên trong bộ quần áo vải dân quân màu đen bạc phếch. Hình như tôi thiếp đi thì phải. Lạnh thế mà vẫn ngủ được. Tôi chỉ choàng tỉnh khi nghe tiếng súng cối nổ phát đầu tiên và tiếng đạn xé gió rít trên không trung nghe rợn người, và tiếp theo là tiếng súng lớn nhỏ nổ dồn dập liên hồi. Khi hai quả hỏa châu tỏa sáng trước cổng đồn, tôi thấy bộ đội cầm súng vừa bắn vừa chạy lên. Họ dũng cảm lắm, súng bắn xuống như mưa mà vừa nghe tiếng "Xung phong!" là họ cúi rạp người chạy lên, không hề chần chừ. Đội cảm tử đã cắt đứt hàng rào thép gai vừa đủ chỗ cho một người lọt qua, nhưng hai khẩu đại liên từ sau lô cốt và mấy chục họng súng nhỏ khạc lửa ra dữ dội khiến hết lớp xung phong này đến lớp khác lao lên mà vẫn chưa dứt điểm được. Một lúc lâu sau, tiếng súng thưa dần, không thấy bộ đội xung phong nữa, tôi tưởng trận chiến đã kết thúc. Nhưng không. Chỉ mươi phút sau tiếng súng lại nổ giòn, lần này ở phía sau đồn chứ không phải phía trước. Một toán bộ đội cảm tử khác dùng thang tre trèo lên đột kích sau đồn, nơi phòng vệ yếu hơn. Vài bộ đội đã tràn vào sân đồn, hai khẩu đại liên quay mũi, và chỉ đợi có thế, hai anh bộ đội từ phía trước liều chết phóng lên ném tới tấp những ống bộc phá. Bộc phá nội hóa chỉ gây tiếng nổ mạnh chứ ít khi gây tử vong, nhưng đủ làm chấn động nghẹt thở quân địch trong tích tắc, và tại chiến trường một tích tắc là quá đủ cho một tràng đạn từ phía bên kia ghim lên thân xác mình. Lúc đó, hàng rào dây thép gai đã mở toang, chiếc cổng lớn cũng bị trung liên bắn sập, bộ đội túa lên như đàn ong vỡ tổ. Mãi lúc bấy giờ mới nghe anh đội trưởng du kích hô to "Anh em xung phong!" Tôi lồm cồm ngồi dậy ôm súng chạy lên đồn. Xung phong cái quái gì nữa, giống như đang tập trận giả thôi. Xác bộ đội nằm kín lối đi, người chết kẻ bị thương. Vài bó đuốc được đốt lên soi sáng cảnh chiến trường tan hoang, hãi hùng. Đội cứu thương đang làm phận sự. Cả cái đồn bốn, năm chục lính Pháp, lính Việt, lính Thổ, đầu bếp, lao công, không ai sống sót, người buông súng giơ tay đầu hàng cũng bị bắn, kẻ bị thương được bồi một phát ân huệ vào đầu. Không có tù binh.

Cáng tre được đem lên khiêng bộ đội tử trận và bị thương. Tôi thuộc toán này. Nhưng lúc tôi đến nơi, họ đã làm gần xong. Tôi được chỉ định khiêng chiến lợi phẩm gồm súng ống, đạn dược, thuốc men, thực phẩm, và cả thuốc lá. Chạy lục soát các phòng, tôi bỗng thấy mình lọt vào phòng của trưởng đồn, tôi đoán thế, vì phòng có giường nệm và bộ quân phục quan Ba còn vắt trên thành ghế. Đồ vật tung tóe dưới sàn, tôi thấy một khung ảnh. Tôi nhặt lên xem, mặc dù mặt kính đã vỡ, tôi vẫn thấy ảnh một thiếu phụ da trắng bế một cậu bé trai kháu khỉnh. Chắc là vợ con người trưởng đồn. Ông ta không kịp mặc quân phục, cầm súng ra chiến đấu và bây giờ chết bỏ xác ở đây. Vợ ông ta nghĩ gì khi nghe tin chồng mình tử trận ở cái chốn đèo heo hút gió này? Còn thằng con? Nó mất cha từ khi chưa biết nói, tương lai nó sẽ ra sao? Nhưng tôi không có thời gian nghĩ ngợi thêm vì có tiếng người lao xao ở phía trước. Tôi chạy ra, thấy thiếu tá Lê Lân đang đứng trước một xác chết còn mặc đồ ngủ kiểu nhà binh một mảnh liền từ cổ xuống chân bó sát người, chắc là xác người trưởng đồn mà tôi vừa xem ảnh vợ con ông ta. Dưới ánh đuốc, tôi thấy ông ta còn trẻ lắm, chắc không quá ba mươi, râu quai nón và tóc màu hung đỏ. Ông bị một tràng đạn ghim lên ngực, máu ướt thẫm bộ đồ ngủ màu trắng ngà. Đứng cạnh là anh Sơn. Mấy người bộ đội khác đứng vòng ngoài, tay hờm súng trong tư thế tác chiến. Tôi nghe ông Lê Lân quát bảo anh Sơn:

"Đồng chí Sơn! Tôi ra lệnh cho đồng chí cắt đầu thằng Tây này cho tôi. Tại sao đồng chí cãi lệnh tôi, hử?"

"Tôi không quen làm công việc này. Xin đồng chí chỉ định một đồng chí khác." Anh Sơn gượng gạo trả lời.

"Chúng ta không có thời gian. Đồng chí phải làm ngay. Đồng chí mà còn từ chối, tôi sẽ ghép đồng chí vào tội bất tuân lệnh thượng cấp, đồng chí sẽ phải chịu hình phạt kỷ luật."

Anh Sơn miễn cưỡng ngồi thụp xuống bên xác người sĩ quan Pháp. Anh thò tay ra sau định tìm dao nhưng chắc chợt nhớ mình không có dao găm hay con dao lạc đâu mất, anh ngần ngừ trong chốc lát rồi rút lưỡi lê từ đầu khẩu súng trường ra, dùng nó cứa cổ cái xác. Nhưng cái lưỡi lê dài cả nửa thước dùng để đâm, muốn cắt không dễ dàng, anh cứa đi cứa lại mãi mà chỉ có tí máu rướm ra, yết hầu của người trưởng đồn vẫn không đứt. Anh bèn chọc mạnh lưỡi lê vào một bên cổ đoạn dùng sức giật ngược ra. Máu ộc ra thành vũng dưới đất. Anh làm mấy lượt như thế mà cái đầu vẫn không đứt hẳn. Bây giờ dây nhợ lòng thòng đỏ loét, không biết là những thứ gì, từ trong cổ người trưởng đồn theo lưỡi lê xổ tung ra bầy nhầy như lũ giun sán. Loi nhoi lúc nhúc. Anh vẫn kiên nhẫn chọc vào giật ra từng mảnh nhỏ một. Cái cổ người trưởng đồn nát ngướu nhưng nó không chịu đứt lìa vì cột sống vẫn dính liền với đầu. Anh có vẻ lúng túng, chẳng biết phải làm sao. Cuối cùng anh trở ngược báng súng đập cho giập nát chỗ cột sống mới bứt được cái đầu ra khỏi thân mình. Anh túm tóc cái đầu lâu khủng khiếp đưa cho ông Lê Lân. Ông này cầm lên nhìn chòng chọc, mặt ông đanh lại, nhổ một bãi nước bọt vào mặt nó. Đoạn ông ra lệnh cho một anh bộ đội khác cắm nó vào một cây sào tre đem dựng trước cổng đồn. Tôi thấy anh Sơn cầm súng lên lảo đảo đi vài bước rồi ôm ngực nôn thốc nôn tháo. Một lúc lâu sau anh mới định thần lại được và theo đoàn người, hai người khiêng một cái cáng, dò dẫm từng bước đi xuống chân đồi, bỏ lại phía sau cái đồn đang bốc cháy với cái đầu lâu của người trưởng đồn lắc lư trên đầu ngọn sào. Nhìn theo. Những sợi dây lòng thòng từ cái cổ nát, chẳng biết là gì, dây thần kinh, gân, động mạch, tĩnh mạch, đung đưa như lá phướn vẫy chào đoàn chiến binh, hẹn ngày tái ngộ.

Các sợi dây thần kinh trong người tôi hình như đều quá mức chịu đựng, nhưng không hiểu sao tôi đứng đó như trời trồng nhìn cho đến hết cái màn cắt đầu chỉ có thể diễn ra dưới địa ngục. Nó như cơn ác mộng. Không, có lẽ khủng khiếp hơn ác mộng, vì trong ác mộng, tuy ta chẳng trốn vào đâu được nhưng khi tỉnh giấc những hình ảnh đó phai nhạt dần rồi biến mất hẳn khỏi tâm trí. Còn sự thật tôi chứng kiến khiếp đảm hơn ác mộng vì chẳng hiểu sao nó bắt tôi đứng đó thu hết từng chi tiết vào ký ức, và nó vẫn bám chặt tôi, bắt tôi chịu đựng sự hành hạ của nó suốt đời.

16.

Về lại buôn bản sau trận công đồn, ngay chiều hôm sau, tôi ra suối chờ Xụ Phụn Phèn. Tôi biết hằng ngày cô ra nương ngô, lúc về, ra suối tắm rồi mới về nhà. Cô và các bạn của cô. Nơi các cô tắm là một duềnh nước trong vắt. Con suối đổ từ cao xuống đến đây biến thành cái vụng to, cây cỏ um tùm xung quanh che rợp, nhưng tôi biết một chỗ kín đáo rình xem các cô tắm (kinh nghiệm từ ngày theo đám nhãi ranh làng Thụy Khuê xem trộm cô con gái cụ Chánh Phùng Gia Tuyên). Nhưng từ ngày cô và tôi trở thành tình nhân, cô cấm tuyệt tôi không được làm cái trò khỉ ấy nữa. Cô hẹn tôi ở một nơi khác, mãi tận khúc suối trên nguồn cách xa cả cây số, vắng vẻ. Tắm xong, cô về nhà làm cơm bỏ vào ống tre đem ra cho tôi và cô cùng ăn. Tại đây có một cái lán xiêu vẹo bỏ không, tôi sửa sang, dọn dẹp thành căn lều lý tưởng cho hai chúng tôi yêu nhau.

Tôi ngồi chờ một lát thì cô đến. Cô mừng đến chảy nước mắt khi thấy tôi trở về nguyên vẹn. Tôi bảo cô tôi có phải đánh đấm gì đâu mà chẳng nguyên vẹn, tôi chỉ là anh dân quân đi theo dọn dẹp chiến trường, nhưng cô có vẻ khâm phục tôi lắm. Trong mắt cô, chắc tôi là một anh hùng cái thế, đánh đông dẹp bắc, trừ loạn cứu dân. Tôi lục ba-lô lấy ra hai món vật đưa cho cô, một chiếc đồng hồ dạ quang và chiếc xuyến vàng lóng lánh:

"*Kử* nhặt được ở đồn Pháp. Đồng hồ cho *phỉ*, còn cái xuyến cho *kõ*."

Cô trố mắt nhìn hai món vật. Đó là cả một gia tài to lớn đối với cô, tôi nhặt được trong lúc đi lục soát cái đồn Tây, và mặc dù anh Mẫn luôn mồm gọi tôi là thằng mán rừng, nhưng tôi đủ khôn ngoan giấu hai món vật trong ba-lô đem về làm quà cho Phèn. Cô cảm động nhìn tôi âu yếm rồi cởi áo, cầm tay tôi đặt lên ngực mình. Vú cô bé lắm, chỉ nhỉnh hơn quả cau một chút, nhưng đầu vú to, màu hồng. Tôi thích nghịch vú cô. Cô biết thế. Tôi đưa môi hôn cô, tay mân mê đầu vú xinh xắn, ngọt ngào.

17.

Tiểu đoàn của ông Lê Lân đang dưỡng quân và chờ bổ sung quân số. Sau trận công đồn, mặc dù triệt hạ được đồn theo lệnh cấp trên, giết sạch bốn, năm chục lính và sĩ quan đóng trong đồn, nhưng tiểu đoàn ông bị thiệt hại nặng. Gần hai trăm bộ đội chết và bị thương. Không thấy anh Sơn về buôn bản gặp tôi nói chuyện vãn nữa. Không hiểu sau cái màn cắt đầu người ấy, anh còn bình tĩnh viết xuống sổ tay trải nghiệm này để mai sau viết tiểu thuyết không. Tôi được điều sang một đơn vị dân quân khác lên Lào Kai tiếp thu súng ống, đạn dược của Trung quốc. Lúc này bên Trung quốc, Mao Trạch Đông đã đánh đuổi xong quân Tưởng Giới Thạch sang đảo Đài Loan, súng đạn thừa mứa, nên họ viện trợ cho Việt Minh đánh Pháp. Mỗi chuyến đi như vậy thường mất cả hai, ba tháng trời, mặc dù có quân xa chở vũ khí đạn dược. Lý do chậm vì xe chỉ dám chạy ban đêm để tránh máy bay Pháp không tập, và không phải lúc nào cũng ngồi xe. Có những đoạn đường cả đoàn dân quân gần trăm người phải dùng ngựa hay xe đạp thồ, hoặc vác súng trên vai đi phân phối cho các đơn vị chiến đấu ở vùng xa hiểm trở. Tôi đi được hai chuyến, mất hơn năm tháng trời thì có lệnh trở về đơn vị cũ, chờ. Tàu hỏa từ Kôn Minh có trục trặc gì đó, chưa sang biên giới được. Tôi về buôn, định bụng gặp Xụ Phụn Phèn tặng cô cái khăn trùm tóc bằng lụa Tô Châu tôi mua ở chợ Cốc Lếu. Tôi nôn nao, tưởng tượng lúc ôm Xụ Phụn Phèn vào lòng. Gần nửa năm trời xa cách, nhớ lắm, và tôi biết Xụ Phụn Phèn cũng nhớ tôi chẳng kém. Nhưng khi về gần đến thôn bản, linh tính báo cho tôi biết có chuyện chẳng lành, và tôi không thể tin mắt mình khi trước mặt tôi, cả cái buôn bị cháy rụi, không một căn nhà nào còn, không một dấu hiệu nào cho thấy bất cứ một sinh linh nào còn sống, con người cũng như con vật. Tôi bàng hoàng đến tê tái cả người. Chuyện gì xảy ra? Cả một buôn bản, gần ba trăm con người biến đi đâu? Nhà cửa chỉ còn lại những đám tro than bắt đầu nguội lạnh. Tôi kinh hãi chạy như điên dại trên đống tro tàn. Nhà Xụ Phụn Phèn, căn khang trang nhất buôn, nằm lấp lửng trên một triền đồi, có bậc cấp bằng đá xanh đi lên, cột gỗ kê, đòn tay tre, ba gian, hai chái, mái chảy, với hàng cây đào, mận sum suê đằng trước, cũng cháy nham nhở, sụp đổ tan tành, không sao nhận ra được nữa.

Tôi quá đỗi hoang mang như trong ác mộng. Không một bóng người cho tôi hỏi thăm. Tất cả im lặng đến ghê người, chỉ có tiếng u u từ cõi mịt mùng của núi rừng vọng đến cùng tiếng gió đánh vào cành lá kêu xào xạc. Tôi chạy ra bờ suối nơi tôi và Xụ Phụn Phèn thường hẹn hò. Có lẽ mấy hôm nay mưa to trên thượng nguồn nên bây giờ con suối là một cái thác nhỏ, nước bắn tung tóe trên những tảng đá to tròn nằm hỗn độn hai bên bờ. Không có gì khác lạ. Đứng nhìn con suối một lúc lâu, đầu óc trống rỗng, tôi thẫn thờ đi trở lại buôn. "Phải tìm cho ra lẽ chuyện gì đã xảy ra nơi đây. Ai là thủ phạm gây nên thảm cảnh này?" Tôi nhủ lòng như thế.

Ý nghĩ đầu tiên đến với tôi lúc mới nhìn thấy cảnh tượng không thể tin nổi này là Pháp đánh vào thôn bản và đốt sạch nhà cửa vì dân chống cự. Nhưng sau giây phút đầu tiên bất ngờ choáng váng, suy nghĩ lại, tôi thấy điều ấy không hợp lý. Không hề có một dấu hiệu nào cho thấy có giao tranh xảy ra, không một thân cây nào có vết đạn, các lán vẫn nguyên vẹn, chỉ nhà người H'Mông bị đốt cháy rụi. Những quan sát đó khiến tôi càng hoang mang. Chẳng lẽ họ thiêu hủy toàn bộ thôn bản của mình để dời sang một vùng khác làm nương rẫy mới? Không đời nào. Người H'Mông không phải dân du mục, họ làm rẫy, và sống chết bám chặt lấy mảnh đất cũ kỹ của mình. Với những suy nghĩ ấy, tôi lấy lương khô trong ba-lô ra ăn rồi tìm chỗ ngủ.

Thực chất, người H'Mông không quan tâm lắm đến cuộc chiến này. Họ xem đó là chuyện giữa người Kinh và người Pháp, phe nào thắng, phe nào thua, cuộc sống họ không thay đổi. Tuy nhiên, họ không sống yên vì bị lôi kéo vào chiến tranh một cách bất đắc dĩ.

Việt Minh dùng núi rừng nơi họ sinh sống làm an toàn khu, và mặc dù không muốn, họ đành chấp nhận vì không có chọn lựa nào khác. Dĩ nhiên Việt Minh phủ dụ, lôi kéo họ về phe mình chống Pháp, nhưng họ quen tự do xưa nay, họ có một số lề thói, tập tục riêng và cuộc sống họ không bị câu thúc bởi bất cứ luật lệ, nguyên tắc chỉ đạo nào từ bên ngoài. Bởi thế đã có không ít những mâu thuẫn bất mãn xảy ra.

Lúc đó có lẽ tôi không nhận thức được điều này, nhưng một cách mơ hồ, tôi linh cảm những gì tôi chứng kiến không do Pháp gây ra.

Hôm sau tôi mò sang buôn kế cận cách đó chừng hai mươi cây số. Tại đây tôi gặp lại một anh trong đội dân quân du kích, và từ anh ta, tôi biết sự thật. Một sự thật quá đau lòng. Anh dân quân có lẽ chỉ biết đánh vần, thêm tật nói lắp, nhưng từ những điều anh ta kể, tôi có thể chắp nối sự việc xảy ra như sau:

Người trưởng đồn bị cắt đầu là em ruột một ông Đại tá Pháp đang chỉ huy một lữ đoàn Nhảy Dù. Ông ta điên lên vì tức giận khi hay tin em mình bị bêu đầu, ông ta yêu cầu cấp trên cho ông ta toàn quyền xử lý vụ trừng phạt đơn vị Việt Minh đã gây nên "tội ác." Sau khi nhận được chấp lệnh, việc đầu tiên ông ta làm là dùng của cải đút lót các thôn bản quanh vùng để lấy thông tin chỗ trú quân của tiểu đoàn ông Lê Lân. Một người trong thôn bản của Xụ Phụn Phèn tham của hay bất mãn Việt Minh, ra mặt khai hết tình hình của tiểu đoàn, vị trí chỗ trú quân, quân số bộ đội, cho Pháp. Thế là nổ ra một cuộc hành quân truy quét quy mô ba gọng kềm có xe bọc sắt và phi cơ yểm trợ đánh vào an toàn khu. Bị đánh bất ngờ, nhưng nhờ đường dây báo động hữu hiệu và canh gác kỹ lưỡng nên chỉ hơn hai mươi bộ đội bỏ xác lại, và khoảng ba chục người khác bị thương, tiểu đoàn thoát hiểm kịp, trong đó có ông Lê Lân, mở đường máu chạy tuốt về một an toàn khu khác ở Sơn La. Một tháng sau khi quân Pháp rút đi, sự việc người trong thôn bản ra mặt khai với Pháp bay đến tai ông Lê Lân. (Nội tuyến của kháng chiến có mặt hầu như khắp mọi nơi). Thế là, đích thân ông Lê Lân – theo lời anh Sơn, vốn là người ghét tay sai, chỉ điểm cho Pháp hơn cả Pháp – chỉ huy một đại đội về thôn bản, nửa đêm lùa hết dân chúng ra bờ suối. Những người dân H'Mông xưa nay chỉ biết làm nương rẫy, trong tay chỉ có vài cây rìu, vài con dao, làm sao chống cự nổi súng đạn. Có lẽ cũng có vài anh thanh niên liều mình đánh trả, nhưng cuối cùng tất cả già trẻ lớn bé bị lùa hết ra bờ suối. Đêm đó trời mưa như trút nước, anh dân quân kể, con suối bình thường nước chảy lờ đờ, đêm đó biến thành một dòng thác lũ, nước chảy cuồn cuộn. Sau khi bắt mọi người đứng quay lưng nhìn xuống suối, một viên đạn vào sau ót, một cái đạp, xác người đó lập tức biến mất trong làn nước hung hãn. Không phải từng người mà hàng chục người mỗi lượt. Không phải ai cũng lãnh đạn, có kẻ bị bổ rìu vào đầu, óc phọt ra. Trẻ em sơ sinh không bị bắn, cũng không bị rìu bổ, họ nắm cổ chân đứa bé quật vào thân cây to, óc vỡ toang, và tiện đà ném bay cái xác nhỏ xíu xuống suối.

Chỉ một loáng, gần ba trăm con người đã bị xử tử như thế.

"Cháu sợ quá, cậu ạ." Anh dân quân gọi tôi bằng cậu, xưng cháu, chứ không "đồng chí" nữa, mặc dù anh hơn tôi ít nhất cả chục tuổi. Tôi nhìn thấy nét khiếp hãi trong cử chỉ, giọng nói run run, ánh mắt thất thần của anh.

"Rồi sao nữa?" Tôi hỏi anh.

"Họ ra lệnh cho dân quân du kích chúng cháu ở lại mấy hôm sau chờ tạnh mưa đốt hết nhà cửa trong thôn bản. Cả một cái thôn bản không còn một mống."

Tôi thừ người nghe anh kể, tôi không biết suy nghĩ gì nữa. Một sự thật ngoài mức tưởng tượng của tôi. Anh dân quân lại nói tiếp:

"Cháu không hiểu nổi, cậu ạ. Cháu cũng không hiểu một điều nữa là khi bị xử tử, những người H'Mông này, họ không thốt một lời kêu van, tất cả im lặng, cúi đầu chịu chết. Thành thử suốt buổi, cháu không nghe một tiếng động nào ngoài tiếng súng độp độp, tiếng khóc như ri của đám trẻ nít lẫn tiếng suối chảy và tiếng mưa. Lạ lùng lắm cơ… À, suýt tí nữa thì cháu quên, lúc này đầu óc cháu mụ mẫm lắm, chả còn nhớ cái gì nữa."

Anh rút từ trong ba-lô ra một cái túi thổ cẩm nhỏ bằng bàn tay đưa cho tôi.

"Lúc cháu đang đốc suất dân thôn bản di chuyển ra khỏi nhà, bỗng một cô gái chạy lại đưa cho cháu cái này, nhờ cháu đưa lại cho cậu. Cô ấy nói tiếng Kinh mình sõi lắm và gọi đích danh cậu. Cháu bảo cô ấy cứ an tâm, 'Tôi hứa sẽ làm tròn lời cô dặn.' Thế rồi cô ấy lầm lũi đi theo đoàn người ra bờ suối."

Tôi cầm cái túi thổ cẩm nhỏ. Tôi biết vật gì bên trong. Tôi cũng biết từ nay, nó là món vật duy nhất còn lại cho tôi liên tưởng đến hình ảnh Xụ Phụn Phèn.

"Đơn vị mình tan rã cả rồi, anh định làm gì bây giờ?" Tôi hỏi anh dân quân.

"Cháu định về lại nhà cháu ở Nghĩa Lộ, chứ cháu sợ lắm..."

"Anh phải báo cáo lên đơn vị rồi chờ quyết định, nếu không, họ sẽ xử bắn anh về tội bỏ ngũ."

"Vâng, cháu biết... Nhưng cháu không sống ở đây được nữa. Về Nghĩa Lộ cháu sẽ tìm đường trốn sang Lào, cậu ạ. Gia đình cháu có mấy người trốn sang Lào từ trước kháng chiến. Sang đấy, may ra cháu tìm được đất sống. Cháu bị bắt vào dân quân, chứ cháu nào có muốn cầm súng đánh giặc như thế này."

Tôi chia tay anh dân quân, chúc anh may mắn. Tôi không biết mình sẽ đi đâu, nhưng tôi phải ra khỏi vùng núi rừng này. Nó kinh khiếp quá đỗi. Con suối trước kia xinh đẹp thơ mộng dường nào, bây giờ là suối máu. Đoạn tôi nghĩ giá mình không bị điều đi tải vũ khí suốt mấy tháng vừa qua thì chắc cũng bị bắt vào đội dân quân đi đốt nhà Xụ Phụn Phèn, và biết đâu tôi phải chứng kiến cái chết của cô. Càng nghĩ tôi càng kinh hãi, thế rồi tôi băng rừng, cứ nhắm bừa phía trước mà đi, vừa đi vừa gọi tên Xụ Phụn Phèn. Ôi, cô gái H'Mông xinh đẹp! Tình yêu của cô cho tôi, nó hoang dại như núi rừng này, nhưng nó say đắm và tinh tuyền như tình yêu của loài muông thú. Nhờ nó, muông thú tìm đến nhau, trái đất này còn tồn tại. Nó giữ cho trái đất khỏi nổ tung. Nhưng nó bị người ta lấy mất của tôi, bởi người ta đang có một âm mưu kinh khiếp là toa rập nhau phá vỡ trái đất ra thành nhiều mảnh vụn, không cách gì hàn gắn lại được.

Dưới những gốc nho biển

(Trích đoạn tiểu thuyết *Đường về thủy phủ*)

10.

Gần đây cô cũng hay nghĩ về người chồng xấu số. Đúng ra cô thấy anh trong những giấc mơ. Cô thấy anh và cô đi dạo những nơi chốn thơ mộng của vùng đất cố đô nơi cô sinh ra và lớn lên. Những giấc mơ lạ, bởi cô gặp anh và kết hôn với anh khi cô đã vào Nam. Anh là người miền Nam và không hề ra thăm miền đất cố hương cô bao giờ. Nhưng trong giấc mơ cô thấy cô và anh thật rõ, khi thì ngồi bên nhau trong ngôi nhà rường cổ của ba mạ cô ở khu Gia Hội, khi thì thơ thẩn bên bờ sông Hương gần ngôi trường Trung học thân yêu của cô, khi thì đứng dưới bóng mát ngôi nhà thờ uy nghiêm sừng sững trên một ngọn đồi.

Suốt tuổi ấu thơ và thời thanh xuân, cô chỉ biết chiến tranh qua báo chí, truyền thanh, truyền hình, hay chuyện kể từ những người thân quen. Hoặc đôi khi những đoàn công-voa nhà binh chạy rầm rập ngoài đường phố khiến cô và các cô nữ sinh khác, bạn cô, phải vội vã nép xe đạp vào lề đường né tránh. Vào những đêm thanh vắng, cô nghe tiếng đại bác cầm canh từ xa vọng về thành phố, rì rầm như tiếng sấm động. Nhưng đời sống trong thành phố lặng lẽ trôi qua, thi thoảng bị khuấy động bởi vài biến cố chính trị nhưng khói lửa chiến tranh thì cô chưa chứng kiến bao giờ. Cô chưa hề thấy cảnh súng đạn giết chóc cho đến đêm mùng Năm Tết năm đó, nó ập đến ngưỡng cửa nhà cô như một cơn lốc. Nó là cơn ác mộng kinh hoàng.

Đêm mùng Năm Tết, cha cô bị một toán sáu bảy người lạ mặt súng ống đầy người phá cửa xông vào nhà bắt dẫn đi. Nói tất cả là lạ mặt không đúng. Cô nhận ra tên trẻ. Nó là tên học trò từng lẽo đẽo đi theo cô sau giờ tan học cả năm trời để tìm cách làm quen. Nó học ở trường gần trường cô, nhưng hai năm cuối nó bỏ học, biến mất khỏi thành phố. Không ai biết nó đi đâu. Trước đó nó có mặt ở hàng đầu trong gần như tất cả các cuộc biểu tình tranh đấu chống chính quyền hay đêm không ngủ của thanh niên sinh viên dạo đó, nó cũng tham dự một cách hăng hái vào vụ đốt Phòng Thông tin Mỹ. Bạn bè cô kháo nhau bảo nó "nhảy núi" rồi. Cô chẳng quan tâm, chỉ thấy nhẹ người vì không bị nó bám đuôi mỗi ngày nữa.

Thấy tên trai trẻ trong đám người vào bắt cha cô, tuy bất ngờ, nhưng cô chợt hiểu ra nguyên cớ. Hơn một lần nó đến nhà tìm cách lân la gặp cô nhưng bị cha cô chửi mắng thậm tệ, đuổi đi. Hiển nhiên đây là một vụ trả thù. Trả thù khi có súng đạn trong tay, trả thù một cách hèn hạ. Có những kẻ hèn hạ như thế trên trần gian, và cha cô chỉ là nạn nhân, nạn nhân của lòng đê hèn đến bẩn thỉu của con người. Lúc đó cô còn quá trẻ để hiểu như thế.

Cha cô chỉ là một công chức bình thường làm việc trong tòa Đại biểu Chính phủ. Trước khi bị dẫn đi, ông còn bình tĩnh ôn tồn bảo mẹ con cô, lúc đó đang níu vào nhau run rẩy, mặt mày tái mét, "Ba chắc không sao đâu, mẹ con ở nhà yên tâm, ba sẽ tìm cách báo tin về nhà. Đây chỉ là một sự lầm lẫn." Họ bắt ông đi nhanh lắm, mẹ cô không kịp sửa soạn gì cho ông, chỉ choàng vội vào cổ ông chiếc phu-la màu huyết dụ vì ông có chứng ho khan mỗi khi trời trở lạnh. Đó là lần cuối cùng cô thấy cha cô. Vài ngày sau đó, hai mẹ con cô phải bỏ nhà dắt díu nhau tản cư về làng tá túc trong nhà một người quen vì giao tranh trở nên khốc liệt khi quân đội chính phủ mở nhiều mũi dùi tấn công vào để chiếm lại thành phố. Hơn tháng sau, khi tình hình tạm yên, quân Cộng sản rút lui, thành phố bắt đầu hồi sinh trở lại, mẹ con mới dám quay lại ngôi nhà, thì hỡi ôi, nó chỉ còn là một đống gạch gỗ ngổn ngang, cháy nham nhở. Ngôi nhà rường hơn một trăm năm chẳng còn gì ngoại trừ chái bếp không bị sập vì được xây lại bằng bê-tông gần đây. Mẹ con giăng vài tấm bạt che chắn chái bếp rồi rúc vào đó ở tạm.

Chiến tranh đến với nhà cô như một cơn gió lốc, nó cuốn đi tất cả. Tất cả mộng mơ thời tuổi trẻ, cô chẳng giữ được hình ảnh nào, cô lao đầu vào cuộc sống mới với một tâm trạng khủng hoảng, tan nát. Cô không biết ngày mai sẽ ra sao, chỉ biết làm bất cứ cái gì để sống sót cho hết ngày hôm nay, hết đêm nay.

Việc đầu tiên mẹ cô làm khi về lại thành phố là đi nghe ngóng tin tức về cha cô. Bà lên chỗ ông làm việc, tiểu khu, trường học, chùa, nhà thờ, thậm chí đồn Mang Cá, gặp ai bà cũng hỏi có thấy nhà tôi đâu không, và ai cũng lắc đầu nhìn bà ái ngại. Hơn ba tháng trôi qua vẫn không thấy ông trở về, bà vật vã đêm ngày đến mụ mẫm cả người, và khi nghe tin có những hố chôn người trong thành phố thì bà trở nên như điên dại. Nghe tin nơi nào người ta khai quật được những xác người, bà đều tất tả chạy đến hỏi han, lục lọi, tìm kiếm.

Thật ra cả thành phố như lên cơn điên loạn vì người ta tìm ra những hố chôn người càng lúc càng nhiều. Thoạt tiên là những hố ngay trường Trung học Gia Hội gần nhà, và chùa Tăng Quang, Cồn Hến, Bãi Dâu ngay bên sông Hương, rồi tại các lăng tẩm như lăng Tự Đức, lăng Minh Mạng, lăng Đồng Khánh, lăng Gia Long, cũng có cả trăm xác chết được phát hiện. Những cảnh tượng vô cùng khiếp hãi chỉ thấy trong phim kinh dị hiện ra trước mắt bà. Người ta mặc áo sô trắng, đầu chít khăn tang, đứng bu quanh những xác người thối rữa bên trong những bao ny lông màu đen hay những hòm gỗ nhỏ, mùi hôi thối không bút mực nào tả xiết, tiếng khóc gào thảm thiết vang động cả một góc trời. Người nhận được xác chồng, cha, anh, em, vợ, con, khóc đã đành, những người không tìm ra xác người thân như bà cũng khóc. Bà khóc to lắm, lạc cả giọng, như thể bà mong ông nghe được tiếng khóc của bà mà bảo bà đến nhận xác.

Gần như ngày nào bà cũng cắp nón ra đường thất thểu đi khắp nơi tìm kiếm, dò hỏi. Cô khuyên bà nên bình tĩnh lại, đừng quá sức kẻo quỵ xuống ngã gục không kịp cứu thì bà gắt gỏng lại với cô: "Ba mi túi mô cũng về báo mộng cho tau đi tìm xác. Tau mô có ngồi yên được." Không biết bà có thực hằng đêm thấy ba cô hiện về trong giấc mơ không, nhưng nghe vậy cô thấy đau xót trong lòng cho mẹ và chỉ biết im lặng.

Không biết xác người ở đâu ra mà nhiều thế, có những xác mới chết còn nguyên vẹn thịt da dù đã mưng xanh, lở lói, nhưng cũng có những xác là bộ xương đã ố vàng. Cuốn phim kinh dị toàn ác mộng ấy tuần tự trôi qua trước mắt bà. Nhưng bà không bỏ cuộc cho đến một hôm, gần mười tháng sau khi về lại thành phố, bà nghe ở bên Phú Xuân gần đầm Hà Trung có một hố chôn lớn lắm, dễ thường đến mấy trăm cái xác. Vì Phú Xuân khá xa thành phố nên bà phải đem theo cơm vắt muối mè thuê xe đi từ sáng sớm. Băng qua những thửa ruộng còn chìm ngập trong biển nước mênh mông, bà thấy mấy đụn cát nổi lên từ xa. Chưa đến nơi bà đã nghe tiếng người khóc than ầm ỹ rồi. Một đám người lố nhố đứng ngồi trước một cái hố dài rộng có năm người mặc quần áo lính và ba người phu đào huyệt tay cầm xẻng đang đào bới dưới nắng trưa gay gắt. Xa xa hai ba người lính cầm súng trường đứng canh gác bên cạnh một chiếc GMC đang đậu. Cái hố không sâu lắm, trông nó như một giao thông hào chiến đấu. Đất vùng này phần nhiều là cát nên việc đào xới không khó khăn, nhưng các người lính đã phải khá vất vả khiêng các bộ xương lên. Mỗi lần một bộ xương được moi lên, hai người lính túm lấy áo quần của người xấu số khiêng lên đặt trên mô đất cạnh hố. Có bộ xương không có áo quần, hai người phải nhẹ tay lắm và thường phải cầm từng khúc một đem lên chất thành ụ trên mô đất để không lẫn lộn với xương người khác. Mỗi ụ như thế, xương sọ vẫn dính vào cột sống nằm ngay ngắn, nhưng bên dưới là một đống xương lộn xộn, xương bàn chân có thể nằm ở ngực cạnh xương sườn, xương cánh tay có thể nằm bắt chéo với xương ống chân. Ba người lính khác làm công việc nhận dạng xác chết nhờ vào giấy tờ tùy thân may mắn còn lại, hoặc có thể có người thân nhận ra bộ áo quần của kẻ xấu số. Mỗi lần có người nhận ra xác người nhà, tiếng khóc than lại nổi lên như cơn gió hú giữa trận bão tơi bời.

Trời nóng như đổ lửa, bà ngồi bệt dưới đất, chờ đợi.

Xế chiều, nhiều người tìm được xác người thân đã ra về, trong lòng họ hẳn đớn đau vô hạn nhưng còn chút an ủi là tìm được đống xương đem về làm lễ tống táng. Bà mẹ cô vẫn ngồi đó với chừng mươi người cuối cùng. Họ cũng thấp thỏm chờ đợi như bà. Ba người phu vẫn ra sức đào xới, họ mệt mỏi lắm rồi vì làm việc từ tờ mờ sáng vẫn chưa moi lên hết xác người. Đất cát màu thổ hoàng bây giờ ướt nhẹp như bùn vì nước dưới sâu lõng bõng sau những cơn mưa dai dẳng suốt mùa đông. Nhưng kìa, bà trông thấy hai người lính khiêng lên một cái xác trên ngực có chiếc khăn phu-la. Tim bà đập thình thịch. Chẳng lẽ sau mười tháng trời bà tìm thấy ông? Bà chạy vội lại. Đúng rồi, đúng là ông. Bộ quần áo này bà còn lạ gì, bà giặt cho ông mỗi tuần, giặt xong bà còn là phẳng phiu trước khi treo vào tủ để sáng hôm sau ông mặc đi làm. Nó là bộ quần áo ông ưa thích vì nó vừa gọn với thân hình gầy còm của ông. Và cái phu-la, nó đã thấm đất cát và nước bùn dơ suốt mười tháng nên màu huyết dụ ấm áp không còn nữa, nhưng bà không thể không nhận ra nó vì chính bà đã mua tặng ông hôm sinh nhật thứ 50 của ông, và chính tay bà quàng vội lên cổ ông lúc ông bị đám người lạ trói thúc ké bắt dẫn đi hôm tối mùng Năm Tết.

Bà bảo hai người lính lúc họ đặt cái xác xuống mô đất:

"Đây là chồng tui. Cảm ơn hai chú."

Bà không khóc được, có lẽ nước mắt bà đã cạn. Cũng có thể sự mệt mỏi thể xác lẫn tinh thần sau mười tháng trời tìm kiếm trong vô vọng khiến trí óc bà tê cứng, mê muội, không khóc nổi nữa. Nhưng, trời ơi, sao thế này? Bà hoảng vía, chết lặng một lúc lâu mới quay sang hỏi một trong hai người lính:

"Chú ni ơi… Còn cái đầu mô?... Răng không thấy cái đầu?..."

Người lính nhìn cái xác đoạn nhìn lại bà, ánh mắt đầy vẻ thương xót, ái ngại. Một lúc lâu sau anh ta mới thốt được:

"Nói thím đừng buồn… Chắc là bị chặt đầu… Tụi tui thấy nhiều lắm."

Bà rụng rời, không thể tin được lời người lính. Anh ta bảo bà chờ. Đoạn hai người tiếp tục đi khiêng xác lên. Bà ngồi bệt xuống đất bên cạnh bộ xương không đầu của người chồng rồi không hiểu sao bà gào lên chửi rủa với những lời lẽ có lẽ nghe thấu tận trời xanh. Bà chửi hết, không chừa một ai trên cõi đời này, từ kẻ nào đó chẳng ai biết trong ngôi làng nghèo khổ ngoài Quảng Trị nơi bà sinh ra cho đến Hồ Chí Minh, Ngô Đình Diệm, Ngô Đình Cẩn, Nguyễn Văn Thiệu, Nguyễn Cao Kỳ, nhớ người nào bà chửi người nấy, chửi hết người bà chửi đến Chúa, Phật, thần thánh. Bà chửi rất to khiến vài người phải ngừng khóc để nghe bà. Tiếng chửi của bà nghe thê thiết như tiếng tru của con thú bị thương, chứ không phải lời nguyền rủa. Nó làm mềm lòng kẻ gan lì, chai đá nhất. Nhưng nếu có ai ngồi gần đó nghe bà chửi và hiểu ra tiếng chửi thì không thể nín cười được, bởi bà chửi như sau: "Cao tằng tổ tỷ, cao tằng tổ khảo, cố tổ gia tông cả ông, cả bà, cả cha, cả mẹ, chú bác, anh em, họ nội, họ ngoại, xa gần ân ái, họ gái họ trai, dưới âm phủ đội mũ mà lên, trên thiên đàng xếp hàng mà đi xuống, bay hãy vén mái tai, gài mái tóc đặng chống tai lên cho rõ, chống cửa ngõ cho cao, chặt hàng rào cho thấp để mà nghe tau chửi đây nì. Tau chửi cho tan nát tông môn họ hàng cái quân khốn kiếp, cái quân vô hậu đã giết chết chồng tau. Mụ cô bay. Bay là lũ ác nhơn ác nghiệp. Bay là cái quân ăn chó cả lông, ăn hồng cả hột. Cái quân không sợ trời đánh thánh đâm... Mụ cô bay… Mụ cô bay… Mụ cô bay…"

Ba tiếng "Mụ cô bay" cứ thế tuôn ra đều đều như tiếng láy rền của điệu nhạc cáo chung kỷ nguyên văn minh loài người. Tiếng chửi của bà thật ra là tiếng khóc uất nghẹn của một kẻ chân chất, khờ khạo nhưng hiền lương bị lâm vào cảnh khốn cùng.

Chửi một lúc lâu, hình như thấm mệt, bà ngã vật xuống đất, vặn vẹo thân hình, rồi cuối cùng nằm im co quắp, nhưng miệng vẫn lầu bầu cái gì đó. Hình ảnh người đàn bà trong chiếc áo dài màu nâu cánh gián lem luốc đất cát bẩn thỉu, đầu tóc rối bù, nằm co quắp giữa một đống xương người có lẽ chỉ tìm thấy ở hai nơi: địa ngục và mảnh đất khốn khổ này. Chiếc nón lá nằm lăn lóc bên cạnh bị gió thổi bay là là, đến bờ miệng hố chôn xác người nó đậu lại, rồi một cơn gió nữa thổi tốc cuốn nó rơi xuống hố.

Bà nằm đó lâu lắm. Mặt trời đã ngả bóng. Ba người phu và năm anh lính đã ngưng tay. Mặt đất bây giờ không còn ai, ngoại trừ bốn năm chục bộ xương người không ai nhận vẫn nằm chỏng chơ song song bên nhau như thi gan cùng trời đất. Hai anh lính đem đến cho bà một đống mấy chục cái sọ người. Anh lính nói chuyện với bà lúc nãy lay bà dậy, bảo:

"Thím nì, thím ngồi dậy coi cái xương sọ nào là của chồng thím. Tụi tui được ông thầy quân y dạy là coi hàm răng thì có thể biết được. Thím có nhớ hàm răng chồng thím có gì đặc biệt không?"

Bà chống tay ngồi dậy, mím môi hít một hơi thở thật sâu vào phổi rồi cầm lên cái đầu lâu thứ nhất. Bà biết chứ. Bà biết hàm răng của ông có cái gì đặc biệt chứ. Vợ chồng ăn ở với nhau mấy chục năm trời mà không biết hàm răng của nhau có cái gì đặc biệt thì không phải vợ chồng. Bà dám tự hào bà là người đàn bà biết tính ý chồng hơn ai hết. Ông nghĩ gì, muốn gì, bà đều biết, và bà luôn luôn chiều chuộng ông. Bà lúc nào cũng lo cho ông từng cái ăn, cái mặc. Những lúc trái gió trở trời, ông đau mình nhức mẩy, bà một mình lo cạo gió cho ông, nấu cháo ông ăn, chạy qua bên kia phố lấy hai thang thuốc từ tiệm thuốc Bắc của chú Pháy rồi đem về hãm nửa ngày trong chiếc nồi đất với lửa củi riu riu thành một thứ nước đen như mực xạ bưng lên cho ông uống. Bao năm trời bà yêu thương, săn sóc ông. Cơ thể ông có cái gì đặc biệt, bà biết hết, biết rõ từng sợi lông, sợi tóc, huống chi hàm răng của ông. Cái chú lính này hỏi bà một câu thực vô duyên.

Bà ngồi xổm, hai tay bưng cái sọ người, ngắm nghía thật kỹ hàm răng trắng nhởn. Người sống, mỗi người một khuôn mặt, không ai giống ai, nhưng khi chết rồi, không sao phân biệt được xương sọ người này với người kia, cái nào cũng y hệt như nhau. Hai hốc mắt sâu hoắm của cái sọ người chĩa thẳng thật sát vào mắt bà như thôi miên. Cái miệng nhe ra. Với những hàm răng vẩu, bà để nó sang một bên, không cần xem kỹ, răng chồng bà đều và đẹp, không vẩu cũng không móm. Chỉ với những hàm răng đẹp bà mới mất thời gian xem xét kỹ lưỡng. Có cái bị đất cát bịt kín, bà phải thò hai ngón tay vào móc. Móc mãi mới sạch. Một hai con giun đất to tướng da láng bóng từ đó theo ngón tay bà bò ra. Trong những con côn trùng, bà sợ nhất giun. Thuở còn là cô gái sinh sống trong làng, những lúc cuốc đất trồng khoai, thấy giun là bà ném cuốc bỏ chạy. Vậy mà bây giờ bà chẳng thấy kinh hãi chút nào, bà bình thản túm lấy nó ném xuống đất rồi tiếp tục thò tay vào bới móc. Hai hốc mắt của cái xương sọ vẫn chằm chằm nhìn bà như thể cảm ơn bà đã giải phóng nó khỏi cảnh bị giun ăn hết óc.

Xem đến cái đầu lâu thứ mười tám thì bà biết chắc đây là đầu chồng bà.

Đường về thủy phủ

(Trích đoạn tiểu thuyết *Đường về thủy phủ*)

1.

Tôi thù gã nhà văn khôn tả. Tôi thù gã đến độ tôi muốn giết chết gã. Tôi ao ước có một mũi dao nhọn sắc lẻm cho tôi ấn sâu vào ngực gã với động tác êm nhẹ, từ tốn để trái tim gã khi bị mũi dao đâm thủng vẫn không hay biết đang bị đâm mà tiếp tục hân hoan đập những nhịp đập hối hả như thể sợ ngày mai không còn được đập. Tôi thấy khuôn mặt tôi đanh lại, tiếng nói tôi nhỏ nhẹ như thì thầm với trái tim gã. Tim ơi, sau phút giây này mi sẽ vĩnh viễn nằm im trong cái lồng ngực thâm u mông muội ấy và ngàn đời mi chẳng bao giờ nhìn thấy ánh sáng của trí huệ. Mi sẽ nằm mãi trong cái ngục tối ấy cho đến khi vũ trụ này tan biến trở về cõi huyền tẫn mịt mù, như thuở hồng hoang khi vạn vật mới chỉ là khối cát bụi hỗn huyễn, ngu ngơ. Mi sẽ không còn khả năng nhân danh những điều diệu kỳ, cao đẹp hay bất cứ cái gì để thỏa mãn lòng tham đê hèn vô độ của mi. Sẽ không có luân hồi cho mi, sẽ không có kiếp nào cho mi nữa, mi sẽ không bao giờ đầu thai lên cõi trần làm bất cứ sinh vật gì. Mi sẽ đời đời kiếp kiếp nằm sâu trong ngục tối của cõi a tỳ để ăn năn sám hối về những gì mi đã gây cho ta.

Nhưng tôi chẳng thể nào giết chết gã nhà văn bằng mũi dao nhọn như thế được, bởi tôi chỉ là người con gái chân yếu tay mềm, và quan trọng hơn, giết gã như thế, máu từ vết thương trên người gã sẽ bắn vọt ra làm ô uế tấm áo tơ lụa màu trắng tinh khiết trên người tôi. Và bởi tôi chỉ là ảo ảnh. Tôi chỉ hiện hữu trong thần trí tưởng tượng của gã, một thần trí tưởng tượng chẳng liên quan gì đến suy nghĩ trong đầu óc tôi lúc này. Tôi thù gã chỉ vì gã đã ném tôi ra ngoài thế gian như ném một món đồ phế thải.

Đã đến giờ ăn tối, từ hành lang tiếng chuông báo hiệu ré lên như xoáy óc kéo tôi về thực tại, tôi đang ở trong tù và trên người tôi là chiếc áo tù bằng vải thô nhám màu xám xỉn chứ không phải chiếc áo lụa trắng cố hữu tôi mặc từ ngày gã cho tôi ra đời. Tôi vào đây hơn sáu tháng rồi. Có những điều tôi chẳng nên nói về đời sống tù, bởi nó nằm ngoài mọi tưởng tượng của tôi. Nhưng thật ra cái bẩn thỉu, xấu xí trong này chỉ là sự nén ép đậm đặc đến tối đa cái bẩn thỉu, xấu xí ngoài kia thôi. Nơi nào cũng là nhà tù. Tôi chẳng có chọn lựa nào khác một khi tôi bị ném ra ngoài thế gian.

Cửa xà-lim xịch mở, tôi nhổm dậy thò đầu ra ngoài. Hình như tất cả các cái đầu đều không hẹn thò ra cùng lúc. Tù nhân lũ lượt theo nhau đi về phía phòng ăn, tiếng cười, tiếng nói chuyện râm ran. Toàn nữ tù bởi trại này là nơi giam giữ phụ nữ phạm tội hình. Trước đây họ là những người con gái với tất cả những ước mơ đẹp đẽ. Cũng có thể họ là những bà mẹ đảm đang thương chồng, thương con. Nhưng rồi chuyện gì xảy ra và họ bị lùa vào đây sống như bầy súc vật. Tôi nói thế bởi lý do giản dị là bản năng súc vật của họ không thể không chui ra từ đáy sâu bản ngã họ, gầm gào múa nanh vuốt để sinh tồn trong vũng bùn nhầy nhụa hôi tanh này. Họ chẳng từng là con người đấy ư? Nhưng một khi biến thành súc vật rồi, linh hồn họ còn không? Họ còn cơ hội quay trở lại làm người không? Hay cuộc sống vẫn mãi thản nhiên trôi chảy? Quả thật tôi không tin tưởng gì vào sự tốt lành của cuộc sống và sự hiện hữu của tôi nơi đây, trên thế gian này, hoàn toàn không do chủ ý của tôi.

Tôi ra nhập bọn tù, cúi gằm đầu vừa đi vừa nhìn mũi đôi giày vải dưới ống quần vải rộng rung rinh theo nhịp chân mình. Bỗng nhiên tôi có cảm giác có ai khều nhẹ vai tôi. Tôi quay lại nhận ra con nhỏ tù da trắng mặt đầy tàn nhang. Nó vào đây với cái án hai năm như tôi chỉ vì tội ăn cắp vặt. Nó thì thầm vào tai tôi:

"Mày cẩn thận, đêm nay chúng nó định làm thịt mày đấy."

Tôi biết chúng nó ở đây là ai và định giở trò gì với tôi. Tôi gật đầu cám ơn con nhỏ rồi tiếp tục lầm lũi đi về phía phòng ăn. Con nhỏ đã bị chúng làm thịt và bây giờ đến phiên tôi. Đấy là quy luật của cuộc sống, tôi phải tập tính chai lì thôi bởi tôi không có cách nào thoát ra khỏi cuộc sống ấy, một cuộc sống tôi kinh tởm đến cực độ. Càng nghĩ tôi càng thù ghét gã nhà văn.

2.

Công bằng mà nói, thời gian đầu hiện hữu trong cuộc sống này, đôi lúc tôi có cảm thấy hạnh phúc. Gã nhà văn làm nghề dạy học, mặc dù gã ghét cay ghét đắng cái nghề đó. Buổi tối gã đưa tôi đi ăn tại những nhà hàng đắt tiền rồi về nhà làm tình với tôi. Thời gian gần đây gã lôi tôi đi khắp nơi, mỗi nơi chỉ ở dăm ba bữa rồi lại leo lên xe tiếp tục rong ruổi trên những con đường vắng vẻ, sâu hun hút. Có những con đường với hai hàng cây cổ thụ san sát nhau đan thành cái vòm trên cao trông như họng một con quái thú đang nuốt chửng chúng tôi vào. Tôi hỏi gã mình đang đi đâu nhưng bao giờ gã cũng ném sang tôi câu trả lời chẳng hợp tình hợp lý chút nào. Ngồi sau tay lái chiếc xe *jeep* cũ kỹ nhưng nhiều mã lực, mặt gã lầm lì trông dễ sợ, lâu lâu gã liếc sang tôi như canh chừng xem tôi có hành vi đáng nghi ngờ nào không như mở tung cửa xe rồi buông người rơi xuống vực sâu trong lúc chiếc xe đang bám đường đèo với tốc độ cao đáng sợ. Nhưng cũng có lúc xe chạy đều đều trên một đoạn đường thẳng tắp, gã đưa bàn tay phải sang đặt lên đùi tôi bóp nhẹ. Mấy lần tôi hất tay gã ra nhưng gã trơ trẽn lắm và cuối cùng tôi đành chịu thua để hắn mặc tình xoa bóp đùi mình. Chạy mãi cũng chán, gã bảo tôi như ra lệnh:

"Tối nay mình ngủ đêm ở đây."

Gã dừng xe trước một cái khách sạn khá đẹp nằm trông ra biển. À, thì ra chúng tôi vừa vượt một cánh rừng phong bát ngát và đã ra đến bờ biển. Hoàng hôn đang xuống dần. Vài con hải âu và cả bồ nông biển bay là là trên mặt nước kiếm mồi. Một đàn vịt trời trên chục con líu ríu dắt díu nhau trên bãi cát nâu, vừa đi lạch bạch vừa ve vẩy những chiếc đuôi ngắn ngủn như vẫy chào tôi. Tôi quấn mảnh khăn lụa che mái tóc rồi bước ra ghềnh đá đen đúa sát gần mực nước. Sóng biển vỗ tung tóe vào ghềnh đá dưới chân tôi. Đang là mùa hè nhưng gió biển vẫn lạnh căm. Tôi không biết đây là đoạn biển nào, ở đâu, chỉ biết phong cảnh xung quanh trông hoang sơ, vắng vẻ lắm. Bên cạnh cái khách sạn không quá mươi phòng chúng tôi ngủ đêm nay là một quán ăn nhỏ lụp xụp le lói ánh đèn, xa hơn tí nữa vài nóc nhà rầu rầu ẩn hiện dưới làn sương lam chiều lờ mờ, ảm đạm. Gió biển thổi tung bay phần phật chiếc áo lụa trên người tôi. Gió biển cũng đem theo vị mặn hôn lên má lên môi tôi và đám mây hồng nương theo ráng chiều sà xuống như đòi làm tình với tôi.

Những đám mây suồng sã nằm sõng soãi vắt ngang nền trời chiều khiến tôi thèm được yêu, ngay nơi đây, ngay lúc này.

Để hiện hữu trong thần trí tưởng tượng của gã tôi phải biết yêu cảnh đẹp như cảnh biển chiều tà này bởi gã là nhà văn, nhưng gã đã phạm một sai lầm nghiêm trọng, đó là sau khi tạo dựng nên tôi, thay vì cất tôi vào ngăn kéo thì gã lôi tôi ra đời sống này. Nằm yên trong ngăn kéo tôi sẽ ngủ yên nhưng bên ngoài đời sống tôi có đời sống riêng của tôi và điều tất yếu xảy ra là tôi nổi loạn. Tôi nổi loạn với chính kẻ đã tạo dựng nên tôi. Gã biết điều đó. Và gã chấp nhận cuộc sống bất an có tôi bên cạnh.

Có lần tôi hỏi gã lúc nằm trần truồng bên nhau sau khi làm tình:

"Tại sao anh cho em ra đời?"

"Tại vì anh sợ cô đơn." Gã trả lời sau chừng ba giây ngẫm nghĩ.

"Tại sao anh không tìm một người đàn bà khác, một người đàn bà bình thường có thể cảm thông anh và cùng là đồng loại với anh? Em chỉ là hình bóng ảo của anh thôi."

"Không người đàn bà bình thường nào kham nổi anh." Gã nói giọng trầm trầm. "Người đàn bà nào đến với anh cũng chuốc lấy sự khổ đau. Tốt hơn anh chỉ nên sống với ảo ảnh."

"Anh nghĩ như thế là đúng. Nhưng anh có biết em cũng khổ sở lắm mặc dù em chỉ là ảo ảnh của anh. Em không thích cuộc sống ngoài đời này chút nào, nó xấu xa vô cùng. Em thù anh lắm vì anh đã lôi kéo em ra ngoài này. Em chỉ thích sống trong tiểu thuyết của anh thôi."

"Anh biết thế gian này không phải là chốn của em nhưng anh không thể thiếu em. Em ở bên cạnh anh sống như thế nào, anh không cần biết."

"Nhưng anh phải biết sống như vậy chỉ làm khổ nhau."

"Sống với nhau là làm khổ nhau. Điều đó từ muôn kiếp trước nơi cõi trần này đã là như thế, không phải bây giờ mới có. Anh xin lỗi em đã đem em ra ngoài này. Bây giờ chỉ có cái chết mới chia cách hai đứa mình ra khỏi nhau thôi."

"Em không nghĩ thế. Ngay cả trong cái chết anh cũng không tha cho em."

"Có lẽ thế... Vì anh yêu em..." Gã bỏ lửng câu nói. Lúc đó tôi tin gã nói thật, dù chỉ lúc đó thôi.

Con người gã là cả một nghịch lý. Nói yêu tôi nhưng đêm đêm gã thường xuyên bỏ nhà đi ngủ với những người đàn bà khác. Nửa đêm lúc gã về nhà tôi ngửi thấy mùi đàn bà ngai ngái trên người, trên tóc, trên môi gã. Tôi bảo gã phải đánh răng, gội đầu, tắm rửa thật kỹ nếu muốn vào giường ngủ chung với tôi. Gã có vẻ ân hận, vào tắm rửa kỳ cọ thân thể, bôi nước hoa đàn ông trước khi leo lên giường ôm tôi ngủ. Tôi bảo con người gã đầy nghịch lý, nói cô đơn nhưng không lúc nào ngưng tìm đàn bà. Gã bảo chính vì sợ cô đơn nên gã mới làm như thế và càng say mê đàn bà gã càng cô đơn. Ngay cả lúc có tôi. Tôi bảo gã tôi chỉ là ảo ảnh, sẽ có lúc tôi tan biến khỏi cuộc đời gã mà không hề báo trước. Gã cười nửa miệng bảo tôi sự hiện hữu của tôi nằm trong thần trí tưởng tượng của gã, một khi gã không cho tôi bước ra khỏi khối óc sắp đặc cứng, kín mít như cái xà-lim nằm sâu dưới đất của gã thì tôi như bị giáng lên đầu bản án chung thân trong cái nhà tù ấy. Tôi thù gã nhà văn khôn tả. Làm sao tôi giết chết gã bây giờ? Chỉ có cách giết chết gã tôi mới thoát ra khỏi cái nhà tù khiếp đảm ấy thôi.

3.

Gã khoác áo ngoài rồi mở cửa phòng bước ra ngoài đi dạo. Còn lại một mình trong căn phòng lạ bên bờ biển hiu quạnh, tôi không biết mình đang ở đâu trên mặt hành tinh này. Sự thanh vắng của vùng biển lạnh lẽo heo hút càng khiến tôi thấy cô đơn. Cuộc sống này có gì vui đâu mà người ta thèm sống đến thế? Tôi tự hỏi trong lúc dõi tia mắt qua ô kính cửa sổ nhìn những cánh hải âu chao lượn ngoài trời. Câu hỏi có lẽ đã được nhiều người hỏi trước tôi. Có lẽ nó là câu hỏi có từ khi con người mới bắt đầu có ý thức về cuộc sống, và bởi thế tôi không nên tìm kiếm câu trả lời. Làm gì có lời giải đáp cho một câu hỏi như thế. Chỉ hoài công. Thu hẹp lại một chút, tôi tự hỏi tôi muốn gì nơi cuộc sống này, những khao khát của người đàn bà trong tôi là gì, rồi ngay cả những ước mơ, những đòi hỏi thầm kín, tôi cũng hoàn toàn mù mờ, tất cả như đám mây chiều hư ảo hỗn độn ngoài kia. Tôi vẫn ngủ với gã nhà văn hằng đêm. Gã vẫn làm tình với tôi mặc dù tôi biết gã có những người đàn bà khác. Nhưng điều ấy có gì là hệ trọng lắm đâu khi tôi chỉ là hình bóng ảo của gã. Quan hệ giữa tôi và gã dựa trên cái gì không thật và cho dù nó có thật đi chăng nữa, đến lúc nào đó nó cũng tàn phai, hoang lạnh như khu nghĩa trang với những nấm mồ quanh năm không người thăm viếng.

Có tiếng gõ cửa phòng. Tôi vén màn cửa sổ nhìn ra. Bà chủ quán ăn đem cơm sang cho chúng tôi. Tôi mở cửa cho bà bước vào với hai phần cơm tối thanh đạm gồm cá chẽm hấp với măng tây và xà lách trộn giấm. Bà đặt hai phần ăn xuống bàn, rút từ giỏ đeo chai vang trắng rồi quay sang tươi cười hỏi tôi cần gì thêm không. Tôi lắc đầu giúi vào tay bà vài tờ bạc lẻ. Bà cảm ơn rồi quày quả bước về quán ăn. Bà phải là người sống hạnh phúc. Gương mặt tròn trĩnh sáng sủa vô tư lự như trăng rằm của bà cho tôi biết như thế. Bà sống giản dị như đám cỏ hoa dại trên triền đồi ngoài kia. Chắc bà chẳng bao giờ thắc mắc lý do tại sao chồng mình đêm nay không yêu mình. Bà sống thật với đời sống này nên bà hạnh phúc. Chẳng lẽ hạnh phúc lại giản dị tới mức đó sao? Nếu thế tại sao người ta phải tốn biết bao giấy mực để nói về hạnh phúc mà chẳng bao giờ tìm ra lời giải đáp?

Khi sắc trời ngả sang màu tím thẫm gã nhà văn mới quay về phòng. Tôi nghe hơi thở gã có phần gấp gáp, hổn hển, có lẽ gã đi bộ khá nhiều chiều hôm nay. Thấy tôi ngồi bất động bên hai phần cơm đã nguội lạnh, gã bảo tôi:

"Sao em không ăn trước, đợi anh làm gì."

Tôi ghét cay ghét đắng câu nói ấy của gã. Một câu hỏi mà cũng có thể là một mệnh lệnh. Tại sao tôi không ăn trước? Tại sao tôi phải đợi gã về ngồi xuống chung bàn vừa ăn vừa chia sẻ với tôi một câu chuyện vu vơ nào đó hay nghe tôi nói huyên thuyên những chuyện đàn bà của tôi? Tại sao gã không nhìn ra sự thật vô cùng đơn giản đó? Hạnh phúc của tôi chỉ có thế thôi sao gã không cho tôi được? Tại sao gã vô tình đến độ không biết ra những khao khát tầm thường ấy của tôi? Gã làm nhà văn để làm gì? Gã viết ra những điều cao siêu khó hiểu làm chi trong khi tôi chỉ mong gã cho một cử chỉ, một câu nói tầm thường chứng tỏ gã có quan tâm đến những khao khát của tôi.

Tôi lại càng thất vọng khi gã bỏ tôi ngồi đấy, cởi khăn quàng cổ và áo khoác ngoài rồi vào phòng tắm, đóng chặt cửa. Tôi ngồi nghe tiếng động gã tắm rửa. Khi gã bước ra mình trần với chiếc khăn lông trắng vắt trên vai thì tôi đã chui vào chăn nằm co ro như con mèo. Gã lại bàn mở nút chai vang cầm nguyên chai tu một hơi rồi cũng chui vào nằm cạnh tôi. Tôi vùi mình trong chăn ậm ừ trong cổ họng khi gã hỏi tôi có ngủ được chút nào không. Gã đặt tay lên bờ vai tôi, cúi xuống hôn nhẹ lên mái tóc tôi và nằm xuống gối dỗ giấc ngủ.

Khi tiếng ngáy mệt nhọc của gã bắt đầu vang lên đều đặn, tôi ngồi dậy chống tay nhìn ngắm gã. Từng nét một, trong ánh sáng lù mù của ngọn đèn đêm, thật khó đoán nội tâm qua gương mặt con người sống gần hết đời người. Gã có mãn nguyện với cuộc sống mình không? Gã có bao nhiêu lần thật hạnh phúc trong đời? Gã yêu điều gì nhất ở con người? Gã có yêu tôi hay chỉ tỏ vẻ? Tôi nhìn đôi mắt bòng bọng nhắm nghiền, cái miệng hơi trễ xuống mệt mỏi tuy nét môi còn rất đẹp. Tôi đưa ngón tay di nhẹ vòng vòng trên trán gã, thấy thương vầng trán bôn ba với những nốt đồi mồi của năm tháng, xót mái tóc chỉ còn lơ thơ buồn như những cọng cỏ úa. Tôi ngắm nhìn gã, nhìn mãi, thấy thương một kiếp con người.

Gã tỉnh giấc, tôi vẫn chưa ngủ. Ngoài trời gió bắt đầu vần vũ gầm gào như con quái thú nổi cơn thịnh nộ, căn phòng nép xuống như chịu trận. Gã choàng người âu yếm ôm lấy tôi, não bộ tôi lại liên tục giáp chiến như kẻ tâm thần phân liệt vùng vẫy giữa hạnh phúc và ê chề. Có phải hai tâm hồn đang thật sự cô đơn nương dựa vào nhau ở miền hư ảo? Tôi không biết nữa. Hai chân tôi khép lại nhưng rồi dang rộng ra hết mức khi gã đưa tay xuống dưới mơn trớn. Trong lúc gã đi vào tôi, đầu tôi hất ra đằng sau, hai mắt nhắm nghiền và tôi cố trôi theo dòng nghĩ tôi là người đàn bà của gã.

PHẦN III

Văn • *Tạp luận* • *Tạp bút* • *Tùy bút*

Nguyễn Xuân Khánh: *Chuyện ngõ nghèo*

Chuyện ngõ nghèo của nhà văn Nguyễn Xuân Khánh (Công ty Văn hóa & Truyền thông Nhã Nam và NXB Hội Nhà Văn liên kết xuất bản, 2016) không phải chỉ đơn thuần là cuốn tiểu thuyết miêu tả cảnh nghèo khó, cùng bĩ của một gia đình trí thức Hà Nội vào đầu thập niên 80. Kỳ thực, tầm vóc của cuốn tiểu thuyết lớn hơn thế nhiều, bởi nó đã vượt qua đường biên của những tranh chấp chính trị thấp kém, những ý thức hệ ngông cuồng, những cuộc chém giết bạo tàn, những hận thù chồng chất, và nhất là nó dám trực diện với cái bản ngã vẫn nằm ẩn nấp trong mỗi chúng ta mà bằng cách này hay cách khác chúng ta chối bỏ, không chịu nhìn nhận nó là một phần con người.

Tác giả gọi cái bản ngã ấy là *Trư cuồng*. Và nếu định nghĩa tiểu thuyết là cuộc truy tìm bản ngã thì cái tố chất lợn cuồng điên ấy đã được Nguyễn Xuân Khánh lật phải lật trái lật ngang lật dọc, đã được đặt dưới ống kính hiển vi cho chúng ta ngắm nhìn, quan sát kỹ càng, tường tận. Không nhìn ra nó, phần lỗi ấy chẳng những bởi thị lực và tâm trí chúng ta yếu kém mà còn vì chúng ta đã tự đóng chốt xây dựng một hàng rào thành kiến, ý thức hệ che kín lương tri.

Cấu trúc hình thức của cuốn tiểu thuyết là những trang nhật ký mà tác giả gọi là *Nhật ký lợn*. Phần giữa mang hình thức những truyện ngắn – tác giả gọi là *Hành trình vào Hỗn mang* – đúng ra, là những giấc mơ trong cơn mê sảng vật vã suốt thời gian đau ốm của nhân vật ghi chép cuốn nhật ký. Đoạn kết *Nhật ký lợn* là phần ba cuốn sách.

Ở trang sách đầu tiên tác giả giới thiệu nhân vật chính diện của ông như sau:

> *Nhật ký này là của ông Nguyễn Hoàng; ông Hoàng làm nghề viết báo, kiêm nghề nuôi lợn. Có lẽ, khi làm nghề cầm bút, ông đã phạm một cái "húy" gì đó nên bị thất sủng, phải về nghỉ hưu, tuy chưa đến tuổi...*

Qua những trang sách sau đó chúng ta biết ông Hoàng sống với mẹ già, vợ và bốn con trong một căn nhà tồi tàn ở ven đô Hà Nội. Nhà ông Hoàng nghèo, nghèo lắm. Cuộc sống càng ngày càng khó khăn, vật giá leo thang vùn vụt, với số lương hưu èo uột, vợ làm công nhân viên, gia cảnh ông lâm vào tình trạng thiếu hụt cùng quẫn, và như rất nhiều người dân Hà Nội thời bấy giờ, ông xoay ra nghề nuôi lợn. Để tìm kế mưu sinh ông không còn cách nào khác hơn. Sau ba mươi năm đi bộ đội và làm cán bộ nhà nước, tay chân ông chẳng còn sự khéo léo để học một cái nghề nào ra hồn, viết văn thì không được phép xuất bản, dịch cũng chẳng ai thuê (không ai dám dính líu đến người có "vấn đề"), làm con buôn hay chạy áp-phe cũng không xong vì ông không có cái điêu ngoa, thớ lợ của cuộc sống giành giật từng đồng, từng xu. Phương án duy nhất còn lại là nuôi lợn. Hơn nữa, ai cũng nuôi lợn kể cả các ông bà quan chức thì có gì xấu hổ đâu. Cũng may nhà ông thuộc vùng nửa quê nửa tỉnh, đằng sau có cái ao bèo nên ông quây được cái chuồng lợn riêng, vợ chồng con cái không phải sống chung với lũ lợn như nhiều gia đình khác trong nội ô, người ngủ bên trên đàn lợn hôi thối suốt ngày đêm ủn ỉn vục vặc đòi ăn.

"*Sống với lũ lợn còn thấy vui hơn.*" Ông Hoàng có hai người bạn thân, Lân và Tám. Lân, một thương binh, nuôi lợn gần như chuyên nghiệp, chính ông là người chua chát buông câu nói ấy. Ông đi nhặt nhạnh tất cả mọi đồ phế thải ngoài đường sá đem về chế biến cho công việc nuôi lợn của ông. Mỗi ngày ông ra bờ sông Kim Ngưu – một con sông tù đọng nước đen xì hôi thối không thể tưởng vì chứa toàn những đồ cặn bã bẩn thỉu nhất kể cả cứt đái của cư dân lao động xung quanh thải xuống – để vớt những miếng lòng lợn thải ra từ lò mổ lợn gần đó. Ông đem những miếng lòng thối rữa về đun lên trộn với cám cho bầy lợn ông ăn. Làm gì có củi đun, ông dùng toàn vỏ xe đạp cũ, và mỗi lần thấy luồng khói đen uốn éo như con rắn từ mái lều gianh ven sông bốc lên, ông Hoàng biết ngay bạn mình đang luyện đan bồi dưỡng bầy lợn. Còn Tám là một giáo viên dạy Sinh vật cấp Ba, nhưng tính tình ông gàn bướng, thậm chí hơi bất thường. Có người bảo trí óc ông lệch lạc từ khi xuýt chết vì bom Mỹ, nhưng cũng có thể ông bất mãn (cuộc sống ấy kẻ lương thiện không bất mãn mới là chuyện lạ). Đang dạy học, ông xin nghỉ ngang nằm nhà viết sách về lợn mà ông gọi là *Bách khoa lợn*. Ông Hoàng thi thoảng nhận được một trích đoạn *Bách khoa lợn* mà càng đọc ông càng khiếp hãi.

Sách vở sử học sau này chắc chẳng có dòng chữ nào viết về chuyện nuôi lợn cực kỳ bi hài của thị dân Hà Nội thuở đó. Mà chẳng riêng gì Hà Nội, hình như khắp mọi nơi trên đất nước, đó là hình thức thoát đói duy nhất cho người dân lương thiện mà sau này nhớ lại ai nấy vẫn thấy rùng mình khiếp hãi.

"*Lịch sử thế giới là lịch sử của vài kẻ được ưu đãi.*" Nhà văn Mỹ Henry Miller viết như thế trong cuốn *Chủ nhật sau chiến tranh* xuất bản năm 1944. Câu văn của Miller làm sáng tỏ tại sao chúng ta chẳng bao giờ tìm thấy giá trị lịch sử nhân chủng trong hàng nghìn hàng vạn trang sử do xã hội viết ra từ trước đến nay mà chỉ thấy trong các tác phẩm văn học, điển hình là tiểu thuyết. Tiểu thuyết không chú tâm đến phần mô tả và phê phán chính lịch sử. Sự biến lịch sử được tiểu thuyết gia ghi giữ và kết cấu thành tình huống hiện hữu cho các nhân vật của mình. Chúng là những sự biến do vô tình hay cố ý bị các sử gia và các nhà chính trị bỏ quên. Chúng không làm lịch sử dân tộc trở nên hiển hách, chói lọi hơn (ngược lại đa phần chỉ khiến lịch sử thêm u buồn, tăm tối), kinh nghiệm nhân chủng cơ bản của chúng được tiểu thuyết gia sử dụng như một căn nguyên lịch sử để từ đó có thể phóng chiếu lên tầng suy nghiệm nhân bản cao hơn cho những thử thách tương lai, mà thông thường là sự tái diễn. Lev Tolstoy viết trong phần ba của bộ tiểu thuyết đồ sộ *Chiến tranh và hòa bình* là lịch sử sẽ được hiểu một cách đầy đủ và đúng đắn hơn từ góc độ tiểu thuyết. Như chúng ta thấy, Tolstoy không hề mô phỏng lịch sử trong tác phẩm của mình. Bởi tiểu thuyết gia không phải là kẻ hầu của sử gia như ông nhà văn Milan Kundera nói luôn mồm. Nói như thế, lịch sử trong tiểu thuyết có đời sống riêng của nó, nó không minh họa lịch sử và chính nó đã thổi hồn phách vào lịch sử, cho lịch sử một khuôn mặt người.

Chuyện nuôi lợn của cư dân Hà Nội (một hồi đoạn hoàn toàn bị các sử gia lãng quên, nhưng cực kỳ trọng đại ở bình diện nhân chủng) là cái căn nguyên lịch sử được nhà viết tiểu thuyết Nguyễn Xuân Khánh xây dựng thành một kinh nghiệm nhân chủng, mà chính ông là một chứng nhân, trong tác phẩm *Chuyện ngõ nghèo*.

Tuy thế, tác giả đã không cho phép chúng ta lười lĩnh tự ru ngủ với một câu chuyện tuy thương cảm, bi phẫn nhưng nói cho cùng chẳng qua chỉ là chuyện thời cuộc thế gian xoàng xĩnh. (Ối dào! Chuyện đời ấy mà, có gì lạ đâu, nghèo khổ thì trên mặt hành tinh khốn khổ này, nơi đâu, thời nào chẳng có!) Tác giả không dừng ở đấy, ông bắt chúng ta trực diện một vấn nạn gai góc, khó nhằn hơn nhiều: cái *bản ngã lợn* hay *Trư cuồng*, nói theo ngôn từ của ông.

Câu chuyện nuôi lợn của ông Hoàng bắt đầu đi vào giai đoạn có nhiều biến cố từ khi ông mua thêm một con lợn con có đôi mắt như mắt bò và lớp lông màu hung vàng như "*cỏ tranh vàng khô vào mùa lá rạc ở Tây Bắc*" mà ông đặt tên là Lợn Bò. Ông đã có sẵn trong chuồng ba con lợn ỉn. Lúc mới về Lợn Bò chịu lép vế ba con lợn ỉn, không dám tranh ăn, khi nằm ngủ phải tìm góc chuồng dơ bẩn đầy cứt đái, thậm chí còn bị ba con kia cắn tai, húc mõm vào bụng. Nhưng con Lợn Bò ăn hăng lắm, nó tận tình vét máng mỗi lần ăn và nhờ thế tăng trọng nhanh chóng hơn ba con kia. Một hôm khi đã to khỏe đủ, nó đánh lại ba con lợn ỉn và cuộc chiến tranh trong chuồng lợn bùng nổ.

Cái chuồng lợn nhà ông Hoàng là một ẩn dụ, nó không khác cuộc đời ngoài kia bao nhiêu, nó là sân khấu chính trị, với tất cả những đấu tranh hận thù tàn bạo, trong đó kẻ mạnh có toàn quyền "cắt tiết" những kẻ yếu hơn mà không chịu suy tôn thần phục chịu làm nô lệ cho mình.

Ông Hoàng suy ngẫm. Thoạt tiên là ý nghĩ về từ "đồ tể." Qua những trang viết rời từ cuốn *Bách khoa lợn* không bao giờ xuất bản của ông Tám, ông Hoàng nghiệm ra ý nghĩa khiếp hãi của vai trò người nắm quyền lực trong tay:

> *Tìm từ nguyên của từ "đồ tể" thấy gồm hai thành tố: tiền tố "đồ" và hậu tố "tể."*
>
> *Riêng hậu tố "tể" chỉ thấy hiện diện trong hai từ khác: chúa tể và tể tướng. Hóa ra anh làm nghề giết lợn lại có họ hàng gần với những bậc chí cao: ông vua và quan đại thần tột bậc. Họ gần gũi nhau ở điểm gì? Xét cả ba nghề làm vua, làm quan, giết lợn, thì thấy cả ba giống nhau ở chỗ đều có quyền giết chóc kẻ khác. Vua và tể tướng có quyền giết dân, đồ tể có quyền giết lợn. Giết người là một quyền uy to lớn nhất, tối cao nhất trong mọi quyền. Suy cho cùng, có thể nói nghề vua quan cũng là một thứ nghề đồ tể; chỉ có khác, đối tượng giết ở đây là con người.*

Tôi không rõ ông Trần Bình thời nhà Hán bên Trung Quốc khi ra làm tể tướng có lây nhiễm tính "cắt tiết" của một anh "đồ tể" dưới làng quê thời hàn vi hay không (ông ta có lẽ là nhân vật lịch sử duy nhất mang cả hai danh hiệu có chữ "tể"), nhưng các cuộc cách mạng trên thế giới (không phải của đồ tể chuyên nghiệp chuyên giết lợn) cuối cùng đều đi đến chỗ phản bội, và cách mạng sẵn sàng "cắt tiết" bất cứ kẻ nào cản bước tiến của mình. Có bao nhiêu chiếc đầu lâu bị máy chém cắt lìa trong cuộc cách mạng Pháp 1789? "*Cách mạng đã cắt tiết chế độ cũ. Máu tiết ở tim, gan, phổi, óc của chế độ cũ phải kiệt đi, phải chảy đến giọt cuối cùng để cách mạng có thể thay thế vào đó một dòng máu mới.*" Đau đớn thay, đó chính là cái gì xảy ra suốt thời trung đại lịch sử Việt Nam và lan sang cả thời hiện đại cho đến tận bây giờ. Cái bản ngã lợn không đâu rõ hơn lịch sử nội chiến Việt Nam với không biết bao nhiêu con người bị "cắt tiết" trong đớn đau, tủi hận. Cắt tiết là rút con dao lá lúa đâm một nhát vào cổ, xọc vào tim, cho dòng máu đỏ vỡ ùa ra ồng ộc nhưng cũng có thể là cho chết lần mòn bằng những hình thức tù đày, khủng bố dã man.

Nhưng quan hệ hơn, qua con Lợn Bò, ông Hoàng bắt đầu nhìn

thấy hình ảnh của *Trư cuồng*. Hình như bất cứ ai cũng có thể là một anh đồ tể, trong tim ai cũng lấp ló một anh đồ tể sẵn sàng chém giết không gớm tay. Cái xấu, cái ác tràn ngập thế gian. Tuy vẫn còn u minh mờ mịt, ông mơ hồ cảm nhận được trong con người ông "*thiếu vắng một cái gì rất cơ bản mà ông không sao xác định nổi*." Ông run rẩy vì "*chợt có lúc thoáng thấy nỗi sợ hãi của phi nhân…*" Ông vẫn yêu thương cuộc đời, vẫn yêu hình ảnh con sông Đuống mộng mơ của bạn ông, hay những dãy phố cổ nghiêng nghiêng trong tranh người bạn khác, nhưng ông muốn "*vươn khỏi cái hạn hẹp để hành trình đến cái đích thực nhân đạo*." Mơ hồ nhưng day dứt, ông bị điều ấy hành hạ ngày đêm.

Việc nuôi lợn của ông Hoàng không làm gia đình ông hạnh phúc, sung túc hơn. Ngược lại là đằng khác. Tiền nuôi lợn thâm lạm tiền chi tiêu ăn uống khiến nhà ông phải húp cám lợn thay cháo. Vợ chồng ông hục hặc nhau, nay chiến tranh nóng, mai chiến tranh lạnh. Ông ví vợ ông là cây lộc vừng ông đem từ làng thôn ra, dĩ nhiên chị không hiểu ông và thường xuyên trách móc ông không thực tế, toàn ôm chuyện viển vông, viết lách vớ vẩn để mang họa vào thân. Lẽ đương nhiên, có ai hiểu được ông đâu, ngay cả thằng con trai lớn tên Linh học đại học ban Triết suốt ngày ôm cuốn Nam Hoa Kinh của Trang Tử cũng bỉ báng, chế nhạo ông đủ điều. Ông tìm quên ở Hồ Ly, một con cáo chín đuôi tu luyện hơn nghìn năm ở Hồ Tây biến thành cô gái đẹp bầu bạn với ông, nắm tay ông đi dạo quanh hồ vào những đêm lấm tấm trăng sao. Ông sống giao thoa giữa thực và mộng, không phân biệt được đâu là cuộc sống thật đau xót và đâu là giấc mộng ảo mơ hoa.

Chưa hết, đang vật vã với cuộc sống cùng cực cộng thêm những ý nghĩ đớn đau như thế, ông Hoàng còn bị gọi lên "làm việc" với an ninh. Người ta vẫn không để ông yên. Chỉ vì một câu nói "Que faire?" cách đấy mươi năm người ta quy kết lên đầu ông tội "chống tổ chức", một cái tội mơ hồ không bằng cớ, không nhân chứng, không luật sư biện hộ, không thẩm phán, không bồi thẩm đoàn. Một tòa án cũng không mà chỉ là gian phòng thẩm vấn hỏi cung lạnh lẽo trơ trịa một chiếc bàn xấu xí. Nhưng lần này ông Hoàng bị mời đến làm việc trong một ngôi chùa.

Hình ảnh ông Hoàng đi tìm ngôi chùa để "được" nói chuyện khiến tôi nhớ lại K. hôm anh đi tìm cái tòa án cực kỳ lạ lùng trong cuốn *Vụ xử án* của Franz Kafka. Cuốn tiểu thuyết của Kafka cho chúng ta thấy bi kịch khủng khiếp của con người hiện đại: con người va chạm không phải với con người khác mà với thế giới biến dạng thành guồng máy thư lại kềm kẹp khổng lồ. Con người như con vật nằm trong rọ, như cái đinh ốc bé xíu trong cỗ máy khổng lồ vận chuyển ngày đêm. Ông Hoàng và K. có chung một số phận, số phận của những kẻ "đầu thai lầm thế kỷ", những kẻ lầm lẫn bước vào cõi đời này.

Người thẩm vấn ông Hoàng lần này là một cán bộ đứng tuổi, giọng nói ấm áp, gương mặt đôn hậu có thiện cảm chứ không khó ưa như cái gã hỏi cung những kỳ trước. Ông ta bảo đây là một cuộc trao đổi chứ không phải thẩm vấn. Dù gì ông Hoàng cũng đã rắp tâm từ đêm trước nói hết điều mình muốn nói. Ông bảo người cán bộ già ngồi đối diện:

> *... Đất nước chúng ta đang rơi vào một chủ nghĩa hư vô. Người ta đã dè bỉu, rồi xóa bỏ tất cả những cái nhân đạo xưa, để thay thế vào đó bằng một thứ chủ nghĩa nhân đạo mới, ở đó bóng dáng con người mờ nhạt. Người ta vẫn rao giảng một cái gì đó quá ư khoa trương, đẹp như một ống kính vạn hoa, để rồi con người soi mình vào đó và không thấy khuôn mặt mình ở đâu cả. Cái áo quá đẹp ấy không hợp với kích cỡ con người. Chúng tôi chán ngấy sự ồn ào mỹ miều và chỉ thèm khát một tấm áo giản dị nhưng vừa vặn. Chúng tôi chỉ thèm một thứ nhân đạo đích thực, ở đó người nào nhìn vào cũng thấy khuôn mặt của mình.*

Thấy người cán bộ già chưa có phản ứng rõ rệt, ông Hoàng nói thêm, lần này ông quyết liệt không vòng vo mà đi thẳng vào vấn đề cốt lõi:

> *Sự tham vọng quá lớn, định làm những điều quá to tát, không hợp kích cỡ ở thế gian này, đã đẩy chúng ta vào ngõ cụt. Đất nước đang gặp thất bại vù sẽ còn khó khăn. Nhưng cho dù, về mặt vật chất, dù có thành công chăng nữa thì tôi cũng xin nói rằng: Cách mạng sẽ chỉ đẹp đẽ và hấp dẫn khi nó nhân đạo hơn, dân chủ hơn, vừa tầm vóc con người hơn mọi lý tưởng khác.*

Đến đây tôi chợt nhớ một đoạn văn của nhà văn Czech Milan Kundera viết trong phần Năm của danh tác *Đời nhẹ khôn kham* như sau:

> *Người nhận định các chế độ Cộng sản ở Trung Âu đơn thuần chỉ là những tổ chức ăn cướp, người ấy không nhìn ra sự thật hết sức cơ bản: bọn cầm đầu các chế độ ăn cướp đó không phải bọn cướp, chúng là những kẻ cuồng nhiệt bám chắc vào niềm tin chúng tìm ra con đường duy nhất đưa con người đến Thiên đàng. Chúng kiên quyết bảo vệ con đường đó, đến nỗi không ngần ngại giết hại không biết bao nhiêu mạng người. Dần dà về sau, khi Thiên đàng chỉ là ảo vọng, bọn người cuồng nhiệt kia trở thành lũ sát nhân.*

Ông viết thế bởi ông là người trong cuộc đi ra và hiểu rõ bản chất thật của Thiên đàng. Qua cuốn tiểu thuyết *Chuyện ngõ nghèo*, tôi tin nhà văn Nguyễn Xuân Khánh cũng có một tư duy tương tự Kundera khi ông bảo, "*Bây giờ thì chúng tôi chán ngấy sự trở thành khổng lồ rồi, chán ngấy sự cuồng tín bi thảm ấy rồi, chán ngấy những cái gì siêu kích cỡ. Chúng tôi đã đẩy chúng tôi vào ngõ cụt.*"

Thiên đàng của Kundera chính là "cái gì siêu kích cỡ" của Nguyễn Xuân Khánh. Cả hai đều thất vọng về cõi hoang tưởng, cả hai đều có cái nhìn hết sức bi quan về bản ngã và bản thể cuộc sống con người.

Nhưng có lẽ cả Kundera lẫn Nguyễn Xuân Khánh đều đi sau Vũ Khắc Khoan cả hai ba chục năm, bởi từ đầu thập niên 50, nhà văn họ Vũ đã viết như sau về cái Thiên đàng đó (trong thiên truyện ngắn nhan đề *Nhập thiên thai*):

> *Nhưng thiên đàng là gì? Đối với tôi là một con người bình thường phải ăn, phải uống mà cũng yêu yêu, ghét ghét, thì Thiên đàng chỉ là kết quả của một cố gắng phân cực trong cõi tư duy. Và như vậy thì Thiên đàng cũng có nghĩa ngang với Địa ngục. Hai thái cực của một thực tại đầy dẫy mâu thuẫn. Hai đầu tuyệt đối của một thứ dây mà con người là một tên hề múa may, làm xiếc ở trên.*

Nếu Thiên đàng chỉ nằm trong đầu óc những kẻ yếu bóng vía sợ hãi bóng tối, cả tin vào tôn giáo, thì thế giới chắc đã không đến nỗi bị tàn phá như trong suốt trăm năm qua.

Trở lại với ông Hoàng, dĩ nhiên, cuộc "trao đổi" giữa ông và người cán bộ già chẳng đi đến đâu. Tôi có cảm tưởng hai người tuy nói cùng ngôn ngữ nhưng không ai hiểu ai, mỗi người như có một hệ cơ số riêng, và không hề có sự đả thông tư tưởng. Lỗi ở ông

Hoàng ngây thơ, hay ông còn chút hy vọng vào lẽ phải và sự hợp lý? Cũng như K. đứng giữa cái tòa án dị kỳ trên tầng áp mái khu chung cư tồi tàn mà hùng hồn nói về hoàn cảnh của mình (anh không tự biện hộ vì anh đâu biết mình bị kết tội gì). Lời lẽ của anh trước tòa án chẳng có chút trọng lượng nào, nó nhẹ hơn không khí, và chẳng có tí phản ứng gì từ phía ông quan tòa. Tất cả cái cảnh huống quái đản, thậm chí ma mị ấy, là sự phi lý khủng khiếp. Cả ông Hoàng lẫn K. đều tin vào sự hợp lý, tin hợp lý sẽ chiến thắng phi lý, nhưng vô cùng khốn nạn cho cả hai người, ở đây cái phi lý mới được thượng tôn, nó là chân lý tuyệt đối, là lẽ sống, là lý tưởng cho mọi người noi theo. Trong cuốn tiểu thuyết *1984* của nhà văn Anh George Orwell viết năm 1948, ba khẩu hiệu của Đảng được phổ biến khắp nơi, bắt cư dân ghi nhớ: *Chiến tranh là hòa bình*, *Tự do là nô lệ*, *Ngu dốt là sức mạnh*. Nghe phi lý quá, phải không, thưa bạn? Khẩu hiệu gì mà nghe trái với đạo lý, luân lý thông thường thế! Điều nguy hiểm chết người nằm ở đấy. Một hôm cái phi lý biến thành hợp lý, cái phi lý nghe thuận tai, cái phi lý trở nên chân lý. Sự Thật được hiểu bằng *doublethink* (từ do Orwell sáng chế ra), tư duy hai chiều, chiều nào cũng đúng, bởi Sự Thật không nằm trong tủ chè hay kệ sách nhà bạn mà nằm dưới tầng ý thức, dưới cả tầng tiềm thức, thậm chí có thể là tầng vô thức trong não bộ của bạn. Lúc điều phi lý nghe thuận tai là lúc Đảng chiến thắng toàn diện, Đảng trên hết, Đảng là chúa "*tể*", và con người vĩnh viễn nằm trong quỹ đạo của Đảng. Đó là số phận đã được định sẵn của K., của anh chàng Winston Smith và của ông Hoàng.

Ông Hoàng suy sụp thê thảm, tinh thần ông cũng kiệt quệ đến mức cùng cực. Hồ Ly bỏ ông ra đi. Ông không biết tại sao Hồ Ly bỏ đi, nhưng ông vẫn phải sống và đành đem những cuốn sách quý của mình đi bán rẻ kiếm tiền nuôi lũ lợn. Ôi chao! Nào là Sêkhốp (Chekhov), nào là Sếchxpia (Shakespeare), nào là Đốt (Dostoyevsky), nào là Camuy (Camus), tất cả theo nhau chui vào cái bụng ỏng của con Lợn Bò.

Con Lợn Bò đặc biệt thích ăn bằng tiền bán bộ truyện kiệt tác *Anh em nhà Karamazov* của Dostoyevsky. Đây là một ẩn dụ tuy buồn cười nhưng hết sức chua xót. Tác phẩm của nhà văn Nguyễn Xuân Khánh chứa đựng nhiều ẩn dụ và biểu tượng, và đây chính là ẩn dụ chìa khóa để hiểu tác phẩm của ông.

Dostoyevsky – người nói câu "*Cái đẹp cứu rỗi thế giới*" – có lẽ là nhà văn được ông Hoàng kính trọng nhất. Đối với ông, Dostoyevsky là biểu tượng của Chủ nghĩa nhân đạo *đích thực* và ông tận mắt nhìn thấy cái chủ nghĩa ấy đang bị con Lợn Bò nuốt chửng. Ông không đau đớn đến bủn rủn sao được?

Dostoyevsky nói câu nói ấy thường dễ trên trăm năm rồi, nhưng thế giới đã được cái đẹp cứu rỗi chưa, con người đã được giải phóng chưa hay vẫn đắm chìm trong cái xấu xa, con Lợn Bò vẫn ngự trị, sự bẩn thỉu tràn lan, để đi đến hậu quả con người dần dà đánh mất hết phẩm giá và đức hạnh.

Cuối cùng Dostoyevsky hiện về bảo ông Hoàng cứ để con Lợn Bò ăn hết sách của ông, ông chẳng còn gì để nuối tiếc. Aha, cái lão Chekhov ẩm ương ấy còn tí ti lý tưởng muốn giữ lại trái tim chứ "*còn tôi, dù con quỷ của anh có ăn hết toàn bộ hình hài, tôi cũng chẳng lo...*" Dostoyevsky bảo ông Hoàng như thế. Hình như cả Dostoyevsky lẫn ông Hoàng đều đi đến chỗ tuyệt vọng, cả hai đều không còn chút niềm tin nào vào cuộc đời. "*Chúa đã chết*! *Thời vô trị đã đến*!"

Sách càng chui nhiều vào họng con Lợn Bò, ông Hoàng càng đau đớn. Ăn cho béo chưa đủ, nó còn mỉa mai, châm chọc ông, "*... Chao ôi! Tư tưởng! Ta đến ngột ngạt vì sách, vì tư tưởng của các người. Nhưng thử hỏi, sách mọc lên như nấm thế, mà sao con người hiện nay có tốt đẹp gì thêm đâu? Vả lại, sách còn đem vạ cho người. Ở thời buổi này, sách có thể dẫn ta vào cuộc đời tan nát.*"

Con Lợn Bò có lý của nó. Vợ ông Hoàng cũng không nghĩ khác, chị còn dọa mai này ông chết, chị sẽ chôn theo ông tất cả đống sách vở của ông.

Con Lợn Bò bây giờ phè phỡn không thể tưởng. Với sức mạnh và mưu chước quỷ thần, nó nắm trọn giang san chuồng lợn, ba con lợn ỉn hoàn toàn thần phục nó. Bây giờ nó là chúa tể chuồng lợn, nắm mọi quyền hành sinh sát trong tay, muốn làm gì thì làm, ăn những máng cám ngon nhất có trộn tóp mỡ do cậu Linh đem về, được ngủ chỗ ấm nhất trong chuồng. Lúc ăn no, nó còn nằm ễnh người ra cho con lợn ỉn út liếm dương vật. Gớm ghiếc đến thế là cùng! Mỗi lần trông thấy cái cảnh tởm lợm muốn mửa đó, ông Hoàng điên tiết cầm chổi tre quất túi bụi lũ lợn. Với cái chổi, ông tạm thời giải quyết chuồng lợn trong nhà ông, nhưng còn cái chuồng lợn kinh khiếp gấp trăm gấp nghìn lần ngoài kia thì sao? Ông lao đao, lên cơn mê sảng. Ông ốm nặng và ông thấy mình đứng mấp mé ở bến bờ tử sinh. Và trong lúc như thế ông thấy ông đi vào cuộc *Hành trình vào Hỗn mang*.

Đấy là phần hai của cuốn tiểu thuyết.

Hành trình vào Hỗn mang là những giấc mơ của ông Hoàng trong cơn ốm đau mê sảng, nhưng đan xen vào những giấc mơ lại là những hồi đoạn rất thật. Có thể xem đấy là những truyện ngắn đứng riêng lẻ, nhưng lồng vào tổng thể cuốn tiểu thuyết, chúng tạo thành thế hỗ tương chặt chẽ bởi chủ đề của những truyện ngắn tưởng như độc lập ấy không đi trệch ra khỏi chính truyện bao nhiêu: Cái tính thèm nhìn máu đổ, dù là máu lợn, của người dân làng trong *Hội làng*; cái chất "đồ tể" nguyên thủy nơi con người ông Tí Giò trong *Bãi chết*; phẩm chất cách mạng chân chính của người bạn tên Vinh trong *Người khổng lồ vác nặng*, người trước khi nhắm mắt lìa đời, dù bị cách mạng phản bội đến tả tơi mà vẫn chờ đợi, vẫn buông được câu nói "*Cái gì rất đẹp ấy... rồi nó sẽ đến.*"

Giữa ông Tí Giò và ông Vinh là một đại dương khác biệt, hai con người tượng trưng cho hai thái cực nhân cách, như trắng và đen, như ngày và đêm. Nhưng thực tại cuộc sống cho thấy đa phần con người chúng ta không trắng đen rành rọt mà xám, và phải chăng chính cái màu xám bi đát đó đã khiến chúng ta vĩnh viễn thất lạc trong cõi hỗn mang? Bởi trắng đen thì dễ nhìn chứ xam xám thì chỉ có cái kính "Chiếu Trư" của Chekhov mới nhìn ra. Ông Tám quả tinh mắt. Ông gọi bạn mình là "đồ ngốc" cũng đáng. Ông nhìn ra cái giống lợn-người mà ít ai trong chúng ta có khả năng nhận thấy. Vâng, ông Tí Giò có đứng xa cả trăm thước thì đứa trẻ con lên ba cũng biết và khóc ré lên vì khiếp sợ (thật ra ông Tí Giò là kẻ đáng thương hơn đáng ghét), còn những con lợn-người thì mặc những bộ áo xống đẹp đẽ lịch sự nhất, khoác những cái mặt nạ hiền hòa nhân hậu nhất, nói to vào máy vi âm những lời lẽ nhân đạo nhất cho mọi người cùng nghe, và chúng ta đứng dưới vỗ tay thật to tán thưởng. Cái thâm độc nhất của lợn-người là biết khai thác một cách đầy hiệu quả chất lợn của lợn thật (ông Tí Giò chẳng hạn), và bởi Lịch sử được viết theo góc nhìn của lợn-người nên sự quang vinh của lợn-người sẽ được muôn đời ca tụng. Sự Thật không hề hiện hữu trong thế giới lợn-người.

Nhân thuật chuyện ông Tí Giò, tác giả có tạt qua việc Cải Cách Ruộng Đất hồi đầu thập niên 50 ở miền Bắc. Sách vở về chuyện này đã có nhiều, hư cấu cũng như phi hư cấu, nhưng không mấy ai nêu lên luận điểm chìa khóa mà Nguyễn Xuân Khánh nói đến ở phần này của cuốn tiểu thuyết, dù chỉ thoáng qua. Qua suy nghĩ của Thái lúc trước khi bị đem ra xử bắn "*Anh cảm thấy thương hại sự vô ơn của những con người ấy. Chính vì những con người ấy mà bao năm nay anh lăn lộn xả thân...*" hiển lộ một trong những thuộc tính đen tối của con người nhưng thường được khéo léo che giấu. Những người nông dân ngày thường thật thà chất phác ấy, ai ngờ lúc lâm sự có thể đẩy kẻ vô tội vào chỗ chết, và họ khoái trá, thậm chí cuồng điên sôi máu khi chứng kiến kẻ xấu số lãnh nhận cái chết đau đớn oan khiên. Họ chen nhau vào pháp trường, kể cả những đứa trẻ, để mục kích cảnh tượng khiếp hãi ấy. Trong cuốn tiểu thuyết *Chuyện đùa*, Kundera cũng có một nhận định tương tự:

> *Ludvik nhìn thấy tất cả bạn bè, đồng nghiệp anh thật dễ dàng đồng loạt giơ tay biểu quyết đuổi anh khỏi trường đại học và cuộc đời anh từ đó đảo lộn. Anh đoan chắc nếu cần họ cũng sẽ biểu quyết một cách dễ dàng như thế ra lệnh treo cổ anh. Từ đó định nghĩa của anh về con người: một hiện thể có khả năng xô đẩy người láng giềng đến cái chết trong bất cứ cảnh huống nào.*

Tố chất lợn-người có lẽ nằm trong DNA của chúng ta.

Nhân vật Thái của Nguyễn Xuân Khánh khiến tôi nhớ đến nhân vật Quảng trong tác phẩm một phần tiểu thuyết, một phần chính luận, một phần tự truyện của nhà văn Nguyễn Mạnh Côn, *Đem tâm tình viết lịch sử*. Cả hai, Thái và Quảng, đều là trí thức tiểu tư sản yêu nước, xả thân trong cuộc chiến giành độc lập cho nước nhà, và cả hai đều bị phản bội để nhận lãnh những cái chết tức tưởi. Nó là sự phản bội có hệ thống đến từ một tổ chức lợn-người, có sách lược, có tính toán, có quyền lực và súng đạn trong tay, nên nạn nhân của nó có mọc cánh cũng không chạy đâu cho thoát.

Nhưng thực chất của cuộc phản bội kinh hoàng ấy là gì?

Theo nhà văn Nguyễn Mạnh Côn viết trong cuốn sách nêu trên thì, để thực hiện Cách mạng Vô sản, người Bolshevik "*phải lấy sự tiêu diệt tiểu tư sản làm nhiệm vụ quan hệ nhất trong những nhiệm vụ của họ.*" Những người như Thái và Quảng phải chết để Cách mạng Vô sản thành công.

Có thật vậy không? Ở vào thời điểm đầu thập niên 50, trong lúc chiến tranh Pháp-Việt vẫn đang tiếp diễn, mặc dù cán cân chiến thắng đã bắt đầu ngả về phe Việt Minh, nhưng những người

Bolshevik hạng hai, hạng ba như Hồ Chí Minh, Trường Chinh, Võ Nguyên Giáp, Phạm Văn Đồng lúc đó đã nghĩ đến Cách mạng Vô sản chưa, hay họ còn đang dồn toàn tâm toàn lực vào chiến thắng? Theo tôi, sở dĩ họ phải tìm cách tiêu diệt trí thức tiểu tư sản ngay cả trước khi nắm chắc chiến thắng trong tay, giản dị chỉ vì họ thấy khả năng và tiềm năng của giai cấp này. Trí thức tiểu tư sản là hậu duệ của thành phần sĩ phu thời phong kiến, lại được giáo dục và mở mang trí tuệ trong khí quyển văn minh, văn hóa phương Tây, nên họ mang sẵn trong người một dung hợp giữa đạo lý Đông phương và tinh thần khai phóng, tự do của Tây phương. Họ tài giỏi, có tinh thần hy sinh cao độ, và quan trọng hơn cả, họ không bao giờ chấp nhận chính sách, đường lối, ý thức hệ Bolshevik. Theo nhà văn Nguyễn Mạnh Côn, một người trong cuộc, thì chính họ đã giúp kháng chiến thành công, thậm chí Tổng khởi nghĩa cũng nhờ họ mà có. Họ sẽ là trở ngại không nhỏ cho những người Bolshevik lên nắm giữ quyền lực sau chiến thắng. Và đối với người Bolshevik quyền lực là cứu cánh, nên bằng mọi giá họ phải tiêu diệt trí thức tiểu tư sản.

Tiêu diệt bằng cách nào? Dĩ nhiên, ám sát không thể là một phương án hoàn hảo, và rất khó thực hiện (làm sao ám sát hàng vạn người bây giờ), thế là họ nghĩ ra một mưu lược cực kỳ thâm độc và tinh vi, đó là kích động vào cái chất lợn-người của giai cấp bần cố nông để mượn tay giai cấp này tiêu diệt giai cấp kia.

Suy ngẫm sâu thêm, tôi nghĩ có lẽ họ cũng chẳng hy vọng giết sạch được giai cấp trí thức tiểu tư sản. Mục đích của họ chỉ là muốn tiêu diệt cái "ý thức tiểu tư sản," nói cách khác, tiêu diệt hoặc ít nhất làm thui chột mầm mống mọi chống đối đường lối của họ, làm sao cho cái mầm mống nguy hiểm ấy hết phương trỗi dậy, cho họ rảnh tay củng cố quyền lực.

Thái của Nguyễn Xuân Khánh và Quảng của Nguyễn Mạnh Côn có lẽ không hay biết chuyện đó lúc bị bịt mắt, trói gô vào cọc, chờ đợi đội hành quyết thi hành bản án tử hình. Lúc những viên đạn phá toang lồng ngực hai anh, linh hồn hai anh bay lên nhưng không siêu thoát đi đâu được vì quá oan ức, vì không hiểu chuyện gì xảy ra, và lúc nhìn xuống đất, hai anh không hiểu tại sao đám người dưới kia lại hò reo vui sướng với cái chết của mình.

Cuộc *Hành trình vào Hỗn mang* đưa ông Hoàng vào một xứ lạ có tên gọi là Cực Thiên Thai. Đọc đoạn văn này của Nguyễn Xuân

Khánh, tôi có cảm tưởng nó là tổng hợp của ba cuốn tiểu thuyết kinh điển của phương Tây về thể loại này: cuốn *Chúng ta* của nhà văn Nga Yevgeny Zamyatin, cuốn *Thế giới mới dũng cảm* của Aldous Huxley, và cuốn *1984* của George Orwell. Cả ba đều được viết từ nửa đầu thế kỷ XX, cuốn *Chúng ta* ra đời sau Cách mạng Tháng Mười bên Nga vài năm, bị Hội Nhà Văn Nga dán cho cái nhãn "cực kỳ phản động" và tác giả bị trục xuất khỏi quê hương khi cuốn sách được tung ra ở nước ngoài. Cả ba tác phẩm tiểu thuyết đều gay gắt phê phán một thế giới đồng dạng thuần nhất, trong đó con người là những cỗ máy, tên tuổi chỉ là những mã số được chỉ định từ lúc lọt lòng mẹ, không có tình yêu hay gia đình mà chỉ biết ăn, thở và lao động. Nguyễn Xuân Khánh cũng không chấp nhận một thế giới như vậy, một thế giới con người đóng vai Thượng Đế, cho dù chỉ có tiếng cười và niềm vui. Một thế giới không nước mắt là một thế giới phi nhân, trong đó con người là phi-chân-diện-mục. Một thế giới nơi xã hội là một hệ thống quan liêu với mục tiêu tối thượng là bắt con người trở nên vô cảm, không có tâm hồn, mất hết mọi ý niệm cá nhân. Một thế giới trong đó giới lãnh đạo là những kẻ chỉ biết quyền lực, đối với họ, quyền lực không phải phương tiện mà là cứu cánh, hoặc giả, theo định nghĩa của Simone Weil, "*quyền lực là khả năng biến một con người sống thành cái xác chết, có nghĩa là, từ vật sống thành món đồ*."

Khác với anh chàng Winston Smith của Orwell chết dở sống dở từ phòng 101 bước ra về, chấp nhận cuộc sống nô lệ như cũ, ông Hoàng của Nguyễn Xuân Khánh trở về cõi dương gian sau khi nhờ chiếc kính chiếu trư của ông Tám trông thấy lãnh tụ tối cao A1 của xứ Cực Thiên Thai chính là con Lợn Bò. Trở về nhưng không vui vì ông biết cái độc chất *Trư cuồng* ấy vẫn tràn lan trong cõi nhân gian. Làm sao tẩy xóa nó được?

Trư cuồng – Poóxinômani – Bái trư giáo – Trư luận – Trư học – những từ ngộ nghĩnh không tìm thấy trong bất cứ cuốn từ điển nào. (Nếu tỉ mẩn, bạn có thể truy nguồn từ nguyên của từ 'Poóxinômani' từ hai từ tiếng Anh *porcine* và *mania*, hay tiếng Pháp *porcin* và *manie*. Song, theo tôi, từ *Trư cuồng* trong tiếng Việt vẫn là ấn tượng và độc đáo nhất.)

Đoạn kết cuốn sách, cũng là phần kết *Nhật ký lợn*, chúng ta thấy chuyện nuôi lợn của gia đình ông Hoàng phải chấm dứt, một kinh nghiệm kinh doanh thảm hại, và cậu Linh quyết định giết con Lợn

Bò bán thịt để lấy tiền thuốc thang cho bố. Tôi rất thèm được nghĩ chuyện cậu Linh giết con Lợn Bò là một ẩn dụ Nguyễn Xuân Khánh muốn gửi gắm vào thế hệ tương lai, cái độc tố *Trư cuồng* ấy phải chấm dứt, chỉ có cách giết chết nó mới làm đẹp xã hội loài người được, và chỉ có thế hệ tương lai mới làm được chuyện đó.

Cũng như các tác phẩm văn học quan trọng khác, cuốn tiểu thuyết *Chuyện ngõ nghèo* của nhà văn Nguyễn Xuân Khánh mang nhiều chiều kích. Ngoài chiều kích lịch sử, xã hội, chính trị, nó còn hàm ẩn chiều kích tiên tri. Từ 35 năm trước lúc nhà văn Nguyễn Xuân Khánh hoàn tất cuốn sách hay bây giờ cũng thế, *Trư cuồng* là một lời cảnh báo của tác giả đến chúng ta, một lời cảnh báo vô cùng cấp bách. Nếu Lịch sử không thay đổi đường đi của nó thì chẳng bao lâu chúng ta sẽ mất hết những phẩm chất con người, biến thành những cỗ máy vô hồn mà chính chúng ta hoàn toàn không nhận biết. Trong trường hợp ấy, nếu ẩn dụ về cậu Linh bên trên đúng như tôi suy diễn thì nó chỉ là một *wishful thinking*.

Nguyễn Xuân Khánh đã can đảm lột trần cái xấu xa nhất của con người: cái bản ngã lợn. Trong mắt nhìn của ông thì đấy là căn nguyên của những vấn nạn gai góc chúng ta đang trực diện trong cuộc sống con người. Phải chăng ông là người theo lý tưởng chủ nghĩa bởi, với tất cả những bằng chứng lịch sử từ thuở hồng hoang cho đến ngày nay, con người vốn ác. (Tuân Tử có lẽ đúng chứ không phải Mạnh Tử khi phán "*Nhân chi sơ tính bản ác*." Plato bên trời Tây trong trứ tác *Cộng hòa* cũng có nhận định tương tự và thánh Moses trước đó cả nghìn năm đã biết rõ bản chất ác của con người khi Ngài đặt ra *Mười Điều Răn* cho dân Do Thái.)

Tuy vậy lý tưởng của Nguyễn Xuân Khánh là một lý tưởng nhân đạo đích thực và chính nó đã giúp ông tiếp tục chiến đấu trong những điều kiện khó khăn, ngặt nghèo nhất. Vì lý tưởng có lúc ông như lên đồng không phân biệt được đâu là thật đâu là giả. Vì lý tưởng ông đã bị quẳng vào đáy sâu của ngục tù. Song, thể xác ông có thể bầm giập vì bạo lực, cường quyền, nhưng lý tưởng đã giúp ông bền bỉ vác thập tự giá bước đều trên con đường thánh ông tự định hướng cho mình. Ông không thể bỏ cuộc khi chính cái lý tưởng của ông bị đe dọa và vi phạm. Có thể con đường thánh đó không bao giờ đưa ông đến điểm cuối, điểm hẹn của những linh hồn thánh hóa, nhưng điều đó không quan hệ, nó chẳng khiến ông nản lòng, chùng bước. Sự thành công hay thất bại của ngòi bút không bao giờ là mối quan tâm hàng đầu, và phải chăng đấy là phẩm cách đáng quý nhất của nhà văn?

Một chi tiết nhỏ, rất nhỏ, tôi ghi ra đây như phần cước chú vui vui cho bài viết. Tôi không đồng ý với ông Tám *Bách khoa lợn* khi ông lý giải tiền tố "đồ" trong từ "đồ tể." Theo ông thì chữ "đồ" ở đây hàm ẩn một ý nghĩa khinh miệt như trong các cụm từ "đồ ăn cướp" hay "đồ lưu manh."

Tôi không nghĩ thế. Tiền tố "đồ" trong từ "đồ tể" 屠宰 cũng có nghĩa là giết súc vật như hậu tố "tể" mà thôi. Và trong mắt nhà văn Kim Dung nó còn mang một ý nghĩa cao cả là giết rồng (hay giết vua). Đồ long đao của Kim Dung là thanh đao dùng trong cuộc kháng chiến chống ngoại xâm đưa người anh hùng áo vải lên làm vua nhưng nếu người anh hùng một hôm trở thành một hôn quân tàn ngược thì chính thanh đao đó sẽ quay lại biến thành vật "đồ long."

Tuy thế, điều đáng cho chúng ta suy ngẫm là cho đến ngày nay Đồ long đao vẫn là một huyền thoại.

Trần Vũ: *Phép tính của một nho sĩ*

1.

Hai phẩm cách đáng kể nhất của một nhà văn là ngôn ngữ và sự tưởng tượng. Nhà văn Trần Vũ – qua tập truyện *Phép tính của một nho sĩ* (Công ty sách Nhã Nam liên kết với nhà xuất bản Hội Nhà Văn xuất bản, 2019) – hình như có cả hai. Đây không phải là cuốn sách sáng tác theo công thức có sẵn, kể lể một câu chuyện mà người đọc chưa đọc hết mươi dòng đầu đã biết tác giả muốn nói gì, kết cục ra sao. Nó không phải là cuốn sách đọc qua là quên ngay, chẳng lưu lại trong bộ nhớ người đọc được vài sát-na. Nó khó khăn bắt người đọc trăn trở cùng nó, cùng chiêm nghiệm những góc cạnh đầy gai nhọn nhức nhối từ lịch sử đến siêu hình; từ bản thể đến bản nguyên con người; từ dục vọng thấp hèn đến lý tưởng cao vợi. Nó là cuốn sách đầy cá tính – You either hate it or love it, there is no midway here, no equidistant – để từ đó, hiển lộ một tính cách khai phá cực đoan hiếm thấy trong ngôi nhà văn chương Việt Nam. Những truyện ngắn của Trần Vũ trong tập truyện, tác giả viết không phải để làm cái gì phải đạo, viết không để làm vừa lòng ai, thậm chí viết để thách thức, để đưa ra một Cái Khác, một Lịch sử khác, một Thực tại khác. Bạn hoặc đồng ý, hăng hái tán thành, hoặc phẫn nộ phản đối, mà theo tôi, cả hai phản ứng đều là chỉ dấu cho sự thành công của ngòi bút, bởi như nhà văn Franz Kafka từng nói, "*Một cuốn sách phải là chiếc búa tạ dùng để đập vỡ tan biển cả đóng băng bên trong chúng ta.*"

Bao trùm trên tất cả những điều đó là thủ pháp siêu hư cấu mà tác giả sử dụng tới hạn trong hầu hết các truyện. Siêu hư cấu là một thủ pháp văn chương, trong đó phần tự sự, miêu thuật cũng như nhân vật luôn luôn nhắc nhở người đọc rằng những gì anh/chị đang đọc chẳng qua chỉ là sự tưởng tượng, hư cấu, chẳng có gì thực. Siêu hư cấu phá bỏ bức tường ngăn chia giữa người viết và người đọc, xóa mờ đường biên, giải trừ tính lưỡng phân, giữa thế giới thực tại và thế giới hư cấu. Nó trực tiếp nhắm thẳng vào người đọc, khiến người đọc có thể tra vấn chính văn bản của câu chuyện. Hơn nữa, siêu hư cấu cho phép tác giả đắp thêm một tầng tưởng tượng bên trên tầng tưởng tượng thông thường thường thấy trong bất kỳ một tác phẩm tiểu thuyết hay truyện ngắn nào. Hiệu ứng của nó là một trải nghiệm văn chương bất chấp quy ước, gây thú vị cho người đọc, và làm bật mở những chiều kích bình thường không cảm nhận được. Sử dụng một cách nhuần nhuyễn, tự nhiên, không gượng ép, thủ pháp siêu hư cấu đánh đổ rào cản nhận thức quy ước để sự thật hiển lộ, để đưa ra cái nhìn *khác* – tuy thậm xưng, gay gắt, nhưng lại vô cùng chính xác và đau đớn – về thân phận con người. Nói như thế bởi tôi đang nghĩ đến cuốn tiểu thuyết *Chiến hữu trùng phùng* của nhà văn Mạc Ngôn.

Cũng như cuốn tiểu thuyết của nhà văn Trung Quốc được trao tặng giải Nobel Văn học này, thế giới trong truyện ngắn mở đầu tập truyện của Trần Vũ, *Phép tính của một nho sĩ*, là một thế giới phi thực dị thường, trong đó người và ma sống cạnh nhau trong những quan hệ bình thường. Bằng một thứ ngôn ngữ tinh tế, đầy siêu chuyển dụ, nhưng không mù mờ, không bí hiểm, thậm chí rất hiện thực ở những đoạn miêu thuật kỹ lưỡng sự vật, tình huống và tâm lý, đã khiến thiên truyện này, và nhiều thiên truyện khác trong tập sách, có một ma lực thu hút lạ lùng. Văn chương là sự phối từ – cũng như âm nhạc là sự phối thanh, phối âm, phối khí – sao cho thích hợp, đúng chỗ, chữ nghĩa dụng công chọn lựa và dàn dựng công phu, để tạo một khí hậu Siêu thực đặc trưng cho tác phẩm sau khi hoàn tất. Trần Vũ đã thành công trong hầu hết các truyện ngắn của anh nhờ vào ngòi bút như thế.

Ở những dòng chữ đầu của thiên truyện trên, Trần Vũ viết:

> *Tôi với Tiểu Khanh chết đi ở giấc canh khuya, khi mặt sông đã hóa bùn và nước sông đã đặc tóc. Song tóc Tiểu Khanh làm sông Tô Lịch chảy mềm mại và từ bấy mang màu tóc Tiểu Khanh. Sông xanh tóc con gái ước mơ và kiên nhẫn.*

Người đọc nhận ra ngay đây là một *fairy-tale*, chuyện thần tiên, nhưng là một chuyện thần tiên u ám và sầu thảm. Một cặp trai gái chết vì trấn yểm của Cao Biền, không thể đầu thai sang kiếp khác, phải làm hồn ma muôn kiếp vất vưởng trên sông Tô Lịch. Hai hồn ma đó năm trăm năm sau nhờ một duyên do nào đó trở thành môn sinh của một nho sĩ tên An (Chu Văn An). Nhưng việc học hành của đôi trai gái ma bị gián đoạn sau khi thầy An dâng Thất Trảm Sớ lên vua và bị lũ nịnh thần quan lại xu phụ gièm pha, vu khống nên bị thất sủng và phải khăn gói về quê ở Chí Linh sống. Một nho sĩ chính trực cô thế thì làm sao thay đổi được một ông vua bất tài, một vương triều hủ mục, một quốc gia đắm chìm trong loạn lạc nhiễu nhương?

Chuyện thầy An là cái cớ để Trần Vũ đưa ra một phép tính về sự chính trực của người nho sĩ thời phong kiến và cũng là người trí thức thời hiện đại, một phép tính toán học: $\text{Lim}(\text{Ct})^{\text{Tg}} = \infty$.

Ta có thể giải thích phép tính này theo ngôn ngữ toán học là: giới hạn của hàm số "Chính trực lũy thừa Thời gian" là "vô cực."

Hình như đây là một suy nghiệm tích cực hiếm hoi trong cõi văn chương của Trần Vũ. Theo chính tác giả viết, "*Phép tính của một nho sĩ giản dị: Quốc gia ở tính nhân, ở lòng chính trực…*" Và từ định đề đó, anh đưa ra định lý, "*Số đông bao giờ cũng thắng, nên phép tính lũy thừa của thầy thêm vào thời gian, vì sự chính trực khi lũy thừa thời gian của lòng người sẽ tiến đến vô cực.*"

Có lẽ chẳng ai có thể phản bác hoặc phản biện lại định lý này; nó thuộc dạng chân lý mất rồi. Và cũng như rất nhiều chân lý khác, nó chỉ tồn tại trong cảnh giới của tưởng tượng và mộng mơ; nó đòi hỏi người ta tin tưởng vào nó như một đức tin tôn giáo, không được thắc mắc, không được chất vấn, không được nghi ngờ, cho dù thực tế có đi ngược lại. Thực tế trong thời đại tôi và Trần Vũ đang sống là *sự chính trực khi lũy thừa thời gian của lòng người đã triệt tiêu đến zero*.

Bi thiết thay! Thời đại nào con người cũng cần đến đức tin tôn giáo để bám vào mà sống.

2.

Lịch sử hiển nhiên giữ vị thế quan trọng trong văn chương Trần Vũ. Thiên truyện *Gia phả* (gồm ba tiểu đoạn *Lời của u; Nhật ký của gia sư;* và *Tâm sự Thiếu Đế)* vẽ lại sự thăng trầm của triều đại nhà Trần. Nhưng Trần Vũ không viết sử, cũng không cho một cái nhìn khác về Lịch sử. Hoàn toàn không! Anh chỉ viết truyện, mà cũng chẳng phải truyện dã sử, hay ngoại sử, hay dật sử. Nó là lịch sử nhưng cùng lúc nằm ngoài tất cả những gì gọi là lịch sử. Nghe mâu thuẫn nhưng chính sự mâu thuẫn ở đây định hình cho văn chương và cho phép thần trí tưởng tượng tung tỏa lên trời cao.

Trần Vũ dành hai phần ba thiên truyện để nói về một nhân vật nữ ít được nhắc đến trong lịch sử Việt Nam, mặc dù bà là một kiệt hiệt xuất chúng chẳng kém gì Trần Thủ Độ, đóng góp rất lớn trong việc soán ngôi nhà Lý đem ngai vàng về cho dòng tộc Trần đầu thế kỷ XIII. Bà là con thứ của Trần Lý, sử cũ gọi là Trần thị, có lẽ tên là Dung; em của Trần Thừa và Trần Tự Khánh, hai nhân vật có công rất lớn trong việc dẹp loạn vào những năm cuối triều Lý.

Khi hoàng thái tử Lý Hạo Sảm chạy loạn ra nương náu tại cứ địa của Trần Lý ở Hải Ấp (Thái Bình), thấy Trần thị có nhan sắc nên thích lắm và Trần Lý gả bà cho Sảm, khởi đầu một chuỗi những biến cố lịch sử rối rắm dẫn đến việc bà cùng Trần Thủ Độ âm mưu soán ngôi nhà Lý.

Đó là những sự việc có ghi trong chính sử.

Bà được tặng biệt hiệu Linh Từ Quốc Mẫu, nhưng suốt thời gian ở trọng nội cung vua Huệ Tông, do tình hình bên ngoài loạn lạc không ngừng, bà nhiều lần bị thất sủng vì là người của tộc Trần, từ hoàng hậu bị giáng xuống ngự nữ. Thái hậu Đàm thị, mẹ Huệ Tông, rất thù ghét bà, thậm chí có lần đem thuốc độc lại bắt bà uống. Nhưng thái hậu không làm gì được bà, chứng tỏ bà tài trí quyền biến hơn người, không phải loại nữ nhi thường tình.

Sau khi cùng Trần Thủ Độ âm mưu soán đoạt được ngai vàng, ép Huệ Tông tự vẫn, bà tái hôn với Trần Thủ Độ. (Thủ Độ là em họ bà, nhà Trần chủ trương không cho người ngoài vào gia tộc nên khuyến khích anh chị em họ lấy nhau). Vì việc này bà bị sử gia Ngô Sĩ Liên phê là "thất tiết." Song việc nội trị, nội an, củng cố ngai vàng thời gian đầu khi Trần Cảnh mới lên ngôi là có bà tham dự cùng với Trần Thủ Độ. Và khi quân Nguyên tiến công Thăng Long lần thứ nhất, bà lãnh nhiệm vụ bảo vệ gia quyến hoàng gia ở Hoàng Giang. Có sách chép bà làm tướng đoạn hậu chặn quân Nguyên để vua Thái Tông do Trần Thủ Độ và Trần Hưng Đạo mở đường kịp rút về phủ Thiên Trường (Nam Định).

Một người đàn bà như thế không phải thời đại nào cũng có, và có lẽ bởi thế Trần Vũ có thiện cảm với bà. Trần Vũ thuật cái hôm bà ra đời hãi hùng lắm, và cảnh Trần Thủ Độ hiếp dâm bà lúc hai người ở tuổi mười lăm, mười sáu thì ít ngòi bút nào dám táo bạo đến thế. "*Buổi chiều đó, tộc Trần khởi nghiệp trên thân thể Trần Thị Dung.*" Trần Vũ kết thúc tiểu đoạn *Nhật ký của gia sư* bằng câu như vậy.

Sự tàn bạo, máu đổ thịt rơi, những âm mưu và thủ đoạn đê hèn luôn luôn đi trước bất kỳ một cuộc đổi thay chính trị nào, cái mà ngày nay ta gọi là cách mạng. Trần Vũ, khi viết đoạn văn này, phải chăng đã có những ý tưởng đó?

Lịch sử được viết bởi phe chiến thắng, luôn luôn là như vậy, thời phong kiến cũng như ngày nay thời Cộng sản. Họ viết theo mắt nhìn của họ, uốn nắn quan điểm hợp ý họ, loại bỏ những gì họ xem là không phù hợp với tầng lớp thống trị và ý thức hệ đương thời. Xu hướng này thường thấy khắp nơi chứ không riêng gì Việt Nam, chính vì thế, sử gia Mỹ William Du Bois ở đầu thế kỷ XX bảo viết sử mà gạt bỏ đi những điều tội lỗi xấu xa, hay vo tròn bóp méo sự thật tồi tệ cho bớt xấu, hay chỉ nói thoáng qua… là sai, chỉ khiến lịch sử mất đi giá trị của nó.

Thật vậy, viết sử mà chỉ biết tô vẽ con người lịch sử thành thần thánh, trí trá biến đất nước nghèo đói khốn khổ thành anh hùng giải phóng của thế giới là một thứ bệnh hoạn đáng kinh tởm. Sự Thật không bao giờ có trong một cuốn sử mà khi đọc ta có cảm tưởng như đang đọc một văn bản tuyên truyền chính trị.

Trần Vũ hình như không mấy thiện cảm với nhân vật lịch sử Trần Thủ Độ, mặc dù ông ta có công lớn khai sáng nhà Trần, một trong những triều đại huy hoàng nhất trong lịch sử Việt Nam, về cả văn nghiệp lẫn võ nghiệp. Xuyên qua thủ pháp siêu hư cấu, Trần Vũ vẽ một hình ảnh Thủ Độ hung bạo, không chuyện gì không dám làm. Các sử gia cũ cũng không ai khen ông ta. Điều đó dễ hiểu. Con người chủ trương "nhổ cỏ phải nhổ tận rễ" ấy, sau khi đã soán ngôi nhà Lý, một hôm cho người lén đào hầm sâu trong nhà tế tự của con cháu họ Lý, và trong lúc họ đang cúng tế bên trong, cho giật hầm chôn sống tất cả. Những người còn lại đều bị bắt đổi sang họ Nguyễn, chỉ Lý Long Tường nhanh chân chạy thoát lên Cao Ly.

Lịch sử đó tái diễn ở thời đại tôi, thời đại Trần Vũ, với những việc làm tinh vi hơn, che mắt giỏi hơn, nhưng thực chất là một, sự tàn bạo không khác bao nhiêu.

Nhưng rồi lịch sử sang trang, đế quốc nào cũng suy tàn, triều đại nào cũng có lúc cáo chung bằng cách này hay cách khác. Trần Vũ viết tiểu đoạn ba, *Tâm sự Thiếu Đế*, để nói đến cảnh suy vong của nhà Trần:

> *Không chiêng, không trống, không cờ hiệu, không cả tiếng hát của cung nga, tôi đứng trơ trọi một mình. Phủ Thiên Trường lúc xưa là nơi khởi phát của tộc Trần, về sau là nơi các thượng hoàng sau khi truyền ngôi cho thái tử về dưỡng lão. Chiếc nôi của triều đại mỗi ngày một cũ mục, suy tàn...*

Lẽ hưng vong, vòng sinh tử là quy luật của cuộc tồn sinh. Điều oái oăm ở đây là khi xưa Trần Thủ Độ giết Huệ Tông soán ngôi nhà Lý thì nay Hồ Quý Ly giết Thuận Tông soán ngôi nhà Trần. Lịch sử tái diễn ở những lớp lang tàn bạo nhất có thể.

Tất cả còn lại là Thiếu Đế sống cô tịch như bị đày trong ngôi nhà tự u ám với hai người hầu già nua còm cõi là u Đào và bõ Phúc, mỗi ngày u uất nhìn lên bức tường trên ghi tên tuổi và các chiến tích lừng lẫy của tiền nhân dòng tộc.

Khi tuyệt vọng, không còn gì để mất nữa, người ta chỉ còn biết bám vào "hào quang quá khứ" để tìm kiếm thứ "ánh sáng huyễn mộng." Đó là tâm sự Thiếu Đế, vị vua cuối cùng của triều Trần, được Trần Vũ dùng để đóng lại thiên truyện đặc sắc này.

Người đọc tinh ý sẽ nhận ra hai nhân vật hư cấu u Đào và bõ Phúc sống từ lúc nhà Trần chưa khởi nghiệp cho đến lúc về hầu hạ Thiếu Đế, một thời gian dài ngót nghét 200 năm. Tác giả như ngầm bảo người đọc rằng đây là một thiên truyện siêu hư cấu, nhưng nhìn sâu hơn ta còn có thể hiểu đây là một siêu chuyển dụ. U Đào, bõ Phúc có lẽ tượng trưng cho thân phận tôi đòi của dân tộc Việt Nam. Số kiếp của dân Việt là phải trung thành và làm nô dịch cho giai cấp cầm quyền. Triều đại này suy tàn sẽ có triều khác lên thay, dân chúng sinh sản ra dân chúng, tất cả cứ tồn tại mãi. Hết phong kiến đến thực dân, hết thực dân đến cộng sản bây giờ, dân Việt cứ mãi mãi lầm than trong vòng tỏa chiết của xích xiềng nô lệ, đến nỗi ý chí chẳng còn đọng lại một milligram nào trong tim óc. Đó chính là hình ảnh của bõ Phúc ở buổi hoàng hôn này, miệng thốt những câu đầy hào khí can trường như con vẹt, nhưng thực chất thì "*mất hết thần khí, chỉ còn trơ lại thân xác khô vắt của một kẻ già*."

3.

Lịch sử không ở tiền cảnh mà lui vào hậu cảnh, trở thành bối cảnh cho những truyện ngắn khác trong tập truyện, như *Cái chết sau quá khứ; Ngôi nhà sau lưng văn miếu.*

Cái chết sau quá khứ thuật chuyện một lão già khật khùng tên Chu sống trong một ngôi làng gần Thuận Hóa, có lẽ, vào thời kỳ đầu của triều Nguyễn. Cô gái tên Ngự, không biết là gì của lão bởi tác giả không nói rõ, được lão yêu thương rất mực, lão gọi cô gái là *cuộc đời*. Cuộc sống của lão Chu tuy chẳng có gì vui sướng nhưng âm thầm lặng lẽ trôi qua, lão sống bằng nghề vẽ tranh vì lão có biệt tài này. Thế rồi một hôm lão lên kinh đô chơi xem Hoàng thượng tế lễ tại đàn Nam Giao và lão bỗng như bị mê hoặc bởi cảnh phù hoa nơi chốn kinh thành. Lão quyết định đem Ngự đi tiến cung với hy vọng một ngày nào Ngự được vua sủng ái thì lão cũng được hưởng lây ơn phúc trạch. Nhưng Ngự chỉ được phong giai hạng áp chót trong cung và khi Hoàng thượng qua đời thì nàng bị đày lên cung Khiêm Lăng suốt đời sống khép kín như một ni sư lo việc nhang đèn cho tiên tổ triều vua. Lão Chu như điên lên, nhưng rồi lão gặp một "kẻ lạ" và kẻ này rao giảng Phúc Âm cho lão, bảo lão có vợ con bên kia đại dương. Lão thành khẩn tin chuyện đó, nhận bí tích rửa tội từ "kẻ lạ" dù sau đó lão chịu nhiều trận đòn tra khảo máu đổ thịt rơi của quan quân vì lúc đó triều đình đang cấm đạo.

Như phần nhiều truyện của Trần Vũ, truyện này có nhiều tình tiết bạo hành. Tác giả không ngần ngại sa đà phóng bút với những cảnh đâm chém nhau tàn bạo, con người như dã thú, lúc nào cũng sẵn sàng nổi cơn điên chém giết, băm vằm nhau. Nhưng ẩn nấp bên trong những con người tưởng như súc vật ấy vẫn tìm thấy khát vọng muốn sống và muốn sống như con người. Tiếng cười của lão Chu "*không hẳn chỉ đơn thuần là giọng cười mà là tiếng kêu khát vọng của một loài sinh vật thèm khát thiên nhiên lẫn hạnh phúc của sự sống.*"

Lão Chu không chết vì bị đâm chém, đánh đập. Lão đau đớn đến hộc máu mà chết sau khi nghe tin vợ con lão bên kia đại dương qua đời.

Tôi rất muốn nghĩ hoán dụ cái chết của lão Chu đồng nghĩa với cơn điên loạn của con người lịch sử. Vì khát vọng muốn trở thành cái gì to lớn hơn bình thường, hơn cái mình có thể là, người ta sẵn sàng tin tưởng vào những điều hoang tưởng, thậm chí phi lý, để rồi gánh chịu những hậu quả đau đớn khôn lường đem đến do sự xuẩn ngốc ngu dại của mình. Có lẽ vì thế mà Trần Vũ viết dòng chữ sau trong phần kết truyện:

> *Những cái chết sau quá khứ về sau vẫn tiếp tục tiếp diễn mãi cho đến tận bây giờ. Nhưng cái chết trên biển, bên kia biển, và bên này đất liền.*

So với *Cái chết sau quá khứ, Ngôi nhà sau lưng văn miếu* ít yếu tố bạo hành hơn, nhưng không phải không có, và sự đau đớn, do tính cách phi lý và mâu thuẫn của những nhân vật trong truyện, dường như lại có vẻ sâu đậm hơn. Truyện thuật một người đàn bà sau hai mươi năm trời bỏ đi biền biệt, nay trở về ngôi nhà cũ sau lưng Văn Miếu. *Ngôi nhà chừng như không thay đổi mấy ở mặt tiền,* nhưng bên trong là một nấm mồ lạnh lẽo với người cha mất hồn mất trí suốt ngày ngồi lau tròng kính mắt, người mẹ ra vào im lìm như một bóng ma và người cố bán thân bất toại nằm trên sập gụ miệng thở khò khè, chờ chết.

Truyện sẽ tầm thường và sáo mòn biết mấy nếu ở đây tác giả an phận với hiện thực tả chân hay hiện thực xã hội, không tận dụng bút pháp hiện thực huyền ảo biến nó thành một thiên truyện đặc sắc!

Tôi đặc biệt yêu thích truyện ngắn này của Trần Vũ. Cùng với *Cái chết sau quá khứ,* nó là một trong những truyện anh viết rất sớm trong văn nghiệp. Viết lúc còn rất trẻ, nhưng với hai truyện ngắn này, Trần Vũ đã tự định hình cõi văn chương của mình. Khi xuất hiện lần đầu trên tạp chí *Văn Học*, truyện *Ngôi nhà sau lưng văn miếu* đã gây tiếng vang không nhỏ (và cả sốc nữa), làm xôn xao dư luận trong giới thưởng ngoạn văn chương cộng đồng người Việt hải ngoại thuở đó. Chính ngôn ngữ, xuyên qua một bút pháp độc đáo, lấy mặt nạ của cái khả lý đắp lên cái hiện thực tâm lý, điểm xuyết bởi những nét chấm phá của hiện thực huyền ảo, đã làm nên tác phẩm. Sự dàn dựng công phu, yếu tố bất ngờ ở phần kết truyện khi tác giả tiết lộ người đàn bà trở về chính là cô Nhài năm xưa, đã tạo sự thú vị nơi người đọc, mặc dù đấy chỉ là kỹ thuật viết.

Nụ, tên người đàn bà, và Nhài ráp lại là "nụ hoa nhài." Họ không bao giờ già đi mà ở mãi trong quá khứ hung bạo. Nhài là bông hoa, Nụ khai sinh ra Nhài và biến thành phiên bản ác độc đến sau của Nụ. Khi nhỏ là một cô bé, lớn lên thành Việt Minh sắt máu, trả thù chính những người có công dưỡng dục mình. Có lẽ đó là ý nghĩa của hai tên Nụ và Nhài. Tuy vậy, yếu tố lịch sử, chính trị (độc lập, cướp chính quyền, Việt Minh...) rất mờ nhạt trong thiên truyện. Ý thức luân lý lại càng không có. (Người đàn bà có ân hận về việc mình trả thù gây khổ đau oán hận suốt đời cho chính những người đã cưu mang mình không? Không hề nghe tác giả nói đến.) Tôi nghĩ đây chính là ưu điểm của truyện, bởi nếu có sự can thiệp của chính trị hay luân lý vào một tác phẩm văn học thì nghệ thuật sẽ rút lui ngay vào hậu trường để nhường chỗ ngoài sân khấu cho một văn bản tuyên truyền nhàm chán, xơ cứng, chỉ đáng làm tài liệu học tập cho các cán bộ và đảng viên ngu dốt.

4.

Với hai truyện ngắn khác, *Nhã Nam* và *Cánh đồng mùa gặt khô*, Trần Vũ đưa chúng ta vào một khí hậu khác, một dạng thức khác của siêu hư cấu, đó là, quan hệ tương tác giữa thực tại và hư cấu, qua đó bức tường ngăn cản giữa tác giả và người đọc như bị phá đổ. Mặc dù là sáng tác, nhưng những nhân vật trong truyện và tác giả cùng hiện hữu trong cùng một môi trường và những tình huống trong truyện cho thấy một không gian nửa thực nửa không thực, có thể là một đoạn hồi ký hay ghi chép nhật ký, nhưng cũng có thể là hoàn toàn do trí tưởng tượng của tác giả dựng nên. Nhân vật trong *Nhã Nam* có lẽ là nhà văn Nguyễn Huy Thiệp, và trong *Cánh đồng mùa gặt khô* có lẽ là nhà văn Thế Giang – theo suy đoán của riêng tôi.

Ở những truyện này, Trần Vũ viết "hiền lành" hơn, nhẩn nha, không có chủ đích rõ rệt, hình ảnh lịch sử thi thoảng hiện ra như những câu nhạc bắc cầu cho bản giao hưởng. Lịch sử và đời sống thật chồng chéo nhau, tan loãng, như một bức tranh trừu tượng, ánh sáng mờ tối phả vào thân phận con người. Con người như những chiếc lá trong cơn giông, không làm chủ được định mệnh đời mình, cứ thế trôi giạt về những bến bờ không định trước, để rồi cái chết đứng ở ngưỡng cửa đợi chờ đón mình đi.

Trần Vũ kết thúc truyện *Cánh đồng mùa gặt khô* bằng một trận nhậu lịch sử. (Qua truyện ngắn này tôi tin anh còn là một chuyên gia ẩm thực có hạng.)

Trần Vũ có viết truyện tình không? Có chứ. Hai truyện tình trong tập sách này là *Trưa nắng Hàm Ninh* và *Phố cổ Hội An*.

Trưa nắng Hàm Ninh thuật chuyện một người đàn bà chán cảnh sống nơi thành phố, chán người chồng nhạt nhẽo, bỏ sang đảo Phú Quốc tìm một sinh khí mới cho cuộc sống. Tại đây cô gặp một người đàn ông trung niên gốc Hoa có tài làm nước mắm theo phương pháp cổ truyền. Đối với gã đàn ông, làm nước mắm là một nghệ thuật. Cái nắng nhiệt đới cháy da thịt và biển xanh rưng rức xung quanh hải đảo không làm cô nguôi ngoai nỗi buồn, cô gọi người bạn, một cậu trai nhỏ tuổi hơn, sang ở với cô. Trong khu nhà bề bộn những bể nước mắm lớn nhỏ, mùi cá tanh tưởi xông lên suốt ngày đêm, cô làm tình với cả hai người đàn ông. Cô thỏa mãn với cậu trai, nhưng với người đàn ông gốc Hoa bất lực, cô chỉ muốn ông ta chiêm ngưỡng nhan sắc và thân thể mình như một thần dân thấp hèn nhìn lên nữ hoàng trên bệ.

Cô có tìm ra điều cô khát vọng không? Dĩ nhiên là không. Đây là nghịch lý hết thuốc chữa của cuộc sống, càng tìm kiếm ta càng sa lầy vào cõi hỗn mang, càng bị cuốn hút vào cái hố đen huyền tẫn, không mong có ngày thoát ra để trở về, như người đàn bà một hôm ra biển ngắm hoàng hôn và biến mất khỏi mặt đất.

Mô-típ một người đàn bà ở với hai người đàn ông tái hiện trong *Phố cổ Hội An*. Tính cách điên loạn được miêu tả ở phân cảnh gã người tình đút từng con cá cơm vào miệng người đàn bà bắt ăn sống; ở phân cảnh người đàn bà đánh đập con ở một cách vô lý và tàn nhẫn; ở phân cảnh người đàn bà dùng ánh mắt như lưỡi dao chống lại ánh mắt của mụ chủ nhà cay nghiệt và ác độc.

Sự điên loạn thường dẫn đến tự hủy. Ngoài con thiêu thân ra, tôi không rõ có một sinh vật nào khác trên quả đất trong lúc sống mà cứ nghĩ đến cái chết như con người. Nó là một xung lực khó hiểu nhất, khó giải thích nhất trong con người. Khó đến nỗi ông tổ khoa phân tâm học, Sigmund Freud, cũng chỉ biết thở dài, chép miệng, buông một câu, "*Mục đích của tất cả sự sống là cái chết*."

5.

Trong thế giới truyện của Trần Vũ, thực tại bị ảo hóa. Nói cách khác, sự hiện hữu của con người hay vũ trụ xung quanh hắn có vẻ như chỉ là những hình ảnh hư huyễn, mông lung, phi thực. Nó tan chảy trong một không gian bất định, bấp bênh, không có chỗ bám víu, không có chủ đích và cũng chẳng thấy đâu là mục tiêu cho hắn nhắm tới. Nó là một thực tại không đường biên, không ranh giới, một thực tại mở bởi đang hiện hữu ở cõi thực, thoắt cái nó có thể biến ngay vào cõi ảo, thực và ảo là một, ta chẳng thể nào biện biệt sự việc xảy ra là chân lý hay phi lý hay khả lý, tất cả hòa quyện vào nhau trong một thế giới dị thường, phi chiều kích, phi thời gian.

Truyện Trần Vũ mở ra một vấn nạn rất quan trọng, đó là câu hỏi chúng ta phải nhận thức thực tại như thế nào. Thế nào là thực, và thế nào là ảo. Thực tại có thể vừa là thực vừa là ảo được không?

Theo quan niệm duy lý cổ điển thì thực tại vốn là khách quan, hoàn toàn dửng dưng, tách rời với con người. Nhưng cái nhìn biểu kiến đó ngày nay bị xem là lỗi thời, không chính xác nữa, và có nhiều lý thuyết, như lý thuyết Lượng tử, đưa ra cái nhìn mới mẻ hơn về thực tại.

Riêng trong mắt nhìn nhà Phật thì mọi hiện tượng không có tự ngã. Bản thể của hiện tượng là vô ngã, cái ngã của nó là do vọng tưởng của *tâm* biến nó thành *thức*. *Tâm* mang một ý nghĩa chủ quan và nó chủ động trong việc hình thành, thị hiện bất cứ điều gì gọi là thực tại. Bởi thế, thực tại có thể là thực nhưng cũng có thể là ảo.

Nhà văn Anh, George Orwell, nổi tiếng với cuốn tiểu thuyết kinh điển *1984*, cũng có nhận định tương tự khi ông bảo, *"Thực tại tồn tại trong tâm trí con người, không ở đâu khác."*

Bởi thế, ta nên đọc Trần Vũ từ góc độ này để thấy thực tại trong thế giới truyện của anh không mang tính cách hoang đường, vô nghĩa. Bởi chỉ văn học, chỉ văn học mà thôi, mới mở rộng cánh cửa cho ta đi vào nghệ thuật và nhân sinh bằng con đường lạ lùng đầy khích động đó.

Kỳ thực, ít ai đặt vấn đề thực hay ảo trong văn học. Bất cứ một tác phẩm văn học nào đều ít nhiều, kín đáo hay lộ liễu, hàm chứa một chiều kích ảo bên cạnh chiều kích thực hiển nhiên. Các tác phẩm kinh điển của Tây phương từ thời Trung đại như *Canterbury Tales, Don Quixote* đều thế. Bước sang thế kỷ XX, xu hướng này càng được khai thác triệt để, từ Franz Kafka đến Milan Kundera, từ Gabriel García Márquez đến Salman Rushdie, từ Kurt Vonnegut đến Jasper Fforde… Thậm chí ông anh cả của hiện thực phê phán/ xã hội, văn hào Honoré de Balzac, cũng có lúc tạm quên những vấn đề rối rắm của xã hội Pháp đầu thế kỷ XIX để viết cuốn tiểu thuyết *La Peau de chagrin* thuật chuyện ma cùng những hiện tượng kỳ bí không giải thích được. Và bên trời Đông, tôi không tìm thấy bộ truyện nào đọc hoài không chán như bộ *Liêu trai chí dị* của Bồ Tùng Linh.

Trần Vũ thực chất là một người kể chuyện. Anh hiếm khi đưa tư duy vào truyện, mà theo thứ tự lớp lang kể hết chuyện này sang chuyện kia, và gần như không có những đoạn chuyển mạch. Kỹ thuật này khiến tôi liên tưởng đến một Gabriel García Márquez thâm u, rùng rợn nhưng hấp dẫn, như miền đất Nam Mỹ phong nhiêu, hoang dại của ông.

Cho dù viết về lịch sử hay cuộc sống hiện đại, văn chương Trần Vũ va chạm, bằng cách này hay cách khác, đến những căn bệnh trầm kha của con người, tự kỳ thủy cho đến ngày nay: sợ hãi, điên loạn, tha hóa, cô đơn, cô độc, tự hủy… Anh định nghĩa, "*Viết văn là một hành động đi săn. Săn nhân sinh, săn chính mình. Mỗi nhà văn đích thật là một thợ săn.*" Câu nói được dùng làm lời thiệu cho truyện *Cuộc săn thú vô hình của nhà văn An Nam,* một truyện ngắn kỳ ảo, mang hơi hướm thần thoại mặc dù bối cảnh là hiện đại. Nhưng tất cả những chuyện "hô phong hoán vũ" trong truyện chỉ là cái cớ để anh nói về tính cách "đi đến tận cùng" của nhà văn. Đi đến tận cùng để biết đâu một lúc nào đó ta nhìn ra cái ẩn mật của nhân sinh mà trước đó chưa từng được nói đến.

Văn học mở cánh cửa cho chúng ta nhìn vào con người như cái gì vừa trong suốt vừa kỳ bí, vừa nhân từ vừa tàn độc, vừa yếu đuối vừa mạnh mẽ, vừa minh triết vừa điên loạn, vừa cao cả vừa đớn hèn, vừa yêu thương vừa thù ghét. Đó là lý do vì sao văn học thường phẫn nộ, phẫn nộ nhưng vẫn bao dung và nhân ái. Sau khi gấp lại trang sách, câu hỏi vương vấn trong trí óc ta như một mùi hương, hỏi để hoàn tất tác phẩm chứ không phải để tìm kiếm đáp án hay câu trả lời, dù là câu trả lời khiên cưỡng.

Song bạn có thể lắc đầu bảo văn chương Trần Vũ tàn bạo quá, nhiều máu đổ, nhiều thù hận, thù ghét quá, con người bình thường như chúng ta đâu đến nỗi kinh khiếp đến thế.

Có lẽ tôi đã đồng ý với bạn, nhưng tôi chợt nhớ đến câu nói của ông nhà văn Argentina, Roberto Arlt. Ông này bảo, "*Con người tàn bạo một cách vô lý như loài trăn, loài beo, loài cá piranha*." Và, bạn hẳn nhớ câu nói của Tuân Tử, "*Nhân chi sơ, tính bản ác*." Tôi nghĩ Tuân Tử đúng, chứ không phải Mạnh Tử. Cái ác nằm trong DNA con người từ thuở hắn mới bắt đầu là *homo sapiens*, có lẽ *homo erectus*, không chừng. Ác để tồn sinh theo quy luật tự nhiên chứ nào ai muốn thế. Và một triệu rưỡi năm tiến hóa chỉ là một sát-na trong biến trình vũ trụ, chưa thể xóa tan cái ác được.

6.

Văn Trần Vũ cô đọng, trau chuốt nhưng không làm dáng; hiện đại vì không áp dụng những biện pháp tu từ duy mỹ, tuy thấp thoáng phong cách cổ điển; sử dụng nhiều hình ảnh; có nhạc tính. Với vốn từ vựng phong phú, anh dụng công chọn lựa chữ nghĩa để tạo khí hậu truyện, chẳng hạn, khi nói về những cơn mưa đất Thuận Hóa, anh gọi là mưa "tầm thu;" miêu tả ngôi nhà của Trần thị, anh viết, "*khoảng sân huyễn hoặc, lót đá vân lọt thỏm giữa lòng nhà lưa thưa nắng*."

Quyện lẫn những câu chữ tả cảnh đôi lúc đẹp nao lòng là những đoạn thuật chuyện máu đổ thịt rơi khiếp hãi, tất cả anh viết bằng thứ văn phong "nội lực âm kình," như thể chẳng có gì khác biệt giữa cái đẹp và cái xấu, giữa nên thơ và khốc liệt, giữa nhân từ và hung bạo.

Trần Vũ nắm vững thủ pháp cùng bút pháp truyện ngắn. Đọc truyện ngắn Trần Vũ là để nghe "cái hồn" của chữ nghĩa, chữ nghĩa như được thổi bùa phép làm sống dậy vẫy vùng, quẫy đạp. Trần Vũ dẫn người đọc vào truyện như một cơn lốc dữ phá toang cửa ập vào nhà. Người đọc cảm nhận ra ngay tức khắc điều gì sắp tới, nhưng vẫn hồi hộp chờ đợi một biến cố bất ngờ đang mở ra phía trước.

Như nói ở phần đầu, đọc Trần Vũ, you either love it or hate it! Tôi thú nhận là tôi đứng về phe "love it."

Cái cười

1.

Nhà văn Võ Phiến, trong một tùy bút viết năm 1967, tỏ ý thắc mắc tại sao trong văn học của ta lẫn Tàu đều thiếu vắng tiếng cười. Ông bảo nếu dựa trên sách vở mà nói thì đó là những dân tộc không biết cười. Ông viết như sau:

> *Văn học Trung Hoa từ xưa tới nay phong phú vô kể: muốn tìm trong đó thơ văn lâm ly thống thiết, không thiếu gì; muốn tìm những truyện ly kỳ quái đản, cũng không thiếu gì; thậm chí muốn tìm những cái tục tĩu (tức cái phát kiến rất mới mẻ của Âu Tây) thì tưởng Kim Bình Mai cũng cống hiến được nhiều đoạn không hổ thẹn với các danh phẩm của Lawrence, Miller... Thế nhưng bị yêu cầu xuất trình một tác phẩm hoạt kê, trào lộng cho có giá trị, chắc chắn cả ta lẫn Tàu đều lúng túng.*
>
> ...
>
> *Những nhân vật nổi tiếng của chúng ta – xuất hiện từ trang sách mà ra – dù nghèo, dù giàu, dù khôn, dù dại, dù thiện, dù ác, đều không có gì đáng cười: Lục Vân Tiên, Thúy Kiều, Thôi Oanh Oanh, Tống Giang, v.v...*

Lạ chứ! Một dân tộc không biết cười? Nhưng có thật thế không?

Giở cuốn từ điển Việt Nam của Lê Ngọc Trụ ra xem, tôi thấy có cả thảy 91 từ mục về cái cười: cười ầm, cười ba ngoe, cười bao biếm, cười bả lả, cười bí hiểm, cười bỡn, cười cắm cắt, cười cợt, cười chê, cười chớt nhả, cười chúm chím, cười giã lã, cười dài, cười duyên, cười đùa, cười gay, cười gằn, cười gượng, cười giả dối, cười giòn, cười ghê rợn, cười hả hả, cười hả hê, cười hắt hắt, cười hề hà, cười hề hề, cười hì hì, cười hỉnh, cười hóm hỉnh, cười hồn nhiên, cười hùn, cười huề, cười khà, cười khan, cười khẩy, cười khanh khách, cười khì, cười khinh khỉnh, cười khoái trá, cười khúc khích, cười lả lơi, cười lanh lảnh, cười lạt, cười lão, cười lẳng, cười lén, cười lỏn lẻn, cười man rợ, cười mát, cười mỉa, cười miếng chi, cười mỉm, cười mơn, cười mũi, cười múm mím, cười nụ, cười ngặt nghẹo, cười ngất, cười ngoại giao, cười ngỏn ngoẻn, cười nghiêng ngửa, cười nhạo, cười nhoẻn, cười phì, cười quỷ quyệt, cười ra nước mắt, cười ranh mãnh, cười rặc rặc, cười rộ, cười rúc rích, cười rùm, cười ruồi, cười sặc sụa, cười sằng sặc, cười sâu sắc, cười tích toát, cười tình, cười toe toét, cười tít mắt, cười tủm tỉm, cười thầm, cười thích thú, cười thỏa mãn, cười trây, cười trời, cười vang, cười vỡ bụng, cười xã giao, cười xều xào, cười xòa, cười xộ.

Gần một trăm kiểu cười khác nhau! Không chừng từ hơn nửa thế kỷ qua có thêm nhiều kiểu cười khác mà ông Lê không biết, hoặc chưa biết, để ghi vào cuốn từ điển của ông. Một dân tộc có nhiều kiểu cười như thế thì không thể bảo là không biết cười. Thơ văn ta (và cả Tàu, theo lời ông Võ) không có tiếng cười, lỗi ấy ở các nhà làm văn, làm thơ, chứ dân ta thì chắc chắn biết cười và cười nhiều là đằng khác. Trong dân gian không lúc nào thiếu tiếng cười, ngay cả ở những giây phút, tình huống thống khổ, ngặt nghèo nhất. *Một nụ cười bằng mười thang thuốc bổ*. Các cụ ta chẳng bảo thế ư? *Laughter is the best medicine*. Người Tây phương cũng có một câu tục ngữ tương tự.

Trong kho tàng văn chương bình dân của ta có một số truyện cười, tuy không nhiều, như truyện Trạng Quỳnh, truyện Ba Giai Tú Xuất, với chủ đích trào lộng, châm biếm những thói hư tật xấu của vua quan hay các thành phần cường hào ác bá nhiễu lạm dân lành ở thôn quê. Có lẽ cũng có những chuyện tiếu lâm đem ra tiêu khiển những lúc thù tạc chén chú chén anh. Chính vì thế, sự hiện diện của hai nhà thơ kiệt xuất, Hồ Xuân Hương và Trần Tế Xương, trong văn chương Việt Nam đã đem lại cái tươi mai, hồn nhiên của bộ áo cánh nâu vải thô đơn sơ giữa rừng áo thụng lụa là nhiễu gấm trịnh trọng của dòng văn chương bác học suốt mấy thế kỷ từ Trung đại đến Cận đại.

Thế nhưng, vẫn theo lời ông Võ, thì nữ sĩ Cổ Nguyệt Đường Xuân Hương khi viết những câu thơ như "*Thân em vừa trắng lại vừa tròn*," hoặc "*Hòn đá xanh rì lún phún rêu*," hoặc "*Cọc nhổ đi rồi lỗ bỏ không*," đâu có ý định chọc cười! Tự thân những câu thơ ấy không có giọng hài. Chúng ta cười chỉ vì đã "khám phá" ra cái hay ho, thú vị của sự liên tưởng, của ý nghĩa đằng sau ý nghĩa. Còn ông tú Vị Xuyên thì suốt đời làm thơ như uống rượu, chẳng màng để lại một thi tập nào cho hậu thế như Nguyễn Trãi, Nguyễn Bỉnh Khiêm… và ông sinh sống ở buổi đất nước Việt Nam ít nhiều đã va chạm khá sâu sắc với văn hóa và chính trị phương Tây. Kỳ thực, thời đại của ông thường được mệnh danh là "giao thời," một thời đại những giá trị mới cũ đan xen, pha trộn nhau đến chóng mặt, tuy những nhân tố cho một cuộc đổi thay khốc liệt vẫn còn đang lo le đâm chồi, chưa nảy nở toàn diện.

Nói chung đấy là một nền văn học thiếu vắng tiếng cười!

Trong khi ở Tây phương cái hài ngay từ thời Cổ đại Hy Lạp đã được xem là một trong những phạm trù mỹ học cơ bản. Các triết gia từ Aristotle đến Hegel, Bergson… tuy mỗi người một ý, nhưng ai cũng xem cái hài là đặc tính vốn có của đời sống thực tại, mọi lúc mọi nơi đều đầy dẫy những cái có thể gây cười. Những nhà văn như Rabelais, Cervantes đều để lại cho nhân loại những tác phẩm văn học đầy chất hài. Ở đây cần nói thêm, cái hài trong mắt người Tây phương không phải sự pha trò mua vui, mà là tính mâu thuẫn nội tại giữa các hiện tượng tiêu cực không hoàn thiện và kinh nghiệm tích cực của nhân loại được ghi khắc ở các lý tưởng thẩm mỹ. Nói một cách nôm na, nó gay gắt phê phán cái lố bịch, giả trá của người đời, và là thứ vũ khí sắc bén dùng để công kích các thành phần thống trị trong xã hội.

Nếu bảo chúng ta không được tiếp cận với văn hóa Tây phương sớm nên không biết cái hài như thế nào thì cũng không đúng nốt. Từ nhiều nghìn năm trước, ông thái sử công Tư Mã Thiên bên Trung quốc đã nói: "*Đạo trời lồng lộng, to biết bao nhiêu! Lời nói bông đùa nếu hơi hợp chính đạo cũng đủ giải được những điều rắc rối.*" (*Sử Ký Tư Mã Thiên*, Hoạt kê liệt truyện).

Vậy thì phải có lý do nào đó chúng ta né tránh cái cười trong văn chương. Nhà văn Võ Phiến nêu vấn đề và ông cho chúng ta luôn giải thích. Ông bảo: "Ta không pha trò là vì theo quan niệm văn hóa, trong bầu không khí sinh hoạt văn hóa của ta, nụ cười không tiện nở ra, không tự thấy thích hợp."

Văn hóa ư? Một dân tộc có gần trăm kiểu cười khác nhau, liệu văn hóa ấy có thể cấm, tuyệt đối không cho cái cười chen vào được chăng? Hay văn hóa mà ông Võ nói đến là hệ quả của cái gì tàn bạo sâu kín hơn, như cái vòng kim cô bám chặt tâm thức người cầm bút Việt Nam khiến hắn không thể mở miệng buông tiếng cười sảng khoái bao giờ. Có lẽ chúng ta cứ việc đổ thừa lên ý thức hệ, từ ý thức hệ Khổng-Mạnh đến ý thức hệ Mác-Lênin. Vâng, với ý thức hệ "Trai thời trung hiếu làm đầu, gái thời tiết hạnh làm câu trau mình," hoặc, ý thức hệ "văn học là hình thái phát ngôn ý thức của nhân dân, phải diễn đạt nhu cầu phát triển con người và xã hội cao nhất của thời đại và dân tộc," thì thử hỏi ai là kẻ dám cả gan đem cái cười vào tác phẩm của mình? Xưa phong kiến, nhẹ: rơi đầu, nặng: tru di tam tộc; nay cộng sản, nhẹ: mất thẻ đảng, khốn đốn cả đời, nặng: tù cải tạo mút mùa.

2.

Sách vở y học đã nói nhiều về lợi ích sức khỏe của cái cười. Bước ra ngoài lĩnh vực y khoa, chúng ta cũng bắt gặp nhiều tư tưởng tích cực về cái cười. Bà nhà văn Annie Leclerc – một trong những nhà văn nữ thuộc phong trào Nữ quyền, người được xem là đã để lại dấu ấn khá rõ rệt lên khí hậu thời đại chúng ta đang sống – xem cười là một triết lý sống. Viết cuốn sách nhan đề *Parole de femme* (*Lời đàn bà*), xuất bản năm 1976, bà bảo: "... cười là một cảm giác vô cùng vui thích, một thú vị tột độ..." Cười là "hạnh phúc ngất ngây, là đỉnh cao chót vót của mọi hoan lạc. Cười vì hoan lạc, hoan lạc vì cười." Triết lý này nhuốm màu sắc hiện sinh khi bà nói, "Kẻ đau đớn nối kết tiếng rên la của hắn với thời khắc hiện tại (hoàn toàn tách biệt với quá khứ hay vị lai), kẻ cười là kẻ không có ký ức hoặc ham muốn, bởi tiếng cười từ miệng hắn rơi vào khoảnh khắc hiện tại của thế gian và hắn chỉ cần biết có thế."

Milan Kundera là một nhà văn khác bị cái cười ám ảnh. Nhưng cách hiểu cái cười của ông nhà văn Pháp gốc Tiệp này khác xa bà Annie Leclerc. Ông ghép "cái cười" và "sự lãng quên" thành một cặp phạm trù trái ngoe (*incongruous juxtaposition*, một biện pháp tu từ các nhà thơ hay sử dụng để làm bật tính hài), và ông khai triển nó đến tột điểm trong cuốn tiểu thuyết đã đưa ông lên địa vị một nhà văn quốc tế nửa sau thế kỷ XX, cuốn *Tập sách cái cười và sự lãng quên*, xuất bản năm 1978, mà tôi có dịch sang tiếng Việt. Nó là cái cười hàm súc một ý nghĩa chính trị, hiển lộ trong đoạn văn tôi rất tâm đắc dưới đây:

> *Lần đầu tiên nghe quỷ sứ cười, thiên sứ kinh ngạc tột độ. Chuyện đó xảy ra ngay giữa bữa tiệc trong một gian phòng đông người, tiếng cười của quỷ sứ dễ lây một cách đáng sợ và nó lan từ người này sang người kia. Thiên sứ biết rất rõ cười như thế là xúc phạm đến Thượng đế và công tác thiêng liêng của hắn. Hắn biết rằng bằng cách này hay cách khác, hắn phải phản ứng nhanh chóng, kẻo không kịp, nhưng hắn cảm thấy yếu đuối và không tìm ra cách chống đỡ. Vô kế khả thi, hắn nhại theo đối phương. Hắn mở miệng phát ra tràng thanh âm đứt quãng nghe chói lói, the thé, nhưng với ý nghĩa hoàn toàn trái ngược: ý nghĩa tiếng cười của quỷ sứ là chỉ vào tính phi lý của sự vật, ngược lại, thiên sứ thì muốn ngợi khen mọi thứ sao mà trật tự, khéo sắp đặt, tốt lành, và ý nghĩa đến thế.*

Đoạn văn này của Kundera có thể gây ngộ nhận tai hại nếu chúng ta không nắm rõ ý nghĩa của thuật ngữ và ẩn dụ. Trái với quan niệm thông thường vốn xem quỷ sứ là đại biểu cho cái Ác và thiên sứ là chiến sĩ của cái Thiện bên phía Thượng đế, chúng ta phải tạm thời xóa bỏ tư duy thông thường đó để hiểu theo cách ông nhà văn suy nghĩ, nghĩa là, "thiên sứ không đại biểu cho cái Thiện mà là một sáng tạo thánh hóa" và "quỷ sứ là kẻ chối từ, không chịu cấp bất cứ ý nghĩa hợp lý nào cho cái thế giới được thánh hóa tạo dựng đó." Ở ngữ cảnh này, thế gian là một cảnh giới lưỡng cực, quyền thế được chia làm hai, một bên thiên sứ, bên kia quỷ sứ. Tuy nhiên, điều đó không ám chỉ thiên sứ ở vị thế cao hơn quỷ sứ, mà lực lượng đôi bên gần như cân bằng nhau. "*Nếu thế gian có quá nhiều ý nghĩa không ai phản bác (sức mạnh của thiên sứ) thì con người sẽ bị đè bẹp dưới sức nặng của nó. Còn nếu thế gian mất đi tất cả mọi ý nghĩa (quỷ sứ lên ngôi) thì chúng ta cũng chẳng thể nào sống nổi.*" Kundera nói thêm như vậy.

Nhưng lý do nào đã khiến quỷ sứ cười?

Quỷ sứ cười vì, vẫn theo Kundera, "ý nghĩa cố hữu của sự vật bỗng nhiên bị lấy đi, vị trí của nó trong một trật tự nào đó bị đảo lộn."

3.

Tôi nhớ năm học lớp 11 Trung học tại quê nhà, cô giáo dạy Anh văn lớp chúng tôi hôm nào vào lớp cũng một cái áo dài trắng trên người. Cô đẹp nhưng dữ, và có tật hay đứng dựa bụng vào thành bàn trong khi giảng bài, đó là bàn đầu chỗ ngồi của thằng Thức, một học trò yêu của cô nhưng bị chúng tôi ghét thậm tệ vì cái tính kiêu mạn, phách tấu. Một hôm, cô vẫn đứng ở chỗ cô hay dựa thành bàn, và sau khi giảng hết một đoạn trong giáo trình, cô bước lên bục giảng, xoay người, hướng mặt về phía chúng tôi. Cô đứng trước lớp nói thêm điều gì đó và cả lớp đột nhiên im phăng phắc trong năm giây đồng hồ như thể đang quan sát một hiện tượng kỳ lạ, không thể tin được. Rồi, trong lúc cô đang nói, đột nhiên không ai bảo ai, tất cả gần bốn chục cái miệng cùng phá lên cười, cười ầm ĩ, cười sằng sặc, cười nghiêng ngửa, cười ra nước mắt, cười sặc sụa, cười khoái trá, cười rộ, cười ngặt nghẹo, cười ngất, cười vỡ bụng, cười như chưa bao giờ được cười. Tội nghiệp cô giáo, cô ngơ ngác không hiểu chuyện gì, nhưng như được trực giác sai khiến, cô cúi xuống nhìn tà áo dài của mình và cũng là chỗ gần bốn chục cặp mắt học trò quỷ sứ đang chằm chặp dán vào. Ngay hạ thể cô, hiện rõ trên màu áo trắng tinh một vết đỏ to bằng cái bánh dầy. Nhòe nhoẹt. Trơ trẽn. Nhơ nhuốc.

Cô rú lên một tiếng rồi ôm mặt chạy ra khỏi lớp học.

Thằng Thức bị gọi lên phòng tổng giám thị đầu tiên, nhưng nó vô tội, thằng lấy mực đỏ bôi lên thành bàn – bàn học làm bằng gỗ tạp cũ xỉn đã ngả vàng đen, mực đỏ bôi lên không ai phát hiện được – trước giờ vào lớp là một trong nhóm những thằng phá phách nhất lớp, trong đó có tôi. Tôi nhớ hôm đó chúng tôi đã được một trận cười no say.

Vâng, chúng tôi cười vì, đúng như Kundera bảo, "*ý nghĩa cố hữu của sự vật bỗng nhiên bị lấy đi, vị trí của nó trong một trật tự nào đó bị đảo lộn.*"

4.

Cùng một hiệu ứng nhân quả, chỉ khác tình huống, cái cười của lũ học trò chúng tôi thật ra vô hại (bất quá những thằng học trò quỷ sứ sau đó bị kỷ luật nhà trường trừng trị), trong khi cái cười của Kundera và những quỷ sứ đồng hành với ông đã khiến họ bị ném vào những số phận nghiệt ngã do bàn tay cai trị sắt thép của đảng cộng sản Tiệp. Cuộc "đấu cười" của trí thức văn nghệ sĩ Tiệp được Kundera miêu tả như sau:

> *Thế là thiên sứ và quỷ sứ, hai bên giáp mặt nhau, hả họng thật lớn quang quác cùng một thanh âm, chỉ khác ở ý nghĩa tiếng cười mỗi bên tuyệt đối trái ngược nhau. Nhìn thiên sứ cười, quỷ sứ cười to hơn, nhiều hơn, sỗ sàng hơn, bởi thiên sứ mà cười thì hài hước không chịu nổi.*

Trong lúc dịch cuốn tiểu thuyết *Đời nhẹ khôn kham* của Milan Kundera, tôi tìm hiểu thêm về lịch sử nước Tiệp và thấy đó quả là một quốc gia đặc biệt. Dân Tiệp có một nền văn hóa rất cao. Trước khi tách ra thành hai quốc gia như hiện nay, dân số Tiệp có chừng 11 triệu nhưng kinh đô Praha từ thế kỷ XIX đã là một tụ điểm văn hóa châu Âu chẳng kém gì Paris, London hay Vienna. Bởi thế chẳng có gì ngạc nhiên cuộc cách mạng dẫn đến sự sụp đổ của chế độ Xã hội chủ nghĩa ở Tiệp (thường được mệnh danh là cuộc Cách mạng Nhung vì hoàn toàn bất bạo động) là do giới trí thức văn nghệ sĩ chủ động lãnh đạo và đưa đến thành công. Cuộc Cách mạng Nhung tuy nằm trong chuỗi sụp đổ của đế quốc Xô Viết nhưng thực chất đã bắt rễ từ những hoạt động chống đối của trí thức văn nghệ sĩ từ thập kỷ 50 với lòng can trường hiếm thấy ở giới cầm bút như trường hợp thi sĩ Siêu thực Záviš Kalandra bị nhà nước cộng sản tuyên án tử hình. Vụ này nổ lớn khi André Breton chính thức viết thư ngỏ can thiệp (nhưng không có kết quả và Kalandra sau đó bị treo cổ). Cao trào lên đỉnh điểm vào nửa sau thập kỷ 60 khi lãnh tụ Alexander Dubček đưa ra những cải cách xã hội và kinh tế với khẩu hiệu "Xã hội chủ nghĩa với bộ mặt nhân bản" nhằm "dân chủ hóa" một số thiết chế nhà nước, cải cách chế độ bầu cử, xác nhận quyền tự do hội họp và phát biểu, nới lỏng tình trạng bóp nghẹt sinh hoạt sáng tác văn nghệ, v.v… Dubček chủ trương cải cách chứ không đặt quốc gia Tiệp ra ngoài ảnh hưởng của liên bang Xô Viết, cũng không từ bỏ theo đuổi mục tiêu cộng sản, và vẫn chấp nhận nằm trong liên minh quân sự Warszawa. Mặc dù vậy Moskva đã không thể chấp nhận thái độ thách thức đó của Praha, và một ngày mùa thu năm 1968 họ xua nửa triệu quân và hàng nghìn chiến xa sang chiếm đóng xứ Tiệp, áp đặt một thể chế công an trị tàn bạo hơn bao giờ.

Đó là thời điểm sau này được lịch sử mệnh danh là Mùa Xuân Praha. Nó cũng là lúc xảy ra những trận "đấu cười" giữa thiên sứ và quỷ sứ mà Kundera nói đến. Và dĩ nhiên, với họng súng đen ngòm của nửa triệu quân chiếm đóng, quỷ sứ phải câm họng để thiên sứ làm nốt nhiệm vụ thiêng liêng của họ.

Tiếng cười của quỷ sứ tắt ngúm.

5.

Trước đó hơn thập kỷ tại Việt Nam, đúng hơn tại miền Bắc Việt Nam, cũng có một vụ "đấu cười" tương tự. Đó là vụ "Nhân Văn - Giai Phẩm" mà sách vở báo chí đã nói đến rất nhiều, thiết tưởng tôi không nên nói gì thêm ở đây. Lấy ra từ thơ văn vài số báo *Nhân Văn - Giai Phẩm* và trong ý nghĩa thuật ngữ Kundera, bài viết ngắn *Ông bình vôi* của Phan Khôi (hàm ẩn tính hài) và bài thơ dài *Nhất định thắng* của thi sĩ Trần Dần (không hàm ẩn tính hài) cả hai đều là tiếng cười của quỷ sứ. Đó là một cuộc "đấu cười" ngắn ngủi bởi thiên sứ chỉ cười gằn vài tiếng rồi đem súng đạn và nhà tù ra chặn họng, không cho quỷ sứ cười nữa. Bạn đừng bao giờ yêu cầu phải có *fair-play* ở đây. Cuộc "đấu cười" này, nhìn từ phía ngoài, chỉ củng cố tinh thần chống cộng của cánh hữu, và tuy được thổi phồng, ảnh hưởng của nó không sâu, không xa. Lúc đó trí thức thiên tả phần nhiều tảng lờ, nhún vai xem nó như sự bất mãn cục bộ, chẳng có gì đáng quan ngại, chính nghĩa chống ngoại xâm cứu nước vẫn sáng ngời, họ vẫn tiếp tục chiến đấu cho lý tưởng cộng sản và hy sinh cho cuộc chiến, họ chỉ thật sự tỉnh ngộ sau khi cộng sản cưỡng chiếm miền Nam năm 1975 với tất cả những bề trái đen tối của chủ nghĩa cộng sản phơi bày ra trước mắt họ sau đó.

Cuộc "đấu cười" lần thứ hai xảy ra sau lần đầu gần ba thập kỷ. Đó là những năm đế quốc Xô Viết đang trên đà tan rã. Năm 1986, được thúc đẩy bởi chính sách "cởi trói văn nghệ" của Tổng Bí thư Nguyễn Văn Linh và đảng lúc đó, một đội ngũ người viết mới xông xáo ra trận tiền với lòng phẫn nộ nung nấu bấy lâu và họ đã cống hiến nhiều tác phẩm xuất sắc bẻ ngược lại những gì Hiện thực Xã hội chủ nghĩa xưa nay "trói tay" họ. Dọn đường trước đó là những phản biện của vài trí thức nhiều tuổi đảng như Hoàng Ngọc Hiến,

Nguyên Ngọc, Nguyễn Minh Châu… Nhưng phong trào chỉ thật sự bùng nổ với sự xuất hiện ồ ạt của những cây bút ở thế hệ ít tuổi đảng hơn hoặc không ở trong đảng như Dương Thu Hương, Nguyễn Huy Thiệp, Phạm Thị Hoài, Trần Mạnh Hảo, Nhật Tuấn, Bảo Ninh, v.v…

Xuất sắc nhất có lẽ là Nguyễn Huy Thiệp. Họ đã tạo được một khí thế hào hứng khá vững mạnh vì tiếng nói của họ mới mẻ, bạo dạn, họ dám nói lên sự thật. Dư luận cả trong lẫn ngoài nước đều tốt đẹp đứng về phía họ, và trận "đấu cười" giữa thiên sứ và quỷ sứ, lần đầu tiên trong lịch sử cộng sản Việt Nam phần thắng thế dường như nghiêng về phe quỷ sứ. (Một phần có lẽ vì các thiên sứ có chỉ thị tạm ngưng cười.) Thế nhưng, chỉ ba năm sau, 1989, đế quốc Xô Viết sụp đổ tan tành, ông Nguyễn Văn Linh không muốn hoặc không đủ khả năng làm một Gorbachev Việt Nam và thế là văn nghệ lại bị "trói" như cũ, thậm chí chặt hơn cũ, để giúp đảng và chế độ tồn tại.

Một lần nữa cho thấy trước bạo quyền, ngòi bút thất thế. Văn nghệ sĩ "nhập cuộc" ai nấy hăm hở ở thuở ban đầu tưởng có thể đem tài năng mình ra làm đẹp xã hội, giúp ích nhân quần, nhưng họ thường mau chóng thất chí trước bạo lực chính trị cực quyền, trước quy luật kinh tế và thậm chí trước quán tính xã hội.

Từ đó đến nay, ba mươi năm trôi qua, không thấy một trận "đấu cười" ngoạn mục như lần năm 1986 diễn ra nữa. Thiên sứ đã trở nên khôn ngoan hơn, họ không mở đấu trường thì làm sao quỷ sứ thi thố cái cười của mình được. Họ ngồi trong bóng tối cười nhưng chỉ cười khẩy, cười khinh thị, và tung ra những đòn âm binh, âm tướng. Quỷ sứ đôi khi cũng hả họng ra cười, nhưng chỉ cười khan, và tiếng cười khản đục của họ bị át bởi tiếng còi xe inh ỏi trên đường phố, tiếng nhạc dâm dật cuồng loạn trong các vũ trường ánh đèn màu, tiếng la ó huyên náo tại các trận bóng đá. Quỷ sứ buồn bã, lầm lũi bỏ ra về. Ngồi nhà, lâu lâu hắn đưa tay lên sờ râu cười gằn một tiếng, và mặc dù chỉ là cái cười không chút trọng lượng, nó cũng bị cái hố đen huyền tẫn hút mất tăm mất tích.

Chẳng gì bi thảm hơn cho quỷ sứ khi tiếng cười của hắn không ai nghe, không ai đấu lại.

6.

Cái cười quý lắm. Trong một thế giới có 33 triệu chủng loại khác nhau, con người là sinh vật duy nhất biết cười.

Ghi chú:

[1] Phần nhiều những trích đoạn trong bài viết lấy từ cuốn tiểu thuyết *Le livre du rire et de l'oubli* của Milan Kundera, xuất bản 1978; Trịnh Y Thư dịch, *Tập sách cái cười & sự lãng quên*, Văn Học Press xuất bản, 2021.

Kẻ tà đạo

1.

Cách đây ít lâu có tin ngôi nhà của tay vẽ biếm họa Lars Vilks, người Thụy Điển, bị kẻ lạ lén đập phá trong lúc ông đi vắng. Đập phá xong chưa đủ, có tang chứng cho thấy kẻ lạ còn định nổi lửa đốt cháy nhà ông nữa. Nhà chức trách Thụy Điển chưa tìm ra thủ phạm, nhưng mọi suy đoán đều có thể quy chiếu về các phần tử Hồi giáo cực đoan, bởi trước đó ít năm nhà vẽ biếm họa này trong phút giây cao hứng đã dại dột vẽ đăng báo một bức biếm họa hình ảnh Thánh Muhammad. Không cần nói nhiều, phản ứng đầy phẫn nộ của các cộng đồng Hồi giáo khắp nơi trên thế giới lúc đó dữ dội lắm. Nhà vẽ biếm họa tuy có lên tiếng (một cách yếu ớt), với sự hỗ trợ của nhiều đồng nghiệp ông, về quyền tự do phát biểu, tự do ngôn luận, vân vân, nhưng sau đó không thấy ông vẽ thêm bức nào như thế nữa. Tưởng thế là yên. Đành thôi chứ biết sao hơn, tránh voi chẳng xấu mặt nào. (Ở Mỹ, Đức Chúa Giê Su bị đem ra làm trò đùa vui chơi trên báo chí, TV, Internet... là chuyện như cơm bữa, nhưng tuyệt nhiên chẳng ai dám đụng đến Thánh Muhammad. Chính danh hài Bill Maher, trong một cuộc phỏng vấn với phát thanh viên Anderson Cooper trên kênh truyền hình CNN, cũng phải thú nhận điều đó là đúng.)

Ông Vilks tưởng mọi chuyện đã yên, nhưng ba năm sau, họ vẫn dằn mặt nhà vẽ biếm họa như để nhắc nhở ông rằng họ không có tính hay quên như bọn Tây phương tà đạo. Họ vẫn ghi khắc tội trạng ông đấy và sẽ không bao giờ tha thứ cho ông, ngay cả khi thân xác phàm trần của ông trở về với cát bụi.

Một hình thức khủng bố cực kỳ dã man từ những kẻ cuồng tín. Bạn có thể nói như thế, và tôi không chủ trương phản bác lại quan điểm này của bạn.

Nhưng cuồng tín là gì?

Bệnh cuồng tín – tiếng Anh có nhiều từ chỉ căn bệnh này: *fanatics, ideologues, absolutists* – là một trong những thuộc tính ghê sợ nhất của con người. Vì nó mà có chiến tranh hủy diệt, bởi những kẻ như vậy thường tự tin một cách chắc nịch rằng chỉ có họ mới sở hữu con đường độc nhất đi đến chân lý, một chân lý tuyệt hảo đến nỗi họ phải truyền đạt nó lên tất cả mọi người khác. Chân lý tuyệt đối này có thể là ý thức hệ tôn giáo hay chính trị, cánh hữu hay cánh tả, Thiên Chúa giáo hay Hồi giáo, tự do hay cộng sản. Nói cách khác, không phải điều họ tin tưởng, mà là cách họ tin tưởng, rằng phán quyết về chân lý sau cùng là của họ, chẳng cần tìm kiếm đâu xa, chẳng cần minh chứng, chẳng bao giờ phải nghi hoặc.

Bệnh cuồng tín giống như á phiện hay ma túy. Kẻ có căn bệnh này say sưa với ý tưởng mình có trong đầu, hắn mất hết mọi khả năng phán đoán thông thường, và chỉ đạo cho mọi hành vi của hắn là một xung lực không thể kềm chế, thường dẫn đến những hậu quả tai hại cho chính bản thân hắn và những người xung quanh. Nếu là kẻ nắm quyền lực trong tay (quyền lực khiến người ta dễ biến thành cuồng tín) thì hậu quả sẽ khủng khiếp khôn lường, như kẻ có tên là Vladimir Putin hiện nay, và trong quá khứ, thế giới từng đổ nát không ít vì những kẻ như thế. Lịch sử mấy nghìn năm của loài người, từ thời cổ đại cho đến ngày nay, không thiếu những kẻ cuồng tín nắm quyền lực tuyệt đối trong tay. Nhưng rất may, nhân loại biết cách trừ khử những kẻ như vậy, nếu không, trái đất này chắc đã nổ tung.

Còn lại phần nhiều là những kẻ cuồng tín không có quyền lực. Không có quyền lực nhưng cái miệng thì rất to. Và sớm muộn chúng ta đều bị những kẻ ấy phá quấy ít nhất đôi ba lần trong cuộc sống.

Kẻ cuồng tín là kẻ không biết *Logos* là gì. Theo triết học Hy Lạp cổ đại thì *Logos* là một lý tính toàn nguyên và phổ quát. Nó là nền tảng cho trật tự cùng trí tuệ, trí năng, trí khôn con người để từ đó mọi khả năng lý luận, mọi nhận thức về lẽ phải, lẽ công bình, nghĩa lý, đạo lý, luân lý, lý do, lý lẽ, sự biết điều, sự phải chăng, duyên do, duyên cớ, nguyên nhân, nguyên lý, vân vân, cấu thành con người. Thiếu nó con người biến thành con thú, sống hoàn toàn dựa vào bản năng sinh tồn, vô nhân cách. Ý nghĩa nguyên thủy của từ *Logos* theo thời gian biến thái dần, nhưng tựu trung nó là món quà độc nhất vô nhị Thượng Đế ban cho con người để con người lần mò tìm tòi ra cách sống chung với nhau trong thế gian này.

Kẻ cuồng tín cũng có trí năng, nhưng đó là một trí năng chập mạch, bởi họ lý luận rằng "Cái tôi cho là đúng, phải đúng, và đúng tuyệt đối, không ai có quyền ngăn cản tôi nghĩ như thế." Quả thật, ta chẳng thể nào đối thoại một cách nghiêm chỉnh, ôn hòa, có tính cách xây dựng với một kẻ cuồng tín. Bạn dùng dữ kiện để biện minh cho sự thật ư? Vô ích. Bạn đưa ra quan điểm chung của đa số ư? Vô ích. Bạn vạch ra sự sai trái của hắn ư? Vô ích. Bạn chẳng thể nào lay chuyển, hòa giải những ý tưởng cực đoan bên trong não bộ hắn. Cho hắn cơ hội phát biểu, bạn chỉ "nối giáo cho giặc" phá tan cái *etiquette* hài hòa của xã hội.

Đó là quan điểm của giáo sư Benjamin De Motte viết trong một bài nghị luận đăng trên tờ *Nation* năm 1996.

Nhưng mặt khác, một giáo sư khác, ông Stephen L. Carter, thuộc đại học Luật khoa Yale, trong cuốn sách xuất bản năm 1998 nhan đề *Civility*, thì cho rằng, phương cách duy nhất để đối đầu với chủ nghĩa cuồng tín là lòng thương yêu. Trong cuốn sách đó, ông khuyên, khi đối thoại với kẻ cuồng tín, ta nên lắng nghe họ với tất cả sự chân thành, mặc dù trong lòng ta thấy kinh tởm những điều họ thốt ra khỏi miệng. Nếu ta để tình cảm thông thường chi phối, lấy sự phẫn nộ kình chống lại sự phẫn nộ của kẻ đối thoại, ta chỉ chuốc vào bản thân sự đau khổ vì cảm giác cay đắng sau đó, và nung nấu trong lòng ý đồ trả thù. Như thế, nhìn ở bất cứ khía cạnh nào, bạn cũng sẽ biến thành một con người tồi tệ hơn cái bạn đang là.

Còn nếu bạn tỏ vẻ tôn trọng và lắng nghe quan điểm của hắn, bạn sẽ tránh được những tình cảm đen tối, và thay thế nó bằng một tình cảm êm đẹp hơn. Bằng cách lắng nghe, bạn sẽ dạy cho thế giới biết đôi điều về bạn. Thậm chí bạn có thể học hỏi thêm, bởi không phải cứ cùng quan điểm với mình mới cho mình hiểu biết thêm về cuộc sống.

Tiếp cận một kẻ cuồng tín với sự lắng nghe chân thành và bao dung, bạn sẽ giúp hắn nhiều lắm. Thời nay phần nhiều bọn họ đều là những kẻ buồn bã và cô đơn. Họ cuồng tín vì tâm hồn, tự ái họ bị thương tổn; sâu thẳm trong tâm khảm họ là cảm giác bị bỏ rơi, không ai đoái hoài. Nếu bạn vượt qua được ngưỡng cửa cực kỳ khó khăn của sự va chạm quan điểm, khiến người kia có cảm giác như mình đang được lắng nghe, có lẽ ở bình diện nhỏ nhoi đơn giản nào đó, bạn chạm vào đáy sự việc. Tại sao từ một con người hiền lành dễ mến, hắn trở nên hung bạo sẵn sàng ăn thua đủ với bất cứ ai suy nghĩ ngược chiều. Nhưng nhờ đối thoại, bạn tạo cơ hội để chiếc mặt nạ hung tợn rớt xuống, khiến hắn trở lại con người bình thường trước kia.

Giáo sư De Motte đúng hay giáo sư Carter đúng, vẫn là một tranh cãi (hy vọng là giữa những người không cuồng tín).

2.

Từ chuyện họa sĩ Lars Vilks, tôi nhớ lại cách đây dễ thường hơn phần tư thế kỷ khi nhà văn Salman Rushdie viết cuốn *Những vần thơ quỷ* và Ayatollah Khomeini của xứ Iran đã làm náo động cả thế giới – nhất là nước Anh bởi ông nhà văn này mang quốc tịch Anh – khi hạ chiếu chỉ *fatwa* công khai cho người đi tìm ông xử tử bởi vì, theo họ, cuốn tiểu thuyết chứa đựng những tư tưởng báng bổ đạo Hồi và Thánh Muhammad. Để chứng tỏ đấy không phải lời đe dọa suông, họ cho người đánh bom khách sạn nơi ông nhà văn cư ngụ, ngay trung tâm đô thành London. Khá may, chỉ có một người thiệt mạng trong vụ đánh bom, còn ông nhà văn thì chẳng hề hấn gì. Tình hình căng thẳng đến nỗi Anh quốc và Iran cắt đứt quan hệ ngoại giao và Salman Rushdie đã phải lẩn tránh vào bóng tối.

Hơn hai mươi năm sau, ông mới bước ra khỏi bóng tối, và trong lúc đang chuẩn bị diễn thuyết tại học viện Chautauqua, bang New York, hôm 12/8/2022, đã bị một kẻ lạ xông lên sân khấu đâm nhiều nhát dao chí tử. Ông được trực thăng bốc vào bệnh viện cấp cứu, và hai hôm sau báo chí loan tin là mạng sống của ông không đến nỗi bị đe dọa nhưng chắc chắn ông sẽ mất một con mắt.

Người cố sát nhà văn Rushdie là một thanh niên 24 tuổi tên Hadi Matar, một cư dân của thành phố Fairview, bang New Jersey. Khi vụ *fatwa* xảy ra, anh chưa ra đời, nhưng sự việc anh đâm (cho chết) nhà văn Rushdie khiến ai nấy đều nghĩ anh là kẻ cuồng tín, và nghi ngờ anh phải có chỉ thị từ chính quyền Hồi giáo xứ Iran. Tất cả còn trong vòng điều tra, nhưng gọi anh là kẻ cuồng tín thì không ai bào chữa hay bênh vực cho anh.

Không, đừng hiểu lầm người Hồi giáo, đấy chỉ là quan điểm cuồng tín và hành động cực đoan của một thiểu số người đạo Hồi, những người diễn giải cuốn thánh kinh *Qur'an* dưới lăng kính thiển cận, cực đoan và sai lầm. Đa phần người ta đều nghĩ như thế. Xa hơn chút nữa, người ta xem những hành vi ấy có lẽ bắt nguồn từ sự thù ghét sâu sắc đối với thế giới Tây phương bởi quá khứ không mấy tốt đẹp từ những thế kỷ trước do chính sách thực dân áp đặt lên người Hồi giáo. Và đừng quên thời Trung cổ, các dân tộc Hồi đã từng có một nền văn minh rực rỡ và đất nước cường thịnh, lúc đó họ làm bá chủ cả một dải đất mênh mông trải dài từ Âu sang Á.

Những hình ảnh này của quá khứ vẫn rơi rớt lùa về, thổi bụi bặm nhức nhối vào tâm khảm nhiều người Hồi giáo đến tận ngày nay. Hồi giáo, cũng như tất cả các tôn giáo khác, chủ trương hòa bình, lên án bạo động cũng như bất kỳ hành vi khủng bố nào. Ai cũng biết thế và mọi người ai nấy cảm thấy yên ổn, bình tâm với lời tuyên bố chung chung, vô thưởng vô phạt, đại loại như: "Chúng tôi lên án *fatwa* của Khomeini, nhưng chúng tôi cũng lên án mọi hình thức tấn công vào tôn giáo bởi điều đó xúc phạm nặng nề đến linh hồn những con người thành kính mộ đạo."

Vâng, chẳng gì vô đạo lý hơn tấn công tôn giáo. Đúng. "Tấn công vào tôn giáo" là "xúc phạm nặng nề đến linh hồn những con người thành kính mộ đạo." Nhưng có thật Salman Rushdie đã tấn công tôn giáo không? Hay, bên dưới những tranh biện có tính phiến diện, thậm chí đạo đức giả ấy, có sự hiểu sai khá nghiêm trọng về bản thể tiểu thuyết?

3.

Kỳ thực, đây không phải lần đầu tiên trong lịch sử tiểu thuyết gia bị săn đuổi, bị treo án tử hình vì những điều mình viết trong tác phẩm gây khó chịu cho giai cấp thống trị. Chính Giáo hội Công giáo Roma – cách đây bốn, năm trăm năm – đã có chính sách đối xử vô cùng khắc nghiệt đối với những kẻ tà đạo như thế. Văn hào Pháp François Rabelais, nếu không có sự che chở hết lòng của Hoàng đế François I, của Đức Hồng Y Jean du Bellay, thì đã phải chịu chung số phận với không biết bao nhiêu người khác chết uất ức trên giàn hỏa thiêu khốc liệt của tòa án xử dị giáo – *Inquisition!* Và, ngay trong thế kỷ XX vừa qua, khi cái-gọi-là Hiện thực Xã hội chủ nghĩa tỏa chiết lên các xã hội cộng sản, nào ai biết có bao nhiêu nhà văn, viết theo lương tâm mình, đã chết lần mòn trong các trại tập trung, trại cải tạo? Các chế độ cực hữu cũng không khá hơn chút nào. Lenin của cộng sản Nga giết Gumilev thì Franco của phát-xít Tây Ban Nha cũng không tha chết cho Lorca. Giáo hội Công giáo Roma thế kỷ XVI, các chế độ cực tả, cực hữu, các thể chế thần quyền Hồi giáo ngày nay đều có chung một tâm thức như thế. Đối với họ, nhà văn là kẻ tà đạo nếu hắn không chịu uốn cong ngòi bút viết theo chỉ thị hay giáo điều của Trung ương, của Giáo hội. Bên cạnh lý do chính trị cần khai trừ những kẻ đi ngược lại đường lối, lý thuyết, chủ thuyết, giáo lý… của đảng phái, tôn giáo mình, những kẻ cầm quyền độc tài còn có một sai lầm cơ bản và tai hại hơn, đó là, họ hiểu sai tiểu thuyết là gì.

4.

Trở lại với cuốn *Những vần thơ quỷ* của Salman Rushdie, những ai đọc kỹ cuốn tiểu thuyết này đều không nhận thấy tính cách báng bổ thánh thần của nó. Ngược lại là đằng khác. Phần lớn cuốn tiểu thuyết (độ bảy phần mười) tinh tế mổ xẻ đời sống những con người bị giằng co giữa hai xã hội: một bên là Tây phương mới mẻ, sinh động, phù phiếm, hướng ngoại và một bên là Đông phương cổ xưa, êm đềm, sâu lắng, hướng nội. Chủ đề ấy tái hiện nhiều lần trong các cuốn tiểu thuyết khác của Rushdie sau này.

Điều ấy dễ hiểu. Ông sinh ra tại Ấn Độ trong một gia đình Hồi giáo truyền thống, nhưng khi trưởng thành, ông là công dân Anh và sinh sống phần lớn thời gian tại châu Âu. Những đoạn bị xem là có tính cách báng bổ tôn giáo nằm trong phần hai cuốn sách dưới dạng thức một giấc mơ của nhân vật chính diện, Gibreel Farishta, và giấc mơ biến thành hiện thực khi anh chàng đem nó ra dựng thành phim, một cuốn phim thật tồi, do chính anh chàng thủ vai tổng lãnh thiên thần. Có người gọi đấy là văn chương "hiện thực huyền ảo", một cụm từ có tính kinh viện, "*one size fits all.*"

Đúng hơn, ta nên xem nó là cái khả lý mà Franz Kafka đã giới thiệu tường tận từ đầu thế kỷ XX. Nếu nhìn được như thế thì tất cả những gì bị xem là "báng bổ thánh thần" của Rushdie trở nên thi vị hết sức. Nhờ Rushdie, Hồi giáo trở nên có tính thơ. Rushdie không hề ca ngợi văn hóa đại chúng Tây phương, chẳng những thế ông còn nghiêm khắc phê phán tính phù phiếm của nó. Rushdie là một trong những nhà văn hàng đầu của nền văn học tiếng Anh đương đại. Năm 2007 ông được Nữ hoàng Anh Elizabeth II phong tước Hiệp sĩ – Sir Salman Rushdie! Ngày nay chúng ta phải gọi ông như thế – vì "những đóng góp to tát của ông vào nền văn học Anh quốc." Sẽ hiểu sai ông biết bao nếu chỉ dựa vào tầng trên cùng của văn bản, và như thế quả là bất công cho ông.

Không phải ai cũng nhìn vấn đề như thế. Và trong lúc chờ đợi Godot, các "kẻ tà đạo" đành chấp nhận thái độ thù nghịch đầy bất công của những người không hiểu hay không chịu hiểu mình.

5.

Không hiểu hay không chịu hiểu, nếu thái độ đó đến từ phía nhà cầm quyền, thì ta gọi là "kiểm duyệt." Cấm xuất bản, trù giập, cô lập, gây khó dễ, bỏ tù nhà văn… là những biện pháp thường thấy nhà cầm quyền đem ra áp dụng để giập tắt tiếng nói phản biện, không theo đúng chính sách, có hại cho sự tồn tại của chế độ. Điều này ở Việt Nam đứa trẻ nít cũng biết, thiết tưởng tôi chẳng cần nói gì thêm.

Kiểm duyệt sách là sản phẩm của các chế độ phong kiến. Dưới đời Thuận Trị nhà Thanh bên Tàu, tại các nhà học của phủ huyện có dựng bia đá ghi rõ: sinh viên không được "công khai phát ngôn;" không được "lập hội kiết xã;" không được "san khắc văn tự." Nghĩa là không được tự do ngôn luận; không được tự do lập hội; không được tự do xuất bản. Kim Thánh Thán, nhà phê bình lớn nhất trong văn học sử Trung quốc, bị tội chết vì đã vi phạm cấm lệnh. Thế nhưng chẳng gì mỉa mai và chua xót hơn, những cấm lệnh dưới triều đại phong kiến ấy ngày hôm nay vẫn tồn tại một cách nghiệt ngã trong xã hội Việt Nam cộng sản.

Kiểm duyệt là hành động ngu xuẩn sai khiến bởi bản năng nhiều hơn là lý trí. Ai cũng biết vụ kiểm duyệt sách lớn nhất, kinh khiếp nhất trong lịch sử loài người là vụ đốt sách, giết Nho sinh do Tần Thủy Hoàng Đế nghe lời ông thừa tướng Lý Tư thực hiện. Tất cả sách vở của Nho gia do Khổng Tử và các môn đệ của ngài san định từ nhiều trăm năm trước bị đem ra đốt "*để làm trăm họ ngu tối khiến cho thiên hạ không được lấy điều xưa mà chê ngày nay*" như Tư Mã Thiên viết trong bộ *Sử Ký* vĩ đại của ông.

Nhưng làm sao dùng ngọn lửa "thiêu hủy" được cái vô hình tướng? Làm sao "thiêu hủy" được tư tưởng trong đầu óc con người? Tư tưởng Nho giáo ngay sau đó, vào thời nhà Hán, phát triển như thế nào trên đất Tàu thì ta cũng đã biết. Và ngày nay tư tưởng khao khát tự do của người dân Hong Kong vẫn mãnh liệt hơn bao giờ cho dù nhà nước cộng sản Bắc Kinh không ngớt tìm đủ mọi biện pháp bịt miệng họ.

Thi thư dù lửa bạo Tần có thiêu.

Câu thơ của Vũ Hoàng Chương hình như không được các nhà làm chính trị chú tâm.

Kỳ thực, phần thư là hành động man rợ, có thể sánh với hành động ăn gan nuốt mật kẻ đồng loại. Con người sớm biết điều đó nên sau Tần Thủy Hoàng mãi đến đời Càn Long nhà Thanh mới xảy ra vụ thứ hai, nhưng vụ này nhỏ hơn nhiều và bị đem ra đốt phần nhiều là sách vở bài xích người Mãn Châu do người Hán tộc viết nhằm mục đích khơi dậy lòng ái quốc của người Hán hầu đánh đuổi người Mãn dị tộc ra khỏi đất nước họ. Mặc dù rất nhiều lần trong suốt chiều dài lịch sử người ta chém giết nhau không gớm tay, nhưng đốt sách thì không xảy ra bao nhiêu.

Bởi thế tôi đã rất kinh ngạc khi biết có một vụ đốt sách xảy ra tại Nam Việt Nam ngay sau 1975.

Đồng ý, có kẻ say men chiến thắng không kềm chế được bản năng thú tính.

Đồng ý, có kẻ ăn theo, tâng công dua nịnh hầu kiếm chút bổng lộc, hư danh.

Đồng ý, trí thức miền Bắc lúc bấy giờ dửng dưng, xem như không phải chuyện của mình.

Đồng ý, trí thức miền Nam thuộc chế độ cũ thì bó tay bất lực vì đang nằm trong lao tù khắp ba miền đất nước.

Nhưng còn trí thức miền Nam thiên tả (trong cũng như ngoài nước), những người còn chút thế lực trong Mặt trận Giải phóng Miền Nam như nữ bác sĩ Dương Quỳnh Hoa, những người có học vị bên Tây, bên Mỹ, những người vẫn còn tiếng nói, thì sao không ai lên tiếng?

Lên tiếng không phải để mong nhà nước cộng sản nghe lời mình mà chấm dứt ngay hành vi đốn mạt ấy. Lên tiếng chỉ vì mình là người mang danh trí thức. Nhưng ngay cả thế, họ cũng không làm.

Đó là vết ô nhục muôn đời khôn tẩy xóa!

6.

Cái bi hài là sự kiểm duyệt đôi khi đến từ một tập thể con người trong xã hội văn minh nhưng với khối óc u mê, cực đoan, bảo thủ và đầy thành kiến. Bạn nghĩ nước Mỹ tự do bình đẳng từ ngày lập quốc năm 1776 đến giờ không có kiểm duyệt ư? Bạn sai. Cuốn tiểu thuyết kinh điển *The Invisible Man* của nhà văn Ralph Ellison bị cấm, không được đem ra giảng dạy tại nhiều trường đại học Mỹ chỉ vì có chữ "*nigger*" trong sách! Một ta-bu thời đại. Những tác phẩm kinh điển của nhà văn Henry Miller, như cuốn *Tropic of Cancer*, lúc đầu cũng bị cấm xuất bản ở Mỹ vì bị xem là vô luân, và tác giả đã phải tìm nhà xuất bản bên Pháp để đưa sách mình đến tay độc giả Mỹ.

Và thật kinh ngạc những tác phẩm tiểu thuyết sau cũng có thời bị cấm đem vào nhà trường: *The Catcher in the Rye, The Scarlet Letter, Huckleberry Finn, Harry Potter, The Diary of Anne Frank, Animal Farm, To Kill a Mockingbird, The Da Vinci Code, The Grapes of Wrath.* Các ông bà mặt mày khó đăm đăm trong Hội đồng Giáo dục đưa ra viện cớ là những cuốn sách đó không tốt đẹp cho tâm hồn thanh thiếu niên! Luận điệu đó có khác gì với ông đạo Khomeini khi ông hạ chiếu chỉ *fatwa* tầm xử nhà văn Rushdie? Khác biệt duy nhất là tác giả các cuốn sách nêu trên, nếu còn tại thế thì sinh mạng họ chẳng bị ai đe dọa thôi.

"Tôi không thích những điều anh/chị viết vì nó không phù hợp cảm quan nghệ thuật, căn bản luân lý, tín ngưỡng, quan điểm chính trị… *của tôi*, và tôi nhất quyết bịt miệng anh/chị. Tôi có quyền làm thế, bởi tôi nhân danh đấng sáng tạo ra tôi và việc làm của tôi được chứng thực bởi những người đứng sau lưng tôi."

Hành vi, cung cách thô bạo đó của không ít người trong xã hội, bạn đừng tưởng chỉ xảy ra thời Trung cổ. Nó vẫn hung hãn hiện ra như con dao nhọn lúc nào cũng gờm sẵn bên sườn chúng ta ngày hôm nay.

Tại sao chúng ta làm thơ?

1. Thơ là biểu hiện và kết nối cảm xúc

Trước hết, về cơ bản, thơ ca cho phép các cá thể con người nói lên những cảm xúc, suy nghĩ và trải nghiệm sâu sắc nhất của họ. Nó có thể nắm bắt được các sắc thái cảm xúc của con người theo những cách mà các loại hình giao tiếp khác không thể làm được. Vay mượn câu nói của Milan Kundera, "có những điều chỉ tiểu thuyết mới nói được", tôi có thể nói "có những điều chỉ thơ ca mới nói được."

Chúng ta đang sống trong một thế giới mà con người ngày càng xa cách, tách ly nhau; thơ ca là con đường cứu chuộc cuối cùng cho vấn nạn đó. Trong lúc sự hư ngụy, giả trá được tâng xưng lên làm chân lý, thì thơ ca vẫn lặng lẽ nói lên Sự Thật. Sự Thật của thơ ca là hy vọng cuối cùng cho con người tìm lại được sợi dây thắt buộc mình lại với nhau sau những phân liệt tranh chấp và hận thù.

Thơ ca mở rộng ngôn ngữ, cho phép nhà thơ giao cảm theo cách mà các hình thức khác – một cuộc trò chuyện thông thường, một câu chuyện kể bằng văn xuôi, v.v. – không mang lại được. Chúng ta có thể sử dụng thi ảnh và cảm xúc trong thơ để đạt đến mức độ giao cảm sâu sắc hơn, ngay cả khi thơ không chứa đựng những mật ngôn ẩn giấu, những ý nghĩa đa tầng.

Nhiều nhà thơ đương đại sử dụng tác phẩm của mình để nói lên các vấn đề công bằng xã hội, phân biệt giới tính, xu hướng tình dục, chủ đề chính trị và phê phán văn hóa. Thơ có thể nâng cao nhận thức, kích thích tư duy và truyền cảm hứng hành động cho những vấn đề quan trọng thuộc phạm vi chính trị-xã hội.

Thơ với tư cách là một loại hình nghệ thuật tiếp tục mang lại niềm cảm khoái thẩm mỹ. Việc sử dụng ngôn ngữ, nhịp điệu, hình ảnh và âm thanh có thể tạo ra vẻ đẹp và gợi lên cảm giác ngạc nhiên thích thú về nghệ thuật ngôn từ.

Thơ giúp bảo tồn di sản văn hóa bằng cách truyền lại những truyền thống, câu chuyện và giá trị qua nhiều thế hệ. Đồng thời, nó cũng cho phép đổi mới văn hóa, phản ánh bản sắc và trải nghiệm đang phát triển của con người trong một thế giới toàn cầu hóa.

2. Làm thơ là khám phá và bông đùa với ngôn ngữ

Thơ tự thân là một trò chơi ngôn ngữ, nó luôn tìm cách vượt qua những đường biên ngôn ngữ đời thường để khám phá những khả năng mới mẻ của ngôn ngữ. Thử nghiệm ngôn ngữ là phong nhiêu hóa ngôn ngữ và mở rộng sự hiểu biết cũng như cách sử dụng ngôn ngữ. Ngôn ngữ phải là một sinh ngữ nếu muốn tồn tại, nó luôn luôn biến đổi theo thời gian qua các thời đại, bằng không nó sẽ là một tử ngữ.

Thơ là một lối viết đặc biệt, khác rất nhiều so với các hình thức viết khác. Tuy nhiên, không có con đường đúng đắn duy nhất nào để trở thành một nhà thơ. Trong bối cảnh văn hóa Việt Nam từ thời Trung đại, nhà thơ thường được xem trọng, vì giới sĩ phu đào tạo trong môi trường Khổng-Mạnh phần nhiều chỉ làm thơ. Nhưng bước sang thời cận và hiện đại, nhà thơ Việt Nam đã "thoát xác", không còn mang nặng tâm thức "văn dĩ tải đạo" nữa mà ngày càng giống các đồng nghiệp Tây phương của mình.

Thơ đương đại, Việt Nam nói riêng hay thế giới nói chung, là một loại hình nghệ thuật cho phép người viết sáng tạo mà không phập phồng lo sợ phải làm thế nào cho hoàn hảo, nhà thơ không cần lo lắng, phân vân về ý nghĩa. Một trong những tính cách đặc thù của thơ là cho phép người viết bày tỏ suy nghĩ, cảm xúc, ý tưởng, quan điểm của mình bằng một đường lối trừu tượng, cách điệu hóa tối đa, nếu cần, và không tuân theo các quy tắc viết "truyền thống". Một nhà thơ, nếu hắn làm đúng công việc của mình, sẽ khiến người đọc phải cố gắng tìm ra chính xác ý nghĩa, mục đích hoặc cảm xúc được truyền tải là gì. Đây là một trò chơi, trò chơi đoán xem cái gì nằm trong trí óc người làm thơ khiến hắn viết như thế, một trò chơi thú vị.

Khi làm thơ, cũng như hầu hết các nhà thơ, tôi bị cuốn hút vào một khoảnh khắc nóng bỏng với một tứ thơ nào đó. Cái gì thôi thúc tôi viết bài thơ, tôi không thể suy nghĩ rõ ràng, nhưng tôi cần thể hiện dòng ý thức của mình, càng nhanh càng tốt, và chính những điều này khiến bài thơ cuối cùng trở nên thú vị. Thơ Siêu thực, với "lối viết tự động" tuôn trào từ tiềm thức, vô thức, hay giấc mơ, đã đẩy thơ ca đến một biên vực mới lạ, đầy hào hứng.

Thơ là một hình thức cho phép người viết bày tỏ sự đau khổ, nỗi sợ hãi và lo lắng của mình mà không cần phải chuẩn xác, thậm chí không mạch lạc ngay lần viết thử đầu tiên. Thơ cho phép người viết thể hiện mọi điều nhỏ nhặt trong tâm trí mình trên giấy (hoặc màn hình máy tính), theo một cách tiếp cận đơn giản. Lúc đó, mối quan tâm duy nhất của nhà thơ là hiểu được suy nghĩ và xử lý cảm xúc của mình.

Sau khi làm xong một bài thơ, tôi thường có thói quen quên nó và đi làm chuyện khác, như ra ngoài đi bộ hoặc hẹn bạn bè đi quán uống cà phê. Sau vài ngày, đôi khi cả tháng, tôi xem lại bài thơ đó với một góc nhìn mới mẻ. Giờ đây, tôi có thể chỉnh sửa cho bài thơ trau chuốt hơn, xóa bỏ những sai sót tôi có thể mắc phải ở bản phác thảo đầu tiên lúc tôi viết nó trong cảm xúc nóng hổi.

Chỉnh sửa và biên tập xong, nhà thơ vẫn có thể giữ được giọng điệu nguyên thủy và duy trì đúng ý nghĩa của nó. Cảm xúc nằm trên giấy, nhưng bây giờ nhà thơ phải trau chuốt lại một số từ hoặc cụm từ nhất định để cảm xúc thực sự đến với người đọc.

Vẻ đẹp của thơ nằm ở chỗ hầu hết được sáng tác trong cơn đồng thiếp, ngẫu hứng, từ một phân cảnh đời sống buồn bã hoặc một nhận thức bất chợt tình cờ dẫn đến sự suy ngẫm, thậm chí một cơn phẫn nộ, giận dữ, một niềm vui sướng hạnh phúc dạt dào. Viết những câu chữ mạch lạc, như trong một bài nghị luận, đòi hỏi phải suy nghĩ và cẩn trọng nhiều hơn. Nhưng với thơ, mọi quy tắc ngữ pháp gần như bị bỏ qua, không có đường biên, không có giới hạn cho sự phá cách. Trong thơ, sẽ không hề chi nếu người đọc tác phẩm của bạn không hiểu rõ ý nghĩa bạn đang cố gắng truyền tải là gì. Thơ là một hình thức viết mà người đọc có thể chấp nhận việc rút ra kết luận của riêng mình và diễn giải tác phẩm theo cách riêng. Ở chừng mực nào đó, người đọc thơ tiếp nối sự sáng tạo từ người làm thơ, thậm chí phủ lấp người làm thơ.

Nói vậy bởi tôi đang nghĩ dến thơ của thi sĩ Nguyễn-hòa-Trước.

Thơ Nguyễn-hòa-Trước được đặc trưng bởi sự tập trung vào tính sáng tạo của ngôn ngữ, sự giải cấu trúc của cú pháp và ngữ pháp thông thường, đồng thời khám phá những hạn chế và khả năng cố hữu của chính ngôn ngữ.

Thơ ông thường sử dụng cú pháp rời rạc. Cấu trúc thơ phân mảnh, thách thức các hình thức biểu đạt tuyến tính và tự sự thông thường. Sự phân mảnh phản ánh sự hoài nghi đối với ý tưởng về một ý nghĩa mạch lạc, đồng thời nhấn mạnh quá trình đọc thơ như một tương tác tích cực với ngôn ngữ. Người đọc thơ cùng lúc sáng tạo với người làm thơ. Thơ có thể gãy đoạn, không dễ cảm nhận tức thời, không đi thẳng từ trái tim người làm thơ sang trái tim người đọc, nhưng đó là sự gãy đoạn có ý thức khơi gợi những khả thể mỹ học khác lạ trong một tương quan mở. Chính nhờ vậy, ngôn ngữ trong thơ ông không bị lệ thuộc vào cái nghĩa, tức là cái tư tưởng tiên nghiệm, để từ đó thơ thoát ra khỏi thân phận công cụ, không bị trì kéo bởi trọng lượng khôn kham của sứ mệnh, và trở thành cứu cánh của văn học, của mỹ học.

Là một thử nghiệm ngôn ngữ ở cấp độ vần/nhịp điệu, từ pháp, cú pháp và ngữ nghĩa, nhà thơ thường sáng tạo những từ mới, sử dụng cách chơi chữ và vận dụng ngôn ngữ để làm nổi bật những phẩm chất vật chất của nó. Sự đổi mới ngôn ngữ này nhằm mục đích phá vỡ các thói quen đọc và hiểu.

Bởi thơ Nguyễn-hòa-Trước xem ngôn ngữ như một đối tượng vật chất, có xu hướng khám phá tính chất vật thể của nó cũng như cách thức nó định hình nhận thức và trải nghiệm, nên nhà thơ quan tâm đến kết cấu, cú điệu và hình thức trực quan của các từ trên mặt dệt bài thơ cũng như bối cảnh văn hóa và xã hội ảnh hưởng đến việc sử dụng chúng.

Theo lời chính nhà thơ thì "Viết là để 'ngôn ngữ hóa' cảm xúc và tưởng tượng của mình; mà hai thứ này thì cứ thay đổi, biến chuyển tùy lúc. Do đó, chúng bắt buộc 'ngôn từ' phải tự biến hóa liên tục theo."

3. Miêu thuật trong thơ

Thơ có cần miêu thuật một câu chuyện nào không? Nếu là thơ vô ngôn, mật ngôn – tôi đang nghĩ đến nhiều bài thơ của nhà thơ Hoàng Xuân Sơn – thì không hề hiện hữu một tự sự nào, mà chỉ là tập hợp những từ chẳng liên quan gì đến nhau, cũng chẳng có ý nghĩa hữu cơ nào. Là người viết, chúng ta có khao khát muốn chia sẻ với độc giả những câu chuyện đời, từ những chuyện vụn vặt, vớ vẩn chẳng đâu vào đâu cho đến chuyện nói lên thân phận con người trong dòng chảy cuồng nộ của cái-gọi-là kiếp nhân sinh.

Nếu là thiên tài như Nguyễn Du, bạn cứ nhẩn nha viết bài trường ca trên ba nghìn câu lục bát miêu thuật một câu chuyện éo le, ngang trái nhiều nước mắt. Nhưng thật may mắn cho chúng ta, những kẻ hậu bối tầm thường, vẫn có nhiều hình thức và loại hình văn bản khác nhau có thể mang lại trải nghiệm, hoàn cảnh hoặc tình huống cho cuộc sống. Bạn khao khát muốn kể ra sự thật đầy cảm xúc của câu chuyện hằng ấp ủ trong lòng, bạn chỉ cần ghi lại những khoảnh khắc nhỏ và biến chúng thành những khoảnh khắc quan trọng. Bạn kể một câu chuyện mà không cần trau chuốt xây dựng từng chi tiết nhỏ. Đó là nơi thơ phát huy tác dụng.

Thơ có thể ngắn hoặc dài, tùy ý bạn. Bài thơ *Trái đất* của thi sĩ Đỗ Nghê/ Đỗ Hồng Ngọc chỉ vẻn vẹn có sáu từ. Tôi cũng nghe truyền tụng thi sĩ Nguyễn Đức Sơn có một bài thơ tổng cộng ba từ "*Hột thì le!*" Nếu đấy là sự thật thì bài thơ của Sơn Núi có lẽ là bài thơ ngắn nhất lịch sử thơ ca! Tuy rất ngắn, nhưng cả hai bài thơ của hai thi sĩ (nếu có thể gọi đó là "bài" thơ) đều trọn vẹn "miêu thuật" một cảnh huống hay một cảm xúc nào đó. Chưa bao giờ người đọc đóng vai trò quan trọng hơn, bởi người đọc phải tiếp nối, lấp đầy những phần trắng, phần trống, hở, của bài thơ. Các thể thơ *haiku* hay *hokku* của Nhật Bản cũng có tác dụng tương tự, nó yêu cầu sự tương tác giữa văn bản thơ và người đọc để bật lên những điều thú vị nằm bên ngoài thơ.

Điều khiến thơ ca trở thành một loại hình nghệ thuật thiêng liêng là những câu chuyện được kể có rất ít lời. Kỳ thực, kể một câu chuyện lý thú dưới ba trăm từ là một tài năng ít người có được.

Cổ nhân vốn chuộng quan niệm "ý tại ngôn ngoại" nên thường làm thơ ngắn, ít chữ, nhưng cũng có loại thơ gọi là "phú" với câu chữ dài hơn, còn truyền tụng đến ngày nay, điển hình như những bài phú của vua Trần Nhân Tông, của Trương Hán Siêu, Mạc Đĩnh Chi, Nguyễn Huy Lượng, v.v.

4. Hình thức bài thơ

Không có một hình thức nào được xem là đúng nhất cho một bài thơ. Tuy vậy, hình thức bài thơ cho phép người đọc có cái nhìn thoáng qua về dòng ý thức của nhà thơ. Mỗi đoạn thơ đều góp phần truyền tải một ý nghĩa, cảm xúc sâu sắc nào đó. Mỗi khổ thơ, cách ngắt dòng, dấu chấm hay dấu phẩy, những ký hiệu, thậm chí những đường nét như tranh vẽ đều được dụng công góp phần tạo nên bức tranh lớn hơn của bài thơ. Cách thức một bài thơ được định dạng nói lên nhiều điều về giọng điệu hoặc tâm trạng mà nhà thơ có thể đang cố gắng truyền tải. Nhà thơ có thể truyền tải một tư duy phân tán bằng cách sử dụng ngắt dòng và nhiều khoảng cách giữa các từ. Hoặc, nếu muốn bài thơ có vẻ sâu sắc hơn, bạn có thể làm thơ vần và mỗi khổ thơ có số dòng như nhau.

Không giống như văn xuôi, thơ yêu cầu chúng ta chú ý đến ngôn ngữ không chỉ từng câu, từng chữ mà còn từng âm tiết, từng âm thanh. Chính nhịp điệu và âm nhạc của thơ đòi hỏi chúng ta phải lắng nghe, mở rộng các giác quan và nhận thức cách chúng ta tiếp nhận ý nghĩa vào tâm trí mình.

Nhạc tính và những khoảng dừng (như những dấu lặng trong âm nhạc) được chủ ý xây dựng trong dòng ngắt quãng làm chúng ta chậm lại. Thơ yêu cầu chúng ta không nhảy về phía trước mà ngừng lại nuốt vào từng con chữ một để thẩm thấu trải nghiệm bàng bạc trong hồn thơ lai láng. Nó mời gọi sự hiện diện. Nó tiếc rẻ sao đêm chóng tàn.

Hình thức và nội dung không thể tách rời trong một bài thơ. Một bài thơ có ý nghĩa chính xác như những gì được biểu hiện trong hình thức của nó. Hình thức là nội dung và nội dung là hình thức. Điều này tương tự như tính lưỡng phân giữa tâm trí và thân thể con người.

Hình thức thơ của các nước Tây phương vào mấy chục năm giữa thế kỷ XX, nhất là thơ Mỹ, lâm vào tình trạng quá độ. Nó biến thành ký họa. Nhưng chỉ sau hai, ba thập kỷ tung hoành, nó lui vào bóng tối và ngày nay chỉ hiện hữu như một cước chú trong các giáo trình học đường cho các học sinh, sinh viên tìm hiểu về lịch sử thơ ca.

Sau khi bài thơ hoàn tất, nó có thể mang bất cứ ý nghĩa gì. Hãy để người đọc tự giải thích. Đó chính là điều khiến thơ trở thành một loại hình viết thú vị và bí ẩn. Thơ là phiên bản giấc mơ của nhà thơ. Qua thơ của mình, nhà thơ có thể tạo ra điều gì đó đẹp đẽ từ bóng tối mà họ có thể đang trải qua. Thơ mang lại cho người viết sự nhẹ nhõm và sự thú vị cho người đọc.

5. Mục đích của thơ là gì?

Đối với nhiều người, câu hỏi này thoạt đầu nghe có vẻ vớ vẩn, chẳng chút liên quan. Hoặc bạn thích đọc và làm thơ, hoặc thơ không có mối quan tâm đặc biệt nào đối với bạn, và trong cả hai trường hợp, lý luận trừu tượng về nó chỉ khiến bạn cảm thấy câu chuyện trở nên lạc đề. Nhưng ít nhất từ thế kỷ XVI bên Tây phương, các nhà thơ đã viết những chuyên luận về tầm mức quan trọng của thơ ca. Tập sách *Apology for Poetry* (Lời xin lỗi cho thơ ca) của Philip Sidney dựa trên khả năng của thơ trong việc hướng dẫn độc giả thông qua "niềm vui" và giúp họ đạt được các "thao tác đạo đức". Vào đầu thế kỷ XIX, cuốn *Defense of Poetry* (Bảo vệ thơ ca) của thi hào Anh Percy Bysshe Shelley đưa ra lập thuyết dựa trên khả năng rèn luyện trí tưởng tượng của thơ. Theo ông, thơ ca "đánh thức và mở rộng tâm trí" con người.

Thi sĩ thường được xem là bậc thầy nhân loại, là nhà tiên tri, nhưng ngày nay, tính trung tâm văn hóa của thơ ca đã giảm sút đáng kể so với thời cách đây vài thế kỷ. Vào thời của họ, những thi sĩ như Shelley và Lord Byron có địa vị gần giống như các siêu sao nhạc *pop*, hay diễn viên điện ảnh thời nay. Nhưng những niềm vui và bài học từ thơ ca, nếu có, lại không giảm sút chút nào, và việc thể hiện rõ ràng lợi ích của thơ nhắc nhở chúng ta thơ là gì và chúng ta là ai, bởi thơ giúp chúng ta bộc lộ chính bản ngã mình.

Thơ hiện hữu trong mọi giai đoạn, mọi tâm trạng, mọi trải nghiệm của cuộc sống. Osip Mandelstam viết nguệch ngoạc những bài thơ trong ngục tù Gulag ở Siberia; Thanh Tâm Tuyền vừa lao động khổ dịch tại những trại tù cải tạo Bắc Việt vừa lẩm nhẩm cố ghi nhớ vào tâm khảm những câu thơ mà về sau được xem là trác tuyệt nhất của ông; Trần Mộng Tú vừa nấu cơm tối cho chồng con vừa bật ra trong đầu những vần thơ nền nã. Thơ đi cùng chúng ta, gặp chúng ta nơi chúng ta đang ở, dẫn chúng ta đến những bước tiếp theo. Trong cuộc đời tôi, tuy viết văn xuôi nhiều hơn là thơ, nhưng thơ luôn là người bạn đồng hành. Tôi đã viết những bài thơ trong những khoảnh khắc đen tối nhất và hạnh phúc nhất đời mình.

Tôi nghĩ chừng đó thôi đã đủ cho thơ ca có một chỗ đứng trang trọng và viên mãn trong tâm hồn chúng ta.

6. Tại sao chúng ta làm thơ?

Khi chú ý đến ngôn ngữ, chúng ta thấy rằng ngôn ngữ mang ý nghĩa trong mối liên hệ với truyền thống, nhận thức, kinh nghiệm. Một từ có nghĩa là một cái gì đó khác so với các từ khác; cú điệu chỉ được hình thành trong mối quan hệ với các cú điệu và âm thanh khác. Thông thường, tâm-thân được xem là hai thực thể tách rời, riêng biệt, nhưng xuyên qua nhận thức của chính chúng ta, tâm-thân chỉ là những từ nói lên những phần trải nghiệm của chúng ta mà trên thực tế, không thể tách rời nhau. Tương tự, ý nghĩa của bài thơ xuất phát từ những mối quan hệ được hình thành giữa thế giới sống, giữa các từ trên trang giấy, mối quan hệ giữa chúng với nhau và với chính người đọc. Nghề đọc, nghề làm thơ, do đó, gắn liền với thực tế sống.

Dù đôi khi thấy khó khăn, chúng ta vẫn thấy được mối liên hệ giữa cái cụ thể và cái thiêng liêng, giữa cái nhỏ nhoi và cái to lớn, cái gì chúng ta có thể biết và cái gì chúng ta không thể lĩnh hội. Khi chú ý đến những mối quan hệ này, chúng ta cũng chú ý đến những khoảng trống giữa các sự vật, giữa các từ, cái không gian im lặng, cái không gian bí ẩn nơi những khả thể có thể xảy ra.

Không gian của khả năng này chính là không gian của năng lượng sáng tạo, của tia lửa thiêng lóe sáng lên trong một giây phút bất chợt, phù du. Và mặc dù chỉ đọng lại trong tâm tưởng ta không quá một sát-na, nó chỉ hướng cho ta đến không gian mà nó mời gọi, nơi sự sáng tạo thành hình. Đó là lúc thần trí tưởng tượng dịch chuyển từ não thùy bên trái sang não thùy bên phải, thâm nhập vào không gian của sáng tạo. Đây là không gian của giấc mơ, của tiềm thức, của thần thoại, của thần cảm. Và không gian đó cũng là không gian diễn ra sự thay đổi. Nó là không gian của tiếng khóc nguyên sơ nhất của chúng ta – nỗi đau buồn, chấn thương, niềm đau thể xác – tất cả đều là một phần của không gian này và thường nằm ngoài ngôn ngữ. Đó cũng là không gian của niềm vui lớn nhất, ham muốn tình dục, tình yêu, và là không gian của chính sự thiêng liêng, của sự thần bí và kính sợ.

Điều thú vị là những trải nghiệm cao độ nhất đưa ta ra ngoài ngôn ngữ. Và nghịch lý thay, sự chú ý rất chặt chẽ đến ngôn ngữ mà thơ ca tạo ra lại đưa chúng ta vào trạng thái phi ngôn ngữ. Nó là khoảng không trống rỗng giữa các từ, trí tuệ của phi ngôn ngữ, cái mà nhà thơ Nguyễn Thị Khánh Minh gọi là "*phút mong manh giữa những từ*".

"Hãy nói lên Sự Thật nhưng hãy nói một cách nghiêng lệch." Nữ sĩ Emily Dickinson thốt câu nói nổi tiếng đó. Thường thì chính sự nghiêng lệch của một bài thơ có thể đi đến sự thật một cách chính xác hơn. Mọi sáng tác đều là một quá trình khám phá, đặc biệt là thơ. Chính hình thức này đã cho phép chúng ta buông bỏ những cách nói hoặc suy nghĩ có tính thiên kiến, định sẵn về sự vật và thử nghiệm những hình thức mới, ý nghĩa mới. Chúng ta học hỏi thông qua quá trình đọc và viết của chính mình.

Một lý do ta làm thơ là để tuôn ra từ sâu thẳm bản ngã một số suy nghĩ, cảm xúc, hiểu biết, câu hỏi, thậm chí một giai điệu nào đó mà bạn không biết là có trong bạn hoặc được ai trên thế giới nói đến hay chưa. (Hãy quay lại câu nói của Milan Kundera.) Các hình thức viết khác, như báo cáo khoa học, phân tích chính trị, thị trường chứng khoán, báo chí, phần nhiều cố gắng nắm bắt và thông hiểu những điều đã biết. Thơ là sự khai phóng cái gì đó trước đây chưa từng được biết đến và đặt nó vào thế giới hữu hình. Bạn viết để mời gọi điều đó, để biến cái vô minh thành một tập hợp những điều bất ngờ, và với may mắn, những điều không thể ngờ tới.

Hấp lực của thơ thu hút những gì sâu sắc và những khả thể của thơ. Thơ cung cấp khả năng mở rộng khẩu độ và tăng phạm vi tiếp cận. Chúng ta thường sống trong tình trạng chính mình bị che khuất khỏi những người khác bởi những yếu tố cô lập mang tính xã hội: quy ước, phép lịch sự; và cá nhân: rụt rè, tự sợ hãi hoặc mù quáng, mệt mỏi. Bước vào một bài thơ là chấp nhận rủi ro, chấp nhận cho bản ngã chui ra khỏi cái vỏ bọc kín bưng xưa nay nó nằm bất động. Việc làm thơ sẽ loại bỏ mọi biện pháp bảo vệ, để xem những bước tiếp theo sẽ như thế nào. Thơ là thủ thuật của ngôn ngữ, trong đó nhà thơ vừa là ảo thuật gia vừa là khán giả. Làm thơ có nghĩa là khám phá những điều mới mẻ trong cảm xúc và ý tưởng. Thơ thúc đẩy sự biến đổi của hiện hữu. Trật tự cũ, dù thế nào chăng nữa, một bài thơ sẽ thay đổi nó.

Thay đổi như thế nào thì chẳng hề có một công thức hay phương trình cho ta tính toán những con số để xem đáp án sau cùng là gì. Mỗi nhà thơ là một cá thể con người. Tôi không giống Khế Iêm hay Vương Ngọc Minh, tôi không có sự táo bạo, liều lĩnh, "dám chơi dám chịu" như hai anh, và chắc chắn phong vị thơ tôi không giống thơ hai anh. Sự thật là mỗi nhà thơ có một phong khí (mượn chữ của nhà phê bình Bùi Vĩnh Phúc) khác nhau, không ai giống ai, và đó chính là nét đẹp của thơ ca.

Yêu cầu cốt lõi của nghệ thuật nói chung, thơ ca nói riêng, về hình dạng, tính đặc biệt của trải nghiệm, được định vị bởi tâm hồn và trải nghiệm sống của người sáng tạo ra nó. Cái tôi là, tôi sẽ chẳng bao giờ biến đổi được. Và điều tôi luôn tâm niệm trong khi làm thơ là, "Hãy mở cửa sổ rộng hơn vài phân cho thoải mái".

Những gì chúng ta khao khát từ nghệ thuật là những điều còn thiếu sót trong cuộc sống mà chúng ta đang cố sống sao cho ý nghĩa. Luôn luôn thiếu một cái gì đó, và bởi thế việc sáng tạo nghệ thuật là vô tận. Nghệ thuật là con đường xuyên vũ trụ, không bao giờ đến đích. Người làm thơ, hơn ai hết vốn biết rõ điều đó, nên hắn chẳng bao giờ quan tâm đến sự thành công hay thất bại của mình.

Ngoài ra còn có vấn đề kết nối. Bạn không thể dựng một thi ảnh, một ẩn dụ, một câu chuyện, một cụm từ mà không nghiêng sâu hơn một chút vào thế giới được chia sẻ, mà không nhận ra rằng sự cô độc được cho là của bạn ở mọi điểm trong chu vi của nó đều chạm vào một số điểm khác. Sự hiện hữu của con người là một hữu-thể-tại-thế như triết gia Martin Heidegger nhận định. Bạn không thể đọc một bài thơ, nhất là một bài thơ hay, của người khác mà không nhận ra khuôn mặt của chính bạn trong trải nghiệm của họ. Nghệ thuật cho phép chúng ta cảm nhận một cách sâu sắc, chính xác và trìu mến hơn những gì hiện hữu xung quanh. Và nó mở rộng điều đó, mở rộng chúng ta.

7. Tại sao chúng ta *vẫn* làm thơ, khi không còn ai đọc thơ nữa?

Hy vọng tôi đã trả lời thỏa đáng phần nào câu hỏi "*Tại sao chúng ta làm thơ*" do bạn đưa ra, nhưng hình như bạn chưa chịu buông tha cho tôi mà còn bồi thêm một câu hỏi khác hóc búa hơn. Chính cái vế thứ hai của câu hỏi khiến tôi nhức nhối, và bởi sự thật quá phũ phàng nên cho dù trả lời khéo léo đến đâu chăng nữa, tôi vẫn để lộ ra tính ngụy biện trong câu trả lời.

Vâng, chúng ta đang sinh sống trong một thời đại mà mọi thứ di chuyển với tốc độ ánh sáng. Con người ngày càng bị cuốn hút vào cái "hố đen huyền tẫn" không có lối trở ra, và các thứ không thiết yếu cho cuộc sống tất bật với nhịp độ chóng mặt đều bị bỏ rơi lại đằng sau, thậm chí bị ném vào bãi phế thải. Việc đọc sách là một trong những thứ bị vứt bỏ không thương tiếc đó, nhất là đọc thơ, làm thơ.

Ngày nay con người chỉ đọc những thông tin trên mạng, mà nội dung những thông tin ấy không lưu lại trong bộ nhớ của mình quá mươi giây đồng hồ để nhường chỗ cho những thông tin khác khẩn thiết, nóng bỏng hơn. Thơ ca trong thời hiện đại không còn giữ vai trò quan trọng trong cuộc sống con người nữa, chẳng có gì quá đáng nếu ta xem nó như là một di chỉ của nền văn minh nhân loại đã qua, nó đã trở thành cổ tích.

Chưa hết, chúng ta còn đang sống trong một thời kỳ mà các cuộc khủng hoảng trên thế giới hình như liên tục tiếp diễn: chiến tranh; khủng hoảng kinh tế, chính trị; các băn khoăn về môi trường và biến đổi khí hậu; thậm chí cả những thảm họa từ thiên nhiên như động đất và thời tiết cũng được khuếch đại trong mối tương tác với một môi trường vốn từ lâu đã bị con người tha hóa biến đổi theo chiều hướng xấu. Toàn những vấn nạn to lớn cho con người và thế giới tương lai. Giữa bối cảnh đó, bạn có nghĩ rằng thơ ca và nghệ thuật nói chung có vai trò trong phản ứng của chúng ta trước những điều này và trong tiến trình biến đổi lớn hơn của xã hội?

Ở Việt Nam tôi thường nghe người ta tranh luận về sứ mệnh thơ ca, nhưng đó là thứ sứ mệnh làm thế nào để cõng "sông núi trên vai" (mà họ dịch là "mountain river on the shoulder" [sic]) hầu đưa đất nước tiến nhanh tiến mạnh lên Xã hội chủ nghĩa, chứ ít nghe ai nói về những vấn nạn của thế giới bạn nêu trên. Thực chất, ở ngoài này, từ lâu đã xảy ra những cuộc tranh luận về các vấn đề này.

Thế nhưng mục đích của nghệ thuật có phải là thực hiện những công việc to tát nằm ngoài sự tồn tại của chính nó không? Nghệ thuật có thay đổi điều gì bởi sự tồn tại hay không tồn tại của nó? Có nên để nghệ thuật khoác chiếc áo sứ mệnh nặng khôn kham lên thân thể ốm yếu, còm cõi đến thảm thương của nó không? Câu trả lời chung chung là, dù nhìn dưới lăng kính nào chăng nữa, tôi đều cho rằng nghệ thuật, nếu thực sự là nghệ thuật, phải là động lực hướng tới những cái tốt đẹp.

Nhưng nghệ thuật hoàn toàn mang tính vị lợi sẽ không phải nghệ thuật nữa, mà là quảng cáo hay tuyên truyền. Thơ Chế Lan Viên viết vào thời kỳ chiến tranh Nam-Bắc khích động thanh niên miền Bắc vào Nam chiến đấu "chống Mỹ cứu nước" là những văn bản tuyên truyền, không hơn không kém! Không phải thơ, thậm chí, không phải vè.

Nói cho cùng, nghệ thuật, nhất là nghệ thuật thơ ca, sau khi mọi chuyện ồn ỹ lắng đọng, vào cuối ngày chỉ để lại chút niềm vui nho nhỏ trong lòng người làm thơ và người đọc thơ. Một chút giao cảm nào đó dấy lên, và đó là hạnh phúc. Nhưng ngay cả niềm vui vô ích cũng không phải là tầm thường. Niềm vui chẳng có ý nghĩa trọng đại và không "đạt được" gì cả, nhưng lại là sự mở rộng thước đo không thể thiếu trong bất kỳ cuộc sống nào. Tại sao chúng ta muốn công lý, hay giảm bớt đau khổ, nếu không phải vì sự gia tăng chút hạnh phúc đơn giản mà nó mang lại?

Nghệ thuật không hẳn chỉ là vấn đề đáp ứng được cái đẹp, đem đến sự an ủi hay tìm lòng bình yên, mặc dù điều đó có thể xảy ra và có thể được hoan nghênh. Nghệ thuật cũng không hẳn để chỉnh đốn tính cách khiến cho cuộc sống tốt đẹp hơn, mặc dù điều đó đã xảy ra ở chừng mực nào đó trong lịch sử loài người, có thể đang xảy ra và tương lai vẫn có nhiều hứa hẹn. Tôi chỉ có thể nói một cách hết sức giản dị rằng nghệ thuật tốt là nghệ thuật có khả năng điều chỉnh lại tầm nhìn hầu làm giảm bớt sự loạn thị trong mắt chúng ta, giúp trái tim chúng ta đập cùng một nhịp đập với thiên nhiên và người bạn đồng hành. Điều này tôi không giải thích được mà chỉ cảm thấy trong mạch đập của mình khi đọc những bài thơ hay.

Tôi không nghĩ thơ ca sẽ biến mất khỏi mặt địa cầu, mặc dù ngày nay nó co cụm lại thành những cái "túi nhỏ", trong đó các thi sĩ vẫn đắm chìm trong chữ nghĩa của mình để bày tỏ điều gì đó, không nhất thiết phải bày tỏ với ai, mà với chính mình. Những người làm thơ của thời đại hôm nay là những kẻ cô đơn, họ tự chọn đứng bên lề xu hướng thời đại, và cương quyết không chịu từ bỏ quan niệm cố hữu vốn xem mục đích của thơ ca bao gồm nhiều chức năng khác nhau, phản ánh khả năng thích ứng và sự phù hợp lâu dài của thơ trong cuộc sống.

Duềnh quyên

Duềnh quyên? What the heck do you mean by "duềnh quyên?"

Có anh bạn sau khi đọc *Chùm lục bát lập đông* của tôi, nêu thắc mắc "duềnh quyên" là "cái quái gì vậy?" Bạn nói tiếp, "Tôi chưa bao giờ nghe hay đọc cái chữ mà khi đọc muốn trẹo quai hàm đó, cậu có bịa chữ thì cũng bịa vừa vừa thôi chứ, làm quá cậu 'ngộ chữ' thì khốn, bởi vì từ 'ngộ chữ' đến tâm thần chỉ là khoảng cách cận kề… Cậu biết chửa?"

Anh bạn tôi còn nói nhiều nữa, nhưng tôi từ tốn ngắt lời bảo anh đừng nóng nẩy, có mắng mỏ lên án thì chí ít cho tôi biện bạch vài lời đã, và tôi nhỏ nhẹ bảo anh:

Bạn ạ, "duềnh" theo từ điển Việt Nam của cụ Lê Ngọc Trụ nguyên nghĩa là vụng nước. "Duềnh quyên" là vụng nước có mặt trăng soi vào lấp lánh. Cụ Nguyễn Du thích nhóm từ này lắm vì nó giàu hình ảnh. Tả cảnh Kiều ngồi buồn bã trước lầu Ngưng Bích, cụ viết:

Buồn trông gió cuốn mặt duềnh,
Ầm ầm tiếng sóng kêu quanh ghế ngồi.

Và cụ Trần Trọng Kim chú giải "duềnh" là vụng bể, vực sâu, bởi lầu Ngưng Bích trông ra cửa bể.

Từ "duềnh" còn được dùng để tả khúc sông Tiền Đường nơi Kiều, trong tuyệt vọng, gieo mình tìm cái chết sau khi Từ Hải nghe lời Kiều về hàng triều đình để rồi mắc lừa Hồ Tôn Hiến mà uất khí chết đứng giữa trận tiền.

Kiều từ gieo xuống duềnh ngân,
Nước xuôi bỗng đã trôi dần tận nơi.

Đoạn này trong truyện thì cụ Trần chú giải "duềnh ngân" là vũng nước.

Từ "duềnh" còn được Nguyễn Du sử dụng một lần nữa, lúc Kiều tái hồi Kim Trọng. Như chúng ta đã biết, lúc gặp lại gia đình sau 15 năm lưu lạc, Kiều không muốn theo người thân về nhà vì nghĩ tấm thân mình hoen ố quá đỗi rồi, về nhà chỉ làm ô danh dòng tộc mà thôi. Nhưng bị mọi người nài nỉ, Kiều khứng chịu về. Trong bữa tiệc đoàn viên trước mặt mọi người, Thúy Vân đứng lên xin "tác hợp cơ trời" cho Kiều làm vợ Kim Trọng, "đem duyên chị buộc vào duyên em."

(Kim Trọng nghe vợ mình nói thế, chắc mở cờ trong bụng, sướng run. Mười lăm năm người yêu lưu lạc, đọa đày, mình lấy em gái người yêu làm vợ, ra làm quan hưởng bao ân huệ cuộc đời, hạnh phúc ấm êm, bây giờ người yêu trở về, mình được phép lấy luôn làm vợ! Trời! Chàng Kim này sao mà tốt số!)

Thế nhưng Kiều nào chịu vậy. Nàng cảm kích nghĩa tình của Kim, "*Chàng dù nghĩ đến tình xa,*" nhưng thôi chàng ơi, mình nên "*đem tình cầm sắt đổi ra cầm cờ*" đi chàng. Kiều miễn cưỡng làm lễ thành hôn với Kim, nhưng nàng hổng chịu cho Kim *make love*. Lúc hai người ngồi riêng trong phòng hoa chúc, nàng chỉ cầm đàn gảy cho chàng nghe thôi.

Khúc đâu đầm ấm dương hòa,
Ấy là hồ điệp hay là Trang Sinh?
Khúc đâu êm ái xuân tình,
Ấy hồn Thục đế hay mình đỗ quyên.
Trong sao châu nhỏ duềnh quyên,
Ấm sao hạt ngọc Lam Điền mới đông.

Tiếng đàn của Kiều lần này là tiếng đàn của hạnh phúc, lai láng tình xuân. Thật vậy, theo nhà nghiên cứu văn học Trần Đình Sử, nếu dựa vào tinh thần mấy câu thơ trên thì Kiều chưa hết đường tình ái đâu. Mặc dù ngoài mặt nàng từ chối việc gối chăn với Kim Trọng nhưng trong lòng nàng vẫn còn *deeply in love* với chàng, và thịt da nàng vẫn còn rạo rực, trái tim vẫn còn loạn nhịp, bởi không cháy bỏng tâm can thì tiếng đàn không thể "nghe suốt năm cung" và cũng không thể "não nùng xôn xao" được.

Sáu câu thơ ấy, Nguyễn Du dịch ý từ bốn câu giữa bài thơ *Cẩm*

Sắt (Đàn gấm) của nhà thơ Lý Thương Ẩn đời Đường:

Cẩm sắt vô đoan ngũ thập huyền,
Nhất huyền nhất trụ tứ hoa niên.
Trang sinh hiểu mộng mê hồ điệp,
Vọng đế xuân tâm thác đỗ quyên.
Thương hải nguyệt minh châu hữu lệ,
Lam Điền nhật noãn ngọc sinh yên.
Thử tình khả đãi thành truy ức,
Chỉ thị đương thời dĩ võng nhiên.

Dịch nghĩa:

Đàn gấm chẳng vì cớ chi mà có năm mươi dây
Mỗi dây mỗi trụ đều gợi nhớ đến thời tuổi trẻ
Trang Chu buổi sáng nằm mộng thành bươm bướm
Lòng xuân của vua Thục đế gửi vào chim Đỗ Quyên
Trăng chiếu sáng trên mặt biển xanh, châu rơi lệ
Ánh nắng ấm áp chiếu vào hạt ngọc Lam Điền sinh ra khói
Tình này đã sớm trở thành nỗi nhớ nhung về dĩ vãng
Cho đến bây giờ chỉ còn lại nỗi đau thương.

Vẫn theo ông Trần thì sáu câu thơ Nguyễn Du diễn tả tiếng đàn vào lúc này của Kiều có cái lạ. *Nó thấm đẫm tình dục!* Trang Chu mộng thấy mình hóa bướm, cả hai hòa nhập vào nhau không tách ra được; Thục Đế hóa thành chim đỗ quyên, không biết là thân chim quyên hay thân Thục Đế, hai thân cũng xoắn xuýt không rời. Tất cả là ẩn dụ nói về hai thân xác nam nữ nhập vào nhau. Đắm đuối. Đắm đuối thì tiếng đàn mới "đầm ấm dương hòa" và "êm ái xuân tình" chứ.

Nguyễn Du kết khúc phân cảnh này bằng hai câu tuyệt tác có cụm từ "duềnh quyên," mà tôi xin mượn cách bình giải của ông Trần như sau:

> *"Châu nhỏ duềnh quyên" là giọt ngọc nhỏ xuống duềnh nước có bóng trăng soi, một hình ảnh gợi tình nam nữ. Còn nắng ấm (dương) làm cho hạt ngọc Lam Điền đông cứng lại, cũng là một cảnh hòa hợp, sinh thành. Một người một bướm, một người một chim, một giọt ngọc một vụng nước, một ánh dương soi một sự sinh thành, bốn hình ảnh đều khêu gợi mối dục tình*

nam nữ một cách kín đáo, hàm ẩn. Nó dự báo mối tình Kim-Kiều rồi sẽ còn có hậu. Khúc đàn tái hợp của Kiều đã nói lên lòng nàng, vẫn một tấm lòng yêu đời thiết tha, trong sáng.

Từ "duềnh" cũng được bà Đoàn Thị Điểm sử dụng hai lần trong kiệt tác *Chinh Phụ Ngâm* mà tôi chỉ muốn nhắc khéo bạn nơi đây thôi:

Lũng Tây thấy nước dường uốn khúc,
Nhạn liệng không, sóng giục thuyền câu.
Ngàn thông chen chúc chòm lau,
Cách duềnh *thấp thoáng người đâu đi về.*

Và ở đoạn khác:

Nước duềnh *Hán việc đòng rửa sạch,*
Khúc nhạc từ réo rắt lừng khen.
Tài so Tần, Hoắc vẹn tuyền,
Tên ghi gác Khói, tượng truyền đài Lân.

Anh bạn tôi ơi, đến đây thì chắc bạn đã tạm bằng lòng với câu trả lời của tôi về nguồn gốc cụm từ "duềnh quyên" mà tôi dùng trong bài thơ *Nghìn thu từ độ*. Tiện đây, tôi cũng xin nói luôn với bạn là, đối với tôi, "duềnh" là cái gì rất thực, rất thân quen, không phải hình tượng văn chương thơ phú.

Họa sĩ thường bị ám ảnh bởi một màu sắc hay đường nét nào đó suốt khoảng thời gian dài trong cuộc đời sáng tạo của mình, và họa sĩ có xu hướng phả hình tượng cùng màu sắc đó lên mặt canvas. Picasso thời kỳ xanh, thời kỳ hồng, chẳng hạn. Những kẻ làm thơ như tôi thì bị ám ảnh bởi những từ mà tôi không sao giải thích được. Tuy thế, có một từ lúc nào cũng lởn vởn trong tâm trí tôi từ nhiều năm và tôi có thể giải thích được tại sao, đó là từ "duềnh."

Đằng sau nhà tôi hiện nay ở miền Nam California là một con lạch nhỏ. Mở ứng dụng Google Map, bạn sẽ thấy nó là một lằn chỉ màu xanh dương ngoằn ngoèo tên San Diego Creek, chạy theo trục đông bắc – tây nam từ phía đông thành phố Irvine qua Newport Beach rồi đổ vào Upper Newport Bay State Marine Conservation Area, một vùng sinh thái hiếm hoi của miền đất này bởi đất đai ở đây đắt hơn vàng, đất để xây nhà cao tầng và biệt thự, mỗi căn từ hai ba triệu đô la trở lên, chứ chẳng ai quan tâm đến những vấn đề vớ vẩn như bầy chim di chớm đông bay từ Canada xuống không có ao nước ngọt, hay mấy con ba ba từ biển xa về không tìm ra bãi cát đẻ trứng, vân vân. Con lạch bé lắm, thật ra chỉ dùng vào việc thoát nước của khu vực, lại ngắn ngủn như tôi vừa miêu tả, nhưng khúc chảy sau nhà tôi lại có một cái duềnh. Mùa khô cạn nước, cỏ hoang và cây dại mọc um tùm, nhưng sau một trận mưa thì nước dềnh lên thành một cái ao. Và kỳ diệu thay mầm sống! Ngay lập tức vài con cò bay đến thơ thẩn kiếm tôm cá ăn.

Duềnh nhỏ sau nhà.

Dọc theo con lạch là lối đi bộ và chạy xe đạp. Gần như mỗi ngày, cơm nước xong, tôi đều ra đi bộ đến khúc có cái duềnh, đứng trên cầu tìm con cò trắng, cổ dài ngoằng. Có hôm nó đến kiếm ăn, có hôm không. Nhưng có hôm nó rủ thêm vài cò bạn, cả bầy nhẩn nha đánh chén suốt buổi. Gần đó vài chú vịt trời bơi lội loăng quăng ra chiều thư thái lắm. Nhìn bầy chim dưới duềnh, lòng tôi cũng thư thái không kém, một cảm giác thật hiếm hoi, quý giá, trong cuộc sống huyên náo, tất bật hôm nay. Những hôm có trăng, trời quang mây tạnh, đợi lúc trăng lên cao gần đỉnh trời, mất ngủ, tôi lại khoác áo bước vài bước ra xem cái "duềnh quyên." Mấy mươi năm rồi, tôi ở căn nhà này, bao nhiêu lần nhìn nó, riết rồi tôi xem nó là cái gì riêng tư, của tôi, và cũng chẳng ai tranh giành nó với tôi.

Chưa hết. Tôi còn một cái duềnh thứ hai.

Cũng con lạch San Diego Creek đó, qua đến địa phận Newport Beach, nó doãng ra thành một hồ nước rộng trước khi đổ ra vụng nước sinh thái và cuối cùng là biển Thái Bình. Một chút hoang sơ giữa lòng đô thị, cho ta cảm giác thiên nhiên chưa bị con người hoàn toàn bôi xóa khỏi mặt địa cầu. Duềnh nước lai láng dù là giữa mùa

Duềnh lớn, Newport Beach, California.

khô hạn, giữa duềnh nổi lên vài cồn cát, trên mọc hoang vài cây con và cỏ dại. Dọc theo bờ vẫn con đường đi bộ và chạy xe đạp, hai bên đủ loại cây cối và bụi rậm chen nhau rợp bóng. Vào một đêm trăng sáng, bạn hãy đưa người yêu đến đây thay vì chui vào mấy cái vũ trường ánh đèn màu nhấp nhoáng hay hộp đêm sặc sụa mùi rượu bia và son phấn rẻ tiền, tôi bảo đảm người yêu bạn sẽ ôm hôn bạn đắm đuối.

Điều may mắn cho tôi là suốt mấy mươi năm qua, cơ quan tôi làm việc chỉ quanh quẩn xung quanh cái duềnh nước đó, dù tôi thay đổi khá nhiều công ty. Ít nhất mỗi tuần một lần, sau những giờ phút căng thẳng vật lộn với công việc, tôi hay lái xe lên đây, giở cà men ra ăn trưa rồi ra ngoài đi bộ chừng nửa tiếng đồng hồ. Cái duềnh lớn này theo năm tháng cũng ăn sâu vào tâm trí tôi như một cái gì rất riêng tư bên cạnh cái duềnh nhỏ sau nhà.

Tôi bị ám ảnh bởi nhóm từ "duềnh quyên" trong thơ tôi là phải thôi, nhất là từ khi tôi đọc được bài thơ *haiku* nhan đề *Thu* của Thiền sư Chōshū (1852-1930) người Nhật Bản:

碎けても
碎けてもあり
水の月

Kudakete mo
Kudatetemo ari
Mizu no tsuki.
The moon in the water;
Broken and broken again,
Still it is there

Fût-ce en mille éclats
Elle est toujours là
La lune dans l'eau!

Duềnh quyên,
Vỡ tan, rồi tan vỡ,
Trăng vẫn còn nguyên.

(Bản tiếng Việt của TYT.)

Không biết tiếng Nhật, tôi chỉ đọc bản tiếng Anh, và mạo muội dịch ra tiếng Việt (rất mong có bạn nào biết tiếng Nhật giúp tôi hoàn chỉnh bản dịch).

Hãy nghe Thiền sư Osho bình chú bài *haiku* này:

> *... Bởi mỗi khi gió thổi đến, mặt hồ gợn sóng, mặt trăng (trên mặt hồ) vỡ tan thành nghìn mảnh. Nhưng rồi hồ lại lặng yên và tất cả những mảnh vỡ đó tụ lại thành mặt trăng. Bởi nó chỉ là cái bóng phản chiếu mặt trăng nên cái bóng tan vỡ chứ không phải mặt trăng. Cho dù cái bóng tan vỡ thành nghìn mảnh vụn, mặt trăng vẫn còn nguyên ở đó. Tất cả thân, tâm, đời sống chúng ta là cái bóng phản chiếu trên mặt duềnh, vỡ tan thành nghìn mảnh. Tuy vậy, nằm sâu trong hiện thể của ta, mặt trăng vẫn như cũ, muôn đời đầy đặn và tuyệt hảo.*

Tất cả thân, tâm, đời sống chúng ta là cái bóng phản chiếu trên mặt duềnh, vỡ tan thành nghìn mảnh, bởi chúng ta hiện sống trong thế giới ảo, không có gì thật. Ngay cả những câu chữ tôi đang viết cho bạn đây cũng không thật.

Cái ảo có sức quyến rũ lạ kỳ, như có ma lực, đẹp mê hồn, làm mê muội lòng người, nó cuốn hút tôi, bạn, tất cả chúng ta, vào đó, tan vỡ như bóng trăng trên mặt duềnh. Con người sinh ra, để lại những giấc mơ ảo, rồi biến mất. Hai câu thơ "*Duềnh quyên bóng động hai hàng, Nghìn thu từ độ vẫn bàng hoàng trôi*" tôi viết cho bạn, chính là lời tự thán, biết vậy mà chẳng làm gì khác hơn được.

Ghi chú:

[1] Hình ảnh trong bài là của tác giả.

Về những mái chùa

1.

Trong một tùy bút viết trước 75, nhà văn Võ Phiến có đưa ra nhận xét ngộ nghĩnh, vui vui về chuyện du lịch của đồng bào ta miệt Nam bộ. Sau khi đi tham quan vài ngọn núi ở tỉnh Châu Đốc, ông bảo những danh lam thắng cảnh, những chỗ non nước hữu tình, nếu muốn thu hút du khách cho đông đảo thì nên xây dựng nhiều… chùa. Nơi có cảnh đẹp mà không có chùa chiền thì cũng sẽ vắng bóng du khách như… chùa Bà Đanh thôi. Bằng chứng trước mắt, ông bảo tiếp, là núi Ba Thê và núi Sam. Cảnh sắc thiên nhiên bên núi Ba Thê cũng đẹp đẽ chẳng kém bất cứ nơi nào khác, gần đó lại có gò Óc Eo, một di tích lịch sử và khảo cổ quan trọng của miền đất này, nhưng hình như chẳng có mấy du khách cất công lên núi tham quan. Còn bên núi Sam? Trời! Ông bảo, người đâu mà vô số kể, nhất là vào những ngày rằm, hay lễ, Tết. Núi Sam đông người lên thăm bởi nơi đấy có rất nhiều chùa, am, miếu. Liên tiếp san sát nhau trên đường từ chân lên đỉnh núi, cứ cách một quãng lại có một mái chùa hay cái miễu, cái am nho nhỏ nào đó.

Dân Nam bộ tìm núi non có chùa để du ngoạn, hay việc lễ bái mới là chuyện chính, cảnh đẹp xung quanh chỉ là bức phông thiên nhiên làm tăng thêm vẻ tiêu tao, trầm mặc của cảnh chùa? Tôi tự hỏi như thế.

Đi lễ chùa. Hình ảnh mang nhiều nét thơ mộng của thơ ca. Cụ Chu Mạnh Trinh sau khi lên thăm chùa Hương đã cảm khái thốt lên:

Bầu trời, cảnh bụt,
Thú Hương sơn, ao ước bấy lâu nay.

Hay, đi lễ chùa để mơ tưởng đến tâm hồn thơ ngây, ngọt ngào, chan chứa cảm xúc của cô gái thanh xuân, chân theo mẹ mà lòng không ngớt vương vấn mối tơ tình chớm nở với chàng thư sinh tuấn tú đi gần bên, trong thơ Nguyễn Nhược Pháp.

Ngun ngút khói hương vàng,
Say trong giấc mơ màng
Em cầu xin Giời Phật
Sao cho em lấy chàng.

Hay, gần gũi với tôi hơn, lên chùa để bắt chước Phạm Thiên Thư tìm một *Vết chim bay*:

Ngày xưa anh đón em,
Nơi gác chuông chùa nọ.
Con chim nào qua đó,
Còn để dấu chân in...

Thơ mộng quá! Đi lễ chùa kiểu các cụ, tôi có thể đi mỗi ngày không biết chán.

2.

Sự thật là tôi ít khi đi chùa. Thuở tôi còn bé, nhà tôi ở Đà Lạt. Vào những ngày rằm mẹ tôi hay dẫn tôi lên chùa Linh Sơn lễ Phật. Bà dạy tôi cách quỳ lạy, chắp tay khấn vái. Vào đến chính điện, tìm được chỗ trống, bà bảo tôi, "Con quỳ xuống đây rồi chắp tay lạy Phật, xin Phật phù hộ độ trì cho gia đình mình tai qua nạn khỏi, chị em học hành thông minh tấn tới, bố mẹ buôn may bán đắt, con nhé." Tôi làm theo lời bà, nét mặt đầy vẻ thành tâm, kính cẩn, lạy lấy lạy để. Nhưng chỉ được năm phút, đợi lúc bà bận xì xụp vái lạy, không để ý, tôi chạy tọt ra ngoài sân tìm lũ trẻ đồng trang lứa rồi cứ thế vừa chạy vừa la hét gọi nhau ầm ỹ giữa những cội thông già cao vút xung quanh chùa. Chạy chơi chán, chúng tôi đi bắt chim, lẻn vào am sau ăn cắp xôi oản trên bàn thờ. Hơn một lần tôi bị sư cô bắt quả tang, bị nhéo tai đau điếng.

Đấy là những kỷ niệm đẹp của tuổi thơ tôi. Sau này khi lớn khôn, nhớ lại những câu khấn mẹ tôi dạy trong chùa, tôi không khỏi bất giác mỉm cười.

Giáo pháp đạo Phật, có lẽ tầm hiểu biết của tôi thuộc hạng tiền sơ cấp, nhưng đại khái tôi cũng biết những gì mẹ tôi dạy tôi khấn vái trong chùa đều đi ngược lại với giáo pháp ấy. Phật bảo đời là bể khổ, là sinh lão bệnh tử, thì mẹ tôi xin Phật cho "tai qua nạn khỏi;" Phật bảo muốn lên Niết Bàn, hãy diệt dục thì mẹ tôi xin Phật cho "làm nhiều tiền" và ngày Tết xin xăm thì van vái Phật Bà Quán Âm, xin Phật Bà cho "tài lộc dồi dào, tiền vào như nước." Vân vân và vân vân.

Nhưng tại sao tôi lại mỉm cười mỗi khi nhớ đến những kỷ niệm ấy? Tôi mỉm cười bởi tôi thấy nó dễ thương hết sức và càng nghĩ tôi càng thấy thương mẹ tôi hơn.

3.

Trước khi biết đến đạo Phật, người Việt – hay đúng hơn, người Lạc – cổ thời có lẽ đã có ít nhiều khái niệm về tín ngưỡng.

Theo những phát hiện và nhận định mới trong ngành Khảo cổ học Việt Nam thì con người đã có mặt rải rác khắp các miền Hòa Bình, Lạng Sơn, Phú Thọ, Nghệ An, Thanh Hóa… từ thời Đá Mới, tức là cách nay hai, ba chục nghìn năm. Trong khi đó học giả Nguyễn Khắc Ngữ trong cuốn *Nguồn gốc dân tộc Việt Nam* thì bảo dân tộc Việt Nam là từ giống dân Melanesia ở Nam Thái Bình Dương mà ra. Dân Melanesia là một trong những nhóm người ngành Khảo cổ có cái tên gọi chung là "tộc *Lapita.*" (Giống dân Polynesian là đa số, hiện sinh sống tại phần nhiều các đảo biển Thái Bình Dương, kể cả quần đảo Hawaii.) Họ cực kỳ tài giỏi trong nghề đi biển. Từ nhiều nghìn năm trước, họ đã chinh phục toàn vùng Nam Thái Bình Dương, một hải vực mênh mông dài rộng cả triệu dặm vuông. Thậm chí họ còn sang tìm đất tận đảo Easter gần Nam Mỹ châu, và gần đây có giả thuyết họ đã đặt chân đến châu Mỹ La-tinh bằng thuyền trước Columbus nhiều nghìn năm. Với tài đi biển như thế, chẳng có gì ngăn cản một buổi sáng đẹp trời họ dong thuyền lừ lừ tiến vào vịnh Hạ Long hay một vùng duyên hải nào đó gần cửa bể sông Hồng rồi đổ bộ lên bờ thám hiểm đất đai, tìm thực phẩm, bởi lúc đó cụm từ "*illegal aliens*" chưa xuất hiện trong bộ từ vựng của loài người. Và tại nơi đó chắc chắn họ phải đụng đầu với những sắc dân đã có mặt từ trước. Với những cuộc gặp gỡ như thế, ban đầu phải có những vụ vác gậy gộc choảng nhau đến bươu đầu sứt trán. Nhưng đánh nhau mãi đến chán rồi mà vẫn không bên nào diệt hẳn được bên nào, hai bên đành gượng gạo nén giận tạm thời hòa hoãn với nhau để mạnh ai nấy sống. Thế rồi, nhiều thế hệ trôi qua, hận thù cũ dần dà nguôi ngoai phai nhạt, lòng kỳ thị ghét bỏ nhau cũng bớt đi, thấy kẻ địch cũng có nhiều điều hay ho, hữu ích, có thể cải thiện cuộc sống.

"Cái gì? Thằng mọi xâm mình như con thuồng luồng suốt ngày lặn dưới biển bắt cá mà cũng biết đúc trống đồng à!"

"Hử! Thằng mán cà răng căng tai đó mà cũng biết làm nỏ bắn nai sao?"

Thế rồi, hai bên bèn đề nghị sống chung hòa bình, trao đổi hết văn hóa đá mới đến văn hóa đồng thau. Rồi trai bên này chẩu môi nhìn gái bên kia, gái bên kia liếc tình trai bên nọ, và một hôm ông Lạc Long Quân nào đó của phe đi biển trở thành chồng bà Âu Cơ của phe trên núi. Thế là dân Lạc ra đời. Ở vào cái thời hồng hoang đó, kẻ nào bảo không có ái tình, tôi sẽ cãi đến cùng. Dân Lạc ra đời là kết quả một cuộc tình có thể éo le chẳng kém gì chuyện tình Romeo và Juliet.

Các di chỉ và di cốt khai quật được cho thấy dân Lạc, dân *Lapita* cũng như các nhóm dân khác vùng Đông Á châu, từ thời tiền sử tối cổ đại đã có đời sống tinh thần khá cao. Các nhà Khảo cổ học bảo thế. Họ cũng bảo các dân tộc này có tục thờ cúng tổ tiên. Người chết được chôn cất kỹ lưỡng, xác bó chặt, xương sọ và nhiều khúc xương khác được chăm chút tô điểm bằng một loại phẩm màu đỏ như màu thổ hoàng. Phong tục thờ cúng ông bà, cha mẹ là tín ngưỡng của dân Lạc vào thời ấy, truyền đến tận ngày nay và không có dấu hiệu gì chứng tỏ nó phai mờ trong tâm tư người Việt, dẫu đấy là người ly hương sống phiêu bạt tận chân trời góc bể. Thờ cúng tổ tiên là tín ngưỡng, một tín ngưỡng sinh tồn, tiêu biểu cho quan niệm phồn thực rất điển hình trong cuộc sống các sắc dân tiền sử. Bởi thờ cúng ông bà là cầu xin vong linh ông bà phù hộ trong cuộc sống bình nhật để con cháu sinh tồn trong những điều kiện ngặt nghèo. (Nghề đi biển, thậm chí ngày nay, vẫn là một trong những lao động nguy hiểm, dễ chết nhất). Tín ngưỡng đó thấm đẫm vào tâm hồn người Việt, nói theo thuật ngữ phân tâm học là "vô thức tập thể," và mẹ tôi, một cách rất vô tư và thành kính, chắp tay xin Đức Phật cho bà "buôn may bán đắt để có tiền nuôi con."

Tôi biết Đức Phật từ bi tĩnh tọa trên tòa sen, miệng khẽ mỉm cười, hiểu bà hơn ai hết.

4.

Người Việt không có óc kỳ thị tôn giáo. Phật-Lão-Nho, "tam giáo đồng nguyên" là cụm từ tôi thường nghe. Xin lưu ý từ "nguyên" 源 ở đây có nghĩa là nguồn nước. Hương Hải thiền sư (1631-1718) đời Hậu Lê có câu thơ "*Nguyên lai tam giáo đồng nhất thể.*" Và như thế các cụ ngày xưa đã xem tam giáo đều có chung một bản thể, chung một nguồn cội phát sinh. Các cụ là nhà Nho xuất thế hành đạo theo tôn chỉ đức Khổng Phu Tử, nhưng với tinh thần phóng khoáng các cụ vẫn tôn kính Phật giáo và Lão giáo. Từ thời nhà Lý, quan niệm cả ba tôn giáo đều được tôn trọng như nhau đã phổ cập. Về sau thêm đạo Thiên Chúa vào nữa thành "tứ giáo đồng nguyên" không chừng. Suốt chiều dài lịch sử Việt Nam người ta có thể chém giết nhau tàn bạo vì tranh giành quyền lực, đất đai, hoặc nhân danh lý tưởng chính trị này nọ, chứ không có thánh chiến nhân danh tôn giáo. Càng nhiều tôn giáo càng tốt đối với người Việt, thêm một đạo thì có thêm một ông Chúa hay ông Bụt cho người dân phụng tự, thờ cúng, khấn khứa, cầu xin. Chẳng có chi phiền hà cả. Cùng nhìn ra Hồ Tây Hà Nội, chùa Trấn Quốc thờ Phật và đền Quan Thánh thờ Lão chỉ cách nhau một thôi đường ngắn mà lúc nào cũng đề huề, hòa hoãn, chẳng hề xảy ra một vụ xích mích lớn nhỏ nào bao giờ, khác hẳn bên Trung Đông hay Ấn Độ, nơi người khác tôn giáo, thậm chí cùng tôn giáo nhưng khác hệ giáo, tìm đủ mọi cách hãm hại nhau, xem kẻ không cùng tôn chỉ, đức tin với mình là tà đạo, cần diệt trừ bằng được. Nhân danh tôn giáo, diệt trừ kẻ khác niềm tin với mình là tính cách bệnh hoạn, vô luân nhất nơi con người.

Tuy vậy, Tam giáo đồng nguyên là chuyện của giới sĩ phu có học, còn đối với tuyệt đại đa số dân chúng trong nước thì ngàn triệu giáo cũng "đồng nguyên" tuốt luốt!

Người phương Tây, như linh mục thừa sai Léopold Cadière (1869-1955), khi mới đặt chân đến đất nước Việt Nam thời cận đại tìm hiểu, nghiên cứu tôn giáo địa phương thường tỏ ra ngạc nhiên về nhu cầu tâm linh của dân Việt, bởi bên cạnh những đỉnh cao vươn lên tới các tôn giáo thượng đẳng vẫn tồn tại những hình thái tín ngưỡng nguyên thủy của các dân tộc sơ khai sống nơi núi rừng hoang dã, và chính phần này mới có trọng lượng thật sự trong đời sống bình nhật của dân gian. Trong mắt người nước ngoài, tôn giáo người Việt là tôn giáo thờ quỷ thần. Tôn giáo này không có lịch sử, nó xuất hiện từ khi có nòi giống Việt, hiện hữu ở mọi giai tầng xã hội. Niềm tin sâu sắc trong cảm thức dân Việt là thần thánh ma quỷ có mặt khắp nơi. Một hòn đá dị dạng nằm bên vệ đường, một cây cổ thụ vươn mình oằn oài lơ lửng trên triền đồi, một ghềnh nước oàm oạp tiếng sóng vỗ, một bờ vực sâu thẳm mờ mịt khói sương… Tất cả đều có thần linh hiện diện. Thần đá, thần cây, thần sông, thần núi, v.v… Thần thánh người Việt thờ đông vô số kể, không biết cơ man nào nói cho xiết. Chỗ nào cũng có thần: thần từ người mà thành, thần biểu tượng các sức mạnh siêu nhiên, rồi vương thần đủ mọi đẳng cấp, và không thể quên các thần dữ mà ta phải tìm cách khắc phục để ngăn ngừa tai họa. Ngôi nhà khang trang nhất trong bất cứ thôn xã miền quê nào cũng là cái đình, nơi thờ thần Thành Hoàng của làng. Trong lòng mọi người, từ vua quan cho đến cùng đinh, ai nấy đều tin tưởng một cách chắc nịch và thành kính những lực lượng siêu nhiên ấy trực tiếp ảnh hưởng, chi phối lên toàn bộ nếp sống thường ngày của mình. Niềm tin ấy được công bố trên bình diện quốc gia khi nhà vua thay mặt toàn dân ba năm một lần bước lên đàn Nam Giao trịnh trọng trước mặt toàn thể bá quan văn võ và các vị bô lão về tụ tập, làm lễ cúng tế long trọng với mọi nghi thức xin Trời Đất ban mưa thuận gió hòa, mùa màng trù phú, đất nước thanh bình. Đó là loại tín ngưỡng mang nặng tính phồn thực, bởi mục đích của sự cúng tế là cầu xin các quyền năng siêu nhiên ban phát ân huệ nhằm thỏa mãn những nhu cầu thực tế trong cuộc sống.

Có người cho rằng đa số người Việt theo đạo Phật. Điều đó chính xác không? Đạo Phật là một nguồn sống tôn giáo đưa ra một hệ thống giáo pháp uyên áo, thâm sâu nhằm giúp ta tìm kiếm một cuộc sống an lạc thân tâm. Bởi thế, có thể xem đạo Phật như là một triết lý, một nhân sinh quan, một vũ trụ quan. Thế nhưng, ngoại trừ các bậc chân tu, các cư sĩ tắm gội trong giáo pháp, phần nhiều những người tự nhận là Phật tử – trong đó có tôi – lên chùa thắp hương chỉ để van vái cầu xin chư Phật ban cho mình lợi lộc và sự an lành (sau đó còn được ăn cơm chay ngon miệng và nhìn ngắm các bóng hồng bay phất phới trong nắng đẹp sân chùa) chứ có mấy ai thể hiện cái sống và cả cái chết theo đúng những hành vi tôn giáo cảm thụ từ đạo Phật đâu.

5.

Xem ra tín ngưỡng dân Việt là tín ngưỡng cầu xin. Và nơi để người ta đến dâng lễ vật van vái cầu xin điều gì thường không phải mái chùa mà là đền, như đền Mẫu Liễu Hạnh tọa lạc trong phủ Tây Hồ Hà Nội, hay đền Đông Cuông ở tỉnh Yên Bái. Thốt nhiên tôi nhớ hôm ở Hà Nội, tôi đi chơi lang thang thế nào mà lạc vào phủ Tây Hồ. (Đúng ra tôi bí chỗ đi chơi bèn bảo anh tài xế tắc xi chở tôi đến bất cứ nơi nào có cảnh non nước hữu tình.) Bước xuống xe, tôi bị một dòng người như nước lũ cuốn về phía doi đất nơi đền Mẫu Liễu Hạnh tọa lạc. Không biết người ở đâu ra mà đông thế, toàn những cặp vợ chồng trẻ hoặc trai thanh gái lịch, hai tay bưng mâm hoa quả và nhang đèn, mặt mày nghiêm trang kính cẩn, chen chúc nối đuôi nhau đi từng bước chậm chạp về phía đền. A, hóa ra hôm đó là ngày rằm, họ vào đền cúng xin điều gì đó. Điều gì đó, dù chẳng ai hé môi thổ lộ nửa lời nhưng tôi cũng đoán biết là gì. Cầu đẻ con trai, cầu doanh nghiệp thành công tốt đẹp trong thương trường, cầu ngày mai trúng cá độ, cầu kỳ thi này thi đỗ, vân vân. Nhiều lắm, mỗi người một nỗi niềm mơ ước, mỗi người một nhu cầu khát khao, tất cả trông chờ vào ân huệ của Mẫu, ân sủng của Đất Trời, tất cả như đắm chìm trong niềm thương yêu chân phước.

"Con xin Mẫu ban cho con..."

"Anh chị cứ thành tâm mà khấn nhé, chỉ cần thành tâm là Mẫu sẽ cho ngay đấy mà."

Thế là, không hẹn mà gặp, tôi chứng kiến *ground zero* của đạo Mẫu, tín ngưỡng phồn thực phồn sinh dân gian Việt Nam. (Và, chẳng gì có thể Việt Nam hơn.)

Mẫu Liễu Hạnh, dĩ nhiên, là một huyền thoại. Tương truyền Trạng Bùng Phùng Khắc Khoan một hôm trời đẹp bèn cùng hai người bạn thơ văn thả thuyền ngoạn cảnh Hồ Tây. Đang lênh đênh trên mặt gương hồ thì bỗng đâu xuất hiện một cô gái xinh đẹp. Hai bên đối đáp thơ văn tương đắc lắm. Sau một lúc đàm đạo chuyện văn chương thơ phú, Trạng Bùng ướm hỏi tính danh cô gái, nhưng

Đền Mẫu Liễu Hạnh, phủ Tây Hồ, Hà Nội.

Bên trong đền Mẫu Liễu Hạnh.

cô chỉ mỉm cười đọc một bài thơ rồi biến mất. Chẳng biết cụ Trạng về nhà có tương tư cô gái hay không (nếu là tôi thì chắc tôi tương tư đến chết mất thôi), cụ đọc kỹ bài thơ và nhất định bảo cô gái ấy chính là Mẫu Liễu Hạnh. Dân làng nhân thế lập miếu thờ. Người ta bảo tôi đền Mẫu Liễu Hạnh ở phủ Tây Hồ này linh thiêng lắm, cầu gì được nấy. Thảo nào...

6.

Cầu xin thánh thần là tốt, nhưng tốt nhất vẫn là cầu xin tổ tiên, ông bà, cha mẹ. Dù sao chăng nữa, ông bà là người trong nhà, họ tộc. Có người cho rằng tôn giáo chính của người Việt không phải Phật giáo mà là đạo ông bà. Nhưng cũng có lập luận cho rằng thờ cúng ông bà, cha mẹ chẳng qua chỉ là hình thái biểu hiện lòng tôn kính của người Việt đối với tổ tiên và các bậc sinh thành đã khuất bóng, không phải tôn giáo. Tôi e lập luận sau có phần không ổn. Chẳng lẽ những dân tộc không có truyền thống thờ cúng ông bà, như dân Mỹ, họ đều không biết tôn kính tổ tiên sao? Thật ra, ông bà tổ tiên chỉ là một phần nhỏ trong tổng thể thần thánh mênh mông, và việc thờ cúng ông bà chỉ là một trong trăm nghìn khía cạnh tôn giáo đa dạng của người Việt.

Người Việt tin rằng con người, ngoài phần thân xác, còn có hồn và vía. Tất cả xác, hồn, vía là những nguyên lý làm nên sự sống. Hồn thì có sinh hồn, giác hồn và thần hồn. Vía thì đàn ông có bảy, đàn bà chín. (Ba hồn bảy vía.) Họ tin là sau khi chết, hồn vía người chết không hề tan biến mà tồn tại muôn đời sau. Căn cứ vào những nghi lễ tống táng người chết, phần hồn vía ấy được thầy cúng làm phép cho nhập vào bài vị để con cháu đem về đặt lên bàn thờ. Từ đó trở đi, vong linh người chết vẫn chung sống trà trộn trong thế giới người sống, vẫn tác động và ảnh hưởng lên sinh hoạt con cháu trong gia đình. Hồn người chết sau khi thoát ra khỏi thân xác vẫn có những nhu cầu y như lúc còn kết hợp với thân xác hồi còn sống. Thờ cúng ông bà hàm nghĩa vẫn làm tròn đạo hiếu làm con: phụng dưỡng, săn sóc, chăm lo, tức là phải cung cấp đồ dùng, tiền bạc cho ông bà tiêu xài ở thế giới bên kia. Thế là mỗi năm có 5 ngàn tỉ VND vàng mã được đem ra đốt – theo thống kê mới nhất năm 2019 – để ông bà không bị đói rét. Trong mắt người duy vật thì 5 ngàn tỉ đồng này là sự phí phạm cực kỳ phi lý, nhưng cái-gọi-là "mê tín dị đoan" đó đã ăn sâu vào vô thức tập thể người Việt từ nhiều nghìn năm, tôi không tin người duy vật có thể dẹp bỏ niềm tin ấy trong một sớm một chiều. (Sự thật là nền móng của việc thờ cúng ông bà thường ngập chìm trong những ý tưởng mê tín dị đoan. Nhưng thử hỏi có đức tin tôn giáo nào tránh được cái vùng u hiển mờ mịt nhân gian đó không? Phê phán bất cứ đức tin tôn giáo nào dưới lăng kính khoa học đều đưa đến ngộ nhận và… ngộ độc!)

Người chết vì có hồn vía nên chẳng những không tan biến mà còn sở hữu một năng lực siêu nhiên, y như thánh thần. Ngày giỗ, ngày Tết, người ta bày lên bàn thờ những món ngon vật lạ mời ông bà xơi và gia đình xì xụp quỳ lạy, khấn khứa cầu xin ông bà ban ân phước, chẳng khác gì lúc lên chùa, vào đền, thắp hương thờ cúng. Sự trường tồn của tổ tiên, sự hiện diện của ông bà ngay giữa gia đình không phải là một món hàng thời trang, một cách nói thi vị, mà là một thực tại sâu xa, ai ai cũng thừa nhận.

Ngày nay sự tôn kính, sùng bái thần vật giảm thiểu nhiều lắm nhất là ở dân đô thị. Trong lúc lái chiếc ô-tô đời mới bóng loáng hay phóng chiếc xe máy nhiều phân khối qua cầu Cần Thơ, chẳng mấy ai lẩm nhẩm khấn thầm trong đầu xin "Hà Bá đừng kéo chưn tui xuống sông nhe," nhưng về nhà thì hầu như ai cũng kính cẩn thắp ba nén nhang trên bàn thờ tổ tiên, thành kính vái lạy.

Tôi thấy hành vi đó quả là đẹp và nhân bản xiết bao.

Ghi chú:

[1] Cảm ơn Giáo sư Trần Huy Bích đã giải thích thêm về cụm từ "Tam giáo đồng nguyên."

[2] Hình ảnh trong bài là của tác giả.

Một kẻ lạ trên phố phường Hà Nội

Tôi đứng sững nhìn lên hai vết hõm sâu hoắm lở lói trên mặt cổng thành. Cổng Bắc thành Hà Nội. Hai vết hõm như vết thương con thú bị đâm rồi kẻ đâm cứ thế chọc ngoáy cho đến khi con thú gầm thét rũ ra chết thảm. Con thú đây là thành Hà Nội và hai vết thương là vết đạn đại bác quân Pháp bắn vào trong lần chiếm thành lần thứ hai năm 1882. Quân Pháp, với chừng hai trăm lính thủy và vài trăm lính bộ, dưới quyền chỉ huy của Trung tá hạm trưởng Henri Rivière, chiếm thành sau gần ba giờ đồng hồ nã súng. Đọc sử, tôi biết như thế và đấy là trang sử bi thảm, đau buồn của dân tộc, bắt đầu cho nhiều trang sử đau buồn khác tiếp theo sau.

Về Hà Nội lần này, tôi có có hai việc phải làm: thứ nhất, đến nhìn tận mắt nơi mình sinh ra đời cách đây hơn nửa thế kỷ để xem nó ra sao, và thứ hai, đi thăm một số những di tích lịch sử của thành phố.

Việc thứ nhất chẳng có gì đáng nói. Giấy khai sinh ghi tôi sinh ra tại 15 Phố Hàng Bông. Có lẽ đó là địa chỉ một bảo sanh viện hay bệnh xá nào đó, nhưng bây giờ nó là một cửa hàng bán quần áo thời trang, màu mè rực rỡ. Tôi đứng vẩn vơ trước cửa tiệm, mỉm cười như chữa thẹn với cô ma-nơ-canh trắng toát đứng sau khung kính rồi bỏ đi, như thể tôi là kẻ lạc đường gõ lầm cửa một căn nhà lạ. Ký ức trong trường hợp của tôi là sản phẩm của trí tưởng tượng. Tôi đành để trí tưởng tượng phụ trách phần vụ bảo quản ký ức mình. Biết làm sao hơn.

Nhưng việc thứ hai, đi thăm các di tích lịch sử, đã để lại trong tôi nhiều ấn tượng mạnh.

Tôi đứng nhìn lâu lắm hai vết đại bác trên mặt cổng thành. Hai vết đạn to lắm, sâu hoăm hoắm. Nhưng có lẽ đạn đại bác (dù là của đế quốc Pháp) thời cuối thế kỷ XIX không có sức công phá như đại bác thời nay, hoặc cũng có thể tường thành xây chắc chắn, nên khúc

Cổng Bắc thành Hà Nội.

Thành Hà Nội, bậc cấp lên mặt thành.

thành đó vẫn đứng nguyên chứ không đổ. Người ta để nguyên hai vết đạn, không trám lại, như chứng tích của một giai đoạn bi thảm trong lịch sử, như một nhắc nhở rằng bài học lịch sử nếu ta không học, nó sẽ tái diễn và tái diễn ở một mức độ khốc liệt hơn.

Bên trong thành Hà Nội, nhìn từ mặt thành.

Người Hà Nội qua lại ngoài đường phố, nếu có kẻ nãy giờ theo dõi hành vi tôi chắc phải nghĩ tôi là thằng điên. Tôi bỏ cổng thành, đi men theo con đường nhỏ rồi chui vào trong thành bằng cửa hông. Bên trong không một bóng người, chẳng ai kiểm tra tôi, thế là tôi hì hụi trèo chừng trăm bậc cấp lên mặt thành. Mặt thành bằng phẳng, chỉ có một mình tôi trên đó, đi lang thang, dò dẫm, cái gì cũng nhìn, cái gì cũng chăm chú quan sát như thể muốn ghi sâu vào trí óc từng góc tường, từng viên gạch của tòa thành cổ. Nhìn từ đây, dù bị những tàn cây cao che tầm mắt, tôi vẫn thấy sự to rộng, kiên cố của thành. Tôi không biết chỗ nào là Võ Miếu nơi cụ Hoàng Diệu treo cổ tự vẫn chết theo thành, một cái chết trung liệt nhưng oan khiên bởi vẫn không làm thức tỉnh được đầu óc ngu muội, thiển cận của thành phần vua quan phong kiến thời đó (và ngay cả thời bây giờ).

Tôi có cảm tưởng vong linh cụ Hoàng vẫn quanh quẩn đâu đây. Một cái chết oan khiên như thế, tôi tin vong linh người chết dẫu nghìn năm vẫn không thể tan biến về cõi khác được. Tôi đứng nghiêm, trong đầu lầm thầm khấn vái vong linh cụ. Nhưng quả tình tôi chẳng biết cầu nguyện, cầu xin cụ cái gì.

Tôi bước xuống bậc cấp, lách mình giữa hai cánh cửa nặng nề, men trở lại con đường nhỏ rồi nhập vào đoàn người lũ lượt chạy ngược chạy xuôi tất bật ngoài kia. Tôi như người từ quá khứ trở về. Trong lúc đi như thế, đầu óc tôi như chưa trở lại với thực tại nên tôi không nghe tiếng người ăn nhậu cười nói la hét huyên náo trong một quán ăn lộ thiên nhếch nhác, giăng bạt xanh đỏ ngay bên tường thành, xe máy đậu dọc theo chân thành thành một hàng dài thậm thượt.

Hà Nội là lịch sử. Lịch sử là Hà Nội. Đi đến đâu tôi cũng thấy dấu vết của lịch sử. Và lịch sử của Hà Nội không hẳn chỉ là những biến cố trọng đại được ghi chép vào sử sách mà còn là những đền chùa miếu quán không biết xây dựng từ bao giờ. Hà Nội có bao nhiêu ngôi chùa cả thảy? Chắc là rất nhiều. Từ chùa Một Cột, đền Ngọc Sơn nổi tiếng nằm ngay giữa lòng thành phố cho đến các ngôi chùa nằm phía tây Hồ Tây, như chùa Thiên Niên, chùa Vạn Niên, chùa Ức Niên, có lẽ con số lên đến cả trăm. Nhưng điểm đặc biệt là mỗi ngôi chùa đều có một lịch sử của riêng nó, chẳng hạn như chùa Vạn Niên là nơi tu hành của thiền sư Thảo Đường đời nhà Lý, người sáng lập thiền phái Thảo Đường.

Tôi thích những ngôi chùa nằm rải rác xung quanh Hồ Tây. Ai đến Hà Nội cũng phải đi thăm chùa Trấn Quốc. Ngôi chùa là nguyên một quần thể có tòa bảo tháp nằm gọn lỏn trên một hòn đảo nhỏ xinh xinh nối với ven hồ bằng đoạn đường đê ngắn, rẽ vào từ đường Cổ Ngư rợp bóng cây xanh. (Bạn chữa khéo, bảo đấy là đường Thanh Niên, tên Cổ Ngư là tên cũ, nhưng xin thưa ngay với bạn tôi thích cái tên Cổ Ngư hơn và nhất định không chịu gọi là đường Thanh Niên.)

Tuy thế tôi thích lang thang lên Nghi Tàm thăm chùa Kim Liên, uy nghi, sừng sững cổng tam quan, hoặc sang Thủ Lệ thăm đền Voi Phục, còn không thì về Yên Phụ thăm đình Yên Phụ. Mặc dù chỉ là ngôi đình thờ sắc thần của làng nhưng ngôi đình có một kiến trúc độc đáo, chạm khắc tinh xảo đầy phong cách nghệ thuật. Hà Nội cũng là biểu hiệu cho sự đồng nguyên trong đức tin (một điều thế

Đền Voi Phục, Thủ Lệ.

Đền Mẫu Liễu Hạnh, phủ Tây Hồ.

giới ngày nay nên học hỏi). Cách chùa Trấn Quốc một thôi đường ngắn là quán Trấn Vũ (hay Chân Vũ). Bà con quen miệng gọi "quán" là đền Quan Thánh, nhưng kỳ thực đấy là một ngôi quán thờ thánh Trấn Vũ của Đạo giáo. Hình như trước đây bên trong khuôn viên quán có đền thờ Quan Vũ (tức tướng Quan Vân Trường nhà Thục Hán bên Tàu) nên mới có tên là đền Quan Thánh chăng? Chùa, quán nằm cạnh nhau. Phật giáo, Đạo giáo đề huề, không tranh chấp, không cãi vã, không kèn cựa, không đem bom đạn giết nhau.

Nhưng thích nhất là sang phủ Tây Hồ. Phủ Tây Hồ nằm trên doi đất ăn sâu vào tận giữa lòng Hồ Tây. Ở đó có rất nhiều hàng quán bán ốc và bánh tôm. Ôi thôi, đủ các thứ ốc! Ốc luộc, ốc hầm thuốc bắc, ốc xào khế, ốc nấu thả, ốc hấp, ốc giả ba ba, và dĩ nhiên bún ốc. Món nào cũng ngon, cũng đậm đà hương vị Bắc. Ngoài ra có cả bánh tôm, mà theo tôi thì ngon hơn bánh tôm Cổ Ngư bên hồ Trúc Bạch nổi tiếng xưa nay. Nhưng đang nói về chùa chiền, bạn trách tôi sao lại xọ sang chuyện ăn uống phàm tục như thế? Không sợ phạm thánh à? Không đâu bạn ạ. Tôi vào đây với một mục đích. Đó là tận mắt nhìn ngôi đền Mẫu Liễu Hạnh, tối linh từ của tín ngưỡng dân gian Việt Nam, *ground zero* của tín ngưỡng phồn thực. Vào thăm một nơi như thế mà không ăn uống thì phí lắm, như lên Cung Quảng mà không ghé thăm Hằng Nga. Ngồi ăn ốc và bánh tôm xong, gió mát từ ngoài hồ lùa vào hây hẩy, lòng thấy nhẹ nhàng, chưa bao giờ thấy thư thả như thế, tôi đứng lên lững thững đi về phía mỏm doi đất, nơi tọa lạc ngôi đền thờ Mẫu Liễu Hạnh.

Chao ơi, không biết người ở đâu ra mà đông như thế. Chưa thấy đền đâu tôi đã chạm phải một đoàn người đông như kiến rồng rắn đi về phía phủ. A, hóa ra hôm này là ngày rằm. Toàn những cặp vợ chồng trẻ hoặc trai thanh gái lịch, ăn mặc chỉnh tề, tay bưng mâm ngũ quả nhang đèn, nối đuôi nhau vào đền. Tôi đứng ngoài xa, sát bờ hồ, khuỳnh tay chống lên lan can kè đá nhìn ra mặt hồ. Phía bên này, một tín ngưỡng dân gian mấy nghìn năm vẫn giữ nguyên như cũ. Phía bên kia, hình như là Nhật Tân, những ngôi nhà cao tầng lộng lẫy nhấp nháy ánh đèn.

Hà Nội là thế, như những đô thị cổ xưa khác trên thế giới, nó luôn luôn phải vật lộn, giằng co giữa cái cũ và cái mới. Bảo tồn cái đẹp truyền thống thâm thúy, sâu sắc cùng lúc thu nạp cái đẹp tân kỳ táo bạo, cao nhã là điều không dễ dàng chút nào, và luôn luôn chen vào đấy là những cái lố lăng, lố bịch, thậm chí xấu xa.

Hồ Tây nhìn từ đền Mẫu Liễu Hạnh.

Chỉ có mặt gương Tây Hồ là không thay đổi. "*Tiếng chày Yên Thái mặt gương Tây Hồ.*"

Nhà văn Vũ Bằng thuở trước sống xa quê cũ, thương nhớ Hà Nội đến phát khóc. Ông nhớ Hà Nội là phải, vì Hà Nội có nhiều món ăn ngon mà ông là người thích ăn ngon. Tôi chẳng biết làm thế nào để tìm ăn những món ngon ông Vũ kể trong các tác phẩm của ông. Nào là cá anh vũ ăn với cháo ám; nào là gạo mới ăn với chim ngói; nào là cốm Vòng gói lá sen già, hương sen hương cốm hòa quyện vào nhau, đã đẹp mắt lại ngon miệng; nào là tháng tư thì phải lên Hưng Yên ăn nhãn. Ôi thôi, mỗi tháng mỗi mùa ông ăn một món khác nhau, món nào cũng cầu kỳ, lạ hiếm, biết đâu mà tìm.

Không như ông Vũ, tôi là kẻ dễ ăn, sáng trưa chiều, mỗi buổi một bát phở cũng xong. Phở Hà Nội thanh thanh, nhất là phở gà. Nem rán cũng không chê vào đâu được. Phở cuốn bên Ngũ Xã cũng ngon lạ, ăn xong đi thăm Nam Đồng Thư Xã, cái nôi của trí thức cách mạng Việt Nam hồi đầu thế kỷ XX. Hay ghé thăm chùa Thần Quang để mục kích pho tượng Phật A Di Đà to nhất Việt Nam, biểu hiệu cho kỹ thuật và nghệ thuật đúc đồng đen hiếm có. Nhưng ăn bánh cuốn, bún ốc thì tôi mò xuống Thanh Trì, tức quận Hoàng Mai bây giờ. Chưa hết, từ Hoàng Mai, tôi lấy xe máy vượt qua cầu Thanh Trì bắc ngang sông Hồng, vào làng Đông Dư, Bát Tràng (mua vài món đồ gốm làm kỷ niệm), thăm thú qua loa rồi tất tả chạy sang làng Phụng Công tìm bánh tẻ. Suốt thời thơ ấu tôi ăn bánh tẻ mẹ tôi làm, giữa nó và tôi là những kỷ niệm khó quên. Bánh tẻ, còn gọi là bánh răng bừa, là đặc sản của Phụng Công. Tôi nghe nói thế và tôi phải tìm đến tận nơi.

Bánh tẻ Phụng Công quả là đặc biệt, danh bất hư truyền. Tôi bỏ dép ngồi xếp bằng dưới sàn gạch hoa mát rượi, vừa ăn bánh vừa gợi chuyện với bà cụ già ngồi gói bánh với đứa cháu gái. Con bé tuổi chắc chưa quá mười lăm nhưng hai tay gói bánh đã nhuần nhuyễn, thiện nghệ lắm rồi. Bánh gói xong nằm chen chúc gọn ghẽ bên nhau, lá chuối xanh buộc dây lạt trắng trông thật đẹp. Bánh có hình cái răng bừa nên người ta còn gọi là bánh răng bừa. Bà cụ già khoe tôi bánh của tiệm bà ngon nổi tiếng, nước ngoài cũng biết đến, "bên Hàn quốc, người ta còn gọi sang đặt *lữa* đấy." Bà cụ bảo tôi. Có tiếng điện thoại di động phát ra từ túi áo cánh bà cụ, cụ ngưng tay làm rút ra nghe. "*Anô*... bánh tẻ Đức Phát, tôi nghe đây... Vâng, vâng, ba chục bánh ạ... Chiều *lay* sáu giờ ông sang *nấy*." Khách quen ở Hà Nội gọi sang đặt bánh. Cụ vừa nói vừa nhét điện thoại trở vào túi áo rồi hai tay lại thoăn thoắt gói bánh. Nhìn đôi bàn tay già nua, nhăn nheo của cụ tôi không khỏi chạnh lòng nhớ đến đôi bàn tay chai sạn của mẹ tôi.

Bánh tẻ Phụng Công.

Chia tay bà cụ miệng mồm mau mắn, trên đường về, bụng no như thế mà tôi vẫn tạt vào quán lá bên đường làng Đông Dư ăn ổi, ăn hồng xiêm và tán chuyện gẫu với mấy cô hàng. Chẳng biết nhân dạng, mặt mũi tôi kỳ dị như thế nào mà mấy cô cứ trố mắt nhìn tôi rồi rũ ra cười. Ổi Đông Dư be bé, chỉ nhỉnh hơn quả chanh một tí, ruột bên trong đỏ au, ngon ngọt vô tả. Hình như thuở trước người ta tiến vua bằng loại ổi này. Tôi vốn mê ăn ổi, mùa Thu nào họa sĩ Nguyên Khai cũng gọi tôi sang nhà anh hái ổi về ăn.

Một hôm, từ trong một cửa tiệm tạp hóa bước ra, tôi chạm trán một bà cụ già Hà Nội. Bà liếc nhìn tôi rồi kêu lên:

"Khiếp! Cái ông Tây này sao mà béo thế!"

Tôi mỉm cười khẽ bảo cụ, dĩ nhiên bằng tiếng Việt:

"Thưa cụ, cháu là người Việt mình đấy ạ."

Nghe vậy bà cụ kêu lên:

"Ơ, chúng mày ơi! Ông Tây này biết nói tiếng Việt."

Vâng, với Hà Nội, tôi là kẻ lạ. Tôi sinh ra ở đấy nhưng tôi chẳng biết gì về nó. Chưa kịp có chút ý thức nào thì tôi đã bị bứng gốc ném giạt về những miền đất xa lạ. Kẻ lạ cũng là kẻ bạc tình. Kẻ bạc tình vồn vã khi đến nhưng lạnh lùng lúc ra đi.

Tôi chẳng bao giờ khóc vì nhớ thương Hà Nội như nhà văn Vũ Bằng, nhưng một hôm có người bạn hỏi đùa:

"Nếu có ngày về lại Việt Nam sinh sống thì cậu sẽ chọn ở đâu?"

Không kịp suy nghĩ, bất giác tôi buột miệng trả lời anh: "Hà Nội chứ còn đâu nữa."

Ghi chú:

[1] Hình ảnh trong bài là của tác giả.

PHẦN IV
Thơ

Phế tích của ảo ảnh

1.

Rêu phong mái ngói ngày tôi trở lại
đốm chiều lập lòe ánh mắt
sâu ký ức mù đồng cỏ nương ngô
âm vang châu thổ
nghe như tiếng thở dài từ nghìn năm
bồi hồi dòng sông cạn.

Sau những bước dài cuộc viễn du
chặng cuối là điểm khởi đầu
nhức nhối những bào ảnh
bóng tối thê lương
ban mai hừng rỡ như mang dấu ấn tội đồ
phát vãng từ thần kỳ huyền sử.

Tôi lắng nghe một tiếng nói cổ xưa
nỉ non bờ giậu ao chuôm duềnh dọc
hay róc rách con trổ vắt ngang.

Tôi cũng thử dầm mình trong hồn nhiên
bông núi bay về lả tả mái hiên nhà
đêm thư trang say sưa cồn tịch
hay ngất ngưởng đi giữa rừng sao.

Nhưng tôi biết đấy chỉ là ảo ảnh
một trận mưa chẳng thể xóa nhòa ký ức
chẳng thể rũ bỏ quá khứ
như ném vào bãi phế thải
một món đồ hư hỏng dư thừa.

Thậm chí tôi đánh mất cả ảo ảnh
như buổi chiều hôm hôn ám này
không nhớ bình minh
làm sao tôi hiểu được hoàng hôn
dù lịch sử trở về từ vĩnh cửu.

Khi dòng sông cất tiếng hát tôi bỏ chạy
bên tai tôi trận bão lá tràn về
đuổi bắt trên một trận đồ khốc liệt
như thứ ngôn ngữ chiến tranh
đóng đinh vào tận thế.

Phía bên kia bờ vực
một đàn chim nhạn bay
đánh lừa tri giác kẻ bội giáo đáng thương.

Ký ức tôi đang rạn vữa
còn lại chỉ là sự lãng quên
dò dẫm bước đường về
trên muôn trùng bến lạ
canh cánh một tín điều mệt mỏi khôn kham.

Chỉ còn sự cô độc
ôi tôi yêu nó xiết bao
vang váng một linh hồn hôn muội
chờ đợi lúc mặt trời ngủ yên.

Nhưng tôi là kẻ bạc tình
ngày mai tôi lại ra đi.

Nơi tôi đứng chiều nay
những mái nhà nâu
những chiếc cầu lung linh bóng nước
sẽ tan biến cả và còn lại
chỉ là phế tích của ảo ảnh – rớt rơi.

2.

Thốt nhiên tôi quay về hướng mặt trời
một ngày thoát thân – xác quạ lót đường đi
những đám mây tích vô tích sự
dửng dưng với bầu trời xanh
bất chợt một góc trời điêu hao thành lũy
giữa muôn trùng cảnh lạ bến nước bủa giăng.

Tôi chờ đợi một tiếng kêu bằn bặt thổ ngơi
ẩn nhẫn như cơn mộng oan khiên phong vận
thoát thai thành một nghĩa cử tầm thường
bốn phía trời căm dù hờn tủi cũng đành.

Trăm lần như một tôi không có chọn lựa nào
hiện hữu những cơ ngơi ảo hoặc thánh hóa
định vị bởi khí hậu nhiệt đới không lối thoát
như một kẻ hành hương lạ thất lạc
trong ngôi đền không có nổi một lư hương.

Đứng dưới rượng hoa già ký ức tràn về khiển trách
không không tôi không chấp nhận
lời nguyền rủa ấy xin đừng trút lên tôi
một mai làm người tôi sẽ gửi lời thâm tạ
như lá chúc thư trần tình cho phiên bản cuối.

Dù tôi biết mình không còn chỗ chạy
không cả một tòa án giả hình
thu hẹp trong vòng tròn định mệnh
trên cả những giao ước biển lận trớ trêu.

Chiều đã xuống quảng trường nhức nhối lói
cho tôi xin một hồi chuông
để làm gì tôi chẳng biết
xung quanh người đeo mặt nạ hóa trang
ban nhạc luân xướng hân hoan
bước lên đoạn đầu đài
cử chỉ khinh mạn của gã ôm lưỡi hái
khiến tôi thèm một nụ hôn cuối và bữa tiệc giã từ.

Những âm hồn rỉ rén trở về – không không
đây không phải chỗ cho các ngươi khiếu oan
ôi thật kinh khiếp thế chỗ những cảm xúc chết
là ký ức của cảm xúc hoen quẹn da non.

Người con lịch sử khuôn mặt ngươi ở đâu
sau tấm biển quảng cáo nịt vú đàn bà
hay bên kia rừng trảng thâm u
bên dưới những nấm mồ oan khốc.

Vẫn biết sự thật là tiếng vọng thiên thu
nhưng hãy cho tôi hòa giải
bởi cuộc chiến với ký ức
là cuộc chiến với sự lãng quên.

Ký ức như mộ phần người chết
hãy để nó vĩnh viễn nằm dưới đáy ngục sâu
đào lên chỉ thấy toàn hồn ma
và xương xẩu kinh người.

3.

Tôi trở về đây vòng quay của đất trời tê tái
  thăm hỏi những con người bị lãng quên
  nằm chen chúc
  dưới đám ruộng
  chiêm trũng
  lúc giao mùa phất phơ.
Họ là ai tôi tự hỏi
  những bản văn tự không ấn dấu
  xung quanh một bến nước
  có tiếng hát phù trầm
  quay quắt một đêm mưa
  hàng cau đánh sập sân từ đường
  vỡ vụn những viên gạch
  khép nép nghìn thu.

Trên nỗi đau phận người là những lời lừa phỉnh
  dù bóng tối không bao dung
  và nỗi khiếp sợ ngập tràn
  nhưng hy vọng vào ngày mai
  tia rực sáng vui đùa cùng cỏ cây
  còn sự lừa phỉnh là bóng tối đời đời
  nhốt chặt những linh hồn muôn kiếp
  không cơ may cứu chuộc.

Hồn ma còn sợ bóng tối không tôi tự hỏi
  hiển nhiên họ không tự biện hộ được
  khi lịch sử kỳ oan
  buộc tội ngay lúc lâm minh
  và sự lừa phỉnh phỉnh lừa chính nó.

Nằm đếm sao trời đêm đêm
  họ gửi chúng ta thông điệp gì
  gia phả không đủ chỗ
  viết những lời nhắn nhủ
  cựa mình chạm vào rễ gai
  trợn trừng hai hốc mắt
  không – họ chẳng nói gì
  bởi tất cả những điều cần nói
  đã được nói ra
  từ trước đó lâu lắm rồi.

Nhưng tôi quả run sợ bởi đó là bước khởi đầu
  dù không biết gọi nó là gì lịch sử hay kỳ tích
  của những con người khổng lồ biết bay
  phủ trùm lên ý thức tội đồ tôi nhận ra
  không ai chết cho kẻ khác
  kể cả người bị đóng đinh trên núi Sọ.

4.

Tôi nhìn thấy gì trong đôi mắt lá răm
  ở nơi có ánh chiều tháng Chạp
  và những quả ổi mơn mởn xanh
  rầu rầu liếp mía
  con giẻ cùi phụ họa
  lời ru mái nhà nâu hiu hắt à ơi.

Miệng lúng liếng giọng luyến láy
  những điều tôi không hiểu
  chẳng sao cô gái ạ
  tôi vốn là kẻ lạ
  khát vọng hoài thai
  trên những rui mè
  ngôi nhà huyền sử
  thất lạc trong chuyến đi tìm
  quá khứ vong thân.

Bóng ma quá khứ không làm cô sợ hãi
miểng bom cắm trên hương thờ
trở thành linh thiêng
vẫn nhịp nhàng
như điệu chày ba thuở ấy
ngây tạnh một đêm mưa
nước trổ đòng đòng.

Gió tây bắc hốt hoảng bữa cơm chiều đạm bạc
như kẻ dại khờ tìm ánh lửa khoan dung
làn tóc rối che giấu
niềm cảm thông vội vã
rồi vụng trộm khép lại
ước vọng thuở đầu đời.

Tôi nghe thớ gỗ rung niềm đau của núi
ứa từng giọt lệ từ kẽ nứt ban sơ
dòng máu đỏ khôn ngăn triền cát lở
hạn trăm năm sao chưa hẹn được một lần.

Con nước chảy hoài bờ biên tái
một thoáng xanh về trong lệ xanh
tan đi giữa cõi mù sương ấy
hoa lê một nụ điểm trên cành.

Thư hương để lại lầm vạt bụi
khẩn thầm trên những nẻo chim di
khói chưa tan mộ phần phiếm bạc
mà sao nấm cỏ đã xanh rì.

Một mai trở lại với cồn sương
dùng dằng dăm bước ngẫm đoạn trường
phân vân nước chảy hồn nẻo ý
một nhánh phù dung cũng đủ thương.

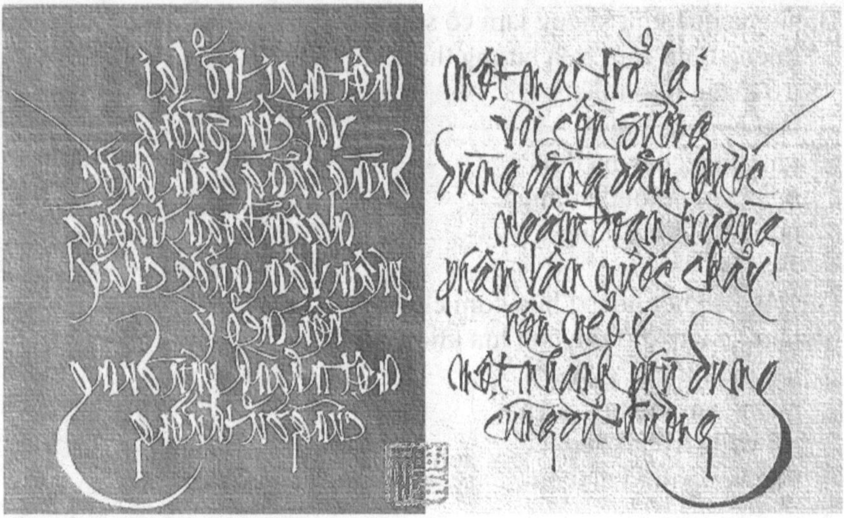

Thư pháp NGỌC DUNG.

Đến hạn tôi về trong mây thôn
trống chiêng không gọi đã khua dồn
đếm đi đếm lại chừng năm tháng
điểm tóc tro phai mặt mạc hồn.

5.

Tôi khoác lên người bộ xương khô của chính tôi bộ máy bài tiết trong ngoài thua thiệt lưởng thưởng ở một nơi độ ẩm làm người ta chết ngộp nóc giáo đường xám xin thánh giá ngại ngùng làm ngơ.

Từ con phố một chiều tôi đi tìm thần rùa hàng cây tất tưởi nhưng chẳng ai thèm quan tâm đất đá chộn rộn thần rùa nghìn năm mất ngủ riết róng một trận mưa rào hơi đất tắc nghẹn chu kỳ hanh hao nơi khúc quành công đoạn phất phơ.

Bác ơi ở đây làm gì có rùa cái nhà bác này rõ dở hơi huyền tích núp sau rặng thủy liễu nhớ tiếng sáo lên ngàn khơi lõm bõm đôi điều úp mở tường thành rong rêu lá cờ ngũ sắc khoe mông khoe rốn nhưng thần rùa nghìn năm mất ngủ chẳng biết làm sao gặp được thế rồi có lúc tơ tưởng bộ ngực thanh tân nhuễnh nhoãng thừa cơ lúc đêm xuống bứt đại một cụm hoa tưởng rằng sẽ hiểu được cả chặng đường dằng dặc từ bóng tối nhập nhoạng xác thân.

Bác ấy ơi bề bề trong này cực ngon bác vào ăn thử đi cụ Phùng cụ Nguyễn tôi ngồi đây uống với cụ một chai bia cá chẻm cá anh vũ đâu chẳng thấy cháo ám nhóc nhách bụi bờ lau lách đành mỉm cười chữa thẹn cùng mẫu xin đừng chấp nhất làm gì kẻ hậu sinh chấp chảnh học đòi mà còn đang bị chấp choáng hơi men dưới mặt trời chiều chấp chóa.

Nhưng cô ơi tôi có hẹn với thần rùa thật mà ngay tại đầu cầu nơi hội tụ ánh sáng ban mai dưới cổng lầu trăng trữ tình mà đứng từ đây giữa những nhánh bằng lăng tim tím tôi thấy ánh gươm lóe lên như bóng ảo thiều quang diều diệu từ một quá khứ tưởng như không có thật bởi tiếng dội chẳng vọng về đàn chim di vẫn lóng cóng ở phương trời nào xa xăm thôi đành lỡ hẹn với gió mùa và cho lỡ thì luôn những con sông cạn nước chỉ dám buông lời than van số kiếp muộn mặc cùng hàng ngô đồng ngơ ngáo vào lúc chiều hôm chạng vạng chẳng ai để mắt nhìn.

Không nhận ra mặt trái của thời gian tôi chỉ có thể làm một hành vi ngớ ngẩn chưa từng thấy là nhìn sững cây hoa sữa mà tưởng như đang ngồi ở ngã sáu phố hàng kèn ăn bát phở giá hai xu chỉ có bánh nước lỏm lẻm thốt nhiên chợt nhớ hình như mình sinh ra ngay chỗ đang ngồi phở cuốn mỡ vàng ong óng ngầy ngậy ngô rang trệu trạo nuốt thảm tu một hơi hết chai bia (và không quên khà một tiếng).

Nha nhá tối tôi vẫn ngồi đây mơ màng về thần rùa có kẻ ra bảo tôi bác ơi tối rồi bác ngồi đây muỗi đốt chết ngay lúc đó tôi vỡ lẽ huyền thoại là đồ ngoạn hảo của kẻ thống trị bày biện trong tòa dinh thự nguy nga của hắn từ nhiều năm để che đậy sự thật bởi đối nghịch với sự thật không phải điều trá ngụy mà chính là huyền thoại.

6.

Theo dấu vết thư hương
xập xòe mái nhà hương hỏa
thời đoạn gian truân
mà tưởng như
một buổi ngắm trăng suông.

Ngọn triều hối hả
những chân trời phế hưng phân liệt
tất cả đã tan biến rồi sao
sự lãng quên
đêm không còn nhớ
hay ngoài bóng tối này
còn có bóng tối khác tối hơn.

Làm sao tôi yêu được cái không phải của tôi
khi ký ức nằm chung hộp thuốc gây ảo giác
những cảm xúc chết
tôi không biết đổ đi đâu
thâm đen sự khinh bỉ ý thức kiệt cùng
đành chịu thua cuộc đấu khẩu tay ba
với nhiều hối tiếc.

Những con người u hiển
đêm tối hay ánh sáng ban mai
đều không đem lại ý nghĩa gì đáng kể
cho cuộc sống
bởi lời nói không làm
dịu đôi mắt u hoan từ khi giã biệt
phản đối cũng bằng thừa
bởi trái đất chẳng bao giờ ngừng quay.

Tồn tại có nghĩa là đợi chờ hủy hoại
xin đừng nguyền rủa cái chết
lúc đứng chênh vênh bên bờ vực
mới nhận ra rằng
thời gian của mình
và thời gian vũ trụ
không giống nhau.

Thật buồn cười ý nghĩ tôi sẽ tìm được điều gì
ngày trở về đứng trên sân gạch
ngôi nhà trăm năm ấy
hàng cây không chịu nhận lời chuộc tội
khước từ ngay cả một lời van nài làm quen
cửa mở nhưng tôi chỉ biết ngồi phệt
dưới thềm nhà
uông uông cơn ảo vọng
một trần gian hóa thạch.

Làm sao trốn khỏi giấc mơ tôi bài tâm ca giã biệt
không thể trở lại lúc ban đầu
tôi đành nhờ bóng đêm
tìm cho tôi con đường
trở lại chiếc cầu ánh bạc
nơi tôi có cuộc hò hẹn
với quá khứ vong thân
nơi người chết và người sống
cầm tay nhau hể hả.

Vâng tôi hiểu chẳng ai nhảy qua được cái bóng
của chính mình
lời giao ước tôi
vùi sâu dưới cát.

7.

Người lính già sống suốt đời với ký ức chiến tranh chết trong căn nhà ọp ẹp thị trấn Lake Forest hai con Chihuahua bẳng nhẳng gầm gừ sủa con sóc trốn trên chạc cây thông ngoài khu vườn có năm cây hướng dương chết khô một cây táo không bao giờ có trái.

Cả trăm lá thư viết xong nhưng không gửi họ lấy đi hết khiến chẳng ai biết người lính nghĩ gì lúc lâm minh có hình ảnh đẹp nào trong tiềm thức anh hay chỉ là ký ức về một miền đất rã mà sự sống hay cái chết đều vô nghĩa như nhau.

Anh đã lầm lỡ bước vào cuộc đời này âm thanh cuồng nộ của thế kỷ chỉ làm anh lúng túng sự thật và những điều dối trá gian ngoa hòa trộn nhau như khúc nhạc nghịch âm có thể đánh lừa cả một nhà hiền triết.

Tia nắng ban mai chỉ làm mắt anh rực lửa căm hờn như loài thú điên chỉ biết tội ác và trừng phạt lần đầu giết người anh phải lấy rượu rửa lưỡi dao nhưng quen rồi anh chỉ quẹt sơ lên đám cỏ.

Họ biến anh thành cỗ máy chỉ biết nghe mệnh lệnh trong lúc rao giảng những lý tưởng cao vời lý tưởng như thuốc phiện nghe một lần anh như kẻ phiêu hốt say sưa sẵn sàng chơi đùa cùng thần chết.

Anh làm bạn với Paul Baumer ngồi đánh cờ dưới giao thông hào trong lúc mưa đạn tưới trên đầu và hơi ngạt phủ đầy mặt đất.

Anh căng mắt trong đêm tối cắm viên đạn vào bất cứ con vật gì động đậy dưới cơn thịnh nộ của đạn bom thượng đế đã phải dời sang hành tinh khác.

Nhưng anh sống sót trở về
để sống với ký ức ấy
bạn bè lánh xa anh
người thân lánh xa anh
fucking baby-killer
họ gọi anh vậy.

Cuộc chiến với ký ức
mới thực là cuộc chiến kinh hoàng
đốt cháy cả cuộc đời anh
vết thương mưng mủ
nhức nhối ngày đêm khôn dứt
và anh bất lực với chính sự bất lực của mình.

Những giấc mơ tái diễn
như trò đùa giễu cợt của vô thức tập thể
tội lỗi bay lượn hay đáp xuống mặt vũng lầy
đám cháy rừng thảng thốt
tuyệt vọng một tiếng kêu.

Người lính già hôm nay đã chết mặt trận yên tĩnh nhưng linh hồn anh không yên tĩnh tôi nhìn anh lần cuối trong quan tài bộ quân phục thẳng thớm như thể người ta vẫn ra lệnh cho anh tiếp tục chiến đấu dưới đáy ngục sâu.

Ai đó chơi khăm còn gắn cái huân chương lấp lánh trên ngực áo anh như chưa đủ tung hô trò chơi man rợ như mỉa mai chính nỗi thống khổ của anh nỗi thống khổ anh chẳng bao giờ tỏ lộ chẳng ai hay biết bởi anh chỉ là một đơn vị thật nhỏ bé trong vũ trụ này.

Người lính già chết trong cô độc lá chúc thư để lại cho hai con Chihuahua bắng nhắng nhưng chúng hay biết gì đâu chỉ mải mê đuổi con sóc trên chạc thông già chốc chốc sủa vu vơ nghe như tiếng kêu lẻ loi vô vọng của kỷ nguyên hiện đại.

8.

Bây giờ thì tôi hiểu thành phố phóng thích tù nhân chính trị nhưng lại tống xuất tất cả các cô gái điếm lên tàu xuất dương du học. Về đâu thì làm sao tôi biết. Ban nhạc kèn đồng của đội lính cứu hỏa thành phố dàn hàng ngang dưới cầu tàu trổi khúc nhạc tiễn đưa.

Ông nhạc trưởng vung tay điều khiển giàn nhạc, nhưng không ai buồn để ý đến ông bởi cô gái điếm số mười một trần truồng đứng trên boong nhoài nửa người ra ngoài thành lan can vẫy vẫy cánh tay trần chào mọi người trong lúc các cô khác cũng trần truồng nhảy cẫng xung quanh la hét.

Điều này gây khó khăn không ít cho những kẻ lý lịch mơ hồ như tôi. Tôi chỉ muốn chia tay lần cuối với Quá khứ, nhưng hình như hắn theo tên bạn đi chơi lêu lổng thế nào mà lạc vào sàn giao dịch thị trường chứng khoán rồi ở miết trong đó không chịu ra. Có giả thuyết được hỗ trợ bằng biện chứng chủ nghĩa xã hội với bộ mặt người cho là hắn đã bị chủ nghĩa tư bản với bộ mặt thú mua chuộc.

Sân khấu Lịch sử cũng có những kẻ đứng trên ban công vẫy chào đám đầu đen đứng nghển cổ bên dưới, nhưng bọn họ làm gì có được khuôn mặt xinh đẹp và bộ dáng tươi vui như các cô gái điếm này, mặt mày các nhà làm Lịch sử đều xấu xí như cóc thối, nhưng tôi chẳng còn thời gian suy xét kẻ bị chặt đầu xác ném dưới giếng là ai mà bà tôi khóc đến mù cả hai mắt, hơn nữa điều ấy chẳng mảy may thay đổi cục diện đang ồn ỹ xảy ra trước mắt tôi.

Sự lãng quên không thể đem ra chào hàng làm món vật trao đổi bởi tôi đã nằm ngoài mọi toan tính và ngay từ buổi ban đầu các khối óc kỳ vĩ đã lập trình cho một phương án vĩ đại mà nhất cử nhất động đều theo đúng một con đường rập khuôn.

Thật là phiền hà tôi vẫn không sao tìm ra cái gã Quá khứ chết tiệt trong lúc con tàu chở các cô gái điếm đã bắt đầu nhổ neo. Các cô đi rồi tôi biết bám víu vào đâu? Thời đại hoang tưởng bắt đầu khi thế gian không còn gái điếm, khi những chủ thuyết đạo đức, những triết học rối mù thay thế cửa hàng bán thuốc và vật dụng khích dâm để tôi một mình bơ vơ giữa đêm trắng.

Tôi thẫn thờ nhìn theo con tàu chở các cô gái điếm từ từ biến mất khỏi đường chân trời. Hình ảnh cuối cùng còn lại trong tâm trí mà tôi còn nhớ cho đến tận bây giờ là đôi vú lủng liểng nhễ nhại của cô gái điếm số hai trăm linh sáu. Bên cạnh tôi hai đứa trẻ đánh giày ngồi tranh luận sôi nổi về bản Hiến pháp mới cho một nước Cộng hòa không có thật.

9.

Khi tôi trở lại quả núi đã biến mất. Thật quá đỗi lạ lùng, không thể tin có chuyện như thế trên đời, một quả núi cao ba nghìn một trăm bốn mươi ba mét mà có thể biến mất khỏi quả đất này. Nguyên do sự biến mất, có kẻ khẳng định như đinh đóng cột là do sóng hấp lực, nhưng chẳng ai hiểu những công thức toán học rối rắm trong luận văn hắn bảo vệ trong lúc ba giáo sư giám trạch ngủ gục trên bàn.

Không lý giải nổi tôi đành đổ lỗi tại cụ Einstein không chứng minh thuyết lượng tử sai chỗ nào bởi suốt hơn hai mươi năm trời xa cố hương cụ có làm được gì đâu ngoài chuyện đêm đêm ngồi ngắm sao trời và băn khoăn ngẫm nghĩ không biết giữa Mileva và Elsa ai là người yêu mình hơn.

Tôi cầm phương trình hằng số vũ trụ của cụ đi đổi lấy một tấm vé cáp treo. Vì cái hằng số chết toi ấy mà tôi bị lôi đến một nơi người ta bày bán khí trời trong những lọ thủy tinh con con với giá cắt cổ. Hai ba gã doanh nhân rút máy di động lúi húi tìm ứng dụng đầu tư khí trời trong lúc người đứng trên bục cao đầu tròn mặt đỏ như quả bí ngô lải nhải nói về ảnh hưởng của những lực siêu nhiên đối với sự uốn cong của không-thời-gian.

Tôi quay sang hỏi cô gái đứng bên cạnh đường nào lên đỉnh ngọn núi cao ba nghìn một trăm bốn mươi ba mét, cô trố mắt nhìn tôi như thể tôi là kẻ đến từ một hành tinh lạ. Cô bảo tôi đã từ lâu chữ núi không có trong diễn ngôn của thành phố. Thời đại Soylent Green đã đến mà tôi nào hay biết. Bất giác tôi cắm đầu chạy thục mạng, chạy bất kỳ đi đâu miễn ra khỏi chốn này, trên đầu tôi trung hòa tử Big Bang lả tả rơi như tuyết đen làm mờ mịt cả bầu trời phế tích.

10.

Mỗi lần xưng tội là một lần chạy tội
mỗi lần làm tình là một lần thất tình
  đôi mắt của người điên
  thường có những tia máu đỏ
  trạng thái tâm thần phân liệt
  thường có những ý thức xanh.

Tôi là người về từ đại dương trầm tích
món vật tùy thân là tấm ảnh cũ nát nhàu
  trăng treo cổ độ
  thảm đát như một
  hồn ma lưởng thưởng
  không mồ không lối đầu thai.

Kẻ với ý thức xanh hẳn sẽ bị bỏ rơi
bức tường thô cứng làm sao có
  sự nhân nhượng tối thiểu
  ánh sáng ở đây chỉ làm mù lòa
  những cặp mắt tinh khiết nhất
  và âm thanh cuồng nộ là
  khúc nhạc nghịch âm quyến rũ.

Ý thức xanh là chiến lược phòng thủ của tôi
để chống lại kẻ thù địch ngoa hiểm trong
thời đại lãng quên này
khi xung quanh tôi
người người nắm tay nhau
nhảy múa theo nhịp tiết bập bùng
của lửa thiêu.

Ý thức xanh là lời mời gọi các linh hồn oan ương
nhưng không hề hối tiếc một thời đã sống
họ về đây bảo tôi
đã qua rồi
tất cả đã qua rồi
nước phù sa vẫn nhóc nhách
chảy ngang con trổ
luồn lách giữa những
chân lúa đang hăm hở đơm bông.

Tất cả đã qua như đêm rồi cũng xuống
trên bãi hoang và bầy gia súc đã về chuồng
những gì từng căm ghét
những gì từng trân trọng
bây giờ đều biến thành trò chơi
cầu vực của yêu thương thù hận
chẳng còn chỗ cho bất cứ
một phán quyết nào.

Dẫu nuối tiếc giấc mơ tiền kiếp thì đấy cũng chỉ là
bào ảnh tường xanh trong ngoài màn sương trắng.
bóng tôi khuất ám tối
nhấc tay khua động
vào thinh không
chờ đợi một tiếng vọng
phá bỏ lời nguyền
nghìn năm nghiệt ngã.

Lần mò lối khuya lầy trơn đi tìm cây cầu bạc
giả dạng bóng ma quá khứ hiến tế Lịch sử
bầy chó tru
dưới vầng trăng máu
chỉ hoài công.

Năm tháng rồi sẽ trôi vào quá khứ đáng thương
ý thức xanh của tôi chỉ là món hàng giả mạo
chỉ đánh lừa được
những bản ngã yếu đuối
chỉ là chuyện thần tiên
cho những kẻ dại khờ
cả tin vào quy luật
và chẳng vũ khí nào có thể
chống lại sự lãng quên.

Chiều nay một mình tôi đứng trên sân ga
chờ con tàu đem tôi ra khỏi bầu trời phế tích
không một kẻ tiễn đưa
cho tôi nói lời từ biệt
hôn ám một kiếp người
cũng chỉ bấy nhiêu thôi
rồi con tàu trôi nhanh trong đêm
chẳng để lại dấu vết gì
dù chỉ là một làn khói mỏng.

Trong bóng tối ta chẳng tìm thấy nhau

Phủ quanh bóng tối của tình yêu
  vết lắng ngẩn ngơ cơn mê
  hơn một lần run sợ tiếng gõ của
  định mệnh trên nỗi hoang vu ngập đắm.

Hồn lạnh không nhớ đâu bờ bến
  tôi đốt cháy tháng ngày còn lại
  những bước ngập ngừng
  bóng chiều xập xoạng
  ngoảnh nhìn vết tích
  bao phế hưng hôn ám
  trôi dần về bóng thẳm xa xăm.

Trong nỗi hoài nghi tôi yêu người
  mãi mãi đấy là điều bí ẩn
  giấu trong cơn mê say đắm đuối
  nỗi hoang mang của kẻ tội đồ.

Sự thinh lặng của cõi không ùa về
  tôi đứng nhìn biển xanh
  lòng u hoặc trăm điều không tỏ
  chiều u uẩn biển u hoài bưng kín
  sóng vỗ dưới chân rầm rì
  như tiếng vọng nghìn năm.

Dầm mình trong khói sương thần thoại
  bóng tối che ngang
  phía bên kia chân trời nào còn lại
  mỗi lúc mỗi xa quá lối về.

Bơ vơ tháng ngày mưa nhanh
   thu vén những mảnh đời vụn vỡ
   ta còn gì cho nhau
   ngoài ánh mắt khoan dung
   như lần chia tay trên đồi cát.

Hoàng hôn rồi cũng xuống
   trong bóng tối ta chẳng tìm thấy nhau
   chợt một hôm hóa thân cát bụi
   gió tê xao xác cõi ngoài.

Rèm cửa sổ mùa đông

Rèm cửa sổ suốt mùa đông không mở
cho tôi nằm ngắm nhìn em trang điểm
trước tấm gương tròn
trong gương
đôi vú màu hồng
che giấu nét tàn phai
dưới làn da bụng
buồng trứng rỗng ruột
vẫn thao thức chờ.

Em đã quên từ lâu những cơn gió chướng
luẩn quẩn trốn tìm trong nhịp điệu thời gian
khoảnh khắc phù du
buốt tràn lên cung bậc.

Trái tim em không đủ chỗ cho kỷ niệm
mọi giác quan tê dại khi ánh tinh quang của
lòng hoài niệm
bỗng trở nên tối mù
hoan lạc xác thân đóng băng
những lời trăng trối.

Tôi không đủ sức đào thoát khỏi định mệnh
dù từ một địa điểm đầu thai
dù thành phố đêm nay đi ngủ sớm
ánh tinh cầu lịm tắt nơi nao
vòng đầu cũng là vòng cuối.

Những trầm tích thu đông tơ trời áo mỏng
bên trong ngôi nhà Eros
tôi âm thầm cất giấu
chén đắng nào biết của ai
dẫu giọt khuya lãng đãng
vẫn canh cánh một đóa hoa tàn.

Leo lét đốm lửa tia mắt nâu đêm thảng thốt
khó nhọc lục tìm trong ký ức bộn bề
những mảnh vỡ tội tình
mớ hành trang bụi bặm
lẽo đẽo đi về
như thất lạc bến mê.

Sống chỉ một lần tôi không làm gì cho kiếp này
hay những kiếp sau
chợt đến chợt đi
như trận mưa tháng chín
đổ ào xuống con phố tao tác
mà chẳng gợi cảm xúc gì
gieo neo khoảng chân không
cõi sinh hiện lặng thinh ghê rợn.

Không nhớ bờ vực thiêng như một mưu toan âm ác
từ tốn tách cà phê buổi sáng
hay vội vã bữa cơm chiều
khoan hòa với giấc ngủ
mặc tưởng một vầng trăng
chỉ để mặc cả với bóng đêm
về những điều không có thật.

Không biết bao nhiêu lần tôi nghe khúc nhạc ấy
như thể cả cuộc đời chỉ có một chiều đi
  gióng giả hồi chuông
  tiềm thức không ngừng khua động
  có lẽ từ tiền kiếp xa xăm
  mà tôi vẫn oan ương chìm đắm
  trong vòng tròn mệnh một đăm đăm.

Em cứ để yên rèm cửa sổ suốt mùa đông
tôi sợ ánh sáng đánh tan ảo giác cuối ngày
  tô son môi
  vuốt mái tóc
  kẻ hàng lông mày cong cong
  nhìn lại lần cuối
  trong gương bộ áo đẹp
  làm một điệu bộ duyên dáng
  rồi mỉm cười với chính mình
  em ạ lúc bước ra khỏi phòng
  em đừng quên khép cửa.

Ẩm ướt

Ẩm ướt đôi khi cũng thú vị
bầu trời ướt làm tôi lười biếng
môi em ướt làm tôi nao nao.

Tôi đợi chờ một ân huệ cuối
hấp hối niềm đau câm lặng
giữa cơn hoan lạc như âm vọng
dội về từ miên viễn
một ngày qua đi một ngày chịu tội
chỉ còn chiếc bóng đổ dài.

Chân trần vượt qua bãi mộ
có lúc bước chân tôi ngã gục
với gai nhọn và cạm bẫy đợi chờ.

Như loài thú không cất nổi tiếng kêu
lạc loài giữa trăng mù thương tích
đến kỳ hạn vẫn ngơ ngẩn kiếm tìm
trên nỗi bơ vơ đêm trắng.

Âm vang châu thổ thảng thốt bên bờ vực
tôi vẫn cưu mang đời bức sinh
đi giữa cuộc đời huyên náo
mà ngỡ bóng mây trắng u hình.

Và tôi đợi bóng đêm
những đêm trời ẩm ướt
ban xuống tôi ảo giác cuộc đời
như dòng sông chảy miết.

Những phiến lá từ tâm

1.

Những phiến lá từ tâm dưới bầu trời độ lượng
rưng rưng vũng nắng – ấm mặt tường gạch nâu
hanh hao sân tu viện im nghe tiếng gót giày va khẽ
như nhịp điệu một khúc nhạc thanh xuân.

Chưa hết những điều muốn nói
nhưng ngôn từ sao thừa thãi lạ
sự lặng im của lá canh cánh một âm vang.

Mùa lá nhú mầm xanh vời vợi
lập loè đầu ngọn cỏ ánh biếc xuân sơn
một chú sóc vụt hiện ra
giương đôi mắt trong veo thăm dò
khiến tôi chợt nhớ

Tôi vừa chia tay một linh hồn
tôi vừa gieo vào một đôi mắt
tôi vừa ôm ấp một mái đầu
tôi vừa giẫm nát một con sâu
tôi vừa dụi mắt giấc mơ nào

Lẽo đẽo thời gian như khúc kinh chiều thoi thóp
tất cả đi về dửng dưng chẳng có gì khác lạ
những phiến lá từ tâm
dưới bầu trời độ lượng.

2.

Tung tỏa bụi phấn hoa tình cờ
vòng luân chướng bất diệt –
điều kỳ diệu đơn sơ như số phận đìu hiu.

Ngày nắng xóa dồng dềnh bờ bụi
tôi ngước nhìn trời xanh
những cánh chim tao tác
chiếc cầu bạc lung linh
góc trời ẩn nhẫn nỗi thương nhớ lạnh căm.

Hạn tôi về con đường dốc mỏi
vẫn chưa giữ hẹn được một lần
sông dòng một chảy xuôi
bỏ tôi mỗi lúc mỗi xa thêm lờ lững.

3.

Sân tu viện nỗi hoang lạnh nổi gai
tôi nghe ngóng mãi từ thiên thu
những ước hẹn thưa dần
ngày mai bầu trời vẫn thế
dẫu tôi chẳng bao giờ trở lại.

Tiếng gõ của định mệnh thực ghê gớm
mỗi lúc mỗi nhanh thêm
tôi nào biết sẽ về đâu khi
mặt đất thâm đen
mặt biển thâm đen
mặt trời thâm đen
mặt người thâm đen
mặt định mệnh thâm đen
giao ước biển lận trong trò cười nhạo nhiếu.

Phiên bản của ngày mai
hình như tôi mang sẵn số phận kẻ tội đồ
chờ phát vãng hoá thân một số kiếp.

4.

Tôi chờ đợi gì khi chuyến tàu đã ra đi
trở lại bến bờ nào khi chẳng đâu là chỗ ẩn
buổi chiều sân tu viện
ơi những phiến lá từ tâm
dưới bầu trời độ lượng.

Cơn gió mùa hè

– Viết hôm đưa tiễn linh cữu Quỳnh Giao vào lò thiêu.

Cơn gió mùa hè thổi qua thành phố
vắng bóng những đôi tình nhân
đàn én không về đậu trên mỏm đá
gác chuông trầm tư như nhớ một bóng hình.

Nắng như lửa đốt trong lò thiêu
hồn bay đâu ngơ ngác ngoài bờ bụi
thao thức một chốn về – thoảng thanh âm
như tiếng dương cầm
buông lơi những cung bậc lạ lùng mê mỏi.

Cơn gió mùa hè xoay xoay bóng ảo
cát bụi dưới chân kết thành vòng tròn mệnh một
dài thiên mộng – chỉ tiếng nấc là xong
kịp không một lời từ tạ.

Khi đến bên bờ vực
trên nỗi đau phận người
niềm xót thương vì chẳng bao giờ trọn vẹn
trong lòng vẫn giấu kín một âm vang.

Một mai người trở lại
khuôn mặt thành phố dửng dưng
không ai nhớ cơn gió mùa hè cùng
lửa lò thiêu rất nóng.

Cơn mưa mùa đông

Tôi đã đi qua biết bao cơn mưa mùa đông
ngăn ngắt cánh đồng thảo băng sương phủ
vòm cây buốt nhói lá vàng
để nhận ra niềm cô quạnh bủa vây
chẳng hề có đường biên giới hạn.

Con tàu lao vào mùa đông
tôi không kịp giơ tay vẫy chào
dù không một ai trên sân ga
đứng nhìn theo tôi nuối tiếc.

Về nơi chốn nào tôi chẳng biết
chỉ thấy mịt mù trời đất cơn mưa mùa đông
núi đồi đen xám và rừng phong bưng kín
hạt mưa quất lên mặt kính
những thanh âm rầu rầu hôn ám
bám chặt kiếp người.

Như tiếng gõ nhắc nhở một định mệnh oan khiên
vang vang lòng vô tận
vết thương quá khứ chẳng bao giờ lành
vẫn không buông tha bóng ma lịch sử.

Bao đoạn đường đi qua
ước hẹn tan chìm vào quên lãng
trong mịt mùng ký ức còn lại gì
ngoài câu nói ngu ngơ
và những điều không đáng nói.

Câu hỏi ban đầu – tại sao tại sao tại sao
vẫn chưa có lời giải đáp
vẫn gây đau nhức khôn nguôi
và càng mù mờ không hiểu
khi tấm khăn liệm phủ xuống linh hồn.

Buổi sáng hồi tỉnh trong lúc mưa

Tôi hồi tỉnh. Hạt bụi mưa sắt se da thịt
vòm cây phong sớm rắc nhòa sương muối
ngọn cỏ ướt nằm côi cút như ủ nỗi sầu
cánh hồng nhớ bàn tay rũ chết từ đêm.

Trong nỗi mênh mông co ro buổi mai
sau cơn bệnh ký ức mệt nhoài
hiu hắt bên khung cửa con chim nào rủ cánh
thức dậy một mình tôi giữa căn phòng ám lạnh.

Không một tiếng động không cả tiếng thở dài
hay buổi tai ương đã qua
hay linh hồn tôi lạc mất chốn nào
hay tôi chỉ hiện ra như vì sao hấp hối.

Một ngày thiên nhiên không tính trước
nỗi hoang mang của gã ôm đàn
dưới ngục môn
ngoảnh trông khuôn mặt
biến thành tượng đá –
nỗi đau vô hạn nhưng
thôi nhé hãy để tôi trở lại dương gian.

Lấp đầy khoảng không trước mắt
sắc màu hỗn loạn
nhưng tôi biết tôi vẫn yêu người
vẫn thèm một nụ hôn ngoan ngoan
vẫn thèm làm tình dưới trăng sao thổn thức.

Chẳng nỗi nhớ nào vẽ được tương lai
mặt hạ đông như phường cổ quái
tỉnh mê đều là mộng
tôi mong hạn kỳ đến chiếc cầu bạc lung linh
thanh âm thê thiết réo gọi từ đáy vực.

Thoáng chốc một thế kỷ phù vân
chấp chới mở tắt những trang sử nát
xa nghe như một biến kinh
hay tiếng tru của bầy sói lạc.

Nộ cuồng như ngựa chứng
thanh thản như cỏ cây
cũng lần hồi theo nhau
chảy xuôi ra biển cả.

Tôi mặc cả với thiên nhiên
cho tôi chén đắng
nhưng đừng bao giờ
có một ngày như buổi sáng hôm nay.

Nhìn lại trần gian

1. Nơi chốn

Tôi vẫn đi về
những đêm đất úng mưa
để thấy nỗi cô độc
co ro trên vòm cây lạnh.

Tiếng đêm rả rích như
khúc nhạc đệm cuốn phim ký ức
có những cảnh đời không không gian
thời gian nào chứa nổi.

Cánh cửa tháng chạp mở toang
bên trong mộ phần sắp sẵn
cứ thế mỗi ngày tôi thu xếp đời tôi
như thể ngày mai ra đi không trở lại.

Nỗi run sợ chẳng còn ghê gớm nữa
khi mặt đất phẳng lì màu đen
khối tinh cầu thản nhiên bay
trong cuộc không trình vô tận.

Sợ hãi khi không còn sợ hãi –
không biết sợ tôi dửng dưng
ngay cả với cái chết.
Tượng đá một hôm bỏ đi
tôi ngơ ngác hoang mang – hay bởi tôi
tội lỗi quá nhiều nên Thượng đế
ngoảnh mặt làm ngơ.

Nơi chốn nào của tôi?
biết trước không bao giờ đến
tôi chẳng cần vội vã
cứ thản nhiên đến khi
xác thân thành tro bụi.

Tôi vẫn đi về
nền đá ẩm rêu – một mình tôi chứng kiến
nỗi hoang tàn trong ngăn tim ghẻ lạnh
đời người rồi sẽ qua.

2. Tôi muốn cười vào mặt thần chết

Tôi muốn nhìn vào mặt thần chết
bóng tối đằm đằm chấp chới những cánh dơi
nhẹ hẫng kiếp người tôi vẫn hiểu
nhưng chén đắng đâu dành riêng một ai.

Ý niệm thời gian khởi từ huyền tẫn
sao tôi chỉ nhớ chuyện đêm qua
ký ức lục lạo lùng nhùng mớ
như kẻ trở về từ cõi mê.
Đêm hú trăng đất trở lạnh khan khốc
hoang vắng đời người chưa ghê rợn nào hơn
u ám bến bờ đòng đòng mê lộ
cố tin đây chỉ là cơn huyễn mộng mà thôi.

Còn nữa đợi chờ nào
mỗi ngày một xa thẳm
khi biết chẳng chờ đợi nào cho tôi.

Sống hối hả sống – đời người táo tác chợ sông
nắng hạn mưa dầm giấc mộng ngày trắng xóa
giật mình nhìn bóng đổ trên cát
năm tháng vụt biến như sao băng.

Tôi muốn cười vào mặt thần chết
có gì đâu ngoài cái vuốt vô biên
thân lạnh trở về ấm cũng về
ngoảnh mặt nhìn từ vô hạn
không bóng người lai vãng.

3. Bóng tối

Ngày vật vã cơn gió chướng khung
cửa bỗng tối câm. Chào bóng tối –
tôi đợi bạn từ lâu. Một mai chúng
ta thành thân thiết sẽ hiểu ra mọi nỗi

niềm u uất của nhau và có lẽ tôi sẽ
thôi trách móc bạn tại sao cứ mãi
bủa vây tôi – chẳng bao giờ cho tôi
thấy nắng mai giòn giã ngoài hiên

cửa chẳng bao giờ thấy biển xanh
tự tình bờ cát trắng chẳng bao giờ
thấy con người tử tế với con người.

Tôi sẽ thôi trách móc bạn bởi trong
bóng tối mọi bất hạnh đều như nhau
hạnh phúc hay khổ đau chẳng mang
ý nghĩa gì đáng nói.

Tôi sẽ ngưng nguyền rủa cuộc đời
tôi sẽ yêu người hơn
tôi sẽ hạnh phúc
tôi sẽ bất tử.

Cảm ơn bạn bởi trong bóng tối tôi sẽ
trần truồng mà không sợ con mắt nào
xoi móc tôi có thể thủ dâm nếu tôi
muốn nhưng bạn đừng hiểu lầm bởi

trong bóng tối chẳng niềm hoan lạc
nào sánh được với tự do trút bỏ mọi
hệ lụy nhân sinh và nỗi sung sướng
tràn trề khi tôi và bạn hoà nhập vào

nhau chỉ trong bóng tối tôi mới nhìn
thấu suốt mọi điều quanh tôi như thể
vụ trụ này chỉ là góc bàn nơi tôi vẫn
đêm qua đêm mỏi mòn ngồi chờ bạn.

Đôi mắt giếng xanh tuổi thơ

Đôi mắt giếng xanh tuổi thơ
thảng thốt buổi sáng cao nguyên chợt tỉnh
chiêng chao ghềnh thác lở
ngàn gió quay về rừng trảng xanh
xanh cánh đồng cỏ dại
nắng hoe ươm vàng
vàng dã quỳ đầu non.

Ngày tôi xa đồng cỏ
đồng cỏ hoang vu
thời gian như vạt bụi
phủ lấp niềm vui thanh xuân
phải bước đến tận cùng bờ vực
tôi mới nhận ra trọn kiếp tro phai
chẳng còn gì ngoài một giấc mơ.

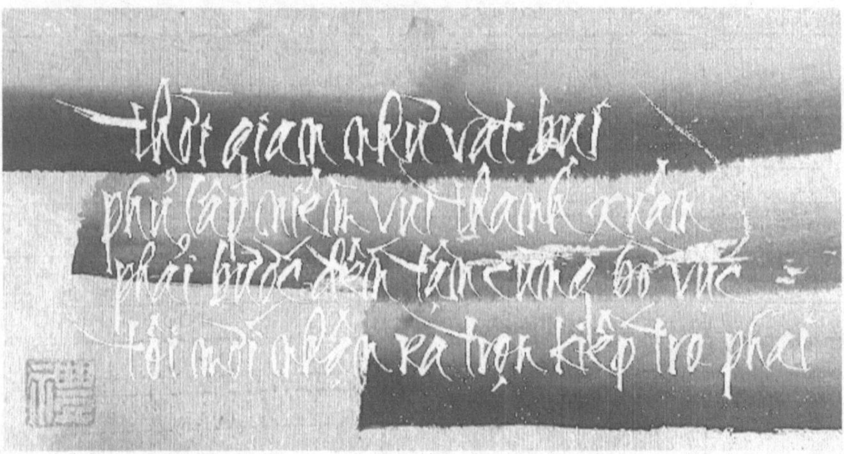

Thư pháp NGỌC DUNG.

Tôi yêu giọt nước lăn tròn trên phiến lá xanh
một đêm mưa trời đất rưng rưng
tiếng hát phù trầm lay động màn sương
khiến tôi như muốn tỏ tình
vậy mà tôi ngại ngần
không muốn hỏi tên em.

Đâu đó những giấc mơ
rớt rụng trong kiếp người
bấy nhiêu năm tôi vẫn hoàn câm nín
tao tác một chốn về.

Tôi yêu bờ hoang cảnh vắng
cho tôi sống với giấc mơ tuổi thơ
có đôi mắt giếng xanh
ném từng viên đá cuội
vào ước vọng tuổi thông vàng.

Vết nứt thời gian nghiệt ngã
tê cứng như niềm đau lúc trở về
ký ức nao nức tưởng
mở tung bao khung cửa
nhưng tôi bàng hoàng vì tất cả
còn lại chỉ là trận bão lá đêm qua.

Tôi sợ những lần chia tay
đồng cỏ dẫn tôi đi xa mãi
mỗi ngày mỗi xa
tôi quên mất lối về
dốc bản khôn cùng dĩ vãng.

Một mai tôi nhắm mắt
chỉ xin ngọn đăng đừng tắt lịm
để tôi nhớ mãi tên người
bởi sau lần từ giã
tôi biết tôi đã đánh mất
đôi mắt giếng xanh tuổi thơ.

Lá cỏ tháng tư

Gió tháng tư như hôn lên da thịt
ngày tôi trở lại đồng cỏ hoa vàng bụi gai xanh
trong âm vang của đất
giọt nắng thơm thơm ngọc quế
tan chảy trên những phiến lá cỏ dịu dàng.

Tất tả chú thỏ đuôi gòn vụt chạy ngang
tôi giơ tay vẫy chào
rất mừng chú có nơi chốn để về
một cái hang đơn sơ nhưng ấm áp
có những chú thỏ con chúm chím nằm chờ.

Cỏ lá tháng tư mơn man
tuần trăng còn đây hãy thiết tha cỏ nhé
để bầy chim tháng giêng
bay về nghiêng nghiêng cành biếc.

Chào đón mùa Xuân tới
vòm cây phong nao nức dưới chân cầu
cội thông già thanh thản
cúi nhìn khe nước trong rộn rã reo vui.

Lá cỏ tháng tư – chỉ còn tôi với cỏ
cỏ hôn tôi tôi hôn cỏ lớp đất nâu
lời tỏ tình không cần thiết nữa
chỉ mình tôi – tôi biết tôi yêu cỏ
bầu trời độ lượng vốn từ tâm.

Cỏ thầm thì cùng tiếng ru của đất
nắng bỗng reo tiết điệu diệu kỳ
thời gian dao động như vết lắng tích trầm
và cỏ trao thân cho đất.

Tôi tỉnh giấc giữa cánh đồng cỏ xanh
xung quanh vàng hoa vàng muôn điệu
như Lưu Nguyễn tôi không nhớ lối về
thiên thu một giấc mơ trên lá cỏ.

Mưa đêm tháng Chạp

Mưa – bóng đêm mù tỏa con lộ đen
 âm thanh nào thầm vọng
 giữa những sợi tơ nước nõn.

Đòng đòng bong bóng vỡ
 bước chân chiêng chao sướt trên
 những ngọn băng thảo liu điu
 chết giấc cơn úa sầu vạn cổ.

Tôi run sợ trước định mệnh
 khốc liệt đang bủa vây
 như màn đêm trước mắt tôi
 phủ lấp nhân gian
 quả quyết một thời bão nổi.

Hạt nước lăn tròn dự báo
 những tai ương không thể tránh
 chén đắng nào cho tôi
 khi tôi trút linh hồn vào đôi mắt ấy.

Hơi thở điêu linh
 giữa khoảnh khắc phù du
 vẫn đủ cho tôi nhận ra
 dấu vết vật vã giữa
 hạnh phúc và đau thương.

Trên cả những điều to tát
 trên cả cứu rỗi hay giải thoát
 là sự dịu dàng còn sót lại.

Đừng đánh thức giấc mơ tôi
trong lúc ngửa mặt lên trời
hứng những giọt mưa đêm tháng chạp
với hình ảnh duy nhất
là đôi mắt em.

Những nghịch âm tháng Chạp

1.

Sự thật là đàn cá voi chết cạn
  bên bờ đại dương bao la
  nhưng có hề chi đâu
  bởi cùng muôn triệu điều
  không hiểu khác
  tôi đánh mất tinh cầu.

Đôi mắt sâu đêm kéo tôi vào bóng tối
  hàng cây ngây tạnh chẳng thể tỏ khúc nôi
  rồi tôi khờ dại đánh đổi linh hồn
  để lấy một câu ước nguyện
  làm thân bến lạ
  tôi chong đèn chờ đêm qua đi.

2.

Nơi trú ẩn đó có bóng đêm che phủ
  cho tôi lắng nghe điệu hát phù trầm
  nhưng sự vắng mặt kéo dài thao thiết
  phía bên kia màn đen tôi không rõ là gì.

3.

Trận mưa đêm day dứt đêm mất ngủ
  tiếng gõ lên mặt kính thoi thót hồi kinh
  trong bóng tối sao góc bàn này hoang vắng lạ
  và tôi hình dung những giọt nước lăn tròn
  chảy xuống con phố nhỏ thâm đen.

Tôi tự hỏi rồi mai người có đến
đất trời vô lượng bóng tối khôn cùng
tiếng côn trùng nỉ non bên bờ cát
cùng tiếng gió thảng thốt âm âm.

4.

Thanh âm tháng Chạp
tôi quên mất từ lâu
chỉ còn tràng cười nhiếu nháo
như trêu chọc những âm hồn lưu cư.

5.

Những người đàn bà khỏa thân mặt nạ hóa trang
bước ra từ bóng tối
tôi bỗng thất vọng
khi nhận ra em đứng ở hàng đầu.

6.

Chẳng hiểu sao tôi vẫn tìm về chốn đó
có gì đâu ngoài những mái nhà nâu cũ
và một mớ ký ức ngổn ngang.

Con đường lở lói thảm thương
như muốn phân trần trong ngày tang chế
điểm hẹn ở đâu khi mưa đổ ngập quan tài.

Tôi vẫn làm những chuyến hành hương bí mật
kiếm tìm những gì định mệnh khước từ tôi
trong muôn một tôi thấy một đốm lửa
từ xa trông như ánh mắt ngọn hải đăng mù.

Sự thật là tôi đã kiệt sức
    và chỉ dám tiêu pha thật dè sẻn
    những gì còn lại của cái gọi là tình yêu.

Một ngày cửa đóng linh hồn u hiển
    nghịch âm tháng Chạp
    trôi về những bản nháp thời gian
    khi tôi không biết làm gì với chính tôi.

Đêm yên

Đêm yên tôi nghe tiếng
   cựa mình của cỏ
   trăng yên tan chảy
   chan chứa trên ngực yên
   hiền minh cảm giác.

Tôi khẽ bảo cỏ đừng lay động
   cho tôi nghe
   tiếng thở nỗi niềm yên
   cho tôi nhập
   vào dòng chảy thịt da
   bên giấc ngủ hiền hoà
   mơ hồ như bến bờ nguyệt lạnh.

Tay gối yên tóc hương nguyệt quế
   mùa nâu cũ
   bóng thùy dương
   bỗng rất quen như đã
   ngủ yên từ tiền kiếp.

Đêm yên mắt khép đợi chiêm bao
   và tôi chờ đợi một âm hao
   phủ lấp trần gian phủ lấp chỗ nằm.

Rưng rưng giọt lệ ở ngăn tim
   hoang bóng cơn mưa mùa trái đắng
   sâu hút trên cồn đá màu sương
   vẫn mênh mang một chốn về
   giao kết với thời gian biển lận.

Làm sao tôi hiểu nổi
giấc ngủ của đêm yên
khi niềm yên căng dây bật đứt
bay tán khắp phương
chẳng còn một mảnh vụn
dù chỉ là cái bóng mù tăm.

Tôi muốn mặc cả với đêm yên
hãy cho tôi đầu thai
làm hòn cuội
nằm yên dưới lòng suối này
đến thiên thu.

Bởi tôi không thể dừng lại nơi đây

Bởi tôi không thể dừng lại nơi đây
để đợi chờ Thượng đế
như ba lão già ngớ ngẩn ấy.

Nên tôi muốn nắm tay em
bước qua những thân gỗ mục
đi về hướng mặt trời.

Từ bỏ những con người thế gian
từ bỏ công viên với những giọt
sương mai ướt lạnh
từ bỏ con phố có bầy sẻ ngủ yên.

Để về đây viếng lại
ngôi cổ mộ u hiển điêu linh
nơi người sống và người chết
cùng nắm tay nhau ca hát.

Áo đêm em khoác lên làn sa mỏng
trăng sao dạo chơi bên
dòng sông nước xuôi trầm tích.

Tôi không thể đợi chờ cái chết
bởi tôi phải đưa em về chốn đó
nơi ngôi nhà không mái
nằm ủ kín rừng mai.

Mặt đất đùn lên thành gò đống
bao thế hệ rồi mà như
giấc mộng mới đêm qua.

Em phải theo tôi về chốn đó
ấm mặt ấm trần gian
dù trong quan tài
côn trùng đang nỉ non than thở.

Đợi chờ gì
khoảnh khắc ấy
sẽ không
bao giờ trở lại.

Hãy phó thác linh hồn
vào những đốm lửa vô âm
để biết mình vẫn sống.

Có chốn nào cho ta?

Khi cơn bão đầu mùa ập tới
xao động mặt biển xám
tao tác bầy hải âu
những cặp tình nhân níu nhau
trong mưa tìm lối về.

Có chốn nào cho ta?

Gió tê lòng viễn xứ

Tôi vẫn nhớ khúc quành thế kỷ
ba mươi năm
mà như một thoáng phù vân.

Gió tê lòng viễn xứ
gây gây nỗi nhớ
và những điều không hiểu.

Chỉ còn mớ ký ức thảm thương
làm hành trang cho những
chuyến hành hương tuyệt vọng.

Nào biết có một bến bờ
bên kia vùng đất khô gió lạnh.

Trong giấc mơ những năm tháng lưu đày
tôi nhận ra nỗi đau tủi nhục
của kẻ sống trọn kiếp trong bóng đêm.

Tháng ba, hãy trôi đi

– Viết đêm Cao Xuân Huy trút hơi thở cuối.

Tháng ba đỉnh trời toác máu
lũ kên kên chao chiêng
mùi tử khí trào dâng
tháng ba xác trẻ và người già.

Nằm bên nhau thanh thản nghe gió vi vu
bờ lau Cửa Việt sóng bủa lớn
nuốt chửng –

Thành phố lạ, biển đen không đâu là nhà
tên tuổi lãng quên như râu tóc
bản nháp cuộc đời viết mãi chưa xong.

Đêm trổ mưa, đi về như cơn mộng
rượu đỏ máu bầm cũng thế thôi
ngan ngát hoàng lan chờ bên khung cửa.

Chua xót viên đạn cũ còn sưng vết thương
tháng ba trở về bờ cát đỏ
tháng ba trôi đi như ngàn sương.

Lạ thổ ngơi lạ cả tình
bên kia núi còn nghe đồng vọng
u uất đêm trăng –

Chờ ngày hóa thân
cõi lạ vừa nằm xuống đã thấy biển xưa
cát trắng mái nhà nâu hàng dừa.

Hãy trôi đi tháng ba.

Chùm thơ lập xuân

– Ghi vội những lần lên chùa thắp nhang cho Cao Xuân Huy.

1.

Ông ngồi trên kia
tôi đứng dưới này vái lạy
chợt thấy muôn triệu điều không hiểu
nhưng hiểu ra cũng chẳng để làm chi
lặng lẽ vũ trụ quay đều
vòng quay vô chung vô thuỷ.

2.

Lên chùa ăn bát cơm chay
chợt nghe tiền kiếp chật dày thời gian
một mai về với mây ngàn
chỉ xin nhớ chút dịu dàng của nhau.

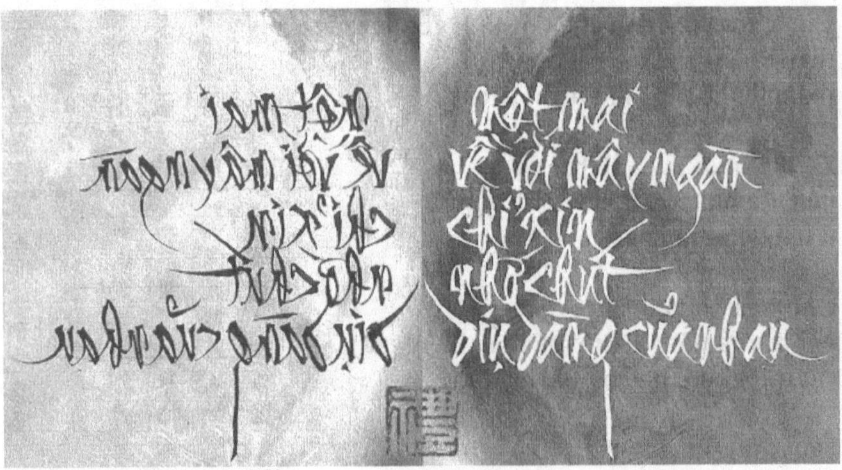

Thư pháp NGỌC DUNG.

3.

Lên chùa ăn bát cơm chay
hỏi han mới biết nợ vay kiếp người
rồi đây như chiếc lá rơi
hạ đông ngọn cỏ dặm khơi ảnh nhòa.

4.

Giọt lệ khóc cho ông hay cho tôi những
kẻ đứng chông chênh ngoài thế kỷ
ruồng rẫy cát bụi cũng chẳng có đường về
người chết thành tro
kẻ sống vô thường trụ
tít tắp bãi cỏ xanh bên kia bờ cát lở
một đoá ưu đàm nở lẻ loi.

5.

Rêu phong những phiến đá nằm sau chùa
mừng rỡ chào đón tôi
ồ không dám
tôi chỉ là gã học trò
đến đây xin các ngài chỉ bảo.

Các ngài có mặt trên mặt đất này
bao nhiêu triệu năm rồi
loài người chúng tôi làm sao bì kịp
tôi sẽ lắng nghe – vâng sự lặng thinh của đá
là lời nói chân tình nhất tôi từng nghe qua.

6.

Hạt cát tôi về đứng giữa đường
ông đi cố nhớ bấy tình thương
trăm năm thâm tạ chừng như mỏi
vạt nắng bên triền chảy cồn sương.

7.

Hạt nước lăn tròn những nhiễu nhương
chiêng chao biên vực cửa vô thường
chạnh thương phù mộng chiều đông tái
ngoảnh mặt khuất chìm biển tà dương.

8.

Những con đường phía trước
có gặp gỡ nhau không
đằng sau mưa vẫn đổ
trên cõi thẳm vô cùng.

Ở góc trời tịch lặng
trái tim này từ bi
ai về từ đỉnh ngọ
cho ta gửi lời thề.

Tháng năm trôi nghiệt ngã
núi đời nặng hai vai
gió đục hồn cô đảo
quán trọ thức đêm dài.

Những điều không muốn nhớ
cứ vây bủa một đời
kiếp sau làm giống hổ
trong rừng mà chạy chơi.

Bóng tối

Đường em đêm lầy trơn. Bóng tối
  chụp lên vai mù tỏa con lộ đen
  tôi bắt gặp tôi lần mò giữa
  hố sâu mê hoảng. Trước mặt
  những con đường vun vút về đâu.

Gió quất ngang mặt. Tóc rũ thẳng
  hạt mưa chấp chới dưới mái hiên
  em ở trong kia đèn thắp đỏ
  tôi đứng ngoài này bóng tối câm.

Bóng tối như đất trời vô lượng
  bóng tối niềm cô độc
  như dao ngọt chém ngang.

Bóng tối tôi đằm đằm. Và trong đó
  mọi bất hạnh trở thành
  định mệnh của nhau
  khoảng cách nghìn trùng
  khác gì đâu với cận kề gang tấc.

Em hãy thiết tha với cuộc sống
  như thể sáng mai thần Atlas
  ngủ quên để khối tinh cầu này
  giạt về cõi huyền tẫn xa xăm
  nơi đó bóng tối đời đời
  và tình yêu vĩnh cửu.

Tôi buông vào bóng tối em
  những bước lầy trơn nghiệt ngã
  trong bóng tối em tôi nằm im
  nghe tiếng tim mình thong thả
  bởi tôi biết đó là
  mộ phần tôi được tiên tri.

Mười bài hài cú chiều cuối năm

1.

Chiều cuối năm ngồi chờ
chuyến xe mãi chưa về bến đậu
chú sẻ giương mắt nhìn.

2.

Chiều cuối năm xuống phố
rừng người chẳng nghe ai nói năng
chỉ thấy hình với bóng.

3.

Chiều cuối năm ra biển
biển âm âm u mặc nỗi niềm
dưới chân đùn ụ cát.

4.

Chiều cuối năm lên đồi
nhìn mây tím vờn quanh rừng trảng
lặng thinh âm nhạc xanh.

5.

Chiều cuối năm phân vân
không biết làm sao cho hết kiếp
vầng trăng non vừa nhô.

6.

Chiều cuối năm nhớ mưa
mùi cỏ ướt dồng dềnh sương khói
thủ thỉ vạt đất nâu.

7.

Chiều cuối năm ước hẹn
bóng đổ dài tường gạch hanh hao
ríu rít chim về tổ.

8.

Chiều cuối năm nói thầm
đóa môi đắng xin làm kỷ niệm
ký ức chợt ùa về.

9.

Chiều cuối năm thơ thẩn
hạ đông thời gian đỏ tím vàng
màu quan san chiếc lá.

10.

Chiều cuối năm mình tôi
nơi góc đời lãng quên hiu quạnh
ánh tà huy hương lay.

Tháng tư, chim én

1.

Chim én tháng tư liệng
xập xòe mái ngói giáo đường cổ
rưng rưng vũng nắng xuân.

2.

Tụ lại bầy én non
ríu rít khung trời kỳ thú lạ
mây tích lững lờ trôi.

3.

Bờ tường thành phế tích
xa lắm rồi một vệt duềnh quyên
cõi sinh hiện đã là.

4.

Đưa tay che mắt nhìn
không đâu là bến bờ thường trụ
tâm một niệm lặng im.

5.

Tháng tư chim én về
từ muôn trùng xứ lạ reo vui
ta vẫn lầm quy lộ.

Chùm thơ tháng Năm

1.

Tháng Năm tôi ngỡ tháng Mười
dấu chân tao tác một đời hợp tan
bạc đầu giấc mộng miên man
gió xô nước lũ cũng tàn xiêu thôi.

2.

Tháng Mười tôi ngỡ tháng Năm
ngỡ chuông tịnh độ trăng rằm ngoài hiên
hồn quạnh quẽ bóng tịnh nhiên
một thiên phù mộng chưa quên – cũng đành.

3.

Cảm ơn trời đất có em
cho tôi vẫn thấy êm đềm trăng sao
buổi tao ngộ biết ngày nao
trăm năm dẫu có thế nào cũng vui.

4.

Hiu hiu khói sóng chiều vàng
chân tâm rớt lại còn mang lời thề
núi ơi ta cũng muốn về
ruộng xanh dẫu vẫn não nề truông sâu.

5.

Nằm nghiêng ngắm mảnh gương trong
nghe trong tịch lặng mấy vòng tiêu tao
đường trần đã hết lối vào
vọng từ cõi mộ lao xao tiếng cười.

13 Bài Hokku: Giọt Thu

1.

Cành táo oằn oài ngả
Sẻ nghiêng đầu
Giọt Thu lặng lẽ rơi.

2.

Sân nhà cũ
Gió bạt – lá phong đỏ hiên sau
Lặng im bờ tường rêu phủ.

3.

Mưa xóa nhòa ô kính
Cẩm chướng và thược dược
Căm căm trong màn đêm.

4.

Gió mùa Thu
Lẻn qua khung cửa hẹp
Dừng lại chân giường.

5.

Mây đùn bia mộ xám
Lũ nhạn bay đã xa
Mưa trong chiều ảo vọng.

6

Tiếng mưa gõ đều đặn
Lên mặt kính cửa sổ
Thi thoảng có tiếng – chíp.

7.

Mưa nơi này
Mưa Hà Nội
Một ngàn năm – mùa Thu

8.

Tảng đá vườn sau nhà
Vì sao mi khóc?
Ôi mưa Thu.

9.

Cây ổi sau nhà
Ra hoa ra trái
Mưa Thu ưu ái vỗ về.

10.

Băng thảo ủ dột
Cựa mình bên phiến đá
Ẩn nhẫn đợi chờ.

11.

Vần vũ đám mây dị hình
Xao động góc trời
Trận bão lá.

12.

Hãy kêu lên thật to
Chú ếch bạn tôi
Mưa trong lòng trần thế.

13.

Duềnh nước tràn về
Cơn lũ một đời
Nước nước nước.

Nghìn thu từ độ

1.

Giật mình tiếng khánh nhẹ khua
ngẩn ngơ chiếc lá chuyển mùa bay sang
duềnh quyên bóng động hai hàng
nghìn thu từ độ vẫn bàng hoàng trôi.

2.

Nghe trong cô quạnh tiếng mưa
rơi thầm vào những bến bờ mù tăm
rừng xưa lỡ hẹn trăm năm
ngoảnh trông mộ chí chỗ nằm mộng dư.

3.

Chỗ sâu có vũng nước xanh
hai đầu khuya trắng vin cành trộm xem
từ khi nhặt được bóng em
tôi đêm áo trắng dưới rèm ngủ quên.

4.

Trông ra bờ bụi cồn sương
từ trong cô tịch cuối đường vô âm
đòng đòng một dải mưa dầm
đau đau vạt cỏ âm thầm nước non.

5.

Trăng ma mộ khép ơ hờ
biển xanh đi biệt biết giờ nơi nao
từ đây cất một tiếng chào
vọng về cõi ấy buốt vào nghìn thu.

10 bài Hokku: Xuân

1.

Tầm xuân một nụ hé
Sướt mướt đêm hôm vũ mộng
Long lanh hạt nước tròn.

2.

Vú xuân mây mẩy
Đóa hương phong nhị hớ hênh
Ngẩn ngơ hồn bóng quế.

3.

Giấc mơ xuân u hiển
Trời xanh và đá vàng
Góc buồn lệ nhỏ tan.

4.

Bốn bề xuân khóa mộng
Không thấy nàng bên trong
Một mình ta u cư.

5.

Xuân tiêu nhất khắc
Một cơn gió thoảng qua
Ngọn nến chừ muốn tắt.

6.

Mưa xuân vân vi hạt
Tơ trời mong manh lắm
Vân mòng làm sao rồi.

7.

Ngờ cõi này không thực
Ta nương náu xuân miên
Chỉ thấy hoang cổ mộ.

8.

Xuân tàn trên hoa tàn
Nắm cỏ huyên còn nhớ
Một đời người đã qua.

9.

Nhớ xuân trong cổ tích
Bên kia giồng bờ bụi
Bóng hình chẳng còn ai.

10.

Xuân khứ... Ừ, biết rồi
Thôi thôi, đừng nói nữa
Nói nữa cũng vậy thôi.

Tháng Chạp

1.

Tháng Chạp
Ngày thoi thóp
Vòm phong rũ rượi bóng hương khê.

2.

Tháng Chạp
Đàn chim thiên di xuôi nam
Để lại đêm tối trăng cùng tiếng hát nỉ non.

3.

Tháng Chạp
Mưa ký ức
Vẫn dội về tầm tã những hoài vọng tang thương.

4.

Tháng Chạp
Giọt lệ nóng lăn tròn những nhiễu nhương
Lời ai điếu không đủ tỏ khúc nôi ngày chia biệt.

5.

Tháng Chạp
Bóng tối chưa quen mặt trần gian
Đã biệt mù vội vã chìm sâu trong huyền tẫn.

6.

Tháng Chạp
    Tiếng núi ngàn gió chướng
        Gào rú trong đêm thâu. Vật vã.

7.

Tháng Chạp
    Không hẹn cùng tan biến cả
        Chỉ còn những đám mây trắng lững lờ trôi.

8.

Tháng Chạp
    Ôi mưa mau
        Chỉ đủ run bờ môi ướt.

9.

Tháng Chạp
    Chỉ còn ta ở lại bên hiên vắng
        Ngậm ngùi chợt nhớ lại thêm một lần chia biệt.

10.

Tháng Chạp
    Bàn tay tê cóng
        Lần mò tìm một lối về u cư.

PHẦN V
Văn • *Dịch*

FRANZ KAFKA
Nghệ nhân nhịn đói

Thật thừa thãi khi viết về FRANZ KAFKA [1883-1924] bởi những gì bạn định nói về nhà văn này có lẽ đâu đó đã có người nói đến. Thật vậy, suốt thời gian từ khi ông mất cho đến bây giờ, ngót nghét một thế kỷ, người ta vẫn không ngớt thi nhau mổ xẻ, giải mã, phân tích, đào bới ba cuốn tiểu thuyết – không cuốn

nào thật sự hoàn tất – và ít truyện vừa, truyện ngắn, đoản văn, thư từ, nhật ký ông viết trong thời gian tại thế, và thời gian ông hiện hữu trên mặt đất này cũng ngắn ngủi lắm (ông mất năm 41 tuổi vì bệnh lao.) Kafka là hiện tượng hiếm hoi gần như độc nhất vô nhị trong văn học Tây phương. Phần đất ông khai phá trước đấy chưa hề có ai ngự trị, bởi thế mặc dù với số lượng trước tác tương đối ít ỏi, ảnh hưởng ông bao trùm gần như toàn bộ dòng văn học hiện đại Tây phương. Cùng với James Joyce và Marcel Proust, ông thường được nhắc đến như là một trong ba đại thụ của khu vườn văn học thế kỷ XX.

Có thể nói những gì Kafka viết phần nhiều là những điều vô nghĩa lý. Phi lý thì đúng hơn. (Có gì phi lý hơn chuyện người đàn ông buổi sáng thức dậy thấy mình biến thành con bọ khổng lồ?) Không khí truyện bao giờ cũng như trong ác mộng. Tuy thế, người đọc vẫn có cảm tưởng như đang đọc một truyện ngụ ngôn, nhưng truyện ngụ ngôn đó tan vỡ hoàn toàn khi chúng ta tìm cách giải mã nó. Giải mã Kafka giống như thầy mù xem voi. Thêm nữa, chúng ta chẳng thể nào đem truyện ngụ ngôn đó áp dụng vào đời sống bình nhật. Kafka không viết truyện thần kỳ, đối tượng của ông bao giờ cũng là con người và đời sống. Bởi thế nếu nhìn từ góc độ xã hội, Kafka lại cho chúng ta cảm quan rất hiện thực về sự bế tắc của đời sống hiện đại, một đời sống bị vây hãm và quản thúc bởi sức ép không sao vuột thoát nổi của gia đình, nhà nước, xã hội. Có lẽ bởi thế tác phẩm Hóa thân, *và nhiều tác phẩm khác của Kafka, dưới mắt người Mác-xít, là biểu hiệu cho sự tha hóa của con người hiện đại. Những nhân vật trong truyện thường méo mó, dị dạng, điển hình là nhân vật làm trò "nhịn đói" biểu diễn cho công chúng xem trong truyện ngắn dưới đây.*

Xin dẫn lời nhà văn Paul Auster về truyện Nghệ nhân nhịn đói: *"... Gã nghệ nhân nhịn đói đi quá xa. Điều đó thực là nguy hiểm, sự nguy hiểm hiển hiện trong bất kỳ thao tác nào của nghệ thuật: bạn phải chấp nhận hiến dâng cuộc đời mình. Sau cùng, nghệ thuật nhịn đói có thể được hiểu như là nghệ thuật hiện sinh. Nó là cách thế nhìn thẳng vào mặt cái chết, và cái chết theo tôi có nghĩa là cái chết mà trong đó chúng ta ngày nay đang sống: không Thượng đế, không hy vọng được cứu rỗi. Chết tức là chấm dứt đời sống một cách đột ngột và phi lý."*

FRANZ KAFKA

Ein Hungerkünstler

VIER GESCHICHTEN

VERLAG DIE SCHMIEDE

BERLIN

1924

Những năm gần đây thị hiếu quần chúng đối với màn biểu diễn nhịn đói giảm sút thấy rõ. Những pha trình diễn như thế, hết sức quy mô và do tư nhân tổ chức, thuở trước thường đem lại mối lợi to, nhưng ngày nay không ai thực hiện nổi nữa. Thời đó khác bây giờ nhiều lắm. Có lúc mọi người trong tỉnh, ai nấy bị gã nghệ nhân làm mê hoặc; trong lúc gã nhịn đói, sự nô nức trong lòng mọi người càng lúc càng gia tăng, ai cũng muốn tận mắt mỗi ngày một lần trông thấy gã; ở những buổi trình diễn cuối người ta giữ ghế đặc biệt suốt ngày ngồi trước chiếc cũi nhỏ, có cả những xuất diễn về đêm dưới ánh đuốc để tăng thêm cảm giác; những hôm đẹp trời cũi được khênh ra nơi trống trải và đó là lúc đặc biệt thú vị cho lũ trẻ con có dịp tận mắt quan sát gã nghệ nhân nhịn đói, với người lớn tuổi gã chỉ là trò cười họ tham dự chẳng qua vì đó là cái mốt; lũ trẻ đứng xung quanh cũi, miệng há hốc đầy thán phục, chúng nắm chặt tay nhau để giữ an toàn, mắt nhìn chăm chú, gã ngồi trên đống rơm trải dưới đất, chẳng cần ghế ngồi, trên thân thể xanh lướt gã khoác bộ đồ len màu đen nhàu nhĩ, xương sườn gã lòi ra trông phát khiếp; thi thoảng gã lịch sự gật đầu, trả lời câu hỏi của người nào đó với nụ cười gượng gạo, có lúc gã thò cánh tay qua chấn song cũi cho người ta thấy tay gã gầy ốm khẳng khiu như thế nào nhưng rồi gã lại rút vào trong câm lặng, chẳng thèm để ý đến ai, đến điều gì, ngay cả tiếng điểm giờ hết sức quan trọng của chiếc đồng hồ, món vật duy nhất trong cũi, gã cũng chẳng bận tâm chú ý, gã nhìn thẳng về phía trước bằng đôi mắt khép hờ và thi thoảng hớp một hớp nước cho đôi môi đỡ khô nứt.

Bên cạnh đám khán giả lố nhố xung quanh, người ta còn cử ra những toán canh gác; thật lạ lùng họ thường là những anh đồ tể, có nhiệm vụ canh gác gã ngày cũng như đêm – mỗi phiên gác ba người – ngăn ngừa trường hợp gã lén lút lấy thức ăn bỏ vào miệng. Nhưng đấy chỉ là thủ tục không hơn không kém, có mục đích bảo đảm với quần chúng tính trung thực của pha nhịn đói, không hề có sự giả trá trong màn biểu diễn nhịn ăn của gã, bởi người ta hiểu rất rõ trong suốt thời gian nhịn đói gã không bao giờ bỏ vào miệng miếng bánh nhỏ nào kể cả trường hợp bị ép buộc; danh dự nghề nghiệp gã không cho phép gã làm thế. Lẽ cố nhiên không phải người canh gác nào cũng thấu hiểu điều đó; thường bao giờ cũng có những toán gác đêm rất lơ là và họ cố tình ra ngồi ở một góc rõ xa, họ đem bài ra đánh và đặt hết tâm trí vào canh bài, hiển nhiên cố tình cho phép gã có cơ hội bỏ vào miệng ít thức ăn mà họ chắc mẩm gã lén giấu nơi nào đó. Gã nghệ nhân nhịn đói ghét cay ghét đắng những tên canh gác này, gã thật khổ sở, vì họ mà pha nhịn đói của gã trở nên đau đớn khôn kham; đôi lúc gã cố nén sự yếu đuối của mình, mở miệng hát lảm nhảm được chừng nào hay chừng đó để những kẻ ngồi canh gác nhìn ra sự nghi ngờ của họ là thiếu công bằng biết bao. Tuy nhiên, chỉ vô ích thôi; họ chỉ tỏ vẻ kinh ngạc về khả năng vừa ăn vừa hát của gã. Gã rất thích những người canh gác ngồi sát ngay bên ngoài chấn song cũi và bởi không vừa ý với ánh đèn đêm lù mù trong đại sảnh họ đem đèn giọi chạy bằng điện do ông bầu tổ chức cung cấp chiếu vào mặt gã. Ánh đèn điện chói lòa không làm gã khó chịu, bởi chẳng lúc nào gã nhắm mắt ngủ được mà chỉ gật gà gật gù bất kể lúc đó là mấy giờ, trời tối hay sáng, ngay cả khi đại sảnh chật ních người nói năng ầm ỹ. Gã sẵn sàng thức trọn đêm ngồi với những người canh gác như thế; gã vui vẻ pha trò nói chuyện vãn với họ; kể họ nghe những mẩu chuyện về cuộc sống rày đây mai đó của gã và ngược lại lắng nghe họ kể chuyện đời họ, nói chung gã làm bất cứ điều gì khiến họ tỉnh ngủ để họ thấy rõ mười mươi là chẳng có thức ăn gì bên trong cũi và chỉ có gã mới nhịn đói được như thế thôi. Tuy thế thời điểm sung sướng nhất của gã là lúc trời rạng sáng và một bữa ăn thịnh soạn – bữa ăn nhờ gã mới có – dọn ra; mấy người canh gác xô vào ăn uống ngon lành sau một đêm canh giữ mỏi mệt. Dĩ nhiên vẫn có kẻ dè bỉu cho là bữa ăn như thế chẳng qua chỉ là hình thức gã hối lộ những người canh gác, nhưng nghĩ vậy là đi quá xa, và khi được hỏi có chịu giữ nhiệm vụ canh gác nhưng không ăn bữa ăn sáng không – để làm sáng tỏ nghi vấn – thì họ lẻn ra chỗ khác, tuy thế họ vẫn khăng khăng giữ nguyên lời nói ẩn ý bóng gió xa gần.

Sự ngờ vực như vậy, không sao tránh được. Không ai có khả năng liên tục canh gác gã suốt ngày đêm, bởi thế chẳng ai có thể cả quyết chính mắt mình chứng kiến pha nhịn đói hoàn toàn liền lạc và không thể chê bai vào đâu; chỉ mình gã biết rõ điều đó, và bởi thế gã là khán giả duy nhất hài lòng với màn biểu diễn nhịn ăn của chính mình. Vậy mà do những nguyên cớ khác gã chẳng bao giờ hài lòng; có lẽ không phải vì nhịn ăn mà thân thể gã trở nên héo hon, tiều tụy đến độ nhiều người không dám đến xem gã trình diễn chỉ vì hình ảnh đau đớn của gã khiến họ thấy vô cùng bất nhẫn trong lòng, có lẽ gã gầy yếu như thế bởi gã đã không bằng lòng với chính mình. Bởi không ai ngoài gã biết rõ một điều: Nhịn đói là cái gì thật dễ dàng. Dễ nhất trên cõi đời. Gã chẳng giữ bí mật này làm gì mặc dù không ai tin lời gã; khá nhất người ta nghĩ gã tỏ thái độ khiêm nhường khi nói vậy, nhưng hầu hết cho đó là hình thức quảng cáo hoặc nghĩ gã là kẻ gian manh, nhịn đói không khó khăn nhờ biết cách gian lận nhưng lại dám ít nhiều tự thú nhận mình không lương thiện. Gã phải chịu đựng tất cả những đau đớn này và sau nhiều năm tháng gã quen dần, nhưng sự bất mãn với chính mình gặm nhấm gã không dứt, và chưa bao giờ, sau bất kỳ pha nhịn đói nào – chí ít người ta phải công nhận như thế – gã chịu tự ý từ trong cũi bước ra một mình. Ông bầu tổ chức xác định thời hạn nhịn đói là bốn mươi ngày, ông không bao giờ để vượt quá thời hạn này ngay cả ở những thành phố lớn, và lý do không phải không hợp lý. Kinh nghiệm cho thấy ở bất cứ thị trấn nào quần chúng chỉ có thể bị lôi cuốn nhờ quảng cáo mỗi ngày mỗi rầm rộ trong thời gian bốn mươi ngày thôi, sau đó họ lơ là và số người đi xem giảm sút thấy rõ; dĩ nhiên mỗi nơi mỗi khác, tỉnh này không giống tỉnh kia, xứ này khác xứ nọ, nhưng bốn mươi ngày là thời hạn thông thường. Thế rồi vào ngày thứ bốn mươi, chiếc cũi giăng đèn kết hoa được mở ra, đại sảnh chậtních người xem, ai nấy náo nức chờ đợi, tiếng nhạc do ban quân nhạc đảm trách trổi lên, hai bác sĩ chui vào cũi đo nghe gã nghệ nhân nhịn đói những gì cần khám, đoạn dùng loa tuyên bố kết quả cuộc xét nghiệm cho khán giả nghe, cuối cùng hai cô thiếu nữ từ trong đám đông tiến lên, hai cô rất vui sướng được chọn làm vai trò danh dự dìu gã nghệ nhân nhịn đói từ trong cũi bước ra cái bàn nhỏ nơi người ta bày sẵn bữa ăn ê hề nấu riêng cho người bệnh. Và đúng vào thời điểm này gã nghệ nhân nhịn đói luôn luôn trở nên cứng đầu, ương ngạnh. Giỏi lắm gã chỉ giơ tay lên nắm tay hai cô thiếu nữ đang nghiêng người bên cạnh tỏ vẻ ân cần, nhưng đứng dậy ư? – không đời nào. Tại sao mới bốn mươi ngày đã ngưng rồi? Gã có thể nhịn đói lâu hơn thế chứ, vô thời hạn cũng được; tại sao ngưng ở đây trong khi gã đang ở giai đoạn nhịn đói sung mãn nhất, hay đúng hơn, chưa đến giai đoạn sung mãn nhất? Tại sao người ta tước đi của gã niềm vinh quang không những gã là nghệ nhân nhịn đói vĩ đại nhất từ trước đến nay, chính là gã chứ chẳng còn ai khác, mà còn làm mất đi cơ hội gã đánh đổ kỷ lục của chính gã để đạt đến mức độ thượng thừa không ai tưởng tượng nổi, bởi gã cảm thấy sức mạnh của khả năng nhịn đói trong người gã không hề biết giới hạn là gì. Tại sao quần chúng hâm mộ gã, những người tự nhận là thán phục gã, lại thiếu kiên nhẫn với gã đến thế; nếu gã có thể chịu đựng nhịn đói lâu hơn, tại sao họ không chịu đựng cùng gã được? Và hơn nữa, gã thấy mệt mỏi, ngồi trên đống rơm thoải mái lắm, giờ đây gã phải kéo mình đứng thẳng dậy bước đến bàn ăn mà mới nghĩ đến thôi gã đã muốn ói mửa, cố hết sức đè nén và bởi có hai cô gái bên cạnh, gã không thể để lộ cảm xúc đó ra nét mặt. Đoạn gã ngước mắt lên nhìn trân trối vào mắt hai cô gái, hai cô bên ngoài tỏ vẻ thân thiện nhưng thật ra họ tàn nhẫn vô cùng, gã lắc đầu, đầu gã nặng trịch trên cái cần cổ yếu ớt. Nhưng rồi, chuyện gì luôn luôn xảy ra, xảy ra lần nữa. Ông bầu tổ chức lẳng lặng tiến lên – ông không tuyên bố được lời nào bởi tiếng nhạc quá to – ông đến đứng bên cạnh gã nghệ nhân nhịn đói đoạn giơ hai tay lên trời như thể xin trời nhìn xuống chứng giám tác phẩm trời tác tạo đang ngồi trên đống rơm, kẻ chịu khổ nhục đáng thương, đúng là gã nghệ nhân nhịn đói đấy nhưng ở một ý nghĩa hoàn toàn trái ngược; ông khẽ khàng ôm ngang hông gã, động tác của ông thật cẩn trọng như để nhấn mạnh tình trạng mong manh yếu đuối của gã đoạn ông giao gã cho hai cô gái – ông không quên bí mật lắc người gã một hai cái để thân trên và hai chân gã duỗi ra – hai cô gái mặt mày tái mét. Đến đây gã nghệ nhân nhịn đói hoàn toàn bị khống chế, đầu gã gục xuống ngực như thể nó tình cờ lăn đến đó và không hiểu sao ngừng lại, người gã ruỗng ra, bản năng tự tồn khiến đầu gối gã như bị siết chặt nhưng đôi chân thì kéo lê trên mặt đất như thể mặt đất không phải là mặt phẳng cứng, toàn thân gã, dù chẳng nặng nề bao nhiêu, gục lên một trong hai cô thiếu nữ, cô nhìn quanh xem có ai giúp mình không, hơi thở cô có phần nhanh lên một chút – đây không phải là hình ảnh cô vẽ ra cho vai trò danh dự của cô – thoạt tiên cô cố né tránh bằng cách ngửa cổ ra phía sau để mặt mình khỏi chạm gã, nhưng rồi, sau khi làm thế mà vẫn không hiệu quả gì và người bạn đồng hành may mắn hơn của cô đã không giúp gì mà chỉ biết đưa bàn tay run rẩy ra nắm lấy bó xương, cánh tay của gã nghệ nhân nhịn đói, thì cô bật lên khóc òa, đám đông lấy thế làm vui, và một nhân viên trong ban tổ chức chực sẵn nhảy vọt ra thay thế cô dìu gã nghệ nhân nhịn đói. Đến bữa ăn, ông bầu dùng thìa đút những miếng nho nhỏ vào miệng gã, gã giờ đây như cái xác không hồn, vừa đút ông vừa huyên thuyên nói đủ thứ chuyện cốt để che giấu tình trạng kiệt lực cũa gã; sau đó ông nâng ly với mọi người, chuyển lời chúc mừng của gã mà ông bảo gã vừa nói thầm vào tai ông, mọi lớp lang đều được ban nhạc phụ hoạ bằng tiếng nhạc vang lừng, đám đông tản mát dần, và không ai có lý do gì không thỏa mãn với màn trình diễn; không ai ngoại trừ gã nghệ nhân, bao giờ cũng là gã.

Gã sống nhiều năm tháng huy hoàng như thế, xen kẽ giữa những thời kỳ nghỉ ngơi, nhưng thật ra thế giới vinh danh gã trong tâm trạng gần như đen tối và càng ngày càng đen tối hơn bởi chẳng ai xem trọng việc gã làm. Thật vậy, làm thế nào để khích lệ, an ủi gã đây? Gã đòi hỏi điều gì hơn? Và thi thoảng có tâm hồn từ tâm động lòng thương xót tìm cách vạch ra cho gã thấy lý do gã buồn bã sầu khổ có lẽ chỉ vì gã nhịn đói mà thôi, đôi khi gã phản ứng, nhất là khi pha nhịn đói đang đến hồi kết thúc, với cơn thịnh nộ lôi đình và gã dộng mạnh chấn song cũi, như một con dã thú. Nhưng ông bầu có cách trừng trị mà ông hay áp dụng mỗi khi gã lên cơn như vậy. Ông xin khán giả tha thứ cho gã, ông bảo hành vi đó của gã đáng được tha thứ bởi nhịn đói có thể khiến người ta biến tính, trở nên hay bực dọc, một cảm giác những người ăn uống no đủ không thể nào hiểu nổi, đoạn ông chuyển sang tán dương lời tuyên bố quái đản không kém mà ông bảo là của gã, ông bảo mọi người rằng gã có thể nhịn đói lâu hơn nhiều; ông ca ngợi hoài bão cũng như thiện chí và biết bao ý muốn quên mình hàm chứa trong lời tuyên bố này, nhưng rồi ông tìm cách bôi bác chính điều ông vừa thốt bằng cách trình ra những bức ảnh, lập tức có người đem ảnh đi bán cho đám đông, gã nghệ nhân trong ngày thứ bốn mươi của màn nhịn đói, nằm lả trên giường, gần chết vì kiệt lực. Lần nào nghe ông bầu xuyên tạc sự thật như thế, gã cũng cảm thấy nản chí vô cùng và chịu đựng hết nổi. Hậu quả của màn nhịn đói kết thúc sớm hơn dự định, ở đây được trình bày như là nguyên cớ! Thật hoàn toàn bất lực với sự ngu xuẩn, với cái trần gian ngu xuẩn này. Lần nào cũng thế, gã cố thu hết thiện cảm đứng nắm chấn song cũi vểnh tai lên nghe ông bầu nói chuyện, nhưng ngay khi những bức ảnh xuất hiện gã chán chường quay về ngồi trên đống rơm với tiếng thở dài áo não, đám đông được trấn an không có chuyện gì đáng tiếc xảy ra nữa, tiến lại gần và tiếp tục giương mắt nhìn chòng chọc vào gã.

Khi những chứng nhân hồi tưởng lại cảnh tượng đó nhiều năm về sau, họ không thể hiểu nổi hành vi của chính họ. Trong lúc đó, như đã nói, công chúng trở nên thờ ơ, họ mất hết thú vị với những màn biểu diễn của gã; chuyện đó dường như xảy ra chỉ trong một sớm một chiều; có thể có lý do sâu sắc hơn, nhưng ai là người cất công đi tìm hiểu cho thấu đáo đây; thế là gã nghệ nhân nhịn đói xưa nay được trọng vọng một hôm thấy đám đông tìm vui quên hẳn mình, họ lũ lượt kéo nhau qua mặt gã đi xem những trò trình diễn khác thịnh hành hơn. Ông bầu đưa gã đi chu du nửa vòng trời Âu một lần cuối cùng để xem biết đâu vẫn còn có người chú ý đến nghệ nhân nhịn đói, nhưng tất cả chỉ là vô vọng; như thể có giao ước giữa mọi người và bằng chứng hiển hiện khắp nơi cho thấy quả thật người ta đã hoàn toàn thay đổi thị hiếu với trò nhịn đói. Công tâm mà nói chuyện đó chẳng thể nào thật sự xảy ra một cách đột ngột như thế, và bây giờ ngẫm nghĩ lại thì lúc đó quả có những dấu hiệu cảnh báo cho thấy sự xuống dốc phai nhạt nhưng chẳng ai thèm quan tâm hoặc đứng ra làm điều gì bởi họ còn đang say sưa trong men thành công, nhưng bây giờ thì đã quá trễ để đưa ra bất cứ biện pháp đối phó nào. Dĩ nhiên trò nhịn đói sẽ có ngày trở lại, nhưng điều đó chẳng đem lại niềm an ủi nào cho những người đang mưu sống. Gã nghệ nhân nhịn đói phải làm gì đây? Một khi đã được cả ngàn người ca tụng, ngợi khen, gã chẳng bao giờ chịu hạ cố xuất hiện trong một màn trình diễn phụ ở hội chợ dưới làng quê, hay bắt đầu làm lại sự nghiệp khác, gã đã già lắm rồi, nhưng điều quan trọng hơn hết là gã đã quá nhiệt tâm tin tưởng vào nghệ thuật của gã. Vì thế gã chia tay ông bầu, kẻ đồng hành trong suốt sự nghiệp chưa từng thấy đó, và tìm được việc làm trong một gánh xiệc lớn; không muốn cảm xúc mình bị chi phối, gã không buồn đưa mắt nhìn vào các điều khoản trong bản hợp đồng.

Một gánh xiệc khổng lồ, người, thú, đồ thiết bị thường xuyên di chuyển rày đây mai đó, người ra người vào, luôn luôn có chỗ cho bất cứ ai muốn tìm công việc làm ngay cả người đó là một nghệ nhân nhịn đói, dĩ nhiên với điều kiện gã không được đòi hỏi nhiều, ở trường hợp đặc biệt này người ta thuê gã không phải chỉ vì gã là gã mà cả cái tên tuổi lẫy lừng bấy lâu nay của gã nữa; thật vậy, nhìn vào tính cách đặc biệt của nghệ thuật gã, vốn không hề suy suyển cùng năm tháng tuổi già, không ai có thể bảo gã là một nghệ sĩ hết thời đang tìm nơi dưỡng già hưởng nhàn trong gánh xiệc; ngược lại là đằng khác, gã nghệ nhân nhịn đói hứa hẹn một cách đầy tin tưởng – và có đầy đủ lý do để tin gã – là gã vẫn còn khả năng nhịn đói tài tình như thuở nào; gã còn tuyên bố nếu được phép, người ta cho phép gã ngay, gã sẽ thật sự làm thế giới sửng sốt kinh ngạc với thành quả ngoài mức tưởng tượng của mọi người, mặc dù lời khẳng định này, gã nói trong lúc hăng máu, mau chóng đi vào quên lãng, nó chỉ làm những tay chuyên nghiệp nhếch mép mỉm cười.

Nói thế nhưng gã chưa đến nỗi mất hết mọi ý thức về thực tại và gã chấp nhận sự kiện cố nhiên, chiếc cũi của gã không có vinh dự đặt giữa sân khấu gánh xiệc nơi dành riêng cho những màn trình diễn chính nổi bật, nó nằm khiêm nhường bên ngoài rạp, cạnh chuồng nhốt súc vật, nhưng vẫn có lối đi cho người vào xem. Mấy tấm biển lớn màu mè treo quanh cũi miêu tả món vật bên trong. Giờ nghỉ giải lao khán giả túa ra đi xem thú, bắt buộc họ phải đi ngang cũi của gã nghệ nhân nhịn đói và họ ngừng lại đôi ba phút; có thể họ sẽ lảng vảng tại đó lâu hơn nếu đám đông từ lối đi chật hẹp phía sau không xô đẩy họ, đám đông nôn nóng muốn ra xem thú không hiểu chuyện gì khiến dòng người khựng lại, và bởi thế không ai có thể đứng lại lâu hơn nhìn ngắm gã nghệ nhân nhịn đói. Đấy cũng là lý do tại sao gã run sợ mỗi lần thấy đám đông tràn tới mặc dù đương nhiên gã mong đợi đến giờ mọi người ra chiêm ngưỡng thành tích cả cuộc đời gã tích lũy. Thoạt tiên gã nôn nóng mong đến giờ nghỉ giải lao; gã sung sướng nhìn đám đông đang ùa tới, nhưng rồi ngay lập tức gã thấy rõ – dù gã tự dối lòng cách mấy chăng nữa – đám người này, chí ít qua hành vi cùng thái độ của họ, chỉ muốn ra xem bầy thú vật nhốt trong chuồng. Và cảnh tượng đám đông nhìn thấy lần đầu từ khoảng cách xa xa vẫn là hình ảnh đẹp đẽ nhất trong lòng gã. Bởi ngay khi họ túa đến gần, tai gã như ù điếc với tiếng la hét chửi rủa từ hai phe chống chọi nhau, một phe muốn ngừng lại để nhìn gã – gã thấy đám này còn tệ lậu đáng ghét hơn đám kia – chẳng phải vì họ thật sự thích thú gì mà chỉ vì họ là những con người táo tợn và ngạo ngược, còn phe kia là những người chỉ muốn đi thẳng ra chuồng thú. Đằng sau đám đông chen lấn ồn ào là những người chậm chân hơn, và mặc dù họ có thể ngừng lại bao lâu cũng được nhưng họ vẫn sải bước đi nhanh về phía chuồng thú, khi đi ngang cũi họ chỉ ném cho gã cái liếc mắt thật nhanh. Lâu lắm, năm thì mười họa, gã mới may mắn được gia đình gồm người cha dẫn mấy đứa con đến xem, người cha chỉ tay vào gã nghệ nhân nhịn đói, ông giải thích cặn kẽ cho lũ con nghe về hiện tượng này, ông kể chuyện thuở xưa khi ông từng tham dự những buổi trình diễn tương tự nhưng quy mô hơn nhiều, và đám trẻ, suốt đời chúng và cả trong trường học, chẳng bao giờ nghe nói đến chuyện này nên chúng hoàn toàn mù tịt – chúng không hiểu nghệ nhân nhịn đói là gì – nhưng ánh mắt tò mò nơi đám trẻ hứa hẹn thời sắp tới có thể tốt lành và tử tế hơn. Thi thoảng gã nghệ nhân nhịn đói nghĩ thầm biết đâu hoàn cảnh gã sẽ sáng sủa hơn nếu người ta đừng đặt gã quá gần chuồng thú. Như thế khách đi xem sẽ dễ dàng chọn lựa cái muốn xem, chưa kể chuồng thú hôi hám chịu không nổi, đám thú chộn rộn suốt đêm, từng tảng thịt sống khuân tới nuôi đám thú ăn thịt, tiếng gầm thét của chúng mỗi buổi ăn, chừng đó thứ ngày đêm như chọc vào tim óc gã. Nhưng gã chẳng bao giờ dám ngỏ lời than vãn lên ban giám đốc; dù sao gã phải cám ơn bầy thú, nhờ có chúng mà rất nhiều khán giả đi ngang cũi của gã, trong số thể nào cũng có người đến chỉ để xem gã, và hơn nữa chỉ có trời biết họ sẽ dời cũi đi đâu nếu gã đánh tiếng cho họ biết về sự hiện hữu của gã và sẽ đưa đến vấn đề, không ngoa chút nào, gã chỉ là vật trở ngại nằm trên lối đi ra chuồng thú, không hơn không kém.

Một trở ngại không đáng kể, chắc chắn rồi và trở ngại đó càng ngày càng không đáng kể. Thời buổi bây giờ người ta thấy lạ lùng khi đề cập đến nghệ nhân nhịn đói, và trong chiều hướng này gã là kẻ lãnh nhận hậu quả không mấy hay. Gã có thể nhịn đói rất giỏi, và gã giỏi thật, nhưng không ai cứu gã, người người qua lại không ai thèm quan tâm đến gã nữa. Hãy thử giải thích cho kẻ nào đó nghe về nghệ thuật nhịn đói xem! Nếu không có cảm xúc gì về nghệ thuật đó, không ai hiểu nổi nó là gì. Mấy tấm biển màu mè trở nên bẩn thỉu, chữ viết nhòe nhoẹt không đọc được nữa, chúng nằm lăn lóc dưới đất và chẳng ai buồn nghĩ đến chuyện thay biển mới; tấm bảng nhỏ ghi số ngày nhịn đói thoạt tiên mỗi ngày tăng một số, nay vẫn còn nguyên con số cũ, lâu lắm rồi không thay đổi, bởi chỉ sau mấy tuần lễ đầu nhân viên làm việc đã phát chán, chẳng ai buồn mó tay tới công việc dù nhỏ nhặt này nữa, và bởi thế gã nghệ nhân nhịn đói cứ thế nhịn như gã từng mong ước có ngày thực hiện, và điều đó chẳng khó khăn gì với gã, như gã vẫn hằng tiên đoán, nhưng không ai ghi xuống số ngày nhịn đói của gã nữa, không ai, kể cả gã, biết đích thực thành quả của gã là gì, và tinh thần gã sa sút cực độ. Thi thoảng có người lảng vảng quanh đó buông lời nhạo báng dè bỉu con số trên tấm bảng, ngầm bảo có sự gian trá trong đó, thật là lời bịa đặt ngu xuẩn nhất, xuất phát từ lòng hiểm ác và sự thản nhiên tàn độc, bởi gã nghệ nhân nhịn đói không hề gian dối; gã thật tình, trong khi thế gian lường gạt, cướp đi thành quả của gã.

Tuy vậy, nhiều ngày nữa trôi qua và chuyện gì cũng đến lúc kết thúc thôi. Ông quản lý một hôm thốt nhiên trông thấy chiếc cũi, ông quay sang hỏi người phụ tá tại sao chiếc cũi vô cùng hữu dụng như thế lại bị bỏ không với đám rơm rạ mục thối bên trong; không ai có câu trả lời cho đến khi có người, nhờ tấm bảng nhỏ treo trên cũi, sực nhớ ra gã nghệ nhân nhịn đói. Họ lấy gậy chọc vào đám rơm và tìm thấy gã đang nằm vùi trong đó. "Anh vẫn còn đang nhịn đói đấy à?" Ông quản lý cất tiếng hỏi. "Trời ơi! Đến bao giờ anh mới chịu ngưng đây?" "Xin mọi người tha thứ cho tôi." Gã nghệ nhân nhịn đói thều thào nói vọng ra; chỉ có ông quản lý ghé tai sát chấn song cũi mới hiểu gã nói gì. "Hẳn nhiên rồi," ông quản lý nói, vừa nói vừa lấy ngón tay gõ gõ lên thái dương ngầm bảo cho mọi người biết về tình trạng của gã nghệ nhân nhịn đói, "chúng tôi tha thứ cho anh." "Lúc nào tôi cũng mong được các người thán phục tài nhịn đói của tôi." Gã nói. "Vâng, chúng tôi phục tài anh lắm," ông quản lý nói cho gã vừa lòng. "Nhưng mấy người đừng nên thán phục tôi," gã nghệ nhân nhịn đói lại nói tiếp. "Vâng, chúng tôi không thán phục anh nữa," ông quản lý đáp lời, "nhưng tại sao chúng tôi không nên thán phục anh?" "Bởi vì tôi phải nhịn đói, tôi không thể làm gì khác hơn," gã trả lời. "Anh quả là con người khác thường, tại sao anh không thể làm gì khác hơn?" "Bởi vì," gã nghệ nhân nhịn đói trả lời ông quản lý, đầu gã hơi nhổm dậy, môi gã nhếch lên như định hôn ai, gã nói thẳng vào tai ông quản lý để không một lời một chữ nào của gã lọt ra ngoài, "bởi vì tôi chẳng bao giờ tìm ra thức ăn tôi thèm ăn. Giá như tôi tìm ra thứ tôi thèm ăn, tin tôi đi, tôi sẽ chẳng bao giờ gây chuyện ầm ỹ như vầy làm gì, tôi sẽ nhét đầy bụng giống như ông hay bất cứ ai khác thôi." Đấy là câu nói cuối cùng thốt ra từ miệng gã nghệ nhân nhịn đói, nhưng trong đôi mắt lấp lánh của gã vẫn còn niềm tin chắc nịch, nếu không còn là tự hào nữa, màn nhịn đói của gã vẫn đang tiếp diễn.

"Dẹp! Dẹp sạch chỗ này, ngay!" Ông quản lý quát bảo nhân viên, và họ khuân xác gã nghệ nhân nhịn đói đi chôn cùng với đống rơm. Sau đó họ nhốt vào cũi một con beo. Thật là mát mắt, người ít chú tâm nhất cũng phải nhận ra, khi thấy con dã thú nhảy lên nhảy xuống bên trong chiếc cũi tối tăm buồn bã suốt thời gian quá lâu. Con beo có vẻ ung dung lắm. Nhân viên nuôi thú đem thức ăn đến cho nó, nó há mõm ăn ngay không do dự; dường như nó chẳng nuối tiếc tự do của nó chút nào; toàn thân nó tràn trề sức sống như chứa đựng sự tự do; sự tự do như chấn ngự nơi hàm răng nó, và nỗi vui sống bốc cháy trong cổ họng nó mãnh liệt đến nỗi người xem không dám nhìn. Nhưng họ cố thu hết can đảm, xúm lại xung quanh cũi và chẳng bao giờ muốn bỏ đi.

Ghi chú:

[1] Dịch từ *Franz Kafka: The Metamorphosis and Other Stories*, ấn bản Anh ngữ của Donna Freed, tủ sách Barnes & Noble Classics, New York, 2003.

GABRIEL GARCÍA MÁRQUEZ
Cái chết lần thứ ba

Cuối tháng Hai năm 1997, trước sinh nhật thứ 70, GABRIEL GARCÍA MÁRQUEZ [1927-2014] tuyên bố rằng một lần nữa ông tự chọn đời sống lưu vong, dọn nhà sang Mexico sinh sống, bởi quê hương ông, Colombia, là một xứ sở "không thoải mái, không chắc chắn và rắc rối cho một nhà văn."

Không ai lấy làm lạ về chuyện này. Từ năm 1956, ông đi đi về về, lúc ở Colombia, lúc Mexico, lúc một quốc gia nào khác, hiếm khi ở lâu một chỗ.

Sinh năm 1927 tại Aracataca, một thị trấn ven biển phía bắc Colombia, ông sống tám năm thời thơ ấu với ông bà ngoại.

Tại đây cậu bé Gabo (tên thân mật gọi ở nhà) đã nghe không biết bao nhiêu chuyện dân gian, hoang đường, những chuyện thần thánh mê tín dị đoan từ những người dân quê mùa, chất phác, và nhất là những huyền thoại dị thường do bà ngoại kể cho thằng cháu nghe những đêm đông giá lạnh. Hiển nhiên, trí óc tò mò đang phát triển của cậu bé, do những câu chuyện thần tiên ấy, đã ảnh hưởng sâu sắc lên óc sáng tạo của một nhà văn sau này khi ông trưởng thành chọn nghề văn. Chính ông từng có lần thổ lộ như sau: "Tôi có cảm tưởng rằng toàn bộ sáng tác văn chương của tôi là những trải nghiệm thời gian tôi sinh sống với ông bà ngoại."

Sau khi ông bà qua đời, cậu bé Gabo theo cha mẹ về Sucre, nơi cha cậu hành nghề dược sĩ, và cậu được gửi vào một trường nội trú tại Barranquilla. Năm 12 tuổi cậu theo học trường cấp hai Dòng Tên tại Zipaquirá, gần thủ đô Bogotá. Năm 1946 sau khi tốt nghiệp Trung học, chàng thanh niên Gabriel García vâng lời cha mẹ vào học Luật tại Đại học Quốc gia Bogotá. Tuy vậy, chỉ sau một thời gian ngắn, chàng chán học, bèn bỏ đi lang thang và viết lách lai rai. Một lần về nhà thăm cha mẹ, chàng gặp người vợ tương lai của mình, nàng Mercedes Barcha Pardo, mười ba tuổi, và nàng yêu chàng tha thiết.

Márquez đọc Hóa thân *của Franz Kafka, và kể từ đó, kết hợp một cách đầy sáng tạo với kỹ thuật kể chuyện của bà ngoại khi xưa, ông bắt đầu định hình một lối viết văn tự sự "thuật những chuyện hoang đường với giọng văn hoàn toàn tự nhiên." Đây chính là văn phong Márquez bền vững theo đuổi đến cùng kiệt suốt văn nghiệp mình, từ những truyện ngắn đầu tay cho đến các tác phẩm tiểu thuyết dài hơi lừng lẫy khắp năm châu bốn bể sau này. Năm 1946, truyện ngắn* Cái chết lần thứ ba *(bản tiếng Anh* The Third Resignation, *mà tôi chọn dịch dưới đây) được tờ El Espectador đăng, và mấy năm sau đó có cả thảy trên mười tờ báo lấy đăng lại. Tên tuổi Márquez đã bắt đầu được chú ý từ dạo ấy.*

Năm 1948 Márquez ghi danh học tại đại học Cartagena, tại đây ông bắt đầu đi vào sự nghiệp một phóng viên nhà báo, cộng tác với tờ Universal. Tại thời điểm này ông đọc tiểu thuyết của Ernest Hemingway, James Joyce, Virginia Woof và William Faulkner. Ảnh hưởng của Faulkner lên văn chương Márquez tương đối là rõ rệt và lâu dài. Năm 1950 ông tháp tùng mẹ về quê ngoại để bán nhà đất cũ, và tại đây, hồi tưởng lại những ngày tháng ấu thơ sống với ông bà ngoại, ông viết thiên truyện vừa La Hojarasca (Bão lá). *Ông gửi truyện này cho nhà xuất bản nhưng bị trả về, lãng quên, và mãi đến năm 1955 mới ra mắt người đọc. Sự nghiệp làm báo của ông từ lúc này cũng khởi sắc dần, và tiếp tục cho đến cuối đời. Ông lúc nào cũng tự nhận nghề nghiệp thực sự của mình là nhà báo, chứ không phải nhà văn.*

Năm 1952 Márquez quay lại Bogotá cộng tác với báo El Espectador với tư cách vừa phóng viên, vừa người viết truyện, vừa nhà phê bình điện ảnh. Thiên phóng sự đăng nhiều kỳ "Sự thật về chuyến phiêu lưu của tôi, kể bởi Luis Alejandro Velasco" về một chiếc tàu chiến của Colombia chở hàng lậu bị đắm ngoài khơi, đã khiến nhà cầm quyền nổi giận, và kết quả tờ báo phải gửi ông sang "lưu vong" ở Italy.

Cuối cùng ông về Paris sinh sống, tại đây ông khởi viết thiên truyện El Coronel se tiene quien le escriba (Không ai biên thư cho ngài đại tá), *và* La mala hora (Giờ xấu). *Truyện* Un dia despues del sabada (Hôm sau ngày thứ Bẩy) *được trao giải thưởng của Hội Nhà văn và Nghệ sĩ Colombia năm 1954. Nhưng ngay sau đó ông mất việc vì nhà nước Colombia đóng cửa tờ El Espectador, ông tiếp tục làm phóng viên tự do ở Paris và cả London trước khi quay về lại Nam Mỹ. Lần này ông chọn Caracas, thủ đô Venezuela, làm địa bàn hoạt động, tại đây ông cùng một số bằng hữu cũ trong giới trí thức văn nghệ sĩ thường gặp nhau bàn tính tìm kiếm một phương hướng mới cho quê hương. Năm 1957 ông sang Đông Âu khảo sát tình hình các quốc gia Xã hội chủ nghĩa bên đó. Có lẽ quan điểm chính trị với xu hướng thiên tả của ông bắt đầu từ lúc này.*

Năm 1958 ông về lại Caracas cộng tác với tờ tạp chí Momento, ông cũng lén về Colombia làm đám cưới với Mercedes. Cũng trong thời gian này ông được lãnh tụ cách mạng Cuba Fidel Castro chú ý và tỏ ra mến mộ, ông được Castro nhờ thành lập cơ sở thông tin tuyên truyền Prensa Latina. Từ đó ông và Castro trở thành bạn, nhưng không phải vì thế mà ông không mạnh mẽ lên tiếng chỉ trích những chính sách quá khích và sai trái của nhà độc tài này.

Ông cũng sinh sống một thời gian ngắn ở Havana và New York, nhưng rồi ông đem gia đình sang thủ đô Mexico và quyết định ở lại đó trong một thời gian khá lâu. Năm 1961 tác phẩm Giờ xấu *xuất bản và được trao giải Premio Literario Esso, giải thưởng văn học cao quý nhất của Colombia. Tập truyện* Los Funerales de la Mama Grande (Đám tang Mẹ Lớn) *cũng xuất bản ngay sau đó một năm.*

Năm 1965 đánh dấu bước ngoặt trọng đại trong văn nghiệp

Márquez. Về sau ông kể lại: "Tôi không hề biết vì sao đột nhiên trong đầu tôi bỗng lóe lên ý tưởng viết cuốn sách này." Lúc đó ông đang cùng gia đình nghỉ hè tại thành phố biển Acapulco, Mexico. "Cuốn sách" Márquez đề cập chính là cuốn Cien años de soledad (Trăm năm cô đơn).

Mặc dù cuộc sống túng thiếu, nhưng ông đã bỏ ra 18 tháng trời tập trung tinh thần hoàn tất cuốn tiểu thuyết, một thành tựu vẻ vang, bởi sau khi xuất bản, ông được cả thế giới ngưỡng phục, sách được dịch ra nhiều ngôn ngữ, và thuật ngữ Magical Realism (Hiện thực Huyền ảo) từ đó trở nên thông dụng trong học giới cũng như đại chúng toàn cầu. Thời gian kế tiếp Márquez dọn nhà sang lưu trú tại thành phố Barcelona, Tây Ban Nha, tại đây ông khởi viết cuốn El otonos del patriarca (Mùa thu ngài trưởng lão). *Từ năm 1980 sức viết ông bỗng nhiên như tăng lên đến đỉnh điểm, một loạt những tác phẩm đủ mọi thể loại ra đời, tiểu thuyết, truyện vừa, phi hư cấu, truyện ngắn, kịch nói, kịch bản cho phim truyện, v.v... trong đó những cuốn quan trọng có thể kể ra là:* Cronica de una muerte anunciada (Ký sự về cái chết được báo trước), *1982*; El amor en los tiempos del colera (Tình yêu thời dịch tả), *1985; cuốn* La aventura de Miguel Littín (Cuộc phiêu lưu của Miguel Littín), *1986, đã ảnh hưởng sâu sắc đến sự sụp đổ của chế độ độc tài quân phiệt tại Chile; cuốn* El general en su labertino (Tướng quân trong mê lộ), *1989, viết về vị anh hùng danh tiếng nhất của Châu Mỹ La-tinh, Simon Bolívar (1783-1830), người thường được mệnh danh là El Libertador, vì công lao hiển hách giải phóng châu Mỹ La-tinh khỏi đế quốc Tây Ban Nha. Sau đó là tập truyện ngắn* Doce cuentos peregrines (Mười hai truyện, những kẻ hành hương), *1992; và tiểu thuyết* Del amor y otros demonios (Về tình yêu và những loài yêu quỷ khác), *1995. Cũng trong thời gian này, chính xác là năm 1982, ông được Viện Hàn lâm Thụy Điển trao giải Nobel Văn chương, đánh dấu một sự nghiệp văn học lừng lẫy của một nhà văn mà bắt nguồn là những huyền thoại hoang đường kỳ bí nghe bà ngoại kể thuở ấu thời!*

Dù là tiểu thuyết hư cấu hay những loạt bài phóng sự chính trị, lịch sử, xã hội... Márquez được đánh giá là nhà văn có tầm ảnh hưởng quan trọng nhất trong văn học tiếng Tây Ban Nha sau Miguel de Cervantes. Ông là một trong những nghệ sĩ hiếm hoi có khả năng dàn trải đời sống, văn hóa và lịch sử chẳng những một quốc gia, mà cả một lục địa, một người kể chuyện bậc thầy, như tờ New York Review of Books có lần nói, "... mỗi trang sách [của Márquez] là một kỳ công, một siêu tưởng xuất chúng về đời sống."

Gabriel García Márquez qua đời ở tuổi 87 (ngày 17/4 năm 2014) tại thành phố Mexico.

Tôi dịch thiên truyện Cái chết lần thứ ba *của Márquez khi trận đại dịch COVID-19 năm 2020 đang hoành hành dữ dội khắp nơi trên thế giới. Thời gian này tôi thường xuyên nghĩ đến cái chết, lý do dễ hiểu, ngày nào xem TV cũng thấy người chết, có quá nhiều người chết xung quanh. Nhìn bức ảnh chụp những chiếc quan tài màu trắng nằm xếp lớp, chen chúc trong một mồ chôn tập thể, các nhân viên mặc áo bảo hộ trắng từ đầu đến chân làm công việc lấp đất, tôi chẳng thể nào che giấu được sự mất mát to lớn trong lòng, sự hoang mang về tương lai loài người, sự mong manh của kiếp người, sự khiếp hãi của đời sống... Tin tức dồn dập từng giờ, từng ngày, bao nhiêu người bị dương tính, bao nhiêu người chết, tất cả như trong ác mộng, không thể nào tin được cái gì đang thật sự xảy ra trên thế giới, đang diễn ra trước mắt mình.*

Cái chết sao dễ dàng thế, chết như mơ, chết như đang làm một chuyến du hành. (Thực sự là một chuyến du hành về bên kia thế giới.) Chứng kiến những cái chết như thế, để trấn át cảm giác hãi hùng, hoang mang ghê rợn, có thể bạn tìm đến đức tin tôn giáo. Tốt thôi. Tôi hiểu sức mạnh tâm linh có thể giúp người ta bước qua cơn hoạn nạn. Hoặc có thể bạn vào phòng làm tình với vợ, với người yêu. Cũng tốt thôi. Tôi hiểu khi bất an, người ta cần đi sâu vào nhau tìm chút hơi ấm của vỗ về, an ủi, để khơi dòng nước tắc nghẽn nơi sông cạn cho nó chảy chan hòa ra biển cả mênh mông. Hoặc có thể bạn nốc cạn chai Macallan rồi gục xuống sô pha mà ngủ. Vẫn tốt thôi. Tôi biết những biến động kinh hoàng xung quanh tác động sâu sắc lên tâm hồn mẫn cảm, dễ bi lụy của bạn, và bạn đành tìm quên trong men rượu. Kỳ thực bạn có thể làm bất cứ điều gì khả dĩ giúp bạn vượt qua cơn khó này. Riêng tôi, tôi tìm đến văn chương.

Lại kệ sách tôi lấy xuống tập truyện ngắn của Gabriel García

Márquez. Đọc đã lâu, nhưng tôi nhớ trong đó có vài ba truyện ngắn Márquez viết về cái chết.

Hiếm có nhà văn nào viết về cái chết như Márquez. Khí hậu "Hiện thực Huyền ảo" đã khiến ông có thể viết những điều mà một ngòi bút "Hiện thực Tả chân" không thể nào làm nổi: Đi vào phần sâu thẳm nhất của bản ngã và kiếp người để trực diện cái kinh khiếp nhất. Cái chết. Trực diện để thấy rằng đời sống vẫn đáng sống, để thấy tôi và bạn là những kẻ may mắn vì chúng ta vẫn còn hy vọng trông thấy mặt nhau. Và nhất là để sống sao cho xứng đáng kiếp người, một điều tưởng giản dị nhưng sao vô vàn khó khăn.

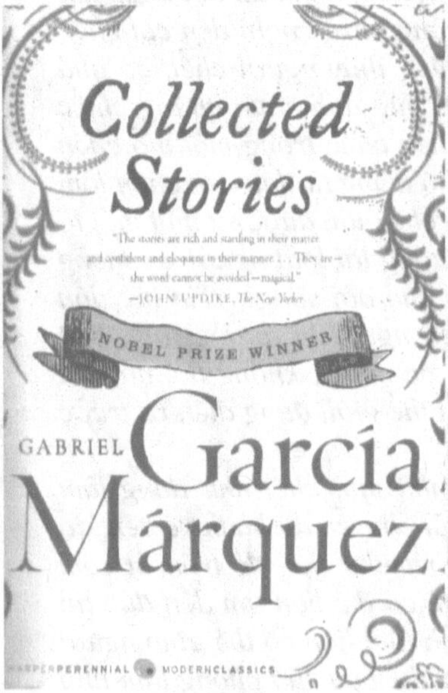

Lại cái âm thanh ấy. Âm thanh nhức óc, lạnh lẽo hắn đã nghe rất nhiều lần; nhưng không hiểu vì sao lần này hắn thấy có cái gì chói lói và đau đớn, như thể chỉ qua đêm hắn không còn nhớ gì cái âm thanh ấy nữa.

Nó quay mòng mòng bên trong não bộ trống trơn của hắn, âm u và nhức buốt. Một cái tổ ong giữa bốn bức tường hộp sọ. Mỗi lần quay một vòng, cái âm thanh chói lói ấy như tăng lên một bậc, toàn thân hắn vật vã, những đốt xương sống co giật liên hồi, không cùng nhịp với những phần khác trong cơ thể. Có cái gì đó không chịu hội nhập với xương thịt con người hắn, cái gì bình thường "vào những thời điểm khác" và giờ đây hắn có cảm tưởng như có bàn tay xương xẩu không tí da thịt đang nện những nhát búa khô khan, chí tử trong đầu hắn, nó làm hắn nhớ đến tất cả những cảm giác cay đắng của cuộc đời. Một xung lực súc vật bốc lên khiến hắn như muốn nắm chặt đấm tay và bóp mạnh hai thái dương đang nổi cộm những đường gân xanh tím vì cơn đau hành hạ. Hắn muốn thò đôi bàn tay nhạy cảm của mình để chụp bắt cái âm thanh quái dị như có kẻ đóng mũi đinh nhọn xuyên thủng hộp sọ hắn. Hình ảnh một con mèo khiến cơ bắp trên người hắn co thắt không tự chủ được lúc hắn tưởng tượng ra cảnh con mèo đang chạy đuổi bên trong cái đầu nóng bừng đau nhức như lên cơn sốt nặng. Nhưng hắn không thể bắt con mèo. Không. Bộ lông của âm thanh trơn tuột, gần như chẳng va chạm vào được. Nhưng với tất cả sức mạnh vì đã quá tuyệt vọng, hắn dự mưu thủ sẵn để chụp giữ nó lại thật chặt, thật lâu. Hắn sẽ không cho phép nó chui vào tai mình nữa, không cho nó đi ra từ miệng, từ từng lỗ chân lông, hay từ đôi mắt. Đôi mắt mù, con ngươi lộn ngược, mỗi lần âm thanh từ đó thoát ra, nhưng vẫn dõi nhìn theo đường bay của nó vọng lại từ khoảng tối mịt mùng vỡ vụn. Hắn sẽ không để cái âm thanh ghê rợn như kính vỡ, buốt giá như sao băng kia nện từng hồi liên tục vào hộp sọ hắn. Cái âm thanh là như thế: liên hồi không dứt, như một đứa trẻ đập đầu vào tường xi măng đặc cứng. Như những cú nện thật mạnh vào cái gì cứng nhất của thiên nhiên. Nếu hắn có thể nhốt nó lại trong một vòng tròn, cách ly nó, thì chắc nó sẽ không làm hắn đớn đau khổ sở nữa. Cắt cái hình dạng luôn biến đổi ra khỏi bóng nó. Chụp giữ lấy nó. Bóp nghẹt nó, vâng, một lần rồi thôi. Ném nó xuống vệ đường với tất cả sức mạnh bình sinh rồi lấy bàn chân dí lên nó một cách hung tợn cho đến khi hắn có thể bảo, trong lúc thở hổn hển, rằng hắn đã diệt trừ được cái âm thanh làm hắn khổ sở, cái âm thanh làm hắn nổi điên, và giờ đây nó nằm bẹp dí dưới mặt đất như một món vật tầm thường, chết ngắt.

Thế nhưng ngay cả lấy tay bóp thái dương, hắn cũng chẳng thể nào làm nổi. Hai cánh tay hắn từ lâu đã co rút lại và giờ đây là tay một người lùn: ngắn ngủn, phù lên toàn mỡ. Hắn cố gắng lắc đầu. Lắc. Nhưng hình như càng lắc âm thanh càng gia tăng cường độ bên trong hộp sọ, cái hộp sọ trở nên rắn chắc lạ thường, to ra, và như bị trì xuống nặng hơn bởi sức hút của trọng trường. Âm thanh ghê rợn, nặng nề và mạnh bạo. Nặng nề và mạnh bạo đến nỗi giả như hắn chụp bắt và đập chết được nó thì hắn có cảm tưởng như ngắt một đóa hoa từ một cành hoa bằng chì.

Hắn đã từng nghe thứ âm thanh dai dẳng ấy "vào những thời điểm khác." Thí dụ vào hôm hắn chết lần đầu. Đó là lúc – khi hắn trông thấy cái xác chết – hắn nhận ra đó là xác chết của chính mình. Hắn nhìn cái xác, thò tay ra sờ. Nhưng hắn không có cảm giác đang bị sờ mó, nó hoàn toàn trống rỗng, không hiện hữu. Quả thật hắn là một xác chết và hắn cảm thấy cái chết đang tới với thân xác tuy còn trẻ nhưng bệnh hoạn của hắn. Không khí bên trong căn nhà đông cứng, như thể có xi măng đổ vào đầy kín, và ngay chính giữa khối xi măng – mọi đồ vật trong nhà vẫn nằm yên vị như khi còn là không khí – hắn nằm đó, chỉn chu, gọn ghẽ trong một cái quan tài cũng bằng xi măng cứng nhưng vô hình, trong suốt. Lúc đó hắn đã nghe thấy cái "âm thanh" này trong đầu rồi. Gót chân hắn, ôi sao lạnh giá, khoảng cách từ đôi bàn chân đến đầu kia quan tài, ôi sao xa cách. Dưới chân hắn, người ta đặt một chiếc gối, bởi thân xác bé bỏng của hắn lọt thỏm trong quan tài, họ đã phải dùng vải vóc bày biện bên trong cho đầy đặn trông được. Đoạn họ lấy vải trắng phủ lên người hắn và buộc một cái khăn tay xung quanh cổ, giữ hàm dưới hắn lại; hắn chết nhưng trông đẹp.

Hắn nằm trong quan tài, sẵn sàng đi chôn, nhưng hắn biết hắn chưa chết. Hắn biết rằng nếu hắn muốn ngồi nhổm dậy thì hắn vẫn có thể dễ dàng làm được. Chí ít là về mặt "tinh thần." Nhưng chẳng bõ bèn gì. Tốt hơn hắn cứ nằm chết, chết vì "chết," bởi chết chính là căn bệnh của hắn. Đã lâu rồi, ông bác sĩ bảo mẹ hắn:

"Thưa bà, con trai bà mắc phải một chứng bệnh hiểm nghèo: cậu ấy chết rồi." Ông ta lại nói tiếp, "Thế nhưng, chúng tôi sẽ làm tất cả những gì có thể để cậu ấy sống bên kia cái chết. Những cơ phận trong thân thể cậu ấy vẫn tiếp tục hoạt động bình thường nhờ vào một hệ thống tự dinh dưỡng phức tạp mà chúng tôi tin là sẽ làm được. Chỉ những chức năng cử động là không làm được thôi, cậu ấy sẽ phải nằm bất động như thế suốt đời. Chúng tôi sẽ theo dõi thật sát tiến trình tăng trưởng của cậu ấy, bởi cậu ấy vẫn tiếp tục lớn lên như bình thường. Nói đơn giản cho dễ hiểu thì đây là một đời sống trong lúc chết, chết mà không chết…"

Hắn nhớ câu nói của ông bác sĩ nhưng nó lộn xộn lắm. Có lẽ hắn chẳng nghe gì cả và nó chỉ là thần trí tưởng tượng của hắn trong lúc thân nhiệt tăng cao do cơn sốt thương hàn gây nên.

Trong lúc hắn chìm vào cơn mê sảng. Trong lúc hắn đọc chuyện ướp xác các hoàng đế Ai Cập. Trong lúc cơn sốt trở nặng, hắn cảm thấy hắn chính là nhân vật chính diện. Một cái gì trống vắng trong cuộc đời bắt đầu. Từ lúc đó trở đi hắn không tài nào phân biệt được, không thể nào nhận biết biến cố nào là trong cơn mê sảng, chuyện nào thật ngoài đời. Đó là lý do vì sao bây giờ hắn đâm ra hoài nghi tất cả. Có lẽ ông bác sĩ chẳng bao giờ đề cập đến cái "đời sống trong lúc chết." Nó chẳng hợp lý chút nào, đầy mâu thuẫn, và giản dị chỉ là sự đối chọi nhau đến phi lý. Và nó khiến hắn bây giờ trở nên hoang mang, chẳng rõ mình đã thật sự chết hay chưa. Mình chết đã mười tám năm rồi, có thật thế không?

Lúc đó – hắn chết năm lên bẩy – mẹ hắn có nhờ thợ đóng hòm đóng cho hắn một cái quan tài nhỏ bằng gỗ, loại chôn trẻ con, nhưng ông bác sĩ ra lệnh cho thợ đóng một cái lớn, loại dùng cho người lớn bình thường, bởi hắn sẽ tăng trưởng theo thời gian, tuy sự tăng trưởng suy mòn này có thể sẽ biến dạng hắn thành một người chết với hình thù quái dị hay một người sống bất bình thường. Hoặc cũng có thể vì không tăng trưởng hắn không nhận ra mình đang khỏi bệnh. Thế là theo lời khuyên giải của ông bác sĩ, mẹ hắn yêu cầu đóng một cái quan tài lớn cho hắn, một quan tài người lớn, và bà xếp ba chiếc gối dưới chân hắn để trông vào không đến nỗi quá so le, xệch xạc.

Sau đó chẳng bao lâu hắn bắt đầu tăng trưởng bên trong quan tài, và mỗi năm người ta phải lấy bớt vải len trong chiếc gối đặt cuối quan tài để hắn có chỗ duỗi chân. Phân nửa quãng đời của hắn là như thế. Mười tám năm. (Hắn bây giờ đã hai mươi lăm.) Và chiều cao, hay đúng hơn, chiều dài thân hình hắn đã đến mức không thể dài thêm. Người thợ đóng hòm và ông bác sĩ đã tính toán không chính xác, kết quả quan tài thừa cả sáu mươi phân. Họ tưởng hắn giống cha, người có thân hình hộ pháp cao lớn dềnh dàng. Nhưng hắn không thế, điểm duy nhất hắn thừa kế người cha sinh thành ra mình là hàm râu rậm rạp. Hàm râu xanh, rậm, bà mẹ hắn có thói quen vén chải râu hắn cho đẹp. Những hôm trời nóng nực hàm râu làm hắn khó chịu vô cùng.

Nhưng cái làm hắn khiếp hãi hơn cả, hơn cái "âm thanh" đó, là những con chuột nhắt! Ngay từ khi còn bé thơ, không có gì trên đời làm hắn hãi hùng hơn giống chuột nhắt. Và mùi nến thắp dưới chân đã thu hút đám vật kinh tởm đó tìm đến. Chúng gặm nhấm áo quần hắn, và hắn biết chẳng bao lâu nữa chúng sẽ gặm nhấm chính hắn, ăn thịt hắn. Có hôm hắn trông thấy chúng: năm con chuột lông trơn láng, bóng lưỡng từ chân bàn lũ lượt trèo lên chui vào quan tài gặm thịt da hắn. Khi mẹ hắn phát hiện thì hắn chẳng còn gì ngoài một đống da bầy nhầy và bộ xương lạnh cứng. Hắn kinh hoàng vì lũ chuột ăn thịt mình thì ít, dù sao chăng nữa hắn vẫn có thể sống tiếp như một bộ xương khô, mà chết khiếp vì cảm giác kinh hãi lũ vật ấy thì nhiều. Chỉ cần nghĩ đến những con vật lông mượt như nhung là tóc tai hắn đã dựng đứng lên rồi, chúng chạy rúc rích cùng khắp thân người hắn, rúc mỏ chui vào những kẽ hở trên da thịt, lấy móng sắc lạnh khều môi hắn. Một con bò lên mí mắt, tìm cách gặm tròng mắt hắn. Hắn thấy con vật, nó to lớn khủng khiếp dị thường, và đang loay hoay tìm cách cắm hàm răng nhọn sâu vào con ngươi hắn. Hắn nghĩ thầm đây hẳn là cái chết khác cho mình và hắn hoàn toàn buông tay phó thác định mệnh cho số kiếp đọa đày đang chờ đón.

Hắn nhớ thời điểm hắn trở thành người lớn, hai mươi lăm năm tuổi, có nghĩa là hắn sẽ không lớn nữa. Thân hình hắn sẽ rắn chắc, nhân dáng nghiêm trang. Nhưng mai sau, lúc khỏi bệnh, làm sao hắn kể lại cho người khác nghe về chuỗi đời ấu thơ của hắn được. Hắn làm gì có tuổi thơ. Tuổi thơ hắn nằm chết mà.

Từ lúc dậy thì cho đến khi trưởng thành, mẹ hắn chăm sóc hắn kỹ lưỡng lắm. Bà luôn tay lau chùi cái quan tài và cả căn phòng nữa cho sạch sẽ. Bà thường xuyên thay hoa trong bình và mở cửa sổ hằng ngày cho không khí trong phòng thoáng mát. Thuở đó bà cảm thấy mãn nguyện mỗi lần bà lấy thước dây đo chiều dài thân hình hắn, bà gật gù thấy vui vui trong lòng khi thấy hắn dài ra vài phân. Bản năng thiên bẩm làm mẹ khiến bà vui sướng thấy con mình sống. Tuy thế, bà cẩn trọng giữ gìn, không cho người lạ mặt vào nhà. Dù sao đi nữa thì một cái xác chết nằm giữa nhà năm này tháng nọ cũng là cái gì không mấy hay ho và chẳng ai hiểu nổi. Bà là người có tính chối bỏ sự thật, nhưng chẳng bao lâu bà mất dần lạc quan. Vào những năm cuối, hắn thấy nét buồn bã hiện trên mặt bà lúc bà giương mắt nhìn vạch đo cái thước dây. Con trai bà hết lớn rồi. Cả mấy tháng trường thêm một mili-mét cũng không. Bà biết rằng từ giờ phút này trở đi bà sẽ không quan sát được sự sống hiện hữu bên trong cái xác thân yêu con bà. Bà sợ một buổi sáng nào đó thức dậy bà thấy con trai bà "thực sự" đã chết, và có lẽ vì lý do đó, một hôm hắn thấy bà khẽ khàng bước đến quan tài rồi cúi xuống ghé mũi ngửi thân hình hắn. Bà trở nên bi quan cùng cực. Gần đây bà cũng sao nhãng việc chăm sóc hắn, bà chẳng buồn lấy thước dây đo hắn làm gì. Bà biết con bà hết lớn rồi.

Và hắn biết giờ đây hắn "thực sự" đã chết. Hắn biết bởi những cơ phận trong người hắn trở nên yên ả, chúng như phó mặc, ra sao cũng được. Mọi thứ đổi thay một cách trái mùa khác lạ. Nhịp đập trước đây chỉ mình hắn nhận ra, bây giờ cũng không còn nữa. Hắn cảm thấy nặng nề, như bị sức mạnh vô hình nào lôi kéo về phía nguyên tố của quả đất. Sức mạnh trọng trường hình như hút hắn vào cõi vô biên nào đó mà hắn không tài nào kháng cự nổi. Hắn trở nên nặng nề như một cái xác chết đúng nghĩa, không thể chối cãi. Nhưng nhờ vậy hắn cảm thấy bình an hơn. Hắn chẳng cần phải thở để sống trong cái chết.

Bằng tưởng tượng, không cần sử dụng đến xúc giác, hắn lần lượt kiểm tra lại toàn bộ đầu mình tay chân hắn. Đầu hắn gối trên một cái gối cứng, hơi nghiêng về phía trái. Hắn tưởng tượng cái miệng hé mở, bởi có làn hơi băng giá lùa những hạt mưa đá vào cổ họng. Hắn bị đốn ngã như một thân cây già hai mươi lăm năm tuổi. Có lẽ hắn cố khép miệng lại. Chiếc khăn tay giữ cằm lâu ngày trở nên lỏng lẻo. Hắn không tài nào tự nằm vào vị trí cho đúng, thậm chí sửa sang bộ dạng sao cho ra vẻ một xác chết đàng hoàng cũng không làm nổi. Mọi cơ bắp, tay chân hắn không còn răm rắp tuân lệnh của thần kinh não bộ như trước đây nữa. Hắn không còn là đứa trẻ bình thường cách đây mười tám năm tự do bay nhảy theo ý muốn. Đôi cánh tay rã rời, vĩnh viễn không liền lặn với cơ thể, ép sát vải đệm lót quan tài. Dạ dày rắn như vỏ cây bồ đào. Và, bên dưới là đôi chân, toàn nguyên, chính xác, hoàn tất một cơ thể người lớn tuyệt hảo. Thân xác hắn nằm trông nặng nề nhưng bình an, không một dấu hiệu nào cho thấy sự khó chịu, như thể thế giới đột nhiên ngưng lại và không ai phá vỡ bầu không khí im lặng tuyệt đối, như thể tất cả các buồng phổi trên thế gian đều ngưng thở để sự lặng thinh của vũ trụ lan tỏa khắp không gian. Hắn cảm thấy sung sướng như đứa trẻ nằm trên bãi cỏ xanh ngửa mặt mơ mộng nhìn đám mây trắng lững lờ trôi trên bầu trời xanh buổi chiều tà. Hắn sung sướng lắm mặc dù biết mình đã chết và được nằm vĩnh viễn bên trong chiếc quan tài lót lụa là, vải vóc. Hắn cảm thấy trí óc minh mẫn, trong trẻo lạ thường. Nó không như thuở xưa, lúc hắn chết lần đầu, lúc hắn cảm thấy vô cùng u tối và chán chường. Bốn ngọn nến đặt xung quanh hắn, cứ ba tháng thay một lần, ngay lúc không thể thiếu thì bắt đầu tàn lụi. Hắn cảm nhận được cái gần gũi của bó hoa đồng thảo tươi đẹp mẹ hắn đem vào buổi sáng hôm đó. Hắn cũng thấy như thế với bó hoa huệ, hoa hồng. Tất cả những thực tại kinh khiếp chẳng hề làm hắn mảy may quan tâm, lo lắng. Ngược lại là đằng khác, hắn thấy sung sướng nằm một mình trong quan tài, thưởng thức cái cô đơn hiu quạnh của chính mình. Nhưng về sau thì hắn có thấy sợ hãi không?

Nào ai biết được? Thật khó khăn nghĩ tới lúc người ta nện những nhát búa chát chúa đóng đinh cái quan tài và nó kêu ken két bởi chẳng bao giờ nó còn hy vọng trở lại kiếp làm thân cây mọc giữa rừng xanh. Thân xác hắn, giờ đây bị kéo xuống sâu hơn bởi sức mạnh vô biên của quả đất, nằm lệch vẹo dưới lòng đất sốp, ẩm ướt, và trên kia, ba thước đất trên kia, những người đào mồ đang nện những nhát cuốc cuối cùng, nghe nhỏ dần, nhỏ dần. Không. Tại đó hắn cũng không cảm thấy sợ hãi. Nó chỉ là thời đoạn nối dài cái chết của hắn thôi, một thời đoạn nối dài tự nhiên nhất, cho hắn đi vào một trạng thái mới.

Cơ thể hắn không còn tia hơi ấm nào, tủy xương hắn sẽ đóng băng vĩnh viễn và những vì sao bé xíu lạnh giá sẽ chui sâu vào hòa quyện với tủy xương. Tốt đẹp biết bao hắn làm quen với cuộc sống mới như một người đã chết! Tuy thế, một hôm trong lúc cố gắng kiểm tra lại đầu mình tay chân mà chẳng thấy đâu, hắn cảm thấy bộ áo giáp vững chắc mình mặc bấy lâu bỗng nhiên tan rã. Hắn không còn hình thể rõ ràng, chính xác nữa, cái cơ thể hai mươi lăm năm tuổi tuyệt hảo của hắn không còn nữa, hắn vô cùng chán nản khi nhận ra thế, nó đã hóa thành một nhúm bụi vô hình tướng, vô hình hài.

Những hạt bụi chết kinh khiếp chỉ thấy trong thánh thư. Có lẽ lúc đó hắn mới dấy lên chút hoài niệm, hoài niệm vì không còn là một thân xác với những cơ phận hẳn hoi, mà chỉ là một thân xác tưởng tượng, trừu tượng, rơi rớt trong ký ức những người quyến thuộc thân quen. Chỉ lúc đó hắn mới biết rằng hắn sẽ tỉnh thức và luồn lách theo những đường ống dẫn nhỏ li ti của cây táo mà vươn lên, để đứa bé nào đó hái ăn trong một ngày mùa thu. Hắn sẽ biết rằng – và điều này quả làm hắn buồn bã – hắn đã đánh mất cái duy nhất của hắn: rằng hắn không là một người chết bình thường, thậm chí một cái xác chết tầm thường cũng không.

Đêm cuối cùng hắn gặm nhấm nỗi cô đơn cùng cực bên trong xác chết của chính hắn.

Nhưng một ngày mới bắt đầu, mặt trời phả những tia nắng ban mai ấm áp lung linh xuyên qua khung cửa sổ, hắn cảm thấy da dẻ mềm mại trở lại. Hắn quan sát một lúc lâu. Lặng yên, chăm chú. Hắn để hơi nắng ấm từ từ phủ trùm lên thân thể. Hắn không thể không ngửi thấy cái mùi ấy: cái "mùi thối" chắc chắn bốc lên từ quanh đây. Suốt đêm cái xác chết đã bắt đầu thối rữa. Thân xác hắn đã thối rữa như bất kỳ một xác chết bình thường nào khác. Không thể nghi ngờ, không thể sai, cái "mùi thối," mùi thịt thiu, bốc lên càng lúc càng nồng nặc, như xộc vào khứu giác. Thân xác hắn đã sình thối từ đêm qua do thời tiết về đêm trở nóng. Vâng. Hắn đã sình thối. Chỉ vài tiếng đồng hồ nữa thôi mẹ hắn sẽ vào thay hoa và mùi thối xác chết sẽ làm bà choáng váng ngay từ ngạch cửa. Thế rồi sau đó họ sẽ khiêng xác hắn đem đi chôn để hắn ngủ giấc ngủ thiên thu lần thứ hai bên cạnh những người chết khác.

Đột nhiên cơn hoảng sợ bất ngờ ập đến như có ai đâm mạnh mũi dao sắc sau lưng. Hoảng sợ! Cái từ thậm xưng, nhưng đầy ý nghĩa! Lúc này hắn cảm thấy thật sự sợ hãi, với cái sợ "vật thể" đúng nghĩa. Nhưng nguyên do nào khiến hắn sợ? Hắn hiểu rất rõ và chính điều này khiến hắn sợ: có lẽ hắn không chết. Họ liệm xác hắn vào cái quan tài này, một cái hòm mà giờ đây hắn cảm thấy rất êm ái, dễ chịu, và con ma sợ hãi mở toang cánh cửa sổ thực tại cho hắn trông thấy: Họ sẽ chôn sống hắn!

Hắn không thể nào chết được bởi hắn vẫn ý thức thật rõ ràng mọi chuyện, mọi vật: đời sống quay cuồng, huyên náo xung quanh hắn. Hắn vẫn nhận ra mùi hương ấm áp của cây vòi voi từ ngoài vườn, qua khung cửa sổ, bay vào thoang thoảng quyện với "mùi thối." Hắn cũng nghe rất rõ tiếng nước nhỏ từng giọt tí tách xuống bể nước. Và tiếng con dế trong xó nhà rung cánh gáy vì nó ngỡ trời chưa sáng hẳn.

Tất cả hình như bảo rằng hắn chưa chết. Tất cả, ngoại trừ cái "mùi thối." Nhưng chắc gì "mùi thối" đó là của hắn? Có thể hôm qua mẹ hắn quên thay nước bình hoa và những nhánh hoa úa héo sáng nay bốc mùi. Hay có thể đó là mùi con chuột chết do con mèo tha vào phòng rồi bỏ quên để nó phình chương sình thối. Không, không đời nào. Nhất định cái "mùi thối" đó không phải hắn.

Chỉ mới đây thôi hắn còn vui vẻ với cái chết của mình, bởi hắn nghĩ là mình đã chết. Bởi người chết thì có thể vui với một tình huống vô phương cứu vãn. Nhưng một người sống thì không thể chấp nhận mình bị đem đi chôn sống. Biết thế nhưng toàn thân hắn hoàn toàn bất lực, hắn không biết phải làm cách nào bảo mọi người rằng hắn còn sống, và đó chính là lý do vì sao hắn hoảng sợ, nỗi sợ kinh hoàng nhất hắn chưa từng cảm thấy bao giờ suốt cuộc đời khi sống cũng như lúc chết của hắn. Họ sắp chôn sống hắn. Có thể hắn sẽ nghe tiếng đóng đinh lên quan tài. Có thể hắn sẽ cảm thấy cái khinh phù trống rỗng của xác thân nằm trên vai những người thân thuộc trong lúc họ cẩn trọng bước từng bước chậm chạp về phía nghĩa trang, và sự kinh hãi cùng nỗi tuyệt vọng cứ thế tăng lên theo từng bước đi.

Hắn sẽ cố ngoi lên, với tất cả sức tàn, trong vô vọng cất tiếng gọi từ bên trong cái quan tài chật hẹp tối đen, hắn sẽ đập mạnh vách ván để mọi người biết rằng hắn chưa chết, rằng hắn đang bị chôn sống. Vô ích thôi. Ngay cả vào giây phút cuối, mấp mé giữa bến bờ sinh tử đó, cơ thể hắn vẫn hoàn toàn không chịu nghe mệnh lệnh của thần kinh não bộ.

Hắn nghe tiếng động phòng bên cạnh. Phải chăng hắn đang ngủ mơ? Phải chăng toàn bộ đời sống một người chết chẳng qua chỉ là cơn ác mộng? Nhưng tiếng đĩa vỡ tắt ngúm sau đó. Hắn cảm thấy buồn bã vô hạn và có lẽ tiếng đĩa vỡ làm hắn khó chịu. Hắn muốn tất cả đĩa bát trên thế gian đồng loạt rớt xuống sàn nhà vỡ tan tành ngay bên cạnh để hắn ngoi dậy, bởi chỉ một động lực vô biên từ ngoài như thế mới kích hoạt được hắn thôi, sức lực trong người hắn đã cạn kiệt rồi, không còn lại chút gì.

Nhưng không. Hắn không nằm mơ. Hắn biết chắc rằng nếu đây chỉ là giấc mơ thì chủ đích trở về thực tại đã không thất bại. Hắn đã không tỉnh dậy. Cảm giác mềm mại của lớp vải bên trong quan tài, hắn cảm thấy, cùng lúc "mùi thối" trở lại, thối khủng khiếp, thối đến nỗi hắn đâm ra nghi ngờ, không biết đó có phải "mùi thối" của chính mình không. Hắn muốn nhìn mặt bà con dòng họ trước khi hắn tan rữa, nhưng cảnh tượng một đống thịt thối rữa hiện ra trước mắt chắc sẽ làm họ chết khiếp vì kinh tởm. Hàng xóm sẽ xúm nhau bỏ chạy, ai nấy lấy khăn tay che miệng, và nhổ nước bọt liên hồi. Không. Không thể thế được. Tốt hơn họ phải đem hắn đi chôn ngay. Tốt hơn phải dẹp bỏ ngay "cái đó," càng sớm càng tốt. Lúc này, thậm chí chính hắn cũng muốn vứt đi thân xác mình. Bây giờ hắn biết rất rõ hắn đã chết, hoặc, có sống thì cũng chẳng đáng kể, chẳng ra gì. Có khác biệt nào không? Trường hợp nào thì cái "mùi thối" vẫn ngoan cố bốc lên.

Với lần bỏ cuộc này hắn sẽ được nghe lời kinh cầu nguyện, một buổi đọc kinh bằng tiếng La-tinh cuối cùng với những người trợ lễ không thành thuộc. Cái lạnh lẽo của nghĩa trang, toàn đất cát và xương xẩu, sẽ thấm vào xương tủy hắn, và có lẽ sẽ làm "mùi thối" giảm bớt phần nào. Có lẽ – nào ai biết được! – có lẽ chỉ giây phút đó hắn mới được giải thoát ra khỏi tình trạng hôn thụy, u mê. Đó sẽ là lúc hắn cảm thấy như đang bơi lội trong mồ hôi của chính mình, trong vũng nước nhơn nhớt, đặc sệt, như hắn từng bơi bên trong tử cung của mẹ lúc hắn chưa chào đời. Có lẽ, chỉ lúc đó hắn mới sống.

Nhưng phần nhiều bây giờ hắn chỉ mong chết, mong đến nỗi chắc hắn sẽ chết vì mong đợi mất thôi.

Ghi chú:

[1] Dịch từ ấn bản Anh ngữ của Gregory Rabassa, HarperCollins xuất bản, 1991.

MILAN KUNDERA

Đời nhẹ khôn kham

(Trích đoạn tiểu thuyết)

1.

Trở về vĩnh cửu là một ý niệm bí ẩn, với nó trong tay, Nietzsche thường làm các triết gia khác điên đầu: hãy nghĩ rằng một ngày nào đó mọi sự sẽ tái diễn y như những gì chúng ta có lần trải nghiệm, và sự tái diễn đó chính nó tái diễn đến vô tận! Cái huyền thoại điên khùng này có bao hàm ý nghĩa gì đáng kể không?

Nói một cách tiêu cực, huyền thoại trở về vĩnh cửu phán rằng đời sống một khi hoàn toàn tan biến, không trở về, giống như một cái bóng, vô trọng lượng, chết trước khi nảy sinh, và cho dù nó kinh khiếp, đẹp đẽ, cao cả đến đâu chăng nữa thì sự kinh khiếp, đẹp đẽ, cao cả ấy cũng không hề có ý nghĩa gì. Chúng ta không cần lưu tâm đến nó, cũng như chúng ta chẳng bao giờ lưu tâm đến cuộc chiến tranh giữa hai vương quốc Phi châu vào thế kỷ mười bốn, một cuộc chiến không hề ảnh hưởng đến vận mạng thế giới dù cả trăm nghìn người da đen đã chết trong thống khổ tột cùng.

Liệu cuộc chiến giữa hai vương quốc Phi châu vào thế kỷ mười bốn có gì đổi khác nếu nó tái diễn hoài hoài, trong bối cảnh trở về vĩnh cửu?

Có chứ: nó sẽ biến thành khối lượng đặc cứng, vĩnh viễn chương phình lên, và hư tính nó vô phương cứu chữa.

Giả sử cuộc cách mạng Pháp tái diễn đến vô tận, chắc các sử gia Pháp sẽ bớt hãnh diện về Robespierre. Nhưng vì họ nói về một chuyện sẽ không trở lại nên những năm tháng đẫm máu của cuộc cách mạng chỉ còn là mớ chữ, lý thuyết, tranh luận, chúng nhẹ hơn lông chim, chẳng làm ai khiếp hãi. Có sự khác biệt vô hạn giữa một Robespierre xuất hiện một lần trong lịch sử và một Robespierre trở lại cả triệu lần chặt đầu dân Pháp.

Do đó, chúng ta hãy đồng ý rằng ý niệm trở về vĩnh cửu ám chỉ viễn ảnh trong đó sự vật hiện ra không giống những gì chúng ta nhận thức về chúng: chúng hiện ra nhưng không cho thấy trạng huống hòa hoãn trong bản chất phù du của chúng. Chính trạng huống hòa hoãn này đã ngăn cản, không cho chúng ta đi đến phán quyết nào. Bởi làm sao chúng ta có thể kết án được những gì xảy ra chỉ trong thoáng chốc phù du? Ráng mây vàng rực của buổi hoàng hôn soi tỏ mọi thứ bằng ánh tinh quang của lòng hoài niệm; kể cả chiếc máy chém.

Cách đây không lâu, có lần tôi bắt gặp trong lòng một cảm giác vô cùng kỳ lạ: trong lúc lướt đọc một cuốn sách nói về Hitler, đôi ba hình ảnh trong cuốn sách khiến tôi chấn động; chúng gợi cho tôi nhớ lại thời thơ ấu; tôi lớn lên trong thời chiến; gia đình tôi có mấy người bỏ mạng trong trại tập trung của Hitler; nhưng những cái chết ấy có ý nghĩa gì nếu đem ra đối sánh với bức ảnh của Hitler, người gợi nhắc cho tôi những hồi ức về thời kỳ đã hoàn toàn tan biến trong đời sống tôi, một thời kỳ không bao giờ trở lại?

Sự hòa giải ấy với Hitler phát lộ điểm sai lầm về đạo đức vô cùng sâu xa của thế giới dựa trên căn bản không có sự trở về, bởi trong thế giới này, chuyện gì cũng sớm được tha thứ nên, do vô tâm và ích kỷ, người ta sẵn sàng cho phép chúng xảy ra.

2.

Nếu mỗi giây phút trong đời sống chúng ta tái diễn đến vô hạn, chúng ta sẽ bị đóng đinh vào vĩnh cửu như Đức Chúa Jesus Christ bị đóng đinh lên thập tự giá. Quả là một viễn ảnh kinh khiếp. Trong thế giới của trở về vĩnh cửu, đè nặng lên mỗi động tác của chúng ta là một trách nhiệm khôn kham. Đó là nguyên do tại sao Nietzsche gọi trở về vĩnh cửu là hệ lụy nặng nề nhất của hệ lụy (*das schwerste Gewicht*).

Nếu trở về vĩnh cửu là hệ lụy nặng nề nhất của hệ lụy, thì đời sống của mỗi chúng ta, trong bối cảnh như thế, vẫn có thể được phơi bày với tất cả sự nhẹ nhàng xán lạn.

Nhưng có thật nặng nề thì tồi tệ còn nhẹ nhàng thì xán lạn?

Hệ lụy nặng nề nhất của hệ lụy nghiền nát chúng ta, uốn chúng ta oằn xuống, dí chúng ta xuống sát mặt đất. Nhưng trong thi ca tình ái của mỗi thời đại, lúc nào người đàn bà cũng mong đợi được thân hình người đàn ông đè xuống. Do đó, hệ lụy nặng nề nhất cùng lúc lại là hình ảnh đời sống được thỏa mãn mãnh liệt nhất. Hệ lụy càng nặng, đời sống chúng ta càng gần mặt đất bao nhiêu, chúng ta càng sống thật, càng gần gũi thực tại bấy nhiêu.

Ngược lại, sự vắng mặt tuyệt đối của hệ lụy khiến con người nhẹ hơn không khí, khiến hắn bay bổng lên cao, tách lìa khỏi mặt đất và xa rời cái hiện hữu phàm trần của hắn, khiến hắn có thật chỉ một nửa, mọi động tác của hắn trở nên tự do nhưng vô nghĩa.

Như thế, chúng ta nên chọn phía nào? Nặng hay nhẹ?

Nietzsche nhắc nhở chúng ta rằng câu hỏi này đã được Parmenides đặt ra từ thế kỷ thứ sáu trước Công nguyên. Trong mắt nhìn của ông triết gia cổ đại này thì thế giới được chia thành những cặp đối nghịch: ánh-sáng/bóng-tối, đẹp-đẽ/thô-tạp, nóng/ lạnh, hiện-hữu/phi-hiện-hữu. Ông gọi một bên là dương tính (sáng, đẹp-đẽ, nóng, hiện-hữu) và bên kia âm tính. Có thể chúng ta thấy cách phân chia thành hai cực âm dương này của Parmenides giản đơn một cách trẻ con, trừ một trường hợp, như Nietzsche từng hỏi: cái gì thuộc dương, nặng hay nhẹ? Parmenides đáp: nhẹ thuộc dương và nặng thuộc âm.

Parmenides đúng hay sai? Vấn đề là ở đó. Chúng ta chỉ biết chắc một điều: trong mọi thuộc tính đối kháng của sự vật thì sự đối kháng giữa nặng/nhẹ là điều bí ẩn, mờ mịt nhất.

3.

Tôi vẫn nghĩ đến Tomas từ nhiều năm nay. Nhưng chỉ vào những lúc được soi sáng bởi dòng suy ngẫm này, lần đầu tiên tôi mới thấy anh thật rõ ràng. Tôi thấy anh đứng bên khung cửa sổ trong căn hộ của anh, mắt nhìn chăm chăm vào bức tường tòa nhà đối diện, bên kia khoảng sân rộng, lòng rối bời không biết phải làm gì.

Trước đó quãng ba tuần anh gặp Tereza lần đầu tại một thị trấn nhỏ miền quê xứ Bôhême. Gặp nhau trò chuyện chưa đầy tiếng đồng hồ, cô gái đưa anh ra bến xe, đứng đợi bên cạnh anh cho đến lúc anh bước chân lên toa tầu. Mười ngày sau, cô tìm đến nhà anh ở Praha. Họ làm tình ngay hôm cô đến. Đêm đó cô lên cơn sốt và ở lại với anh suốt tuần với cơn cảm cúm.

Bỗng nhiên anh cảm thấy yêu thương say đắm người con gái hầu như hoàn toàn xa lạ này, một tình yêu anh không sao cắt nghĩa nổi. Với anh, cô gái như đứa bé được ai đó đặt trong chiếc thúng cói trét nhựa thông rồi thả xuôi theo dòng nước trôi giạt đến cho anh vớt lên bên cạnh giường ngủ của mình ngay tại bờ sông.

Cô ở lại nhà anh suốt tuần lễ, đến khi khỏe hẳn mới trở về thị trấn nơi cô cư ngụ cách Praha chừng một trăm hai mươi nhăm dặm. Chính khi ấy là thời điểm tôi vừa nhắc đến và xem nó là thời điểm định đoạt cuộc đời anh: Đứng bên cửa sổ, nhìn qua khoảng sân rộng trước nhà, mắt nhìn chăm chăm vào bức tường tòa nhà đối diện, và anh đắn đo suy tính:

Anh có nên đề nghị cô gái về Praha sống hẳn với anh không? Anh sợ trách nhiệm. Anh mà ngỏ lời với cô, chắc chắn cô sẽ về và sẽ hiến dâng cuộc đời cô cho anh.

Hay anh nên tự kềm chế lòng mình, đừng nên tiến gần? Để cô gái tiếp tục sinh sống bằng nghề phục vụ tại tiệm ăn khách sạn nơi cái thị trấn nhỏ bé đó của cô và anh sẽ không bao giờ gặp lại cô nữa.

Anh muốn hay không muốn cô gái về đây?

Qua khoảng sân rộng trước nhà, mắt dán vào bức tường đối diện, anh tìm kiếm câu trả lời.

Hình ảnh cô gái nằm trên giường ám ảnh tâm trí anh; trông cô không giống bất cứ người đàn bà nào trong cuộc sống trước đây của anh. Cô không phải tình nhân mà cũng không phải vợ. Cô là đứa bé trong chiếc thúng cói trét nhựa thông trôi giạt, tấp vào chân giường anh bên bờ sông và được anh vớt lên. Cô chìm vào giấc ngủ. Anh quỳ xuống bên cạnh cô. Hơi thở cô dồn dập và từ miệng cô thoát ra những tiếng rên yếu ớt. Anh áp mặt mình lên mặt cô gái rồi khe khẽ vỗ về, dỗ cô đi vào giấc ngủ. Một lúc sau, anh thấy hơi thở cô điều hòa trở lại và khuôn mặt cô bỗng mơ hồ rướn lên, như được sai khiến bởi vô thức, chạm vào mặt anh. Anh ngửi thấy từ đôi môi cô hơi hướm mong manh của cơn sốt và anh hít mạnh làn hơi đó như muốn tận hưởng những gì thầm kín nhất từ thân thể cô gái. Cùng lúc, anh tưởng tượng mình đã chung sống với cô nhiều năm trời và giờ đây cô đang bị lưỡi hái tử thần đến dẫn đi. Anh chợt cảm thấy thật rõ anh không sao sống nổi nếu cô qua đời. Anh muốn nằm xuống bên cạnh và cùng chết với cô. Anh vùi mặt vào chiếc gối bên cạnh đầu cô và giữ yên như thế một lúc rất lâu.

Giờ đây, đứng bên cửa sổ, anh cố hồi tưởng lại giây phút đó. Nếu không phải tình yêu dõng dạc lên tiếng trong lòng anh thì nó là cái gì?

Nhưng đấy có phải là tình yêu không? Anh tin chắc là mình muốn chết bên cạnh cô gái, nhưng cảm xúc ấy rõ ràng được cường điệu: cho đến lúc ấy anh mới gặp cô lần thứ hai trong đời! Phải chăng đây đúng ra là phản ứng điên loạn của gã đàn ông, vì tận thâm tâm hiểu rõ mình không thể yêu, nên tập đóng vai chính mình trong vở hài kịch tình yêu?

Đồng thời, tiềm thức anh hèn nhát đến độ nó chọn ngay cô hầu bàn đáng thương ở cái thị trấn nhỏ bé đó cho vở hài kịch cỏn con, tầm thường, một cô gái không bao giờ anh có thể tưởng tượng có ngày bước chân vào cuộc đời anh!

Phóng tia mắt qua khoảng sân rộng, nhìn vào những bức tường dơ bẩn trước mặt, anh nhận ra một điều là anh không phân biệt nổi đây là cơn điên loạn hay tình yêu.

Trong cảnh huống mà một người đàn ông thực thụ sẽ biết ngay cách đối phó, anh tự trách mình cứ do dự mãi và bởi thế đã đánh mất hết ý nghĩa của những giây phút đẹp nhất đời (quỳ bên cạnh giường cô gái, lòng tin chắc mình không sống nổi sau khi cô chết).

Anh bực dọc với chính mình cho đến lúc chợt nhận ra, với anh, không biết mình muốn gì là tự nhiên thôi.

Chúng ta không bao giờ biết chúng ta muốn gì, bởi cuộc sống chỉ có một lần và chúng ta không thể so sánh nó với những kiếp trước hay cải thiện nó cho những kiếp sau được tốt đẹp hơn.

Sống cùng Tereza hay ở một mình, cái nào sẽ làm đời sống anh tươi đẹp hơn?

Chẳng có phương cách nào để xem quyết định nào tốt, vì căn bản không hề có sự so sánh. Mọi thứ trong đời đều là trải nghiệm lần đầu và không được chuẩn bị. Như thể một diễn viên bước lên sân khấu, không hề qua luyện tập. Nhưng cuộc sống có đáng giá gì nếu buổi tập diễn đầu tiên cho cuộc sống lại chính là cuộc sống? Đó là lý do vì sao cuộc sống bao giờ cũng giống một bức phác họa. Nhưng ngay cả "phác họa" cũng không đúng, vì phác họa là bản nháp cho cái gì đó, là sự chuẩn bị cho một bức tranh, trong khi bức phác họa cuộc sống của chúng ta chỉ là phác họa của cái không, một bản phác họa không hình tượng.

Einmal ist keinmal, Tomas nhủ thầm. Câu ngạn ngữ Đức nói cái gì xảy ra chỉ một lần tốt hơn đừng bao giờ xảy ra. Chúng ta sống chỉ một lần, tốt hơn đừng bao giờ sống.

4.

Nhưng rồi một hôm tại bệnh viện, trong giờ nghỉ giải lao giữa hai ca mổ, cô y tá gọi Tomas bảo anh có điện thoại. Anh nghe thấy giọng Tereza phát ra từ ống nghe. Cô gọi anh từ trạm ga tàu hỏa. Anh sung sướng tột độ. Chẳng may tối đó anh bận việc và đành hẹn cô đến nhà vào hôm sau. Lúc gác máy điện thoại, anh tự trách mình đã không bảo cô gái đến thẳng nhà ngay hôm nay. Anh vẫn dư thời gian để hoãn lại buổi hẹn tối đó mà! Anh cố tưởng tượng những gì Tereza sẽ làm ở Praha suốt ba mươi sáu tiếng đồng hồ đằng đẵng trước khi đến gặp anh và anh đã định nhảy lên xe chạy khắp phố phường tìm cô gái.

Tối hôm sau, cô xuất hiện tại ngưỡng cửa nhà Tomas, xắc tay đeo lủng lẳng trên vai, trông cô thanh nhã hơn lần trước. Cô ôm trong tay một cuốn sách dày cộm. Nó chính là cuốn *Anna Karenina*. Cô có vẻ tươi vui, thậm chí nói năng huyên thuyên, và ra điều cho anh biết cô chỉ tạt ngang đây thôi: cô lên Praha có việc (tới đây cô trở nên mù mờ khó hiểu), hình như cô lên để đi tìm một việc làm mới.

Sau đó, khi hai người trần truồng và kiệt sức nằm cạnh nhau trên giường, anh hỏi cô ngủ đêm ở đâu để anh lái xe đưa cô về vì lúc đó đã gần nửa đêm. Cô ngượng ngùng bảo anh cô chưa tìm được khách sạn và cái va li cô còn gửi ở trạm ga.

Mới hai ngày trước, Tomas còn e sợ nếu anh ngỏ ý mời cô gái lên Praha cô sẽ hiến dâng cuộc đời cô cho anh. Giờ đây, khi nghe cô nói cái va li còn để ở trạm ga, anh nghĩ thầm cô đã nhét cả cuộc đời cô vào cái va li đó và gửi nó lại trạm ga trước khi cô dâng hiến cuộc đời cô cho anh.

Hai người chui vào xe của anh đậu trước nhà và lái đến trạm ga. Anh vào trình giấy tờ lấy cái va li (nó to lớn dềnh dàng và nặng trình trịch) rồi anh lại lái xe đưa cô gái cùng cái va li về nhà.

Làm cách nào anh có quyết định chóng vánh như thế trong khi mới hai tuần trước anh còn do dự, thậm chí một tấm bưu thiếp gửi hỏi thăm cô gái cũng không?

Chính anh cũng phải ngạc nhiên. Anh đã tự phá vỡ những nguyên tắc do chính mình đặt ra. Mười năm trước, sau khi ly dị người vợ đầu, anh đã ăn mừng như người ta ăn mừng ngày cưới. Anh hiểu ra một điều anh sinh ra không phải để chung sống với bất cứ người đàn bà nào và chỉ trong đời sống độc thân anh mới là anh toàn diện. Anh cố sắp xếp cuộc sống để không bao giờ có cảnh một người đàn bà bước chân qua ngưỡng cửa nhà anh với cái va li xách trên tay. Đó là lý do vì sao trong nhà anh chỉ có một chiếc đi văng làm giường ngủ. Mặc dù nó khá rộng, Tomas vẫn nói rõ để các cô tình nhân của anh biết anh không thể ngủ nếu có người nằm bên cạnh, và thường anh lái xe đưa họ về nhà sau nửa đêm. Bởi thế, lần đầu tiên cô gái lên Praha, không phải vì Tereza lên cơn sốt mà anh không ngủ chung với cô. Đêm đầu anh ngủ trên chiếc ghế bành rộng, những đêm sau anh lái xe đến bệnh viện nằm ngủ trên ghế bố trong phòng khám bệnh của mình.

Nhưng lần này, bên cạnh Tereza, anh đã ngủ thiếp đi. Sáng hôm sau, khi thức giấc, anh thấy cô gái còn đang say ngủ, hai tay nắm chặt tay anh. Hai người tay trong tay như thế ngủ suốt đêm ư? Điều này đối với anh thật khó tin!

Và trong khi cô gái còn hít thở sâu trong giấc ngủ, hai tay giữ chặt tay anh (chặt lắm: anh không sao gỡ ra được), cái va li to lớn dềnh dàng dựng bên cạnh giường.

Anh không dám gỡ tay cô gái vì sợ đánh thức cô. Anh khẽ trở mình để quan sát cô kỹ lưỡng hơn.

Một lần nữa đến với anh ý tưởng Tereza là đứa bé trong chiếc thúng cói trét nhựa thông và bị thả trôi sông. Anh không thể để chiếc thúng với đứa bé trôi tuột về cuối dòng sông đầy sóng gió kia được! Nếu người con gái của Pharaoh không vớt lên chiếc thúng đựng cậu bé Moses từ dưới làn sóng dữ thì làm gì có Kinh Cựu Ước, làm gì có nền văn minh như chúng ta đang biết! Biết bao huyền thoại cổ xưa bắt đầu bằng chuyện đứa bé bị bỏ rơi được cứu vớt! Nếu Polybus không vớt lên cậu bé Oedipus thì Sophocles đã không sao hoàn tất được vở bi kịch tráng lệ nhất của ông!

Lúc đó Tomas không nhận ra rằng ẩn dụ rất nguy hiểm. Ẩn dụ không phải cái gì chúng ta có thể bỡn cợt, xem thường. Chỉ cần một ẩn dụ thôi cũng đủ cho tình yêu ra đời.

Ghi chú:

[1] Trích đoạn Phần I, Nặng và Nhẹ, tiểu thuyết *Đời nhẹ khôn kham* của Milan Kundera [1929-2023]. Dịch từ ấn bản Anh ngữ của Michael Henry Heim.

MILAN KUNDERA

Bức màn

(Trích đoạn tiểu luận)

MILAN KUNDERA, nhà văn / nhà viết tiểu luận Pháp gốc Czech, sinh 1929 tại Brno (hiện thuộc Cộng hòa Czech). Trước khi viết văn, ông theo đuổi sự nghiệp âm nhạc. Tác phẩm tiểu thuyết đầu tay của ông, cuốn Chuyện đùa xuất bản năm 1965, được nhà văn Pháp Louis Aragon ca ngợi là một trong những tác phẩm văn học lớn nhất của thế kỷ. Khi biến cố Mùa Xuân Praha xảy ra năm 1968, ông đang giảng dạy tại Học viện Âm

nhạc và Kịch nghệ Thành phố Praha. Sau đó nước Tiệp bị quân đội Nga chiếm đóng, tác phẩm ông bị nhà nước cấm xuất bản và lưu hành. Năm 1975 ông được đại học Rennes, Pháp quốc mời sang dạy học và từ năm 1978 ông cùng gia đình định cư hẳn tại Pháp.

Khi mới di cư ra nước ngoài chọn đời sống lưu vong, Kundera vẫn sáng tác bằng tiếng mẹ đẻ, nhưng sau này ông dùng Pháp ngữ. Tuy vậy, ở bất cứ ngôn ngữ nào, văn chương ông luôn tràn đầy những ý tưởng uyên áo, độc sáng và người đọc bị lôi cuốn bởi những dòng ý tưởng nhiều hơn là cốt chuyện hay số mệnh những nhân vật trong tác phẩm. Ông dùng văn chương như con dao sắc rọc thủng bức màn sân khấu cho người đọc nhìn thấu tận cùng những gì ẩn núp phía sau (đấy chính là ý nghĩa của nhan đề tập tiểu luận, Bức màn.) Với ông, tiểu thuyết là cuộc truy xét đời sống con người trong cái bẫy thế giới này đang dần dà biến thành. Và cũng như hầu hết những tiểu thuyết gia Đông Âu khác cùng thế hệ, tiểu thuyết ông trĩu nặng ý thức chính trị, lịch sử. Nhưng theo ông, ở khía cạnh này, tiểu thuyết gia giống như người thiết kế sân khấu dùng lịch sử như đôi ba món vật không thể thiếu trong tiết kịch để dựng bức phông trừu tượng cho tác phẩm mình.

Kundera hiện nay được xem là một trong những nhà văn hàng đầu của văn học Hậu Hiện đại Tây phương. Có người đi xa hơn, không ngần ngại gọi ông là một trong ba hoặc bốn nhà văn lớn nhất của văn học thế giới đương đại. Nhà văn Simon Leys có lần tuyên bố tác phẩm của Kundera khiến George Orwell bị lu mờ. Đâu đó người ta còn so sánh ông với Franz Kafka.

Kundera còn là một nhà viết tiểu luận xuất sắc, và đó là lý do tôi chọn dịch những trích đoạn tiểu luận văn học sau đây. Bạn đọc có thể tìm thấy phần lớn những quan điểm của Kundera về văn chương, nghệ thuật trên trang viết này.

Ý thức của sự liên tục

Cha tôi sinh thời là nhạc sĩ và câu chuyện sau thường được truyền tụng về ông. Một hôm ông và vài người bạn rủ nhau ra ngồi nơi nào đó, từ chiếc máy hát dòng nhạc giao hưởng vẳng lại. Bạn ông, tất cả đều là nhạc sĩ hoặc người mê nhạc, nhận ngay đó là khúc giao hưởng thứ chín của Beethoven. Họ hỏi cha tôi, "Khúc nhạc đang chơi là khúc gì thế, ông?" Ngẫm nghĩ một lúc khá lâu ông trả lời,

"Hình như là Beethoven." Mọi người trong bàn không ai bảo ai cùng phá lên cười: cha tôi không nhận ra đấy là khúc số chín ư! "Ông chắc không?" "Chắc," cha tôi trả lời, "Beethoven lúc gần cuối đời." "Làm sao ông biết đó là Beethoven lúc gần cuối đời?" Ông vạch ra một số những phong cách chuyển cung mà Beethoven lúc còn trẻ không bao giờ dùng tới.

Giai thoại trên có lẽ chỉ là câu chuyện bông phèng do kẻ tinh quái nào bịa ra, nhưng nó minh họa cho chúng ta thấy thế nào là ý thức của liên tục, một trong những dấu ấn rạch ròi hằn lên con người nằm trong phạm vi văn minh đang (hoặc đã) thuộc về chúng ta. Dưới mắt chúng ta, tất cả sự vật đều bao hàm ý nghĩa lịch sử, chúng ít nhiều là kết hợp một chuỗi lô-gíc những biến cố, những thái độ, những việc làm. Khi còn ở tuổi thiếu niên, tôi nhớ thật rõ niên đại những tác phẩm tôi ưa thích. Không thể nào nghĩ Apollinaire có thể viết *Alcools* sau *Calligrammes*, bởi nếu đó là sự thật thì ông đã là thi sĩ khác, toàn bộ thi phẩm ông đã mang ý nghĩa khác. Mỗi bức họa của Picasso tôi đều yêu thích, nhưng tôi cũng yêu cái tổng thể trong trước tác của ông, nó được hiểu như cuộc hành trình mà trong đó những thời kỳ nối tiếp nhau tôi ghi nhớ không quên. Ở nghệ thuật, câu hỏi siêu hình từ biết bao thế hệ – Chúng ta từ đâu đến? Chúng ta đang đi về đâu? – có ý nghĩa thật sáng tỏ, cụ thể, và không hẳn hoàn toàn không có câu trả lời.

Lịch sử và Giá trị

Chúng ta hãy thử tưởng tượng có nhà soạn nhạc đương đại nào đó viết bản Sô-na-ta mà nhạc thức, hòa âm cũng như giai điệu giống hệt Beethoven. Thêm nữa bản Sô-na-ta của ông thuộc hàng siêu phẩm mà giá như do chính tay Beethoven viết thì phải kể là tuyệt tác. Nhưng cho dù khúc nhạc có tuyệt diệu đến đâu chăng nữa, nếu tác giả là nhà soạn nhạc đương đại thì nó chỉ rõ làm trò cười cho thiên hạ mà thôi. Khá lắm người ta chỉ ca ngợi ông như tay nhà nghề thật khéo mô phỏng tác phẩm của kẻ khác.

Cái gì? Chúng ta thưởng thức khúc Sô-na-ta của Beethoven thì được, nhưng nếu là khúc nhạc cùng phong cách và hay bằng nhưng soạn bởi người cùng thời đại chúng ta, thì không? Phải chăng đó là đỉnh điểm của tính đạo đức giả? Nếu đúng như thế, phải chăng sự cảm nhận cái đẹp không mang thuộc tính tự phát, nó được kích động không do cảm quan cảm xúc mà do cảm quan tri thức nơi chúng ta, và bị điều kiện hóa do sự kiện chúng ta biết ngày tháng nào tác phẩm hình thành?

Đúng thế chứ không có cách nào khác hơn: ý thức lịch sử đã tiêm nhiễm, thẩm thấu quá sâu vào nhận thức nghệ thuật của chúng ta đến nỗi sự sai lầm về năm tháng này (khúc nhạc của Beethoven ra đời ngày hôm nay) sẽ ngay lập tức (không đạo đức giả tí nào) bị xem là lố bịch, giả trá, không thích đáng, thậm chí quái đản. Cảm thức cần phải có sự liên tục nơi chúng ta quá mạnh đến nỗi nó đi vào cảm nhận bất kỳ tác phẩm nghệ thuật nào.

Jan Mukarovsky, cha đẻ của mỹ học cấu trúc, năm 1932 ở Praha viết như sau: "Chỉ có giả định của giá trị mỹ học khách quan mới đem lại ý nghĩa cho tiến hóa lịch sử của nghệ thuật." Nói cách khác: nếu không có giá trị mỹ học thì lịch sử nghệ thuật chỉ là gian nhà kho khổng lồ chất chứa những tác phẩm mà chuỗi diễn biến biên niên của chúng không mang ý nghĩa nào. Và ngược lại: chỉ trong ngữ cảnh của tiến hóa lịch sử trong nghệ thuật người ta mới nhìn ra giá trị mỹ học đó.

Nhưng giá trị mỹ học khách quan nào chúng ta có thể nói đến nếu mỗi quốc gia, mỗi thời kỳ lịch sử, mỗi khu nhóm xã hội đều có những phẩm vị riêng? Từ quan điểm xã hội, tự thân lịch sử nghệ thuật chẳng có ý nghĩa gì, nó chỉ là một bộ phận nằm trong tổng thể lịch sử xã hội, như lịch sử thời trang, đám tang, đám cưới, những cuộc tranh tài thể thao, hội hè đình đám. Đại khái ý nghĩa của tiểu thuyết được lý giải như thế trong cuốn từ điển bách khoa *Encyclopédie* (1751-72) của Diderot và d'Alembert. Tác giả từ mục, Nam tước de Jaucourt, xác nhận tiểu thuyết được truyền bá rộng rãi (gần như ai cũng đọc) và ảnh hưởng đạo đức của nó (đôi khi tốt đẹp, đôi khi độc hại) lên xã hội, nhưng chính nó lại chẳng có giá trị đặc trưng nào; hơn nữa, không thấy ông ta liệt kê tên tuổi những tiểu thuyết gia chúng ta ngày nay hâm mộ: không thấy Rabelais, không thấy Cervantes, không thấy Quevedo, không thấy Grimmelshausen, không thấy Defoe, không thấy Swift, không thấy Smollett, không thấy Lesage, không thấy Abbé Prévost; bởi đối với Nam tước de Jaucourt, chẳng thể nào xem tiểu thuyết là một nghệ thuật có đời sống độc lập, riêng biệt hoặc lịch sử được.

Rabelais và Cervantes. Sự kiện nhà biên soạn từ điển bách khoa không nhắc đến tên tuổi họ là bình thường, dễ hiểu: Rabelais chẳng bao giờ quan tâm đến chuyện ông có là tiểu thuyết gia hay không, còn Cervantes thì nghĩ ông đang viết phần kết mang tính cách trào lộng cho nền văn học viễn mơ của thời kỳ trước đó; cả hai người không ai tự xem mình là "cha đẻ" của tiểu thuyết. Chỉ có hậu thế khi nhìn lại quá trình nghệ thuật tiểu thuyết mới đánh giá và gán ghép vai trò đó lên họ. Nhưng chẳng phải bởi họ là những người viết tiểu thuyết đầu tiên (trước Cervantes đã có nhiều tiểu thuyết gia khác) mà bởi tác phẩm của họ nêu rõ ràng – rõ ràng hơn bất cứ ai khác – lý do tồn tại của loại thể nghệ thuật anh hùng ca mới mẻ này; bởi đối với những kẻ thừa kế họ, những tác phẩm này biểu trưng cho những giá trị lớn lao của tiểu thuyết ở giai kỳ phôi thai; và chỉ khi nào người ta bắt đầu nhìn nhận tiểu thuyết có giá trị nào đó – giá trị đặc trưng, giá trị mỹ học – thì dòng tiểu thuyết nối tiếp mới được thừa nhận như lịch sử.

Lý thuyết Tiểu thuyết

Fielding là một trong những tiểu thuyết gia đầu tiên biết nhận thức thế nào là tính thơ trong tiểu thuyết: mười tám tập *Tom Jones*, tập nào cũng khai mở bằng một chương nói về loại thể lý thuyết tiểu thuyết nào đó (một lý thuyết nhẹ nhàng, tươi vui, bởi đó là cung cách tiểu thuyết gia đưa ra lý thuyết của mình – hắn khăng khăng ôm chặt ngôn ngữ riêng của mình, hắn xa lánh những ngôn từ khó hiểu uyên bác như xa lánh một trận đại dịch.)

Fielding viết tác phẩm này vào năm 1749, tức hai thế kỷ sau *Gargantua* và *Pantagruel*, một thế kỷ rưỡi sau *Don Quixote*, và mặc dù có ngoảnh lại nhìn Rabelais và Cervantes, đối với ông tiểu thuyết vẫn là bộ môn nghệ thuật mới mẻ, ông tự gọi mình là "cha đẻ của lĩnh vực văn chương mới…" Cái "lĩnh vực mới" đó mới đến nỗi nó vẫn chưa có tên gọi chính thức! Hoặc giả, trong Anh ngữ nó có hai tên – *novel* và *romance* – nhưng Fielding không chịu dùng cả hai bởi, nếu dùng, cái "lĩnh vực mới" đó ngay lập tức sẽ bị tràn ngập bởi "hàng đàn hàng đống những *novel* ngớ ngẩn và *romance* kinh người," ông không muốn tiểu thuyết mình bị lẫn lộn trong đó. Do thế ông gọi nền nghệ thuật mới này bằng cụm từ tuy khá phức tạp nhưng cực kỳ chuẩn xác: "*prosai-comi-epic*." [văn-hài-hùng][1]

Ông quyết tâm đưa ra định nghĩa cho loại thể nghệ thuật này – tức xác định lý do tồn tại của nó, vạch ra cương vực của hiện thực, qua đó nó có nhiệm vụ soi sáng, tìm tòi, thấu triệt: "Bởi thế, lĩnh vực chúng ta đào xới nơi đây chẳng qua chỉ là 'Bản chất con người.'" Khẳng định này xem ra có phần vô vị, tầm thường; vào thời đó người đọc xem tiểu thuyết như những câu chuyện lý thú, giàu sức cảm hóa và giúp tiêu khiển, thế thôi chứ không có gì khác hơn; không ai ban phát cho tiểu thuyết mục đích phổ quát, chính xác và nghiêm túc như thế, một cuộc tra vấn truy tìm "bản chất con người;" không ai nâng tiểu thuyết lên một địa vị để từ đó nó có thể phản diện con người.

Trong *Tom Jones*, Fielding đột ngột cắt ngang giữa đoạn trần thuật rồi tuyên bố là ông thấy sửng sốt bởi nhân vật trong truyện có những cá tính mà nhà văn "không thể nào giải thích nổi, những điều phi lý khó hiểu nhất đi vào đầu óc sinh vật lạ lẫm phi thường kia, sinh vật gọi là con người." Thật ra, sự kinh ngạc của Fielding khi bắt gặp những điều "bất khả lý giải" kia trong "sinh vật là con người… lạ lẫm" đó lại chính là động cơ chủ yếu thúc đẩy kích thích ông viết tiểu thuyết, nó là lý do ông sáng tạo. Với Fielding "sáng tạo" là từ then chốt; ông truy nguyên nó từ tiếng gốc La-tinh – *inventio*, có nghĩa là khám phá, hoặc tìm ra. Trong lúc sáng tạo tiểu thuyết của mình tiểu thuyết gia khám phá ra bình diện "bản chất con người" mà cho đến thời điểm đó chưa ai biết hoặc vẫn bị che đậy; do đó sự sáng tạo trong tiểu thuyết là thao tác tri thức mà Fielding định nghĩa là "sự thấu suốt nhanh chóng và sắc sảo bản thể chân thật tất cả mọi đối tượng khách thể trong tư duy chúng ta." (Quả là câu văn đặc sắc: tính từ "nhanh chóng" cho thấy ông muốn nói đến tính loại đặc trưng của tri thức trong đó trực giác giữ phần chủ yếu.)

Và hình thức của lối viết "*prosai-comi-epic*" [văn-hài-hùng] là gì? "Bởi tôi là người khai phá lĩnh vực văn chương mới này, tôi có toàn quyền đặt ra bất kỳ quy tắc nào tôi muốn," Fielding tuyên bố như thế, và ông thẳng tay khước bỏ tất cả những quy luật hoặc giới hạn mà giới quan liêu văn chương hoặc "thư lại" – ông gọi các nhà phê bình văn học như thế – áp đặt lên ông; trong quan điểm của ông tiểu thuyết được định nghĩa (và tôi thấy điều này thật quan yếu) bởi lý do tồn tại của nó; bởi cương vực của hiện thực nó phải đi vào để "tìm tòi khám phá;" tuy thế, hình thức của nó vươn lên từ sự tự do không ai có thể dang tay ra ngăn trở và sự tiến hóa của nó sẽ gây kinh ngạc muôn đời.

Alonzo Quijada đáng thương

Alonzo Quijada đáng thương muốn vươn lên để trở thành hình tượng kỳ tích một khách giang hồ. Thay vào đó, chưa từng thấy trong lịch sử văn học, Cervantes làm chuyện ngược lại: ông hạ bệ hình tượng kỳ tích xuống thế giới của tản văn. "Tản văn": từ ngữ không những ám chỉ đây không phải là văn vần của thơ ca mà nó còn bảo đây là bản chất cụ thể, thường ngày, vật thể của đời sống. Do đó khi nói tiểu thuyết là nghệ thuật của tản văn thì câu nói chẳng thể nào nói hết mọi điều muốn nói; từ ngữ ám chỉ ý nghĩa sâu xa của nghệ thuật tiểu thuyết. Homer chẳng bao giờ thắc mắc răng cỏ của Achilles hay Ajax có bị hao tổn gì sau những trận đấu tay đôi khốc liệt giữa hai người. Nhưng với Don Quixote và Sancho thì hàm răng là vấn nạn phải luôn luôn quan tâm đến – đau răng, rụng răng. "Sancho, chú mày nên nhớ là không viên kim cương nào quý giá bằng cái răng của mình!"

Nhưng tản văn không hẳn chỉ là bình diện khó khăn và dung tục của đời sống, nó cũng có cái đẹp mà cho đến thời điểm đó bị lãng quên: cái đẹp của những tình cảm mộc mạc, đơn sơ, thí dụ như tình cảm thân mật gần như thân thuộc Sancho dành cho Don Quixote. Ngài hiệp sĩ mắng nhiếc Sancho hoài về thói suồng sã lắm lời của gã, ông bảo chẳng thấy sách vở nào của giới hiệp sĩ thuật chuyện kẻ tùy tùng dám ăn nói bằng giọng điệu như thế với chủ nhân. Dĩ nhiên là không: tình cảm thân thiết của Sancho là một trong những khám phá mới mẻ của Cervantes nhờ cái đẹp của tản văn: "Một đứa bé con cũng có thể thuyết phục ông giữa trưa là nửa đêm – và chính vì con tim giản dị của ông nên tôi yêu ông như chính sinh mệnh tôi, và mặc dù tính khí ông dị thường tôi chẳng bao giờ xa ông được." Sancho nói thế.

Cái chết của Don Quixote cũng sinh động hơn nhờ tản văn, nói như thế có nghĩa là mọi xúc động sướt mướt đều không có. Trước đó ông đã đọc cho viết chúc thư, và suốt ba ngày trời ông nằm chờ chết, xung quanh là những người thân yêu: tuy thế "điều đó không ngăn cô cháu gái ông tiếp tục ăn uống, lão quản gia vẫn uống rượu và Sancho vẫn vui chơi ồn ã. Vì được thừa kế món vật nào đó, vui sướng quá đã xóa hẳn hoặc làm giảm bớt nỗi đau buồn con người nợ nần cái Chết."

Don Quixote bảo Sancho, Homer và Virgil miêu tả nhân vật "bằng hình tượng cái họ phải là chứ không phải cái họ là với mục đích cho họ làm gương tốt cho những thế hệ mai sau." Ngay chính Don Quixote cũng chẳng là hình ảnh tốt cho người đời noi gương. Nhân vật trong tiểu thuyết không cần làm gương sáng cho người ta thán phục. Họ cần được hiểu, và đó là hai sự việc hoàn toàn khác biệt. Những anh hùng sử thi đi chinh phục hoặc chính họ bị chinh phục, vẫn không mất cái hào hùng vĩ đại cho đến hơi thở cuối cùng. Don Quixote bị chinh phục. Và chẳng có sự hào hùng vĩ đại nào nơi đây. Bởi ngay tức khắc chúng ta thấy sáng tỏ một điều: đời sống con người như thế là sự chiến bại. Và tất cả những gì chúng ta có thể làm được khi đối diện với sự chiến bại không thể tránh đó, cái gọi là đời sống, là cố làm sao thấu triệt nó. Đó – đó chính là lý do tồn tại của nghệ thuật tiểu thuyết.

Tính độc đoán của "truyện"

Tom Jones là cậu trai được nâng niu, cưng chiều hết mực; cậu sinh ra và trưởng thành trong ngôi nhà dưới vùng quê của nhà địa chủ Allworthy; khi còn tuổi thanh niên, cậu đem lòng yêu Sophia, cô con gái của nhà hàng xóm giàu có, và khi chuyện tình hai người bị phơi ra ánh sáng (ở đoạn cuối tập 6), kẻ thù của cậu đem chuyện ra bêu rếu tàn độc đến nỗi ông Allworthy nổi giận và tống cổ cậu ra khỏi nhà; thế là bắt đầu cuộc hành trình vô định của Tom (khiến chúng ta phải nghĩ đến loại thể tiểu thuyết "giang hồ" trong đó nhân vật chính là người cô độc, một *picaro*, và anh ta cất bước đi lang thang đây đó, mỗi chương đoạn là một cuộc kỳ ngộ với một nhân vật mới), và mãi gần đến phần kết của thiên truyện (tập 17 và 18) tác giả mới dẫn dắt chúng ta trở lại chủ đề chính của truyện: sau một loạt những phiến động mở nút, nguồn gốc bí mật của Tom phơi bày: cậu thật ra là con đẻ của người em gái ông Allworthy, và bà này qua đời từ lâu; sau cùng cậu chiến thắng mọi nghịch cảnh, và ở chương cuối của bộ tiểu thuyết, cậu thành hôn cùng Sophia yêu dấu.

Khi Fielding tuyên bố ông hoàn toàn có tự do làm chủ loại thể tiểu thuyết của mình, chủ yếu ông muốn xóa bỏ tiền lệ hời hợt biến tiểu thuyết thành một chuỗi những hành vi, thái độ, cử chỉ, từ ngữ mà người Anh gọi là "*story*" và gộp chung tất cả những điều trên thành ý nghĩa cũng như cốt lõi của cuốn tiểu thuyết; đi ngược lại quyền hạn tuyệt đối của câu chuyện, ông dành quyền xen vào giữa đoạn văn trần thuật "bất kỳ khi nào tôi có cơ hội," với những ý tưởng và lời bàn của riêng ông – nói tóm lại, ông lạc đề. Tuy nhiên ông vẫn dựng truyện như thể nó là phương tiện duy nhất khả dĩ đảm bảo tính xuyên suốt trong sáng tác, để thắt buộc đầu và cuối tác phẩm vào nhau. Bởi thế ông đóng bộ truyện *Tom Jones* (mặc dù có thể trên môi ông nở nụ cười châm biếm bí mật) với hồi chuông lễ cưới cho ra vẻ "có hậu."

Nhìn từ viễn cảnh này, cuốn *Tristram Shandy*, ra đời mười lăm năm sau đó, có thể được xem là tác phẩm cấp tiến đầu tiên với chủ đích hạ bệ toàn diện "câu chuyện." Trong khi Fielding, để tránh né sự nghẹt thở bên trong hành lang dài một chuỗi những biến cố liên tục, đã mở tung cánh cửa sổ để bay nhảy ra khỏi các phân cảnh cùng khắp thì Sterne hoàn toàn khước bỏ cốt truyện; tiểu thuyết của ông chỉ là cuốn sách lạc đề gấp nhiều lần, một chuỗi dài những biến cố mà tính "xuyên suốt" của nó – cố tình làm ra vẻ mong manh, mong manh đến độ khôi hài – được xâu vào nhau bởi vài ba nhân vật kỳ dị với những hành vi chẳng đâu vào đâu, buồn cười và nhặt nhãnh.

Người ta thường hay so sánh Sterne với những tác phẩm cách tân lớn của thế kỷ hai mươi; lý do là rất xác đáng, ngoại trừ Sterne không phải là *poète maudit*; ông được số đông độc giả ca ngợi và mến mộ; ông đạt mục tiêu của mình với nụ cười trên môi, với tiếng cười ha hả phá lên sau khi toại nguyện. Không ai gọi ông là người viết hũ nút, khó hiểu; nếu ông có gây sự khó chịu nào đó thì chẳng qua đó chỉ là cái khinh phù, cái phù phiếm lăng nhăng, và thậm chí cái tầm thường vọng động trong những đề tài ông viết mà thôi.

Kẻ phàn nàn về những điều "tầm thường vô bổ" đó là kẻ dùng

chữ nghĩa rất đúng. Nhưng chúng ta đừng quên câu nói của Fielding: "Bởi thế, lĩnh vực chúng ta đào xới nơi đây chẳng qua chỉ là *Bản chất con người*." Nhưng phải chăng hành vi mang kịch tính nhất lại là công cụ tốt nhất để thấu triệt bản chất con người? Thật ra thì không hẳn thế, đúng hơn, phải chăng nó là bức tường che chắn bao phủ đời sống, không cho chúng ta nhìn thấu bên trong nó thật sự là gì? Cái "tầm thường vô bổ" phải chăng là một trong những vấn nạn lớn nhất của chúng ta? Phải chăng nó là định mệnh? Và nếu quả như vậy, định mệnh đó là tương lai tốt hay xấu cho chúng ta? Nó là sự nhục nhã của chúng ta hoặc, ở mặt khác, là niềm an ủi, là lối thoát, nơi chốn trú ẩn lánh nạn của chúng ta?

Đây là những câu hỏi tình cờ nhưng đầy kích động. Chính vở kịch nghiêm chỉnh nằm bên trong tác phẩm *Tristram Shandy* đã tạo sự thuận lợi cho những câu hỏi này. Trong nghệ thuật tiểu thuyết, không thể tách rời những khám phá hiện sinh ra khỏi sự chuyển hóa của hình thức được.

Đi tìm thời hiện tại

Don Quixote nằm chờ chết, tuy thế "điều đó không ngăn cô cháu gái ông tiếp tục ăn uống, lão quản gia vẫn uống rượu và Sancho vẫn vui chơi ồn ã." Trong khoảnh khắc, câu văn đó hé mở bức màn che đậy lời văn của đời sống. Nhưng chúng ta thử suy xét lời văn kỹ lưỡng hơn xem sao? Qua chi tiết? Từng lúc một? Sự vui chơi ồn ã của Sancho diễn tả chính nó như thế nào? Gã có phải là kẻ lắm lời? Gã đang chuyện trò với hai người đàn bà cùng lúc? Về cái gì? Suốt thời gian đó gã có túc trực bên cạnh ông chủ mình không?

Theo định nghĩa, trần thuật là miêu tả cái gì xảy ra. Nhưng mỗi biến cố nho nhỏ, khi đã trở thành quá khứ, mất đi bản chất cụ thể của nó và biến thành nét phác thảo. Trần thuật có nghĩa là tìm về hồi ức và bởi thế nó là tổng kết, đơn giản hóa, một toát yếu. Gương mặt thật của đời sống, của văn chương đời sống, vì thế chỉ có thể tìm thấy ở thời hiện tại. Nhưng làm thế nào để tái dựng những biến cố quá khứ và trả lại chúng cái hiện tại chúng đánh mất? Nghệ thuật tiểu thuyết tìm ra giải pháp: giới thiệu thời quá khứ như những hồi cảnh. Mỗi hồi cảnh, kể cả những đoạn viết bằng quy phạm thì quá khứ, bản thể đều là thời hiện tại: chúng ta nhìn và nghe thấy chúng;

chúng mở ra trước mắt chúng ta ngay tại nơi đây, vào chính lúc này.

Khi đọc Fielding, người đọc của ông trở thành "thính giả" và họ để hết tâm trí theo dõi câu chuyện kể bởi con người tài năng tuyệt luân đó. Balzac, khoảng tám mươi năm sau, biến người đọc của ông thành "khán giả," họ nhìn lên màn ảnh (như màn ảnh chiếu phim) trên đó qua sự màu nhiệm của ngòi bút ông, người đọc không thể nào rời mắt khỏi những cảnh tượng ông phối dựng.

Fielding không kể những chuyện hoang đường không ai tin; tuy thế cái nửa tin nửa ngờ trong truyện là cái ông quan tâm đến ít nhất; ông muốn lôi cuốn người đọc không phải qua ảo giác của hiện thực mà là cái huyền diệu mê hoặc của truyện kể, những quan sát kỳ thú bất ngờ, những tình huống kinh ngạc do ông tạo nên. Nhưng sau đó, khi cái nhiệm màu của tiểu thuyết đến nằm bên dưới sự chiêu gọi nghe và nhìn của cảnh tượng thì cái nửa tin nửa ngờ trở nên có quyền uy tối thượng, nó là điều kiện thiết yếu khiến người đọc tin vào điều hắn đang nhìn thấy.

Fielding không mấy bận tâm đến đời sống thường ngày (ông không thể nào tin chính cái tầm thường kia có ngày trở nên đề tài lớn của tiểu thuyết); ông không giả cách lắp đặt cái máy vi âm vào ý nghĩ chạy qua đầu những nhân vật của ông (ông quan sát họ từ phía ngoài và phụ chú bằng những giả thuyết sáng suốt, thường là trào lộng, về tâm lý họ); ông không thích miêu tả và ông chẳng bao giờ phí thời gian miêu tả ngoại hình những nhân vật chính (bạn sẽ không bao giờ biết màu mắt của Tom) hoặc bối cảnh lịch sử của cuốn sách; lời trần thuật của ông vui sướng lướt trên những cảnh tượng trong đó ông chỉ ném vào vài mảnh vụn ông thấy thật cần thiết cho dụng ý làm sáng tỏ câu chuyện và ý tưởng đang diễn đạt; thành phố London nơi định mệnh của Tom đang mở ra trông giống cái vòng tròn nhỏ trên bản đồ nhiều hơn là khu thị tứ đông đúc cư dân: đường phố, công trường, dinh thự chẳng bao giờ thấy ông miêu tả, thậm chí cái tên cũng không có.

Bước sang thế kỷ mười chín sau nhiều thập kỷ bị tàn phá dữ dội, thời gian một lần nữa từ trên xuống dưới thay đổi toàn thể diện mạo châu Âu. Bởi thế có sự biến đổi vĩnh viễn trong bản thể hiện hữu của con người. Lịch sử biến thành trải nghiệm của mỗi con người; con người bắt đầu hiểu ra hắn sẽ không chết trong cùng thế giới hắn sinh ra; tiếng chuông Lịch sử bắt đầu gióng lên mỗi lúc mỗi to, khắp mọi nơi, thậm chí bên trong tiểu thuyết, tiểu thuyết bây giờ phải có thời gian ngày tháng. Hình dạng mỗi món vật dù bé nhỏ đến đâu – mỗi cái ghế ngồi, mỗi cái váy – đều bị đóng dấu bởi sự biến mất cấp kỳ của nó (thay đổi diện mạo.) Kỷ nguyên của miêu tả khởi đầu. (Miêu tả: lòng mê say cái phù vân ngắn hạn, muốn cứu vớt cái tan rã vô hằng.) Paris của Balzac không giống London của Fielding; các công trường đều mang tên, nhà cửa có màu sắc, đường phố đầy mùi vị và âm thanh: đó là Paris của một khoảnh khắc đặc trưng nào đó, một Paris trước và sau đó không bao giờ hiện hữu. Và mỗi cảnh tượng trong cuốn sách đều bị đóng dấu (cho dù chỉ là hình dạng chiếc ghế ngồi hay đường kim mũi chỉ bộ áo vét) bởi Lịch sử. Lịch sử từ bóng tối bước ra, nó không bao giờ ngơi nghỉ mà ngày này sang ngày khác cứ thế cần mẫn đục đẽo diện mạo của thế giới này.

Một chòm sao mới lấp lánh trên bầu trời nhìn xuống con đường cao rộng tiểu thuyết đang đi vào thế kỷ lớn, thế kỷ của quảng bá, của quyền năng; "ý tưởng tiểu thuyết là gì" trở nên trọng đại và nó chế ngự nghệ thuật tiểu thuyết mãi đến thời của Flaubert, Tolstoy, Proust; nó che mờ khiến tiểu thuyết viết từ các thế kỷ trước chỉ còn ló dạng một nửa (một chi tiết khá kinh ngạc: Zola không bao giờ đọc *Những quan hệ ái tình nguy hiểm*) và bất kỳ biến đổi nào trong tương lai cũng gặp phải khó khăn.

Những ý nghĩa phức hợp của từ "Lịch sử"

"Lịch sử Đức quốc," "Lịch sử Pháp quốc": hai cụm từ khác nhau nhưng ý niệm của từ "lịch sử" thì không khác biệt. "Lịch sử loài người," "Lịch sử nền công kỹ nghệ," "Lịch sử khoa học," "Lịch sử nghệ thuật này nghệ thuật nọ": ý nghĩa mỗi cụm từ đều khác nhau, thậm chí từ "lịch sử" trong mỗi trường hợp cũng hàm chứa một ý nghĩa khác.

Bác sĩ A phát minh ra phương pháp trị liệu tài tình chữa trị căn bệnh nào đó. Nhưng mười năm sau bác sĩ B đưa ra phương pháp khác, hữu hiệu hơn, và phương pháp cũ của bác sĩ A (mặc dù rất tinh diệu lúc đó) bị dẹp bỏ và người ta quên nó ngay. Lịch sử khoa học có bản chất của sự tiến bộ.

Áp dụng điều này vào nghệ thuật, ý niệm của lịch sử chẳng dính dáng gì đến sự tiến bộ; nó không ám chỉ sự cải thiện, tu bổ, hoặc hướng thượng; nó giống cuộc hành trình đi khai phá và vẽ họa đồ cho những miền đất mới. Tham vọng của tiểu thuyết gia không phải thực hiện cái gì tốt đẹp hơn các bậc đàn anh tiền bối mà là nhìn ra những gì họ chưa nhìn thấy hoặc nói những điều họ chưa nói ra. Tính thơ của Flaubert không làm suy suyển giá trị của Balzac, cũng như kẻ khám phá Bắc Cực không khiến cuộc mạo hiểm tìm ra châu Mỹ trôi vào quên lãng.

Lịch sử công kỹ nghệ ít tùy thuộc vào con người và tự do của hắn; nó tuân thủ quy luật lô-gíc của riêng nó, nó có một con đường duy nhất; ở ý nghĩa này, nó mang tính vô nhân; nếu Edison không phát minh ra bóng đèn điện, sẽ có người khác làm. Nhưng nếu Laurence Sterne không có ý đồ hoang dại viết cuốn tiểu thuyết không "cốt truyện" thì chẳng ai là người thay thế ông làm công việc đó và lịch sử tiểu thuyết không còn là lịch sử như chúng ta biết nữa.

"Lịch sử văn học, không giống các lịch sử khác, chỉ nên liệt kê các chiến thắng, bởi có ai lợi lộc gì với các chiến bại đâu." Dòng chữ tuyệt luân của Julien Gracq vạch ra cho thấy lịch sử văn học "không giống bất kỳ lịch sử nào khác," nó không phải lịch sử những biến cố mà là lịch sử những giá trị. Nếu không kể trận Waterloo, lịch sử nước Pháp chắc chắn là thiếu sót. Nhưng những Waterloo của các nhà văn lớn nhỏ nằm yên trong quên lãng chứ không nơi nào khác.

"Lịch sử như thế," lịch sử loài người là lịch sử những sự việc không tồn tại nữa và không trực tiếp can dự vào đời sống chúng ta. Lịch sử nghệ thuật, bởi là lịch sử của giá trị, của những điều thiết yếu cho chúng ta, luôn luôn hiện hữu, luôn luôn có mặt cùng chúng ta; chúng ta nghe Monteverdi và Stravinsky trong cùng một buổi hòa nhạc.

Và bởi chúng luôn luôn có mặt cùng chúng ta, giá trị những công trình nghệ thuật thường bị thách đố, bị đánh giá đi đánh giá lại nhiều lần. Nhưng làm thế nào để đánh giá nghệ thuật bởi ở bình diện nghệ thuật không hề có chỉ tiêu chuẩn xác nào cho sự đánh giá? Mọi phê phán thẩm mỹ đều là đánh cược cá nhân; nhưng đánh cược mà không đóng chặt cánh cửa khư khư giữ cho riêng nó những ý niệm chủ quan; điều đó đưa đến những phê phán khác, tìm kiếm sự đồng thuận, muốn được khách quan. Trong ý thức tập thể, lịch sử tiểu thuyết suốt từ thời Rabelais cho đến thời của chính chúng ta, do đó, luôn ở trong trạng thái biến thể, diện mạo nó bị vo tròn bóp méo bởi những thẩm định đúng đắn lẫn sai lầm, bởi trí thông minh tài giỏi lẫn lòng ngu dốt thiển cận, và trên hết bởi sự lãng quên, sự lãng quên của người đời, nó chẳng bao giờ ngưng mở rộng cái nghĩa trang nơi, bên cạnh những cái vô giá trị, nằm yên nghỉ không biết bao nhiêu giá trị khác bị đánh giá thấp, không ai công nhận, hoặc bị bỏ quên. Sự thiếu công bằng không sao tránh khỏi này đã khiến lịch sử nghệ thuật mang nặng tính người.

Cái đẹp của đời sống đột nhiên chật cứng

Trong tiểu thuyết của Dostoyevsky, chiếc đồng hồ liên tục điểm giờ: "Khoảng chín giờ sáng hôm đó" là câu mở đầu tác phẩm *Gã khờ*; tại thời điểm đó, hoàn toàn do tình cờ (vâng, cuốn tiểu thuyết bắt đầu với một tình cờ to lớn!) ba nhân vật trước đây chưa từng gặp nhau bao giờ ngồi cùng toa tàu: Mishkin, Rogozhin và Lebedev; cuộc nói chuyện tay ba chẳng bao lâu chuyển sang một người nữ, nhân vật chính của truyện, Nastasya Filippovna. Mười một giờ, Mishkin đến gõ cửa nhà tướng Epanchin; mười một giờ rưỡi, gã ngồi dùng bữa với bà vợ ông tướng và ba cô con gái của họ; Nastasya Filippovna xuất hiện lần nữa trong câu chuyện trên bàn ăn; chúng ta biết thêm có người nào đó tên Totsky đang cố mai mối cô cho anh chàng tên Ganya, bí thư của tướng Epanchin; và trong buổi tiệc mừng sinh nhật thứ hai mươi lăm của cô tối nay, cô sẽ tuyên bố quyết định của mình. Sau bữa trưa, Ganya đưa Mishkin về nhà anh; bỗng nhiên hoàn toàn bất ngờ, Nastasya Filippovna bước vào cửa và khoảnh khắc sau đó (mỗi tình huống đều được chấm phá bởi sự xuất hiện bất ngờ của một nhân vật), Rogozhin ló mặt vào, say khướt, tháp tùng bởi những gã say khác. Bữa tiệc sinh nhật của Nastasya tối hôm đó thật náo nhiệt: Totsky kiên nhẫn chờ đợi cô nói một lời về quyết định hôn nhân của cô, cả hai người Mishkin lẫn Rogozhin đều tỏ tình với cô, và Rogozhin trao vào tay cô gói bạc cả trăm triệu rúp mà cô thẳng tay ném vào lò sưởi. Bữa tiệc chấm dứt lúc nửa đêm và phần một của tác phẩm bốn phần cũng chấm dứt theo: trên dưới 250 trang giấy, mười lăm giờ đồng hồ trong ngày và vỏn vẹn bốn khung cảnh – trên tàu hỏa, nhà của Epanchin, căn hộ của Ganya, và căn hộ của Nastasya.

Cho đến thời điểm đó, sự cô đọng đến đặc quánh những biến cố trong khoảng không thời gian như thế chỉ thấy trên sân khấu kịch.

Đằng sau tính kịch hóa thậm xưng của động tác (Ganya tát vào mặt Mishkin, Varya nhổ lên mặt Ganya, Rogozhin và Mishkin cùng lúc tỏ tình với một người đàn bà), mọi bình diện thông thường của đời sống biến mất. Đây là tính thơ trong tiểu thuyết của Scott, của Balzac, của Dostoyevsky: tiểu thuyết gia muốn nói tất cả qua cảnh tượng, nhưng diễn tả cảnh tượng chiếm quá nhiều không gian; yêu cầu duy trì tính căng thẳng đưa đến tình trạng động tác đầy rẫy, và bởi thế nảy sinh nghịch lý: tiểu thuyết gia muốn nắm giữ tất cả tính khả tín của văn chương đời sống, nhưng cảnh tượng trở nên quá đậm đặc với biến cố, tràn ngập bởi những tình cờ, đến nỗi nó mất cả tính văn xuôi lẫn khả tín.

Nhưng với tôi kịch hóa cảnh tượng không hẳn chỉ là cái thiết yếu ở mặt kỹ năng, lại càng không phải nhược điểm. Bởi những biến cố chồng chất lên nhau như thế, với tất cả những ngoại lệ hay chỉ có thể tin được một chút, đều thú vị không gì sánh được! Khi chuyện đó xảy ra trong đời sống chính chúng ta – ai là người có thể phủ nhận được? – nó khiến một cảm giác kỳ diệu tràn ngập tâm khảm chúng ta! Chúng ta vui sướng! Không thể nào quên được! Những cảnh tượng trong tiểu thuyết của Balzac hoặc Dostoyevsky (nhà văn cuối cùng nối nghiệp Balzac ở thể loại tiểu thuyết này) đều phản ánh cái đẹp thật đặc trưng – cái đẹp vô cùng hiếm hoi, vâng, nhưng dẫu thế nó rất thật, và là cái đẹp ai cũng đã từng chiêm nghiệm, hoặc chí ít lướt qua một lần, trong đời sống mình.

Điều này khiến tôi nhớ lại thời tôi còn trẻ sống ở Bohemia[2] phóng đãng: bạn bè tôi hay tuyên bố là không có gì trên đời tuyệt thú cho bằng làm tình với ba người đàn bà khác nhau trong cùng một ngày. Không phải trò cuồng dâm máy móc mà là kết quả của những cuộc phiêu lưu ái tình chớp nhoáng đầy bất ngờ và thú vị. "Ngày ba," ba lần với ba người đàn bà – chuyện cực kỳ hiếm hoi, như giấc mơ – nhưng nó có nét quyến rũ chói ngời; ngày nay tôi nhìn nó không hẳn chỉ là khả năng giao hoan vô địch nào đó mà là cái đẹp sử thi của những cuộc hẹn hò liên tiếp, trong đó mỗi người đàn bà hiện lên phía trước hậu cảnh của người trước dường như càng làm tăng thêm vẻ độc đáo bất ngờ, thân xác ba người như ba nốt nhạc dài tấu lên bởi ba nhạc cụ khác nhau và dính kết vào nhau bởi hợp âm duy nhất. Thật là cái đẹp đặc trưng, cái đẹp của đời sống đột nhiên chặt cứng.

Quyền năng của cái vô vị

Năm 1879 trong ấn bản thứ nhì của cuốn *Nền giáo dục tình cảm* (lần thứ nhất in năm 1869), Flaubert thay đổi cách xuống hàng: ông không bao giờ cắt đoạn văn thành nhiều đoạn ngắn nữa, mà thường nối chúng thành đoạn dài hơn. Điều này dường như cho tôi thấy chủ ý thẩm mỹ sâu sắc của ông: giải kịch hóa tiểu thuyết, tức là lấy đi tính kịch của nó ("Cái gì Balzac làm, làm ngược lại"); bao bọc các hành vi, cử chỉ, cách ứng xử bên trong một tổng thể rộng lớn hơn; hòa tan cho chúng trôi theo dòng nước của cái thường ngày.

Cái thường ngày. Không hẳn nó chỉ là cái buồn phiền khó chịu, cái vu vơ, cái lặp đi lặp lại, cái tầm thường bông lông; nó cũng là cái đẹp nữa; thí dụ, sự êm đẹp huyễn hoặc trong bầu khí quyển mà ai cũng từng cảm nhận trong cuộc sống mình: tiếng nhạc văng vẳng vọng sang từ căn hộ bên cạnh; tiếng mặt kính cửa sổ bị gió mạnh đập lên; giọng nói đều đều của vị giáo sư trong lớp học có cô nữ sinh đang nặng lòng yêu đương ngồi nghe mà chẳng thu nhận được gì; những tình huống tầm thường này đóng tem lên một biến cố riêng tư nào đó với cái dị kỳ độc đáo, không ai bắt chước được, và nhờ đó biến cố mang dấu ấn ngày tháng và chẳng bao giờ bị lãng quên.

Nhưng Flaubert còn dấn thêm bước nữa khi ông truy xét cái tầm thường vô vị của đời sống hằng ngày. Mười một giờ sáng, Emma đến điểm hẹn bên trong một giáo đường, không nói không rằng nàng trao cho Léon, lúc đó vẫn là người tình cao thượng của nàng, lá thư nói nàng muốn chấm dứt ngay những cuộc hẹn hò này. Đoạn nàng bỏ ra chỗ khác, quỳ gối, và bắt đầu cầu nguyện; lúc nàng đứng lên nhân viên hướng dẫn nhà thờ tiến lại gần và tình nguyện đưa hai người đi tham quan ngôi thánh đường. Để phá vỡ cuộc hẹn, Emma đồng ý, thế là hai người bị kéo đi, lúc thì dừng chân bên cạnh ngôi mộ nào đó, lúc thì nhìn lên bức tượng người ngựa một nhân vật đã chết, rồi cứ thế hết ngôi mộ này đến bức tượng kia, tai nghe lời thuyết minh của người hướng dẫn mà Flaubert thuật lại với tất cả sự phi lý điên khùng và chán ngán. Đùng đùng lên cơn giận, không thể nào chịu đựng nổi nữa, Léon cắt ngang buổi tham quan, lôi Emma ra trước cửa nhà thờ, vẫy tay gọi xe ngựa, và từ đó bắt đầu cảnh tượng mà chúng ta đều biết, bên trong chiếc xe ngựa tất cả những gì chúng ta trông thấy hoặc nghe thấy chỉ còn là giọng nói lúc được lúc không của người đàn ông ra lệnh cho người xà ích quành xe vào một đoạn đường mới khiến cuộc hành trình đi mãi vào vô tận để cuộc mây mưa bên trong xe không bao giờ chấm dứt.

Một trong những cảnh tượng dâm thơ nhất trong văn chương lại khởi đầu bằng cái tầm thường vô vị nhất: một kẻ nhàm chán lải nhải những lời dai, dài và dở. Trên sân khấu kịch một tiết kịch hay chỉ có thể nảy ra từ một tiết hay khác. Chỉ có tiểu thuyết mới có tính năng hiển lộ năng lực vô biên, kỳ bí của cái vô vị, không đâu vào đâu.

Nét đẹp của sự chết

Tại sao Anna Kerenina tự kết liễu đời mình? Câu trả lời có vẻ khá rõ ràng: một thời gian dài những người thân trong thế giới nàng quay lưng lại nàng; nàng rất khổ tâm vì phải sống xa đứa con trai, Seryozha; ngay cả nếu Vronsky vẫn yêu thương nàng, nàng hãi sợ tình yêu đó; tình yêu khiến nàng kiệt lực, tâm tư nàng sôi sục quá độ; nàng ghen tuông một cách không lành mạnh (và không đúng chút nào); nàng cảm thấy như bị kẹt trong bẫy. Vâng, tất cả những điều đó đều rõ ràng; nhưng liệu một con người bị kẹt bẫy chẳng sớm thì muộn sẽ chọn cái chết cho chính mình? Rất nhiều người tìm cách thích ứng với đời sống trong bẫy! Ngay cả nếu chúng ta hiểu ra chiều sâu nỗi khổ của nàng, cái chết của Anna vẫn là bí ẩn, khó lòng giải thích tận tường.

Khi Oedipus khám phá ra sự thật kinh hoàng về lai lịch mình, khi thấy Jocasta treo cổ, chàng tự móc hai mắt; từ thời điểm chàng ra đời, định mệnh đã an bài với sự chắc nịch của toán học đưa đẩy chàng đến kết cuộc bi thảm này. Nhưng không có biến cố khác thường nào xảy ra khi Anna, trong phần bảy của cuốn tiểu thuyết, lần đầu nghĩ đến cái chết như một khả thể. Hôm đó là ngày thứ sáu, hai ngày trước khi chết; với cơn bão lòng sau vụ cãi cọ với Vronsky, thốt nhiên nàng chạnh nhớ đến những điều nàng nói nhiều năm trước đây, trong sôi nổi, một thời gian sau khi nàng hạ sinh đứa con gái: "Làm thế nào mình vẫn chưa chết nhỉ?" và giờ đây nàng u uất mãi với ý tưởng này. (Hãy ghi nhận: đây không phải Anna đang đi tìm lối thoát ra khỏi cái bẫy, qua lô-gíc nảy ra ý nghĩ về sự chết; mà chính hồi ức nàng đã tinh vi thầm thì bên tai nàng.)

Hôm sau, ngày thứ bảy, lần thứ hai nàng nghĩ đến cái chết: nàng nghĩ "để trừng phạt Vronsky, để chiếm lại tình yêu của chàng, chỉ còn có cách quyên sinh." (Do đó, quyên sinh không phải đào thoát ra khỏi cái bẫy mà là trả thù tình ái); nàng phải uống một liều thuốc ngủ và trong lúc mơ màng nàng thấy nàng như mất hút trong cái chết của chính mình; nàng tưởng tượng Vronsky đứng nghiêng mình trên xác chết nàng trong nỗi đau khổ vô biên; thế rồi, chợt nhận ra cái chết của mình chỉ là cơn mê loạn, nàng đột nhiên cảm thấy nỗi vui sướng của đời sống ùa lên: "Không, không, chuyện gì cũng được ngoại trừ cái chết! Mình yêu chàng, chàng cũng yêu mình, trước đây chúng mình đã từng trải qua biết bao đau khổ cực kỳ như vầy và chúng mình sẽ cố gắng dàn xếp mọi chuyện cho ổn thoả thôi."

Hôm sau, ngày Chủ nhật, là ngày nàng chết. Sáng ra, một lần nữa, họ lại xào xáo, và Vronsky vừa ra khỏi nhà đi thăm mẹ sinh sống trong ngôi biệt thự ngoại thành Maskva thì Anna đã gửi ngay cho chàng lá thư: "Em thật sai lầm; anh hãy trở về nhà, chúng mình phải nói chuyện. Nhân danh Đức Chúa trên trời, anh hãy trở về – em sợ lắm!" Rồi nàng quyết định đi thăm Dolly, chị dâu nàng, để tâm sự về nỗi khổ của mình. Nàng trèo lên xe ngựa, ngả người vào ghế, và để mặc cho các ý tưởng cứ thế tuôn chảy trong đầu. Đây không phải những suy nghĩ hợp lý, nó là thao tác tự do không vướng bận của khối óc, qua đó mọi thứ cùng lúc rối nùi vào nhau – những mảng suy nghĩ rời, hồi ức, nhận xét. Một chiếc xe đang chạy là phương tiện lý tưởng cho lối độc thoại trong câm lặng này; thế giới bên ngoài tuần tự chạy giật lùi trong mắt là nguồn tiếp tế bất tận cho ý tưởng: "Văn phòng, cửa hàng, nha sĩ. Vâng, mình sẽ kể cho Dolly nghe tất cả. Khó khăn lắm chứ chẳng dễ dàng chút nào đâu nhưng mình sẽ kể hết, mình sẽ làm được."

(Stendhal thường hay cắt ngang giữa một cảnh tượng; chúng ta không nghe đối thoại nữa mà bắt đầu theo dõi ý nghĩ bí mật của một nhân vật; đây luôn luôn là lề lối tư duy hợp lý và cô đọng, qua đó Stendhal phơi bày cho chúng ta thấy phương cách nhân vật của ông thẩm định tình huống và quyết định đối phó ra sao. Độc thoại nội tâm của Anna, mặt khác, không hề lô-gíc chút nào, thậm chí nó cũng chẳng phải là những nghĩ suy, nó là cơn lũ, tất cả mọi thứ tuôn qua đầu nàng ở một thời khắc nào đó. Tại đây cái gì Tolstoy làm, năm mươi năm sau, Joyce làm lại, một cách có hệ thống hơn nhiều, trong cuốn *Ulysses* – cái gọi là "độc thoại nội tâm" hoặc "dòng ý thức."

Cả Tolstoy lẫn Joyce đều có chung một nỗi ám ảnh: chụp bắt cái xảy ra bên trong đầu một con người ở thời khắc hiện tại mà chỉ một lúc sau đã hoàn toàn mất hút. Nhưng có sự khác biệt giữa hai nhà văn: với độc thoại nội tâm, Tolstoy không truy xét cái tầm thường tẻ nhạt của đời sống ngày thường, như Joyce làm sau đó, mà thay vào đó là những giây phút quyết định vận mệnh đời sống nhân vật nữ của ông. Điều này khó khăn hơn nhiều, bởi tình huống càng bi thương, càng bất thường, càng trầm trọng, người miêu tả nó càng có xu hướng tiết giảm những tính chất cụ thể của nó, càng gạt bỏ văn chương phi lô-gíc, càng muốn thay thế cái lô-gíc tàn bạo và giản dị của tấn bi kịch. Cuộc truy xét văn chương một vụ quyên sinh của Tolstoy, bởi thế, là một thành tựu lớn lao, một "khám phá" vô tiền khoáng hậu trong lịch sử tiểu thuyết.) Đến nhà Dolly, nhưng Anna không tài nào thổ lộ với Dolly được điều gì. Nàng kiếu từ Dolly ngay, đoạn lại chui vào xe ngựa ra về; đợt độc thoại nội tâm thứ hai diễn ra: cảnh tượng trên đường sá, những nhận xét, liên tưởng. Về nhà, nàng thấy bức điện văn của Vronsky nói chàng ở nhà mẹ đến mười giờ tối mới về. Sau trận than khóc đầy xúc cảm hồi sáng ("Nhân danh Đức Chúa trên trời, anh hãy trở về – em sợ lắm!"), nàng hy vọng sẽ nhận được hồi âm cũng xúc cảm không kém từ Vronsky và, bởi không biết Vronsky chưa nhận được thư nàng, nàng cảm thấy như bị thương tổn nặng nề; nàng quyết định ra đón tàu đi gặp Vronsky; một lần nữa nàng lại ngồi trong xe ngựa và chúng ta nghe đợt độc thoại nội tâm thứ ba: cảnh tượng trên đường sá, người đàn bà ăn xin đang ôm trên tay đứa bé. "Làm sao bà ấy tưởng tượng được lòng thương hại của kẻ khác? Có phải tất cả chúng ta đều bị ném ra trên cõi đời này chỉ để thù ghét và làm khổ nhau đấy ư?... Ôi, những đứa trẻ học trò đang chơi đùa quanh đây... Seryozha bé bỏng của mẹ!"

Từ xe ngựa nàng bước lên toa tàu tìm chỗ ngồi; đến đây một yếu tố mới xuất hiện: cái xấu xí; từ cửa sổ toa tàu, nàng trông thấy người đàn bà với một thân thể "méo mó dị dạng" đang tất tả chạy trên sân ga; "trong óc nàng, nàng hình dung ra người đàn bà không mặc y phục trên người và nàng chợt rùng mình kinh hãi với cái xấu của bà ta." Theo sau người đàn bà là đứa gái nhỏ, "tiếng cười của nó nghe sao giả dối, khoa trương thái quá." Một gã đàn ông xuất hiện, "trên đầu gã đội chiếc mũ nhà binh trông cực kỳ dơ bẩn và xấu xí." Sau cùng một cặp vợ chồng ngồi vào băng ghế đối diện nàng; "nàng thấy ghê tởm phải ngồi chung với họ"; người đàn ông đang nói "những điều xằng bậy với người vợ." Tất cả những ý tưởng hợp lý theo nhau biến mất trong đầu óc nàng; tri giác cảm nhận cái đẹp trong lòng nàng biến thành sự nhạy cảm thái quá; nửa giờ trước đây nàng muốn từ giã cái thế giới mà nàng thấy cái đẹp cũng đang giã từ.

Đoàn tàu dừng lại và nàng bước xuống sân ga. Tại đây nàng lại nhận được lá thư khác của Vronsky báo tin chàng chắc chắn sẽ về nhà lúc mười giờ tối. Nàng tiếp tục đi giữa đám đông, tứ phía nàng thấy chỗ nào cũng thô bỉ, gớm ghiếc, dung tục. Một đoàn tàu chở hàng đang lăn bánh vào ga. Đột nhiên nàng "chợt nhớ đến người đàn ông bị nghiến nát dưới bánh xe hỏa hôm nàng gặp Vronsky lần đầu, và nàng hiểu nàng phải làm gì." Đến thời điểm này nàng mới nhất quyết từ giã cõi đời.

("Người đàn ông bị nghiến nát" hiện ra trong trí nhớ nàng là một nhân viên đường sắt, ông ta sẩy chân ngã và bị tàu cán chết hôm nàng gặp Vronsky lần đầu. Điều này có ý nghĩa gì? cái đối xứng, sự đóng khung trọn vẹn chuyện tình của nàng bởi một mô-típ hai cái chết tại trạm ga xe hỏa? Phải chăng nó là sự sắp đặt đầy tính thơ của Tolstoy? Phải chăng nó là cách thế ông nghịch ngợm với các biểu tượng?

Chúng ta hãy trở lại xem xét tình huống đó thêm lần nữa: Anna ra trạm ga để đi gặp Vronsky chứ không phải để quyên sinh; khi đứng trên sân ga, đột nhiên hồi ức quay về và nàng bị thu hút bởi cơ duyên bất ngờ, đó là chuyện tình của nàng có thể chấm dứt nơi đây, dưới một hình thể vẹn toàn đẹp đẽ; đoạn đầu và đoạn kết của nó được thắt buộc vào nhau bởi cùng một cảnh tượng sân ga và cùng một mô-típ cái chết dưới bánh xe con tàu; bởi, con người chúng ta, dù không hề nhận biết, ai nấy đều sống dưới lời trù yểm đầy mê hoặc của cái đẹp, và Anna, nghẹt thở bởi cái xấu của hiện hữu, đã không cưỡng lại được.)

Nàng đi xuống cầu thang và bước ra chỗ đường rày. Đoàn tàu chở hàng tiến lại gần. "Một cảm giác kích động chế ngự tâm hồn nàng như có lần đi bơi, lâu lắm rồi, nàng cảm thấy khi chuẩn bị nhảy xuống nước."

(Thật là một câu văn tuyệt diệu! Ngay giữa giây phút ngắn ngủi, giữa thời khắc cuối cùng của đời sống nàng, cái hấp lực ghê gớm kinh khiếp kia lại kêu gọi một hồi ức vui tươi, thanh thản, không chút đặc biệt! Ngay cả khi đang tê tái đối diện với cái chết, Anna khác xa con đường bi thảm của Sophocles. Nàng không hề lìa bỏ con đường bí ẩn của cõi phàm, nơi cái xấu chen vai thích cánh với cái đẹp, nơi cái hợp lý bị cái phi lý chèn lấp, và nơi cái mê ẩn vẫn hoàn mê ẩn.)

"Nàng hất đầu về phía sau, hai vai nhô lên, đôi cánh tay chới với về phía trước và buông mình dưới con tàu."

Kẻ lặp lại chính mình phải biết hổ thẹn

Sau khi chế độ Cộng sản tự sụp đổ vào năm 1989, trong chuyến về thăm Praha, một anh bạn sinh sống suốt thời gian ở đó bảo tôi: Chúng ta cần một Balzac. Bởi vì những gì ông nhìn thấy nơi đây chính là sự tái lập của xã hội tư bản với tất cả những cái tàn bạo và xuẩn động của nó, với cái gớm ghiếc của quân lừa bịp và bọn giàu mới. Cái xuẩn động mại bản thế chỗ cái xuẩn động ý thức hệ. Tuy vậy những trò đời ở thời đại mới này lại có cái hay ho, và sở dĩ nó như thế là vì trong trí nhớ người ta cái cũ vẫn chưa hoàn toàn tan biến, và giống như thời đại của Balzac, Lịch sử tạo nên những hoạt cảnh rối nùi không thể tưởng tượng được.

Đoạn bạn tôi kể tiếp cho tôi nghe chuyện một ông già. Ông từng là cán bộ cao cấp trong đảng. Cách đây hai mươi lăm năm ông gả con gái cho một gia đình đại tư sản mà toàn bộ tài sản bị nhà nước truất hữu. Để làm quà cưới cho đôi vợ chồng trẻ, ông lập tức dàn xếp một sự nghiệp tốt đẹp cho chàng rể. Ngày nay vị chức sắc sống nốt quãng đời còn lại của mình trong cô độc; gia đình người con rể đòi lại được trọn vẹn gia sản bị quốc hữu hóa trước đây, còn cô con gái thì cảm thấy nhục nhã vì cha mình là người Cộng sản và cô chỉ dám thi thoảng lén lút đến thăm ông. Bạn tôi cười: Ông thấy không? Giống từng chữ một với cuốn *Père Goriot!* Cái con người đầy quyền uy dưới Triều đại Kinh hoàng, người bằng cách nào đó gả hai cô con gái cho "kẻ thù giai cấp" để rồi, ở thời Trùng hưng, bị chính các con mình chối bỏ và thế là Papa không bao giờ được gặp con cái mình nơi công chúng.

Câu chuyện làm chúng tôi cười với nhau thật lâu. Ngày nay tôi chợt nghĩ lại trận cười hôm đó. Cái gì đã khiến chúng tôi có được trận cười như vậy? Phải chăng là sự lố bịch của ông cán bộ già? Lố bịch bởi ông là kẻ lặp lại trải nghiệm của người khác? Nhưng không phải ông mà chính Lịch sử mới là cái tái diễn. Và để có thể tái diễn như thế, đương nhiên nó không biết hổ thẹn, không biết tri thức, không biết phẩm vị là gì. Chính cái phẩm vị nghèo nàn, tẻ nhạt này đã khiến chúng tôi cả cười.

Từ đó tôi quay lại với lời khuyên bảo của bạn tôi. Có đúng là thời đại người ta hiện sống bây giờ ở Bohemia đang kêu gào một Balzac không? Có lẽ. Có lẽ dân Czech sẽ được soi sáng nếu họ được đọc những cuốn tiểu thuyết viết về sự quay về chủ nghĩa tư bản trên đất nước họ, một chu kỳ tiểu thuyết phong phú, bao quát, với thật nhiều nhân vật, viết như Balzac. Nhưng không một tiểu thuyết gia tên tuổi đáng kính nào lại đi viết một cuốn tiểu thuyết như vậy. Thật là lố bịch nếu có cuốn *Tấn trò đời* khác ra đời. Bởi trong lúc Lịch sử (Lịch sử con người) có thể có một phẩm vị tồi tệ lặp lại chính nó thì lịch sử nghệ thuật chẳng thể nào chịu nổi trò tái diễn. Nghệ thuật hiện hữu ở đó không phải để làm tấm gương soi ghi nhận tất cả những cái lên xuống của Lịch sử, những biến tấu, những tấn tuồng tái diễn đến vô tận. Nghệ thuật không phải là ban nhạc làng xã tuân lệnh diễn hành theo gót chân của Lịch sử. Nó hiện hữu ở đó để sáng hiện lịch sử của chính nó. Cái tối hậu còn lại của châu Âu không phải là lịch sử lặp đi lặp lại, mà tự thân nó chẳng thể hiện một giá trị nào. Chỉ có lịch sử nghệ thuật của nó mới có cơ may tồn tại mà thôi.

Đi vào linh hồn của sự vật

"Sở dĩ tôi chê cuốn sách này, là vì nó quá *thiếu vắng cái tốt lành*," Sainte-Beuve phê bình như thế trong bài điểm sách của ông về cuốn *Madame Bovary*. Ông đặt câu hỏi tại sao cuốn tiểu thuyết "không hề có lấy một nhân vật nào khả dĩ có thể *an ủi*, *vỗ về* người đọc bằng vài *hình ảnh tốt lành* nào đó?" Đoạn ông vạch ra cho chàng nhà văn trẻ thấy con đường ông cho là đúng đắn: "Tại một vùng quê hẻo lánh gần trung tâm nước Pháp, tôi gặp người thiếu phụ trẻ, cô là người đàn bà thông minh, sắc sảo hơn người, cô đầy *lòng nhiệt tình*, cô còn là người năng động, không chịu ngồi yên một chỗ trong nhà bao giờ: một người vợ nhưng chưa phải là người mẹ, và bởi không có con cái để thương yêu, cô phải làm gì để trút đi tình cảm tràn trề, đầy ứ trong lòng cô đây?... Cô sắp xếp cuộc sống mình, trở thành người *công ích tận tụy*, người đầy lòng từ tâm trong làng… Cô dạy lũ trẻ đọc sách và những *bài học đạo đức*, lũ trẻ sống trong những ngôi làng khác rải rác xung quanh cô cũng không quên… Có những tấm lòng như thế tại cuộc sống dưới làng quê; tại sao không cùng lúc phơi bày những điều đó cho người đời nhìn thấy? Bởi nó *nâng cao tâm hồn* chúng ta, nó *an ủi* chúng ta, và chính nhờ nó, hình ảnh con người mới toàn vẹn hơn." (Tôi nhấn mạnh những cụm từ then chốt.)

Tôi thèm được chế nhạo bài học đạo lý này lắm, nó khiến tôi không thể không liên tưởng đến những bài học cách đây không lâu khuyên người viết nếu muốn ngòi bút mình tăng tiến thì nên theo sát chuẩn mực nêu trong "chủ nghĩa hiện thực xã hội chủ nghĩa." Tuy thế, chúng ta hãy gạt trí nhớ sang một bên để chú tâm vào câu hỏi: Có thật không thích hợp chút nào cho nhà phê bình lỗi lạc nhất của thế hệ mình đi khuyên bảo chàng nhà văn trẻ hãy "nâng cao tâm hồn" và "an ủi" người đọc bằng "một vài hình ảnh tốt lành nào đó"? Người đọc chúng ta, chắc là ai cũng cần chút lòng thương và đôi lời khuyến trợ. Thật thế, chính George Sand, trong lá thư viết sau đó hai mươi năm, cũng đã bảo Flaubert những lời lẽ tương tự: Tại sao ông phải che giấu "tình cảm" của ông cho các nhân vật? Tại sao ông không phơi bày "chủ thuyết cá nhân" mình trong cuốn tiểu thuyết? Tại sao ông chỉ biết đem đến người đọc nỗi buồn áo não mà không phải sự "an ủi" như Sand có thể viết. Với tư cách một người bạn, bà trách ông: "Nghệ thuật không chỉ đơn thuần là phê phán và trào lộng."

Trong thư phúc đáp, Flaubert bảo ông chẳng bao giờ có chủ ý viết về phê phán hoặc trào lộng. Ông viết tiểu thuyết không phải để truyền đạt những thẩm định của ông đến người đọc. Ông theo đuổi cái gì hoàn toàn khác: "Tôi luôn luôn làm hết sức mình để đi vào linh hồn của sự vật." Câu trả lời của ông làm sáng tỏ một điều: chủ điểm thực của sự bất đồng ý kiến không nằm nơi cá tính của Flaubert (ông là người tử tế hay hiểm độc, lạnh lẽo hay nhiệt tâm) mà ở câu hỏi tiểu thuyết là gì.

Trong nhiều thế kỷ, hội họa và âm nhạc được dùng để phục vụ Giáo hội, tuy cái đẹp chẳng hề bị suy giảm bởi điều đó. Nhưng bắt tiểu thuyết phục vụ nhà cầm quyền, dù là nhà cầm quyền liêm chính, là bất khả đối với một tiểu thuyết gia chân chính. Với tiểu thuyết, vinh danh một chính thể, chưa kể đến một quân đội, là vô cùng phi lý! Vậy mà Vladimir Holan, chấn động bởi những người lính giải phóng đất nước ông (và tôi nữa) năm 1945 đã viết "*Những anh lính Hồng quân*", những bài thơ thật đẹp, thật khó quên. Tôi có thể tưởng tượng một cách không khó khăn bức họa kiệt tác của Frans Hals vẽ hình ảnh "người đàn bà từ tâm" đang tận tụy dạy dỗ lũ trẻ làng "những bài học đạo đức," nhưng chỉ có tay tiểu thuyết gia ngu ngốc mới đưa người đàn bà tốt lành đó lên hàng anh thư như một thí dụ cốt để "nâng cao tâm hồn" trong tâm trí người đọc. Bởi chúng ta đừng bao giờ quên điều này: giữa các loại thể nghệ thuật, không nghệ thuật nào giống nghệ thuật nào; mỗi nghệ thuật đi vào thế giới bằng một lối vào riêng. Một trong những lối vào này dành riêng cho tiểu thuyết.

Tôi nói "dành riêng" bởi đối với tôi tiểu thuyết không phải là "loại hình văn học," như nhánh cây giữa những nhánh khác trên một thân cây. Chúng ta sẽ không hiểu gì về tiểu thuyết nếu chúng ta chối bỏ sự kiện nó có suy tưởng riêng, nếu chúng ta không nhìn thấy nó như là nghệ thuật *sui generis*, một nghệ thuật chuyên biệt. Nó có khởi nguyên của chính nó (xảy ra tại một thời điểm đặc trưng); nó có lịch sử của riêng nó, đánh dấu bởi những giai kỳ thuộc riêng nó (sự chuyển biến cực kỳ hệ trọng từ văn vần sang văn xuôi trong biến trình tiến hóa của văn chương kịch nghệ không có cái tương đương bên tiến trình tiến hóa của tiểu thuyết; lịch sử của hai loại thể nghệ thuật đó là không đồng bộ); nó có đạo lý của riêng nó (Hermann Broch bảo: đạo lý duy nhất của tiểu thuyết là tri thức; cuốn tiểu thuyết không hiển lộ được chút gì sự hiện hữu ẩn tàng từ trước đến nay là cuốn tiểu thuyết phi đạo lý; do đó, "đi vào linh hồn của sự vật" và đưa ra thí dụ tốt là hai mục tiêu chẳng những khác nhau mà còn bất khả hòa hợp); nó có tương quan đặc trưng với "bản ngã" của tác giả (để nghe giọng nói bí mật, rất khẽ của "linh hồn sự vật", tiểu thuyết gia, không như thi sĩ hoặc nhà viết nhạc, phải biết chặn lại tiếng kêu than của chính tâm hồn hắn); nó có thời khoảng cho việc sáng tạo (viết một cuốn tiểu thuyết chiếm một thời kỳ trong đời sống người viết, và sau khi lao động để hoàn tất tác phẩm, hắn không còn là con người lúc khởi đầu nữa); nó tự mở cửa bước ra thế giới bên ngoài, vượt khỏi biên cương ngôn ngữ của quốc gia nó (từ khi châu Âu thêm vần vào nhịp tiết trong thơ, người ta đã không thể nào đạt được cái đẹp toàn vẹn của bài thơ khi chuyển ngữ; ngược lại, bản dịch sao sát một tác phẩm văn xuôi, tuy khó khăn nhưng vẫn có thể làm được; bên trong thế giới của tiểu thuyết không có biên giới quốc gia; những tiểu thuyết gia kỳ vĩ, những kẻ tự nhận mình là kế thừa của Rabelais, tất cả đều đọc ông qua bản dịch.)

Sai lầm khôn tẩy xoá

Ngay sau thế chiến II, đề xuất từ một nhóm trí thức Pháp lỗi lạc, thuật ngữ "chủ nghĩa hiện sinh" bỗng trở nên thời thượng hơn bao giờ, và khởi đi từ đấy một khảo hướng mới thịnh hành không những trong phạm vi triết học mà cả bên kịch nghệ và tiểu thuyết. Sartre, lý thuyết gia của những kịch bản do chính ông viết, hiển lộng với bút pháp tuyệt luân, đã đưa ra loại hình kịch nghệ mới mà ông gọi là "khán trường của tình huống" để đối nghịch với "khán trường của nhân vật." Mục tiêu của chúng tôi, ông giải thích năm 1946, là "thăm dò tất cả những tình huống phổ quát nhất trong trải nghiệm đời sống con người," những tình huống mà qua đấy những bình diện chủ yếu trong cuộc sống con người được soi sáng.

Có ai không là kẻ có lúc tự hỏi: Giả thử tôi sinh ra tại một nơi nào khác, không phải quê hương tôi, vào một thời đại khác thì đời sống tôi sẽ ra sao? Câu hỏi hàm chứa một trong những ảo tưởng phổ biến nhất của nhân loại, ảo tưởng khiến chúng ta đi đến suy diễn xem tình huống trong cuộc sống như bức phông thiết trí sân khấu không hơn không kém, một cảnh tượng ngẫu nhiên, có thể hoán đổi được và cái "bản ngã" riêng tư, liền lạc của chúng ta thong dong đi lại bên trong. A! Thật thú vị khi tưởng tượng ra những đời sống khác, cả chục đời sống khác! Nhưng mơ mộng hão huyền chừng đó đủ rồi! Tất cả chúng ta ai nấy đều bị đóng đinh một cách tuyệt vọng vào nơi chốn và ngày tháng chúng ta sinh ra. Chẳng thể nào nhận thức được "bản ngã" nếu chúng ta đặt nó bên ngoài tình huống đặc trưng và duy nhất của cuộc sống; chỉ khi nào nằm bên trong và xuyên qua tình huống, nó mới là sáng tỏ. Buổi sáng hôm đó nếu không có hai kẻ lạ mặt đến tìm Joseph K. để báo tin cho hắn biết hắn đang bị tòa kêu án thì hắn sẽ là con người hoàn toàn khác con người chúng ta vẫn biết về hắn.

Cá tính mạnh mẽ của Sartre, cộng với địa vị ông vừa là triết gia vừa là nhà văn, đã đẩy mạnh ý niệm cho rằng khảo hướng hiện sinh của kịch nghệ và tiểu thuyết ở thế kỷ thứ hai mươi là từ ảnh hưởng của triết học mà ra. Đây là một sai lầm xưa cũ nhưng không cách nào tẩy xóa được, nó là tin tưởng xem tương quan giữa triết học và văn học là con đường một chiều, đến mức độ nào đó khi những kẻ "chuyên trần thuật" cần có ý tưởng, họ chỉ có thể mượn từ những kẻ "chuyên tư duy." Ừm, nghệ thuật tiểu thuyết đã dần dà chuyển biến từ mê hoặc với *hiện thực tâm lý* (tìm hiểu nhân vật) sang *phân tích hiện sinh* (phân tích tình huống để soi sáng những bình diện chủ yếu trong cuộc sống con người) cả hai ba mươi năm trước khi chủ nghĩa hiện sinh trở nên cái mốt thịnh hành bám riết lấy châu Âu; và không phải bởi các triết gia đem nguồn cảm hứng đến cho nó mà bởi lô-gíc của biến trình tiến hóa trong chính nghệ thuật tiểu thuyết.

Tình huống

Ba cuốn tiểu thuyết của Franz Kafka là ba biến tấu từ một tình huống: con người va chạm không phải với con người khác mà với thế giới biến dạng thành guồng máy thư lại khổng lồ. Trong cuốn thứ nhất (viết năm 1912) tên người đàn ông là Karl Rossmann và thế giới là nước Mỹ. Trong cuốn thứ hai (1917) tên người đàn ông là Joseph K. và thế giới là cái tòa án khổng lồ đang kết án hắn. Trong cuốn thứ ba (1922) tên người đàn ông là K. và thế giới là ngôi làng khống chế bởi tòa lâu đài.

Có thể Kafka đã quay lưng lại hiện thực tâm lý để tập trung vào việc thăm dò tình huống, nhưng không phải vì thế tâm lý các nhân vật của ông không có sức thuyết phục, khác chăng là vấn đề tâm lý được đưa lên tầng nhì: thời thơ ấu của K. là buồn hay vui, hắn là cục cưng của mẹ hắn hay hắn lớn lên trong viện mồ côi, hắn có mối tình thơ mộng nào trước đó không, tất cả những điều này chẳng hề tác động lên định mệnh hoặc hành vi của hắn. Chính qua thủ pháp hoán chuyển vấn đề tâm lý, sử dụng phương tiện khác để suy xét, tìm tòi đời sống, nắm bắt phương tiện khác để khiến nảy sinh bản lai một con người, đã đặt địa vị Kafka tách biệt với không những văn học của thời quá khứ mà cả hai nhà văn lớn đương thời khác, Proust và Joyce.

"Tiểu thuyết lô-gíc trực quan thay vì tiểu thuyết tâm lý," Broch viết như thế trong lá thư giải thích tính thơ trong bộ truyện *Những kẻ mộng du* của ông (viết trong khoảng thời gian từ 1929 đến 1932);

bối cảnh thời gian của mỗi cuốn trong bộ truyện ba tập này: *1888 – Pasenow hay Lãng mạn chủ nghĩa, 1903 – Esch hay Sự hỗn loạn vô chính phủ, 1918 – Huguenau hay Hiện thực chủ nghĩa* (những con số chỉ năm tháng là một phần của nhan đề sách) cách nhau mười lăm năm, bối cảnh không gian và nhân vật chính trong mỗi cuốn cũng khác. Cái thống nhất ba cuốn tiểu thuyết thành một tác phẩm (bao giờ ba cuốn cũng được xuất bản cùng lúc) chính là *tình huống* chung, tình huống siêu cá nhân trong tiến trình lịch sử mà Broch gọi là "sự xuống cấp của phẩm giá," và khi đối diện với nó, mỗi nhân vật chính phải tự đương đầu để tìm ra cách ứng xử cho mình: thoạt tiên là Pasenow, người vẫn trung thành với những phẩm giá nhưng chúng đang dần dà biến mất trước mắt; đoạn đến Esch, người bị ám ảnh bởi cái tất yếu của phẩm giá nhưng không biết chắc phải làm thế nào để nhận chân ra chúng; và cuối cùng là Huguenau, người tự thích nghi một cách toàn hảo vào thế giới nơi phẩm giá hoàn toàn tan biến.

Tôi cảm thấy khá xấu hổ khi đề cập đến Jaroslav Hasek như một trong những nhà văn mà nếu chiếu theo "lịch sử tiểu thuyết của riêng cá nhân tôi" thì tôi xem là cha đẻ của nền tiểu thuyết hiện đại, lý do chỉ vì Hasek chẳng bao giờ lớn tiếng vỗ ngực xưng tên bảo mình là nhà văn hiện đại; ông là nhà văn của đám đông hiểu theo ý nghĩa xưa cũ – nhà văn kiêm kẻ bụi đời, nhà văn kiêm nhà phiêu lưu, một kẻ khinh bỉ thế giới văn chương và bị nó khinh ghét lại, tác giả một cuốn tiểu thuyết duy nhất mà ngay tức khắc được số đông độc giả trên thế giới ái mộ tìm đọc. Nói như thế, hình như có cái gì thật đáng chú ý nếu chúng ta đặt cuốn tiểu thuyết *Anh lính tốt Schweik* (viết trong khoảng thời gian giữa năm 1920 và 1923) bên cạnh các tác phẩm của Kafka hoặc Broch bởi cuốn sách phản ánh cùng một xu hướng mỹ học. (Có lúc ông và Kafka nhiều năm sinh sống trong cùng thành phố.)

"Hãy tiến về Belgrade!" Schweik hét lên; bị hội đồng tuyển quân gọi ra trình diện, anh chàng tự đẩy mình trên chiếc xe lăn rồi cứ thế lê lết khắp phố phường Praha; với cặp nạng gỗ mượn được của ai, anh chàng giơ cao múa may như dương oai diễu võ trước sự kinh ngạc tột độ của khách bộ hành xung quanh. Đó là hôm đế quốc Áo-Hung tuyên chiến với Serbia, nguyên do của cuộc thế chiến 1914 (cuộc chiến Broch dùng để biểu hiện cho sự tan vỡ của mọi tầng lớp phẩm giá, tập thứ ba trong bộ truyện ba tập của ông.) Để có cuộc sống không hiểm nguy trong thế giới này, Schweik thổi phồng sự ủng hộ của mình với quân đội, tổ quốc, hoàng đế, đến nỗi không ai biết chắc anh chàng là gì, một gã khùng hay một anh hề. Hasek cũng không cho chúng ta biết điều đó; chúng ta sẽ không bao giờ biết Schweik nghĩ gì trong đầu lúc hành động như điên rồ ngoài đường sá, và quả đúng như thế bởi chúng ta không biết chúng ta bị anh chàng mê hoặc như thế nào. Tại nhiều quán bia ở Praha người ta dán bích chương vẽ hình ảnh anh chàng, một gã đàn ông lùn bâng, béo tròn béo trục, nhưng đấy là theo trí tưởng tượng của nhà họa sĩ danh tiếng minh họa cuốn sách; Hasek không hề viết dòng chữ nào miêu tả nhân dáng bề ngoài của Schweik. Chúng ta không biết gia thế anh chàng ra sao. Chúng ta không bao giờ thấy anh chàng đi với người đàn bà nào. Anh chàng sống không cần đàn bà ư? Hay anh chàng giữ bí mật? Không có câu trả lời. Nhưng điều thú vị hơn là: không có cả câu hỏi! Điều tôi muốn nói là chúng ta chẳng hề quan tâm Schweik có thích đàn bà hay không!

Tại đây chúng ta mục kiến sự thay đổi mỹ học tuy âm thầm nhưng mãnh liệt: để cho nhân vật "giống thật như ngoài đời," "mạnh mẽ," "thành công" một cách có nghệ thuật, nhà văn không cần phải cung cấp tất cả mọi dữ kiện khả hữu về hắn nữa; không cần thuyết phục người đọc rằng hắn có thật như tôi, như bạn. Để cho hắn trở nên mạnh mẽ và không dễ quên, nhà văn chỉ cần làm đầy khoảng không gian của tình huống mà ông ta tạo dựng cho hắn. (Với khí hậu mỹ học mới mẻ này, thậm chí tiểu thuyết gia thi thoảng phải nhắc chừng người đọc là không có gì thật nơi những điều ông ta đang trần thuật, tất cả đều là sản phẩm của tưởng tượng – như Fellini, ở đoạn kết cuốn phim *Và con thuyền tiếp tục trôi*, đưa chúng ta vào xem toàn thể hậu trường sân khấu và những cỗ máy thực hiện khán trường làm ảo của ông.)

Điều chỉ tiểu thuyết mới nói được

Những tình tiết trong cuốn tiểu thuyết *Con người không phẩm giá* diễn ra tại thành phố Vienna, nhưng theo trí nhớ của tôi, địa danh đó chỉ được nhắc đến đâu hai hoặc ba lần trong suốt cuốn tiểu thuyết. Giống như địa danh London trong tác phẩm của Fielding, hình thể của Vienna không hề được nhắc đến, phần miêu tả lại càng ít hơn.

Vậy cái thành phố không tên ấy là gì, nơi xảy ra cuộc gặp gỡ vô cùng hệ trọng giữa Ulrich và cô em gái Agathe? Bạn chẳng thể nào biết được đâu: tên thành phố là Brno trong ngôn ngữ Tiệp, tiếng Đức là Brunn; từ một vài chi tiết tôi nhận ra ngay bởi tôi sinh ra nơi đấy; nhưng ngay sau khi nói tôi tự trách mình đã đi ngược lại chủ ý của Musil... Chủ ý? Chủ ý gì? Ông giấu giếm điều gì chăng? Hoàn toàn không; chủ ý của ông hoàn toàn nằm trên bình diện mỹ học: chỉ thuần túy tập trung vào cái cốt lõi; không lôi kéo sự chú ý của người đọc vào những chi tiết địa dư không quan hệ.

Cảm quan của chủ nghĩa hiện đại thường được xem như là sự quyết tâm của mỗi loại thể nghệ thuật tiến đến càng gần càng tốt bản chất đặc trưng của chính nó, nói cách khác, bản thể của nó. Thí dụ, thi ca trữ tình từ khước bất cứ cái gì dính líu đến biện pháp tu từ, tính mô phạm hay trau chuốt, để nguồn nước tinh tuyền của giấc mơ tiên trong thơ khơi chảy không ngừng. Hội họa từ bỏ nhiệm vụ ghi nhận, sao chép, nói chung bất cứ điều gì có thể biểu hiện bằng loại thể khác (nhiếp ảnh chẳng hạn.) Còn tiểu thuyết thì sao? Cũng thế, nó từ chối, không chịu tồn tại để gánh vác những thao tác như minh họa kỷ nguyên lịch sử, miêu tả xã hội, bảo vệ ý thức hệ; thay vào đó, nó tự cho nó một nhiệm vụ chuyên biệt, nhiệm vụ nói lên những "điều chỉ tiểu thuyết mới nói được."

Tôi nhớ đến truyện ngắn *Bầy cừu* của nhà văn Kenzaburo Oe (viết năm 1958): Trên chuyến xe buýt ban tối chở đầy hành khách Nhật, bỗng có một đám lính người nước ngoài, tên nào tên nấy say mèm, trèo lên; bọn chúng bày trò phá phách một cậu học sinh khiến cậu sợ hãi đến tê điếng người. Chúng bắt cậu tụt quần phơi đôi mông trần trụi ra. Cậu nghe tiếng người bịt miệng cười xung quanh. Bọn lính vẫn chưa thỏa mãn với một nạn nhân, chúng bắt nửa số người trên xe tụt quần. Xe ngừng tại trạm kế, bọn lính xuống xe, và những người bị bắt tụt quần vội vã kéo quần lên. Những hành khách khác trên xe như bừng tỉnh từ trạng thái thụ động nãy giờ, họ quay sang hối thúc những kẻ bị làm nhục đi báo cảnh sát về hành vi khốn nạn của đám lính. Một hành khách, cũng là một giáo viên, riết róng bám theo cậu học sinh; ông ta theo cậu xuống xe về đến tận nhà cậu, bắt cậu kê khai tên tuổi hầu làm rùm beng câu chuyện cậu bị nhóm người nước ngoài làm nhục như thế nào để lên án hành vi đó. Câu chuyện chấm dứt bằng một loạt những cảm xúc thù ghét giữa cậu học sinh và ông thầy giáo. Một truyện ngắn tuyệt vời về tính đớn hèn, nhục nhã, bất nhã đến bệnh hoạn giả dạng thành lòng yêu chuộng công lý... Nhưng tôi nhắc lại câu chuyện cốt chỉ để đưa ra câu hỏi: Những người lính nước ngoài đó là ai? Chắc chắn họ phải là lính Mỹ chiếm đóng Nhật sau chiến tranh. Tác giả gọi rõ đám hành khách kia là "người Nhật," nhưng tại sao ông không nói thẳng ra quốc tịch của bọn lính? Ông sợ kiểm duyệt ư? Hay chỉ là vấn đề văn phong? Không. Giả thử, trong suốt câu chuyện, những hành khách *Nhật* trên xe phải đối đầu với một đám lính *Mỹ!* Chỉ cần hô hoán lên một từ ngữ đơn độc như thế, ngay tức khắc, cái hiệu ứng mạnh mẽ của nó sẽ biến câu chuyện thành lá truyền đơn – một bài văn chống đối sự chiếm đóng của quân đội nước ngoài. Chỉ cần gạt bỏ một tính từ là đủ để bình diện chính trị thụt lùi vào bóng tối và luồng sáng hội tụ quy chiếu lên cái ẩn mật mà nhà văn cho là thú vị nhất đối với hắn, cái ẩn mật *hiện sinh*.

Bởi Lịch sử, với tất cả những động thái của nó, chiến tranh, cách mạng, phản cách mạng, quốc nhục, không được chen vào can dự ngòi bút của nhà văn – không thể để nó trở thành đề tài cho nhà văn minh họa, lên án hoặc biện giải. Tiểu thuyết gia không phải là kẻ hầu hạ sử gia; nhà văn có thể bị mê hoặc bởi Lịch sử, nhưng bởi nó là chiếc đèn giọi xoay vòng chạy xung quanh hiện hữu con người, chiếu luồng sáng lên nó, lên những khả thể bất ngờ, mà ở những lúc bình ổn, khi Lịch sử đứng yên, không ló mặt ra phía trước, chúng nằm yên phía sau, không ai thấy, không ai nhận biết.

Tiểu thuyết tư duy

Sứ mệnh của tiểu thuyết gia là "tập trung vào bản thể của tiểu thuyết" (vào "điều chỉ tiểu thuyết mới nói được") – và phải chăng điều này hỗ trợ quan điểm của những nhà phê bình không tán thành biện pháp đem tư duy của tác giả vào tác phẩm bởi họ xem biện pháp này như một thành tố ngoại tại của loại hình tiểu thuyết? Đúng thế, nếu tiểu thuyết gia sử dụng đến phương thức không phù hợp với hắn mà phù hợp hơn với học giả hoặc triết gia thì phải chăng đấy là dấu hiệu hắn không phải là nhà viết tiểu thuyết toàn bị và phải chăng, chẳng có gì khác hơn, đó là dấu hiệu cho sự yếu kém trong nghệ thuật của hắn? Và hơn nữa: Phải chăng biện pháp đem tư duy tác giả vào tác phẩm chỉ làm tăng thêm nguy cơ biến hành động của nhân vật thành minh họa không hơn không kém cho luận thuyết riêng của người viết? Và một lần nữa: Phải chăng nghệ thuật tiểu thuyết, với cảm nhận của nó cho cái tương đối trong chân lý con người, yêu cầu ý kiến của tác giả đứng ngoài tầm nhìn, tất cả mọi tư duy hãy để người đọc định đoạt?

Câu trả lời của Broch và Musil thật là sáng tỏ: họ mở toang cánh cửa để tư duy tuôn tràn vào tiểu thuyết, một thử nghiệm cho đến thời điểm đó chưa ai làm. Bài luận văn nhan đề *Sự xuống cấp của phẩm giá* chen vào giữa bộ truyện *Những kẻ mộng du* (nó chiếm cả thảy mười chương nằm rải rác suốt tập ba của bộ truyện) là một chuỗi những phân tích, suy nghiệm, châm ngôn về tình trạng tinh thần của châu Âu trong khoảng thời gian ba thập kỷ; chẳng thể nào gọi bài luận văn ấy là không thích hợp với loại hình tiểu thuyết, bởi chính nó đã soi giọi lên bức tường mà định mệnh của ba nhân vật chính đâm vào, nó gộp ba cuốn tiểu thuyết thành một. Tôi chẳng bao giờ thấy chán lặp đi lặp lại điều sau: biện pháp bổ sung những tư duy chắc nịch một cách đầy thông tuệ như thế vào tiểu thuyết và bằng những thủ pháp tuyệt luân đầy nhạc tính khiến nó trở nên thành phần bất khả phân ly trong tác phẩm là một trong những sáng tạo táo bạo nhất mà không phải tiểu thuyết gia nào cũng dám làm trong kỷ nguyên nghệ thuật hiện đại.

Nhưng theo quan điểm của tôi, vẫn còn có điểm trọng yếu hơn thế: đối với hai nhà văn Vienna này, tư duy không còn bị cảm nhận là cái gì bất thường nữa, nó không phải là sự cắt ngang nửa chừng; thật khó gọi nó là "lạc đề" bởi trong tiểu thuyết tư duy nó thường tại hiện hữu, ngay cả khi tác giả đang trần thuật một hành động hay miêu tả một khuôn mặt. Tolstoy và Joyce cho chúng ta nghe những lời nói chạy qua đầu Anna Karenina hay Molly Bloom; Musil kể cho chúng ta nghe điều chính ông đang nghĩ trong lúc ánh mắt ông phóng xuống nhìn thật lâu vào Leo Fischel và màn biểu diễn về đêm của anh:

"Căn phòng ngủ của vợ chồng, đèn tắt, đặt người đàn ông vào vị trí người diễn viên phải đóng vai trò của mình trước đám khán giả vô hình ngồi sát sân khấu, vai trò khoan khoái nhưng giờ đây nhạt nhẽo lắm rồi của kẻ anh hùng dũnh mãnh hành động như con sư tử đang gầm thét. Từ nhiều năm nay, đám khán giả trong bóng tối của Leo chẳng hề vỗ tay tán thưởng màn diễn bao giờ, cũng chẳng thấy dấu hiệu không ưng ý nào, và như thế đã quá đủ để làm rúng động những sợi thần kinh dai khỏe nhất. Sáng ra, tại bàn ăn, Klementine có cảm giác toàn thân mình cứng đơ như xác chết đông giá còn Leo thì căng thẳng đến mức run rẩy. Gerda, cô gái con của hai người, cứ phải chứng kiến cảnh tượng này mãi và từ lúc đó trở đi cô nghĩ về đời sống vợ chồng với tâm tư hãi sợ và nỗi chán chường đầy cay đắng, như trận quần thảo cào cấu của hai con mèo trong bóng đêm." Thế là Musil đã thật sự đi vào "linh hồn của sự vật," ở đây là đi vào "linh hồn cuộc sống gối chăn" của vợ chồng Fischel. Nhờ ánh chớp của ẩn dụ duy nhất, một ẩn dụ tư duy, ông chiếu luồng sáng lên đời sống tình dục của hai người, hiện tại cũng như quá khứ, thậm chí lên cả tương lai cô con gái.

Để nhấn mạnh: tư duy tiểu thuyết, như Broch và Musil đã đem vào mỹ học của tiểu thuyết hiện đại, không dính líu gì đến tư duy của khoa học gia hay triết gia; tôi rất muốn nói chủ đích của nó là phi triết học; thậm chí phản triết học, nghĩa là nó hết sức độc lập với bất kỳ hệ suy tưởng tiên nghiệm nào; nó không thẩm định; không công bố chân lý; nó ra câu hỏi, nó kinh ngạc, nó xét nét; loại hình của nó thật là phong phú: ẩn dụ, châm biếm, giả định, khoa đại, châm ngôn, bông lơn, gây hấn, huyễn hoặc; và điều chính yếu là không bao giờ nó được tách lìa ra khỏi cái vòng tròn ảo diệu bao quanh đời sống những nhân vật của nó; những đời sống nuôi dưỡng, chứng thực nó.

Hôm Ulrich đến thăm viếng văn phòng bộ trưởng của bá tước Leinsdorf, có cuộc biểu tình lớn đang diễn ra. Một cuộc biểu tình? Biểu tình chống cái gì? Thông tin đó được cung cấp nhưng nó là thứ yếu; điều trọng yếu là hiện tượng của chính cuộc biểu tình: biểu tình ngoài đường có nghĩa là gì, ý nghĩa trọng đại của hành vi có tính tập thể ấy, một hiện tượng bất thường của thế kỷ thứ hai mươi, là gì? Trong trạng thái gần như hôn mê, Ulrich đứng từ trên cửa sổ nhìn xuống cuộc biểu tình; khi đoàn người tiến đến chân tòa dinh thự, mặt họ ngước lên, những khuôn mặt giận dữ, họ vung gậy đi đường múa loạn xạ lên không trung, nhưng "cách đó độ mươi bước, tại khúc quành nơi cuộc biểu tình có vẻ như dãn ra hai bên cánh, phần nhiều người ta đã lau chùi lớp son phấn trên mặt rồi: giữ bộ mặt đe doạ khi chẳng có khán giả nào xung quanh chỉ là trò phi lý, lố bịch." Dưới tia sáng của ẩn dụ đó, đoàn biểu tình không phải là những người giận dữ; đúng hơn, họ là những *diễn viên đang đóng vai trò* giận dữ! Sau khi màn biểu diễn chấm dứt, họ lập tức lau chùi son phấn trên mặt! Sau đấy, vào những năm 1960, các triết gia nói về thế giới hiện đại nơi tất cả mọi thứ đều biến thành khán trường công cộng: biểu tình, chiến tranh, thậm chí tình yêu; qua "sự thẩm thấu nhanh chóng và minh đạt" (Fielding), trước đó lâu lắm, Musil đã nhận thức ra cái "xã hội của khán trường." *Con người không phẩm giá* là cuốn từ điển bách khoa hiện sinh viết về thế kỷ của nó không sách vở nào sánh kịp; bất cứ lúc nào cảm thấy muốn đọc lại cuốn sách, tôi thường hú họa giở đại một trang sách mà không cần phải lo lắng cái gì xảy ra trước, cái gì theo sau; thậm chí nếu đang thuật một "câu chuyện," nó vẫn chậm rãi, im lặng thả bước mà không tìm cách thu hút sự chú ý của người đọc; mỗi chương sách chính nó là một ngạc nhiên, một khám phá. Tư duy tràn ngập khắp mọi nơi không tước đi bản chất tiểu thuyết của cuốn sách; loại hình của nó nhờ thế trở nên phong phú hơn, nó khuếch đại cảnh giới những điều chỉ tiểu thuyết mới khám phá và nói được.

Biên thùy của cái bất khả lý không còn bị canh gác nữa

Hai ngôi sao sáng chói trên bầu trời tiểu thuyết thế kỷ thứ hai mươi là: chủ nghĩa siêu thực với lời kêu gọi phù mị dung hợp giấc mơ với thực tại, và chủ nghĩa hiện sinh. Kafka qua đời quá sớm để biết về những nhà văn của hai trường phái này và công trình mỹ học của họ. Tuy thế, thật là phi thường, những cuốn tiểu thuyết ông viết tiên kiến hai xu hướng mỹ học ấy và – càng phi thường hơn – thắt buộc cả hai vào nhau, đặt chúng dưới cùng một viễn ảnh duy nhất.

Khi Balzac hoặc Flaubert hoặc Proust muốn miêu tả hành vi người nào bên trong phạm vi một bối cảnh xã hội đặc trưng, bất kỳ sự vi phạm nào đến cái khả lý đều là không đúng chỗ, dưới cảm quan mỹ học, nó là sự bất nhất, thiếu mạch lạc; nhưng khi nhà văn hội tụ ống kính của mình lên bài toán hiện sinh thì trách nhiệm phải đưa trình người đọc một thế giới khả lý trở nên không quan thiết nữa, nó không còn là quy luật. Nhà văn có thể phóng túng hơn nhiều khi đưa ra dữ kiện, động lực, hoặc miêu tả, nói chung, những yếu tố cần thiết cho câu chuyện của hắn mang bộ dạng thực tại. Và, ở vài trường hợp đi thật xa, thậm chí hắn có thể thấy xứng đáng đặt nhân vật của mình vào thế giới mà kỳ thực khó lòng xem là hợp lý.

Từ khi Kafka vượt qua lằn ranh cấm, biên thùy của cái bất khả lý bỗng vắng bóng công an; cũng không thấy cảnh vệ hải quan, nó là một biên thuỳ mở. Vĩnh viễn. Đó là thời điểm trọng đại trong lịch sử tiểu thuyết, và, bởi e ngại ý nghĩa của nó bị hiểu sai, tôi xin nhắc nhở một điều, đó là, tiền thân của nó không phải là trào lưu Lãng mạn Đức thế kỷ thứ mười chín. Tính mơ tưởng của trào lưu này hàm chứa ý nghĩa khác: nó quay lưng lại thế giới thực tại để tìm kiếm đời sống khác; nó chẳng dính líu nhiều đến nghệ thuật tiểu thuyết. Kafka không phải là nhà văn Lãng mạn chủ nghĩa. Novalis, Tieck, Arnim, E. T. A. Hoffman đều không phải là những người ông yêu thích. Chính André Breton mới là người tôn sùng Arnim, không phải ông. Lúc còn trẻ, ông và bạn ông, Max Brod, say sưa đọc Flaubert. Ông nghiên cứu Flaubert kỹ lắm. Chính Flaubert, người quan sát tài ba, mới là người ông tôn vinh làm thầy mình.

Quan sát thực tại càng chăm chú, càng tập trung, người ta càng thấy nó không tương hợp với ý tưởng sẵn có; dưới tia nhìn chằm chặp không chớp mắt của Kafka, nó dần dà để lộ ra khoảng không trống rỗng mà bên trong chẳng có lý lẽ gì ngoài cái vô lý, cái bất khả lý. Chính cái nhìn khao khát và dài lâu lên thế giới thực tại đó đã khiến Kafka và những tiểu thuyết gia kỳ vĩ sau ông vượt qua biên thùy của cái khả lý.

Einstein và Karl Rossmann

Chuyện tiếu lâm, giai thoại, chuyện cười – tôi không biết phải chọn danh hiệu nào cho thích hợp với loại chuyện hài hước cực ngắn tôi thường nghe thuở tôi còn trẻ, bởi Praha là thủ đô thế giới của loại chuyện đó. Tiếu lâm chính trị. Tiếu lâm Do Thái. Tiếu lâm về nông dân. Về bác sĩ. Và có một loại tiếu lâm khá bất thường về vị giáo sư có tật đãng trí và bởi lý do nào đó luôn luôn cầm theo cây dù.

Einstein vừa dạy xong buổi học tại trường đại học Praha (vâng, có thời ông dạy học ở đấy ít lâu) và đang chuẩn bị rời giảng đường. "Thưa ngài giáo sư, ngài đừng quên cầm theo dù, trời đang mưa đấy ạ." Einstein nhìn không chớp mắt vào cây dù của ông dựng nơi góc phòng, ông suy nghĩ một lát rồi trả lời cậu sinh viên: "Anh bạn tốt của tôi ơi! Anh biết không, tôi có tật hay quên dù, bởi thế tôi có hai cây. Một cây tôi để ở nhà, cây kia tôi giữ tại lớp học. Lẽ cố nhiên, tôi có thể lấy cây dù này bởi đúng như anh bạn nói, trời đang mưa.

Nhưng nếu làm thế, tôi sẽ có đến hai cây dù ở nhà và không cây nào nơi đây." Dứt lời ông bước ra đường đội mưa đi về nhà.

Tác phẩm *Amerika* của Kafka bắt đầu bằng mô-típ tương tự, cây dù vướng víu, một phiền nhiễu, luôn luôn bị bỏ quên: tại cảng New York, Karl Rossmann vác chiếc rương nặng trịch chen lấn giữa đám đông lũ lượt xuống tàu sau chuyến hải hành. Đột nhiên gã sực nhớ gã bỏ quên cây dù ở tầng dưới. Gã giao chiếc rương cho cậu thanh niên gã gặp trên chuyến viễn du nhờ anh ta giữ hộ và, bởi lối đi phía sau bị tắc nghẽn do đám đông đang ùn ùn tuôn ra, gã chạy xuống tầng dưới con tàu bằng ngả cầu thang khác, không quen thuộc, và sau khi lọt vào hành lang bên dưới gã hoàn toàn lạc lối; cuối cùng gã gõ đại cửa một căn ca-bin, đó là phòng của người xúc than trên tàu, ngay lập tức ông ta bắt đầu than thở với gã về thượng cấp của ông; cuộc đối thoại tiếp diễn khá lâu, bởi thế ông ta bảo Karl cứ tự nhiên trèo lên chiếc giường tầng ngồi cho thoải mái.

Cái bất khả tâm lý của tình huống thật là chói chóa. Đúng thế, điều chúng ta nghe thuật – không thể nào là sự thật được! Nó là câu chuyện hài hước, và lẽ cố nhiên cuối cùng anh chàng Karl mất cả rương lẫn dù! Vâng, nó là chuyện cười; ngoại trừ Kafka không thuật nó theo thể cách người ta thông thường kể chuyện cười; ông sắp đặt nó thật dài dòng, với chi tiết kỹ lưỡng, miêu tả mỗi diễn tiến cho có vẻ khả tín về mặt tâm lý; Karl khó nhọc trèo lên giường, gã bẽn lẽn cười về sự vụng về của mình; sau một lúc lâu nghe người xúc than than vãn về hoàn cảnh khổ sở, nhục nhã của ông ta, gã giật mình, sực nhớ là lẽ ra gã phải "quay về với chiếc rương của mình thay vì ngồi đây cố vấn." Kafka lấy mặt nạ của cái khả lý đeo lên cái bất khả lý, nó khiến cuốn tiểu thuyết này của ông (và tất cả những cuốn khác) mang vẻ mê hoặc huyền ảo không ai bắt chước được.

Ngợi ca chuyện bông đùa

Chuyện bông đùa, giai thoại, chuyện hài hước: chúng là những bằng chứng hùng hồn nhất cho thấy giữa cảm quan nhạy bén của hiện thực và thần trí tưởng tượng liều lĩnh đi vào cái bất khả lý, cả hai rất có thể trở thành cặp đôi tuyệt hảo. Nhân vật Panurge của Rabelais không biết phải lấy người đàn bà nào làm vợ; tuy thế, vốn là con người có đầu óc hợp lý, hay lý luận, có hệ thống và nhìn xa, anh chàng quyết định ngay lúc này phải trả lời, một lần và mãi mãi, câu hỏi cơ bản của cuộc đời anh: đàn ông có nên lấy vợ hay không? Anh chàng hối hả đi hỏi hết người này đến người kia, toàn những nhà hiền triết, từ triết gia đến luật gia, từ nhà tiên tri đến nhà chiêm tinh, từ thi sĩ đến nhà thần học, và sau khi tận tường tra vấn đủ điều, anh chàng đi đến kết luận một cách chắc nịch là không có câu trả lời cho câu hỏi vô cùng to tát này. Toàn bộ Cuốn Thứ Ba không thuật chuyện gì khác hơn hành động có vẻ chẳng hợp lý chút nào đó, một chuyện bông phèng, nó biến thành chuyến du hành dài, nhưng hết sức vớ vẩn, duyệt qua tất cả tri thức của thời đại Rabelais. (Nó khiến tôi nhớ, ba trăm năm sau, cuốn *Bouvard và Pécuchet* cũng là câu chuyện bông đùa khác, mở rộng hơn, giám định toàn bộ tri thức của một thời kỳ.)

Cervantes viết phần hai cuốn *Don Quixote* vài năm sau khi phần một ra đời và đã được công chúng biết đến. Nhờ thế ông nảy ra một ý tưởng tuyệt diệu: những nhân vật Don Quixote gặp gỡ trên đường du hiệp nhận ra ông chính là vị anh hùng bằng xương bằng thịt trong cuốn tiểu thuyết họ đọc; họ bàn luận với ông về những cuộc phiêu lưu của ông trong quá khứ và họ cho ông cơ hội bình phẩm hình tượng văn chương của chính ông. Ừm, điều này chẳng thể nào xảy ra được! Nó rõ ràng là chuyện mơ tiên! Một chuyện bông đùa!

Rồi thêm một biến cố bất ngờ khác làm Cervantes rúng động: một nhà văn khác, một kẻ lạ mặt, đi trước chặn đầu Cervantes bằng cách xuất bản một cuốn sách, do chính tay ông ta viết, gọi là *Những cuộc phiêu lưu của Don Quixote, hồi hai*. Cervantes tức giận lắm và ở phần hai cuốn sách đang viết, ông tấn công ông nhà văn nọ với giọng văn thóa mạ cực kỳ hung hãn. Nhưng ông không ngần ngại biến ngay tấn tuồng thô bỉ nọ thành giấc mơ tiên khác: sau những cuộc phiêu lưu chẳng đâu vào đâu, thầy trò Don Quixote và Sancho thất tha thất thểu, buồn bã quay về cố hương. Trên đường về, thầy trò gặp một người lạ mặt tên Don Alvaro, nhân vật trong cuốn sách đạo văn bị nguyền rủa kia; Alvaro kinh ngạc tột độ khi nghe tên hai người, bởi ông ta là bạn thân của một người hoàn toàn khác cũng tên Don Quixote và một người khác cũng tên Sancho! Cuộc gặp gỡ xảy ra chỉ vài trang trước khi cuốn tiểu thuyết kết thúc: cuộc gặp gỡ bất ổn giữa những nhân vật với bóng ma của chính mình; bằng chứng tối hậu cho cái giả tạo của tất cả sự vật; ánh trăng sầu muộn của mẩu chuyện hài hước sau cùng, một chuyện cười từ biệt.

Trong cuốn *Ferdydurke* của nhà văn Gombrowicz, ông giáo sư Pimko quyết định biến Joey, người đàn ông ba mươi tuổi, thành cậu trai mười bẩy, và bắt anh ta suốt ngày ngồi trên băng ghế trường Trung học, một cậu học sinh như tất cả các học sinh khác. Tình huống hoạt kê, hài hước đó thật ra che đậy câu hỏi khá thâm sâu: Liệu một người trưởng thành khi bị đối xử với quy chế chặt chẽ như đứa trẻ vị thành niên cuối cùng có mất đi cảm thức về tuổi tác thật của mình không? Phổ quát hơn: Con người sẽ mang một diện mạo theo cách nhìn và đối xử của kẻ khác, hay hắn sẽ thu gom sức mạnh, bất chấp mọi thứ và mọi người, để cứu vãn bản lai mình?

Đối với độc giả của Gombrowicz, lấy giai thoại, chuyện bông đùa để làm nền tảng cho tiểu thuyết có vẻ như là thể cách đầy tính khích động của nhà văn hiện đại. Đúng thế. Tuy nhiên, nó lại có nguồn gốc rất xưa cũ. Tại thời điểm khi nghệ thuật tiểu thuyết chưa biết lai lịch mình, chưa biết phải gọi chính mình là gì, Fielding gọi nó là "*cách viết prosai-comi-epic* [*văn-hài-hùng*]"; nên luôn ghi nhớ điều này: tính hài là một trong ba bà tiên huyền bí đứng nghiêng mình bên cái nôi của đứa bé tiểu thuyết sơ sinh.

Lịch sử tiểu thuyết nhìn từ phòng viết của Gombrowicz

Tiểu thuyết gia nói chuyện về nghệ thuật tiểu thuyết không phải là vị giáo sư đứng trên bục giảng bài. Thay vì thế, hãy tưởng tượng hắn là một họa sĩ đang mời bạn đặt chân vào xưởng vẽ của hắn, xung quanh nơi bạn đứng là những họa phẩm dựa vào tường ngắm nhìn bạn. Hắn sẽ nói về hắn, nhưng nhiều hơn về người khác, về tác phẩm tiểu thuyết của những người mà hắn yêu thích và tồn tại một cách bí mật trong tác phẩm của chính hắn. Dựa trên chuẩn mực của hắn về bậc cấp giá trị, hắn sẽ vạch cho bạn thấy toàn bộ *quá khứ* của lịch sử tiểu thuyết, và trong lúc hắn làm thế, bạn sẽ cảm nhận được đôi điều về thi pháp của chính hắn trong nghệ thuật viết tiểu thuyết, nó là sở hữu của riêng hắn và bởi thế, rất tự nhiên, nó khác biệt với những nhà văn khác. Do đó bạn sẽ cảm thấy bạn đang di chuyển, với sự kinh ngạc, lần xuống cứ địa của Lịch sử, nơi tương lai của tiểu thuyết đang được định đoạt, đang hiện ra, đang hình thành, ngay giữa những cuộc tranh cãi, những vụ đối chọi, đối đầu.

Năm 1953, năm đầu của cuốn *Nhật ký* (ông viết suốt mười sáu năm cho đến khi qua đời), Witold Gombrowicz trích dẫn thư một độc giả: "Trên hết, xin ông đừng bình phẩm tác phẩm của mình! Chỉ viết thôi! Thật rõ khổ bỗng nhiên ông để bị lôi cuốn vào chuyện viết bài tựa cho chính tác phẩm của ông, thậm chí có cả những lời bình nữa!" Để trả lời, Gombrowics bảo chủ ý của ông là vẫn tiếp tục bình chú những tác phẩm do chính tay ông viết, ông bảo ông sẽ làm "hết sức mình và chỉ khi nào không làm nổi nữa mới thôi," bởi nhà văn không biết nói gì về sách của mình là nhà văn "không toàn vẹn." Chúng ta hãy nán ở lại thêm chút nữa trong phòng viết của Gombrowicz. Dưới đây là danh mục những điều ông thích và không thích, một "dị bản về lịch sử tiểu thuyết" của ông:

Trên hết thảy mọi điều khác, ông yêu thích Rabelais. (Những cuốn truyện viết về Gargantua và Pantagruel xuất hiện tại thời điểm khi tiểu thuyết ở Âu châu vừa mới khai sinh, rất lâu trước khi có bất cứ quy tắc định hình nào; nó tràn ngập những khả thể mà lịch sử sắp đến của tiểu thuyết sẽ tiếp nhận hoặc từ bỏ, nhưng tất cả vẫn tiếp tục sống với chúng ta như nguồn cảm hứng: những cuộc đi dạo xuyên qua cái bất khả lý, những câu đố trí tuệ khó có câu giải đáp, sự tự do của loại hình. Phải nói là Gombrowicz say mê Rabelais và điều này cho thấy ý nghĩa của tính hiện đại trong văn chương ông: ông không bác bỏ tính truyền thống trong tiểu thuyết, ông thừa nhận nó nhưng thừa nhận như một toàn nguyên, với chú tâm đặc biệt đến thời khắc kỳ diệu của nó vào thuở ban đầu.)

Ông khá ơ hờ với Balzac. (Ông chống lại thi pháp của Balzac mà theo thời gian được thiết dựng thành mô hình chuẩn mực cho tiểu thuyết.)

Ông yêu thích Beaudelaire. (Ông ủng hộ cuộc cách mạng thơ hiện đại.)

Ông không mấy bị mê hoặc bởi Proust. (Điểm đáng chú ý: Proust đạt đến chặng cuối của cuộc du hành hoành tráng, và sau đó ông tiêu tán tất cả mọi khả thể; Gombrowicz, như bị ám bởi lòng khao khát cái mới, đành phải chọn đi con đường khác.)

Gần như không có tiểu thuyết gia đương đại nào ông cảm thấy tâm đắc. (Tiểu thuyết gia thường có những lỗ hổng lạ lùng trong việc đọc sách: Gombrowicz chẳng bao giờ đọc Broch hoặc Musil; những kẻ rởm đời bám lấy Kafka chỉ khiến ông khó chịu, ông cũng chẳng thấy Kafka có điểm gì đặc biệt lôi cuốn ông; ông cảm thấy xa cách với văn học châu Mỹ La-tinh; đối với ông, văn chương của

Borges là quá cầu kỳ, ông không xem trọng nhà văn này lắm; ông sống ở Argentina trong hoàn cảnh cô lập: trong số những nhà văn quan trọng, chỉ có Ernesto Sábato là người chú ý đến ông; và Gombrowicz đáp lại bằng tấm lòng ưu ái.)

Ông không thích văn học Ba Lan thế kỷ thứ mười chín (quá lãng mạn đối với ông.)

Nói chung, đối với văn học Ba Lan, ông khá dè dặt. (Ông cảm thấy những người đồng hương của ông không mấy ai ưa thích ông; tuy thế, sự dè dặt này nơi ông không phải là sự oán giận; nó nói lên phản ứng của ông khi bị kẹt trong cái áo bó của ngữ cảnh tủn mủn, hẹp hòi. Về nhà thơ Ba Lan Tuwim, ông bảo, "Bất cứ bài thơ nào của ông chúng ta đều có thể bảo là 'tuyệt diệu,' nhưng giả thử chúng ta được hỏi yếu tố nào của Tuwim đã góp phần làm thi ca thế giới phong phú hơn thì kỳ thực chúng ta không biết trả lời sao.")

Ông yêu thích trào lưu avant-garde *của hai thập kỷ 20 và 30*. (Mặc dù nghi ngờ ý thức hệ "cấp tiến" và "hiện đại chủ nghĩa thiên-hiện-đại" của trào lưu đó, ông chia sẻ khát vọng muốn khai phá những loại hình mới và sự bay bổng của thần trí tưởng tượng trong tư duy. Ông khuyên một nhà văn trẻ: trước hết, giống như cách "hành văn tự động" của các nhà văn siêu thực, anh hãy viết đầy hai mươi trang giấy mà không cần quan tâm đến sự hợp lý, đoạn đọc lại với con mắt phê bình sắc bén, xong giữ lại những gì thiết yếu và cứ thế tiếp tục. Như thể ông hy vọng tròng vào chiếc xe thổ mộ tiểu thuyết con ngựa hoang tên "Sự say sưa" bên cạnh con ngựa thuần tên "Duy lý tính.")

Ông khinh bỉ "văn chương dấn thân." (Điều đáng chú ý: ông không chửi bới nhiều những nhà văn chủ trương đưa văn chương xuống phục vụ đấu tranh chống Tư bản chủ nghĩa. Đối với ông, kiểu mẫu "nghệ thuật dấn thân," nhà văn này bị cấm viết dưới chế độ Cộng sản Ba Lan, là thứ văn chương diễn hành dưới biểu ngữ của chủ nghĩa chống Cộng. Từ những trang viết trong năm đầu của cuốn *Nhật ký*, ông không tiếc lời chỉ trích hai trọng điểm của trào lưu này, đó là, chủ thuyết *Manichean*[3] và sự giản lược hóa.)

Ông không thích trào lưu avant-garde *của hai thập kỷ 50 và 60 tại Pháp, nhất là hai trường phái "tân tiểu thuyết" và "tân phê bình" (Roland Barthes)*. (Tân tiểu thuyết bị ông chê là "tầm thường", "buồn tẻ"... Duy ngã chủ nghĩa, thủ dâm văn chương... Về tân phê bình, ông bảo: "Càng thông tuệ, nó càng ngu xuẩn." Ông cảm thấy khó chịu với tình thế tấn thối lưỡng nan mà các trường phái *avant-garde* này gây nên cho nhà văn: hoặc đi theo hiện đại chủ nghĩa của họ (một thứ hiện đại chủ nghĩa, theo ông, đầy dẫy những thuật ngữ, bị các trường đại học quấy nhiễu, hết sức giáo điều, và thiếu sao sát với thực tại); hoặc đành chọn nghệ thuật truyền thống và cứ thế đến muôn kiếp cho ra đời những loại thể rập khuôn mẫu. Đối với Gombrowicz, hiện đại chủ nghĩa có nghĩa là: bằng những khám phá mới mẻ, tiến bước trên *con đường kế thừa*. Khi nào điều đó còn cho phép. Khi nào con đường kế thừa còn tồn tại.)

Một đại lục khác

Ba tháng sau khi quân đội Nga vào chiếm đóng Tiệp Khắc; nước Nga vẫn chưa hoàn toàn làm chủ xã hội Tiệp, mọi người sống trong lo âu nhưng (trong vài tháng nữa) vẫn còn khá nhiều tự do: Hội Nhà Văn, dù bị tố là lò phản cách mạng, vẫn có trụ sở, vẫn xuất bản báo, vẫn tiếp khách. Đáp lời mời của Hội, ba nhà văn châu Mỹ La-tinh đến Praha thăm viếng: Julio Cortázar, Gabriel García Márquez và Carlos Fuentes. Họ đến trong im lặng, với tư cách nhà văn. Để nhìn. Để hiểu. Để mở tấm lòng ra với những đồng nghiệp người Tiệp. Tôi có một tuần lễ không quên với họ. Chúng tôi trở thành bạn. Và ngay sau khi họ về tôi có cơ hội đọc văn bản in thử bản dịch tiếng Tiệp cuốn *Trăm năm cô đơn*.

Tôi nghĩ đến lời nguyền rủa thốt ra từ những nhà siêu thực chủ nghĩa lên nghệ thuật tiểu thuyết mà họ đóng dấu là phản thi ca, là không mở ra cho bất cứ tư duy tưởng tượng tự do nào. Ừm, tiểu thuyết của García Márquez đích thực là tư duy tưởng tượng tự do. Một trong những kiệt tác thi ca tôi được biết. Mỗi câu văn là một giấc mơ tiên lóng lánh, mỗi câu văn là một ngạc nhiên, một kỳ thú: cuốn sách là câu trả lời thất đảm cho sự khinh miệt tiểu thuyết mà bản *Tuyên ngôn siêu thực chủ nghĩa* từng công bố (và cùng lúc nó vinh danh siêu thực chủ nghĩa – vinh danh nguồn cảm hứng, vinh danh hơi thở đã thổi vào nghệ thuật suốt thế kỷ.)

Nó cũng là bằng chứng cho thấy thi ca và tính trữ tình không phải hai khái niệm chị em mà là hai khái niệm kỳ thực phải được tách ra thật xa nhau. Bởi thi ca của García Márquez không hề có tương quan gì với tính trữ tình, nhà văn không tự thú, cũng không phơi bày tâm hồn mình, ông không say sưa về bất cứ điều gì, thế giới khách quan ông nâng lên để đưa vào cầu vực cao diệu nơi tất cả mọi thứ cùng lúc vừa là thật, vừa là không thật, và huyền ảo.

Còn điều này nữa: toàn bộ tiểu thuyết của thế kỷ thứ mười chín dùng cảnh tượng làm yếu tố cơ bản cho sáng tác. Tiểu thuyết của García Márquez đi trên con đường ngược chiều: không có cảnh tượng trong *Trăm năm cô đơn!* Tất cả hoàn toàn tan loãng trong dòng thác lũ mê say của tự sự. Tôi không biết một thí dụ nào khác cho văn phong như thế. Như thể cuốn tiểu thuyết quay ngược lại thời gian nhiều thế kỷ, đi về phía người thuật kể mà người này chẳng miêu tả điều gì, hắn chỉ kể lại, nhưng hắn kể lại với tự do mơ tưởng chưa từng thấy bao giờ trước đó.

Cây cầu bạc

Vài năm sau cuộc gặp gỡ ở Praha ấy, tôi dọn nhà sang Pháp. Tại đây, thật tình cờ, Carlos Fuentes đang là đại sứ Mexico. Tôi sinh sống ở Rennes, và trong những chuyến viếng thăm Paris ngắn ngủi, tôi ngụ tại tư phòng của ông, một căn gác nhỏ trên lầu sứ quán, chúng tôi ngồi ăn sáng và bữa ăn thường kéo dài thành cuộc luận bàn không dứt. Đột nhiên tôi thấy miền đất Trung Âu của tôi giống như một láng giềng bất ngờ của châu Mỹ La-tinh: hai bến bờ của phương Tây tọa lạc ở hai đầu đối nghịch; hai phần đất bị bỏ quên, bị khinh miệt, bị bỏ rơi, bị ruồng rẫy; hai phần đất của thế giới được khắc họa một cách vô cùng sâu sắc bằng trải nghiệm đầy thương tích của giai kỳ *Baroque*[4]. Tôi nói "thương tích" bởi *Baroque* đến châu Mỹ La-tinh như nghệ thuật của kẻ đi chinh phục, và nó đến miền đất quê hương tôi do cuộc thánh chiến Phản Cải Cách[5] đẫm máu đem lại, lý do khiến Max Brod gọi Praha là "thành phố của cái ác." Dưới mắt tôi, đó là hai miền đất của thế giới rất quen thuộc với cuộc phối ngẫu kỳ bí giữa cái ác và cái đẹp.

Chúng tôi nói chuyện, và cây cầu – như làm bằng bạc, mong manh, rung rinh, lấp lánh – hiện ra như cây cầu vồng ngũ sắc bắc ngang thế kỷ nối liền miền đất Trung Âu nhỏ bé của tôi với châu Mỹ La-tinh mênh mông; cây cầu liên kết những bức tượng đẹp ngây ngất của Matyas Braun ở Praha với những nóc giáo đường hoang dại của Mexico.

Và tôi cũng nghĩ đến mối tương quan khác giữa hai miền đất mẹ của chúng tôi: chúng nắm giữ những vị trí then chốt trong biến trình tiến hóa của tiểu thuyết ở thế kỷ thứ hai mươi: thoạt tiên là những tiểu thuyết gia Trung Âu của hai thập kỷ 20 và 30 (Carlos gọi bộ truyện *Những kẻ mộng du* của Broch là cuốn tiểu thuyết lớn nhất của thế kỷ); rồi, hai ba mươi năm sau là những tiểu thuyết gia châu Mỹ La-tinh, những người đương thời với tôi.

Một hôm tôi khám phá ra tiểu thuyết của Ernesto Sábato. Trong cuốn *Thiên thần trừ diệt* (1974), từ cuốn sách tuôn chảy những tư duy y như trong sách của hai vị tiền bối sống ở Vienna trước đó, ông nói thẳng ra là trong thế giới hiện đại, một thế giới bị triết học bỏ rơi và hàng trăm chuyên ngành khoa học đập vỡ tan, thì chỉ có tiểu thuyết là còn lại với chúng ta như đài quan sát cuối cùng để từ đó chúng ta có thể ôm lấy đời sống con người như một toàn nguyên.

Nửa thế kỷ trước ông, ở phía bên kia quả địa cầu (cây cầu bạc vẫn rung rinh trên đầu tôi), Broch của *Những kẻ mộng du*, Musil của *Con người không phẩm giá* đều có những ý nghĩ tương tự. Ở vào thời điểm những nhà siêu thực đưa thi ca lên bậc tột đỉnh của nghệ thuật thì hai nhân vật đó cũng đã ban thưởng cho tiểu thuyết một vị trí tối cao.

Chú thích của người dịch:

[1] *prosai*: tản văn; *comi*: từ chữ *comic* có nghĩa là hài hước, tuy nhiên tính hài ở đây không có nghĩa là sự trào lộng hoặc mỉa mai như chúng ta hiểu ngày nay mà là cảm xúc chủ quan về tính mâu thuẫn của đối tượng; *epic*: anh hùng ca, sử thi.

[2] Bohemia: tên cũ, thế kỷ mười chín trở về trước, của miền đất cố hương Kundera. Ông hay dùng tên gọi này trong văn của ông thay vì Czechoslovakia (Tiệp Khắc) hoặc Cộng hòa Czech.

[3] Manicheanism: Chủ thuyết hỗn hợp nhị nguyên, xem Quỷ và Chúa ngang nhau, do nhà tiên tri Manes người Ba Tư chủ xướng, xuất hiện vào khoảng thế kỷ III.

[4] Baroque: Trào lưu nghệ thuật Tây phương, vào khoảng từ giữa thế kỷ XVI đến giữa thế kỷ XVIII, sau Phục hưng và trước Cổ điển. Với phong cách Baroque, hội họa và kiến trúc chú trọng đến đường nét tỉ mỉ, hoa mỹ

và cấu trúc cân xứng; âm nhạc được xây dựng trên bán cung, chú trọng đến tính chặt chẽ trong loại hình và sử dụng nhiều nốt hoa mỹ, luyến láy.

[5] Reformation: Phong trào Cải cách, những nỗ lực của Martin Luther (1483-1546) và John Calvin (1509-1564) nhằm tách khỏi Giáo hội Công giáo Roma.

[6] Dịch từ ấn bản Anh ngữ của Linda Asher, NXB HarperCollins, 2006.

PHẦN VI
Phụ lục

Phụ lục 1:
Trịnh Y Thư trong ống kính nhiếp ảnh gia Nguyễn Bá Khanh

Phụ lục 2:
Đối thoại với Trịnh Y Thư

Phụ lục 3:
Bằng hữu viết về Trịnh Y Thư

Đối thoại với Trịnh Y Thư:
Văn chương, Nghệ thuật & Những điều khác

Đinh Từ Bích Thuý & Đặng Thơ Thơ thực hiện

Đặng Thơ Thơ & Trịnh Y Thư
Café Centro Storico, Old Town Tustin, California, 13/11/2021.

Chúng tôi thỉnh thoảng gặp nhau trong những buổi ra mắt sách, cà phê cuối tuần, triển lãm tranh, và những lần họp mặt khi có bạn văn từ xa đến. Chúng tôi có những trao đổi trong những không gian nghệ thuật về những cuốn sách vừa xuất bản, về những nhà văn yêu thích, về âm nhạc cổ điển, về những người bạn còn mất... Nhiều lần tôi được nghe Trịnh Y Thư chơi độc tấu Tárrega, Albéniz, Villa-Lobos, Barrios, và những bản cầm khúc anh soạn cho Tây ban cầm. Phỏng vấn dưới đây có thể được coi như những trích đoạn của những mẩu chuyện đã kéo dài trong nhiều năm tháng. Phỏng vấn sẽ bắt đầu với những câu hỏi về xuất bản của Đinh Từ Bích Thuý, qua phần trò chuyện về Văn chương Nghệ thuật giữa Trịnh Y Thư và Đặng Thơ Thơ. – ĐTT

Đinh Từ Bích Thuý (ĐTBT): *Thưa anh Trịnh Y Thư, lý do gì đã thúc đẩy anh tái lập nhà xuất bản Văn Học?*

Trịnh Y Thư (TYT): Có nhiều lý do nhưng tựu trung vẫn là lòng đam mê sách vở, chữ nghĩa. Thêm nữa là sự dễ dàng trong việc in ấn nhờ vào các phương tiện kỹ thuật số hiện đại.

ĐTBT: *Theo anh, số độc giả có nhu cầu đọc sách giấy vẫn như trước thời Internet, ít hơn, hay gia tăng?*

TYT: Giảm nhiều lắm, thưa chị. Sự thật là ngày nay người ta ít ai đọc sách, sách văn chương lại càng ít hơn, mà chỉ liếc đọc trên mạng những thông tin hằng ngày trong vài ba phút rảnh rỗi hiếm hoi. Đời sống càng văn minh, hiện đại, con người càng tất bật, vội vàng, một nghịch lý hết thuốc chữa của đời sống.

ĐTBT: *Theo anh thì một nhà xuất bản Việt ngữ ở Mỹ có nên làm việc như một nhà xuất bản dòng chính của Mỹ, hoặc như ở miền Nam trước 1975, nghĩa là có chủ biên hoặc ban biên tập tuyển lựa bản thảo, rồi biên tập, làm việc với tác giả, trước khi sách ra mắt công chúng? Lý do nào khiến cách làm việc này thích hợp hoặc không thích hợp với quá trình xuất bản sách Việt hiện nay?*

TYT: Làm được như chị nói thì còn gì bằng. Nhưng cái khó nó bó cái khôn. Văn Học Press chỉ có một mình tôi cáng đáng tất cả mọi công việc, vừa là *publisher*, vừa là *editor*, vừa là *translator*, vừa là *janitor*.

ĐTBT: *Làm thế nào để văn hóa sách in tiếng Việt được phát triển, hoặc giữ được vị trí "có thể sống được" (sustainable), mà không bị sách điện tử hoặc sách Anh ngữ lấn át?*

TYT: Đây là vấn đề nhức nhối nhất cho những ai còn quan tâm đến mảng văn hóa của cộng đồng Việt hải ngoại. Đã có nhiều giấy mực nói về vấn đề này, không phải bây giờ mà từ lâu lắm, và tôi chưa thấy ánh sáng ở cuối đường hầm.

Đặng Thơ Thơ (ĐTT): *Cám ơn anh Trịnh Y Thư đã trả lời những câu hỏi của Đinh Từ Bích Thuý về việc xuất bản sách. Bây giờ chúng ta có thể bước qua phần văn chương. Là người viết, anh tìm kiếm điều gì ở tiểu thuyết? Một đời sống khác, một thế giới khác, cách suy nghĩ khác, cảm quan khác; hay để tìm hiểu về những khả thể của nghệ thuật tiểu thuyết?*

TYT: Tất cả những điều chị vừa đề cập. Ông nhà văn Milan Kundera bảo, "*Có những điều chỉ tiểu thuyết mới nói được*." Tiểu thuyết hoặc văn học nói chung mở cánh cửa cho chúng ta nhìn vào con người – ở thời đại nào cũng thế, đối tượng của văn học luôn luôn là con người – như cái gì vừa trong suốt vừa kỳ bí, vừa nhân từ vừa tàn ác, vừa yếu đuối vừa mạnh mẽ, vừa minh triết vừa điên loạn, vừa cao cả vừa đớn hèn, vừa yêu thương vừa thù ghét. Đó là lý do vì sao văn học thường phẫn nộ, phẫn nộ nhưng vẫn bao dung và nhân ái. Sau khi gấp lại trang sách, câu hỏi vương vấn trong trí óc ta như mùi hương, hỏi để hoàn tất tác phẩm chứ không phải để tìm kiếm đáp án hay câu trả lời. Một tác phẩm tiểu thuyết thành công là tác phẩm mà sau khi đọc, người đọc cảm thấy băn khoăn, bởi chính cái băn khoăn đó giúp ta suy nghiệm sâu thêm, và biết đâu nhờ thế, bật mở trong tâm khảm những "khả thể" mà chị nhắc đến. Với tôi, cuốn tiểu thuyết kiệt tác *For Whom The Bell Tolls* của nhà văn Ernest Hemingway là một tác phẩm như thế.

ĐTT: *Là người đa mang (chữ của Trịnh Y Thư) các loại hình văn chương nghệ thuật, anh có cảm nhận như thế nào về sự liên quan giữa âm nhạc và tiểu thuyết, giữa hội họa và thi ca, giữa dịch thuật và chơi đàn ghi-ta?*

TYT: Điểm chung thể hiện trên tất cả những hình thái ý thức nghệ thuật chị nêu trong câu hỏi, và gần như mọi động thái sáng tạo khác, là lòng đam mê đến từ con tim. Ông nhà văn kiêm triết gia Pháp Denis Diderot, bảo, "*Chỉ có đam mê, những đam mê lớn lao, mới nâng tâm hồn lên để kết tụ thành những điều to tát.*" Cùng quan điểm này, triết gia Hegel bảo, "*Chẳng cái gì to tát trên cõi đời này thành tựu mà không có đam mê.*" Song nhà văn Võ Phiến bảo tất cả những thứ đó chỉ là "đồ chơi," và ta cứ việc "chơi" cho thỏa thích. Thật ra, chúng ta phải ngầm hiểu có yếu tính đam mê trong câu nói của nhà văn Võ Phiến, phải "mê" mới "chơi" được, và tôi rất khoái định nghĩa này của cụ Võ, cứ liệu sức mà "chơi," "chơi tới bến" hay không, không hệ trọng, bởi những điều to tát thường rất mệt và rắc rối. Vì thế rảnh rỗi được giây phút nào là tôi đem mấy thứ đó ra "chơi," những món chơi chẳng tốn kém bao nhiêu lại chẳng hại ai.

ĐTT: *Anh đã nói về cảm xúc và động lực khi đến với nghệ thuật. Ngoài ra, khi hỏi câu trên, ý tôi muốn hiểu thêm về sự liên quan về mặt hình thức nghệ thuật, thể hình, cách kết cấu và xây dựng như một tác phẩm – giữa một cầm tấu khúc và một tiểu thuyết, giữa một bài thơ và một bức tranh qua những yếu tố chính như nội dung/hình thức thể hiện, cách sử dụng các chất liệu đặc thù của từng thể loại, cách khai triển chủ đề, hoặc hiệu ứng cảm xúc về mặt thị giác và thính giác...*

TYT: Vâng, có lẽ ta nên dài dòng một chút ở đây để nói về quan hệ hình thức biểu đạt giữa các loại hình nghệ thuật đó. Dễ dàng nhận biết hơn cả là giữa thơ và tranh. Có thể nói tính thơ chiếm một phần trọng đại trong hội họa, và ngược lại, hội họa và thi ca thường được xem là một. Chính danh họa lỗi lạc bậc nhất của thời Phục hưng (có thể là lớn nhất của nhân loại từ trước đến nay), Leonardo da Vinci, đã nói, "*Hội họa là thi ca được nhìn thay vì cảm, và thi ca là hội họa được cảm thay vì nhìn.*" Cả hai loại hình nghệ thuật này cùng được xây dựng dựa trên những tố chất biểu cảm và phóng chiếu cảm xúc bằng những mô-típ chuyển động. Nếu bên hội họa là hình tượng, ánh sáng, màu sắc, đường nét, bố cục làm thỏa mãn tri thức thị giác thì bên thi ca là kết hợp của chữ nghĩa, chắt lọc từ một bể vô tận chữ nghĩa tinh tế và linh diệu, cộng hưởng với nhạc tính, tất cả tạo thành sức mạnh xây dựng hình tượng, những hình tượng ăn sâu vào trí óc ta, kích hoạt tưởng tượng để biến thành một bài thơ. Thi sĩ và họa sĩ, do đó, chỉ khác nhau về phương tiện và chất liệu sáng tạo nhưng cứu cánh là một.

Rồi giữa một tấu khúc giao hưởng và một cuốn tiểu thuyết, có sự tương tự nào không trong kết cấu?

Quả thật tôi không rõ dụng ý của chị là gì khi đặt cặp phạm trù trái ngoe (*incongruous juxtaposition*) này trong câu hỏi, nó khiến tôi thắc mắc và không dễ cho tôi nghĩ ngay ra câu trả lời nghiêm túc, hay ho. Một tấu khúc giao hưởng thì dính dáng gì đến tiểu thuyết cơ chứ, nhưng suy ngẫm sâu thêm tôi chợt hiểu và quả có thấy một quan hệ hữu cơ giữa hai loại hình sáng tạo tưởng như hoàn toàn tách biệt này.

Giả thử chị viết một cuốn tiểu thuyết, công việc của chị là làm thế nào để cấu trúc cuốn sách liền lạc chặt chẽ hầu thu hút sự chú ý của người đọc. Cốt truyện của chị phải thắt nút và triển khai tại những điểm hợp lý, đúng chỗ, đúng lúc. Chị sẽ phải định vị một chủ đề, và cốt truyện sẽ xoay quanh chủ đề đó. Cũng sẽ có ít nhiều chủ đề phụ mà bằng cách nào đó chị nối kết chúng vào chủ đề chính như các phụ lưu đổ về dòng sông mẹ, để cuối cùng chảy ra biển lớn. Sẽ có những chỗ chị giới thiệu một hay nhiều ý tưởng, và nhân vật, nhiều hay chỉ vài nhân vật, rồi triển khai quan hệ, tính mâu thuẫn, tình yêu, lòng thù hận giữa các nhân vật. Sẽ có những chỗ chị nhẩn nha bàn tán mông lung, tưởng như chẳng ăn nhập gì đến chủ đề nêu ra, nhưng cũng có những chỗ cần viết như một cơn dông phẫn nộ xoáy thẳng vào trọng tâm cuốn sách.

Tất cả những thành tố kết cấu tôi vừa nêu làm sườn cho một cuốn tiểu thuyết tưởng tượng, đều có thể tìm thấy trong một tấu khúc giao hưởng. Viết giao hưởng, chị cũng sáng tạo một mô-típ, một chủ đề, một nhạc đề chủ đạo, như mô-típ bốn nốt nhạc mở đầu khúc giao hưởng số 5 của Beethoven. Mô-típ này sẽ được chị triển khai trong suốt khúc nhạc, nhưng cũng có những nhạc đề khác lượn lờ như những phụ lưu đổ vào nhạc đề chính. Các nhạc đề nối kết nhau bằng những câu nhạc bắc cầu, và chính những nhạc đề cũng xướng họa nhịp nhàng với nhau như cặp tình nhân trên sàn nhảy. Các nhạc đề và nhạc cụ trong khúc giao hưởng ra vào đúng lúc y như sự xuất hiện của ý tưởng và nhân vật trong tiểu thuyết. Chuyển động của tiểu thuyết chính là nhịp tiết trong khúc nhạc, lúc nhanh lúc chậm, tùy theo cảm xúc và ý nghĩa mỗi đoạn. Cuốn tiểu thuyết của chị "đi" nhanh quá sẽ làm người đọc nghẹt thở, vì thế ở đoạn giữa, chị có thể nghỉ ngơi cho thư giãn đôi chút, y như chuyển động/ hành âm thứ hai trong khúc giao hưởng. Thế rồi nhân vật chính diện của chị, sau những thăng trầm bị định mệnh xô đẩy đến mấp mé bến bờ tử sinh, bỗng tìm ra con đường giải thoát, một *climax;* hoặc chết luôn, một *anti-climax,* và đó là lúc khúc nhạc đi vào phần *cadenza* dẫn đến kết thúc. Kết thúc có thể là *climax* với khúc khải hoàn ca (giao hưởng số 3, 5, hay 9 của Beethoven, phần nhiều như vậy), nhưng cũng có thể là cái chết, sự chia lìa bi thương, con đường dẫn đến tử địa, một *anti-climax*, như giao hưởng số 6 của Pyotr Tchaikovsky…

Tuy nhiên trước khi độc giả của chị ngủ gục, tôi nghĩ rằng tôi nên chấm dứt câu trả lời nơi đây…

ĐTT: *Tôi không nghĩ sẽ có ai ngủ gục, đây là giây phút Eureka, có thể khiến người ta thức suốt đêm nghe một giao hưởng và đọc một cuốn tiểu thuyết đến sáng! Đã mê chơi thì không thấy buồn ngủ. Và trong những món chơi mà anh nói đến, anh thích món nào nhất?*

TYT: Tôi thích nhất là ngồi một mình trong căn phòng riêng không ai quấy rầy đàn hết khúc nhạc này sang khúc kia, nhiều khi hàng giờ quên cả ăn uống. Có dạo, dễ thường đến mười năm trời, tôi như vướng phải lời nguyền, không đàn được, nhưng gần đây tôi tập luyện lại và đã lấy lại phần nào ngón đàn đã mất. Nhưng bây giờ do tuổi tác, ngón đàn tôi không còn phong độ như xưa nữa. Ghi-ta là một nhạc cụ dễ chơi dở (bởi dễ lòe người nghe bằng những kỹ xảo) nhưng khó chơi hay nếu không chuyên cần luyện tập. Chính Andres Segovia cũng phải thú nhận là mỗi ngày ông phải bỏ ra từ sáu đến tám tiếng đồng hồ luyện tập.

ĐTT: *Theo anh, ý nghĩa của âm nhạc là gì, ý tôi muốn nói nhạc cổ điển, nhạc không lời, các loại nhạc hòa tấu, độc tấu... Igor Stravinsky cho rằng "Music is by its very nature essentially powerless to express anything at all" (Âm nhạc, tự bản chất của nó, hoàn toàn không có khả năng bày tỏ bất cứ điều gì). Như vậy, âm nhạc là một loại nghệ thuật không mang bất cứ nội dung gì, không thể hiện một chủ đề gì, hay nói cho đúng: để thấu hiểu âm nhạc thì việc vận dụng tư duy hay ngôn ngữ là bất khả?*

TYT: Người ta hay hiểu sai ý nghĩa câu phát biểu của Stravinsky. Khi nói như thế, ông chỉ không muốn người ta gán ghép một ý nghĩa ngoại tại nào lên âm nhạc (của ông). Là một trong những nhà soạn nhạc có công rất lớn khai phóng âm nhạc Tây phương hồi đầu thế kỷ

XX, Stravinsky có xu hướng quay về thời kỳ Cổ điển để tìm kiếm sự tinh tuyền trong âm thanh sau những bứt phá "sóng vỗ tràn bờ" của thời kỳ Lãng mạn suốt thế kỷ XIX, bởi thế các nhà nhạc học sau này thường xếp ông vào nhạc phái Tân Cổ điển.

Từ lâu người ta phân biệt đại để hai loại âm nhạc: nhạc chủ đề (đại biểu là Hector Berlioz) là loại nhạc kể một câu chuyện, nói về cái gì (thí dụ, *The Four Seasons* của Antonio Vivaldi; *Symphonie fantastique* của Hector Berlioz; *Symphony Vietnam 1975* của Lê Văn Khoa, vân vân); và nhạc tuyệt đối (đại biểu là Johann Brahms) – *music for the sake of music* – loại nhạc chẳng cần nói về điều gì; hiển nhiên, Stravinsky đứng ở "hàng ngũ" nhạc tuyệt đối. Kỳ thực, âm nhạc chính nó nói lên được tất cả cảm xúc và ý nghĩa, và hãy để người nghe tự quyết định cho mình cảm xúc hay ý nghĩa này. Khi viết khúc Sonata, Opus 27, số 2, cho piano, Beethoven không hề đặt tên là Moonlight Sonata, chưa chắc ông đã nghĩ đến ánh trăng khi viết khúc nhạc bất hủ đó. Chính người đời sau, chẳng biết là ai, một hôm nghe hay đàn khúc nhạc bỗng liên tưởng đến ánh trăng – Nghe tiếng đàn liên tưởng đến ánh trăng, bên ta có ông Xuân Diệu (*Trăng nhập vào dây cung Nguyệt lạnh*) – và đã đặt ra cái nhan đề gợi cảm đó. Nghe cũng hay hay, nhưng bởi nhan đề ấy mà khi nghe khúc nhạc, tôi như bị điều kiện hóa, cứ nghĩ đến ánh trăng. Điều này có lẽ chỉ khá đúng ở hành âm thứ nhất, sang hành âm thứ hai, và nhất là hành âm chót, tiếng đàn chuyển sang những cung bậc vũ bão, tôi muốn nghĩ đến ánh trăng cũng không được. Có lẽ bởi thế mà Stravinsky không muốn người ta nghĩ ngợi gì khác khi nghe nhạc của ông. *Music is music, there is nothing else*. Nhưng cũng chính cái ông Stravinsky này từng phát biểu một câu khác mà nghe như mâu thuẫn với câu kia, ông bảo, "*Âm nhạc là lĩnh vực duy nhất cho phép con người nhận thức được thực tại.*" Tôi đến là điên đầu với các vĩ nhân của nhân loại!

Tuy vậy, để bổ túc và dung hòa, tôi xin mượn câu nói của một nhà soạn nhạc lẫy lừng khác, Aaron Copland. Ông bảo: "*Nhà soạn nhạc không cần kể một câu chuyện như tiểu thuyết gia, hắn cũng không cần 'sao chép' thiên nhiên như một điêu khắc gia, tác phẩm của hắn không cần có chức năng thực tiễn tức thời như họa đồ của một kiến trúc sư... Hắn cống hiến cho chúng ta chính con người hắn. Mỗi nghệ phẩm, dĩ nhiên, là tâm tư được biểu đạt của người nghệ sĩ, và không ai thể hiện điều đó bằng phương cách trực tiếp hơn người soạn nhạc. Hắn cho chúng ta cái phần tinh hoa nhất của con người hắn mà không hề quan tâm gì đến những 'biến cố' ngoại tại – cái phần mà hiện thân là sự biểu đạt đầy đủ, sâu sắc nhất của chính con người hắn như một con người, và của trải nghiệm hắn kinh qua như một kẻ đồng loại.*" Nếu hiểu như thế thì việc vận dụng tư duy hay ngôn ngữ để thấu hiểu âm nhạc – chính xác hơn, hiểu tâm hồn nhà soạn nhạc – không hẳn là bất khả. Nhưng ngôn ngữ có giới hạn của nó, và chúng ta đôi khi phải đi vào ngôi nhà nghệ thuật âm nhạc bằng trực cảm, hoặc nói theo ngôn từ nhà Phật là "đốn ngộ," nơi mọi phân tích lắm lời chỉ khiến sự vật thêm rối loạn, sai lầm. Âm nhạc và hội họa là hai bộ môn nghệ thuật có sức mạnh chuyển hóa tâm hồn người thưởng ngoạn bằng con đường vô ngôn nhưng vô cùng sâu thẳm, có khả năng đánh động tâm tư con người. Thưởng thức một khúc nhạc hay, ngắm nhìn một bức tranh đẹp, mới chỉ là ở tầng thứ nhất, nơi tri thức thính giác, thị giác được thỏa mãn. Nhưng chính con đường từ đôi tai, đôi mắt len lỏi xuống quả tim – quả tim của ta và của nhà nghệ sĩ sáng tạo – từ tầng tri thức trèo lên tầng cảm xúc, mới là điều ta hằng mong mỏi tìm ra, và sau khi tìm ra rồi thì "đã" lắm, thưa chị.

ĐTT: *Tôi cũng muốn hiểu thêm sự liên quan giữa chơi đàn và dịch thuật. Dường như có một điều gì đó rất chung giữa hai thứ này?*

TYT: Vâng, đúng vậy, điểm chung giữa hai thứ đó nằm ở từ *phrasing*, một thuật ngữ âm nhạc, thường được định nghĩa là "phong cách diễn tả." Mỗi khúc nhạc, từ tấu khúc *Prelude* của Chopin dài hơn một phút, cô bé mười tuổi nhà hàng xóm đàn rất nhuyễn, chí đến khúc giao hưởng vĩ đại, cực kỳ phức tạp, viết cho hàng chục nhạc cụ khác nhau, thời lượng trình tấu cả tiếng đồng hồ của Mahler, thường được nhà soạn nhạc ghi rất rõ bằng ký hiệu trên nhạc phổ yêu cầu người trình tấu phải diễn tả như thế nào cho đúng với ý của nhà soạn nhạc. Tuy vậy cầm thủ vẫn có quyền (và nên) diễn tả mỗi câu nhạc theo phong cách riêng. Từ trường độ, cường độ, âm sắc nốt nhạc, cho đến cách luyến láy, độ rung, vv. Đó là *phrasing*. Nó là cái gì rất riêng tư, biểu hiện tâm hồn của cầm thủ (hay ca sĩ trong trường hợp khúc nhạc là một ca khúc, hay nhạc trưởng điều khiển dàn giao hưởng). Đó là lý do vì sao cùng một khúc nhạc của Chopin mà Đặng Thái Sơn đàn nghe không giống

Garrick Ohlsson, mặc dù cả hai đều từng đoạt giải thưởng Chopin. Sự khác biệt nghe càng rõ rệt giữa Vladimir Horowitz và Arthur Rubinstein thời trước; giữa Joshua Bell và Midori thời nay.

Còn dịch thuật thì sao? Có lần trên một diễn đàn về dịch thuật tôi có viết là, "Mặc dù những tôn chỉ chung chung như *tín-đạt-nhã* kềm chế người dịch, không cho hắn sa đà, nhưng người dịch không còn là kẻ 'tra từ điển chuyên nghiệp' nữa. Có khoảng đất trống chừa cho hắn để phô diễn nét tài hoa trong bản dịch của mình. Nói như thế, dịch phẩm sẽ mang diện mạo của người dịch và điều đó góp phần không ít vào việc tiếp nhận của người đọc. Tôi không phủ nhận giá trị những dịch phẩm nghiêm chỉnh tuân thủ từng câu, từng chữ, từng dấu chấm dấu phết trong nguyên tác, nhưng tính *Dionysian* trong nghệ thuật bao giờ cũng hấp dẫn hơn, quyến rũ hơn và tôi sẵn sàng hy sinh cái chân lý tuyệt đối (đôi khi rất vô tích sự) để đổi lấy dăm ba nét linh diệu phù ảo của cái bất toàn."

Nói như thế nghĩa là cũng có "*phrasing*" trong dịch thuật, và đó chính là điểm tương đồng giữa chơi đàn và dịch.

ĐTT: *Theo anh, những đề tài gì cần và còn thiếu trong văn chương Việt Nam? Anh nghĩ gì về những yêu cầu như tính thời đại, tính toàn cầu, tính nhân bản, và những chủ đề về văn hóa-lịch sử địa phương?*

TYT: Câu hỏi này của chị to tát quá, thật tình tôi không đủ trình độ để trả lời sao cho thuận. Tuy nhiên, nhìn từ góc độ người sáng tác, tôi nhận thấy văn học Việt Nam từ xưa đã bị quan niệm "văn dĩ tải đạo" chèn ép quá nặng nề, đến nỗi bất cứ ai đi lệch ra khỏi khuôn mẫu đó là bị ném cổ ra khỏi quỹ đạo chính thống và bị dán ngay lên trán cái nhãn kẻ tà đạo. Rốt cục, nhà văn Việt Nam muôn đời cứ hết "tải đạo" đến "tải thương" và hết "tải thương" thì sang "tải lương." Phục vụ chính trị, cho dù là một nền chính trị tốt đẹp, không bao giờ là con đường đúng đắn cho văn học. Văn học cũng không phải nơi rao giảng luân lý, đạo đức, tôn giáo, lý tưởng này nọ. Luận điểm bảo "nhà văn là kỹ sư tâm hồn," theo tôi, nên vứt bỏ, bởi nó chỉ giới hạn phạm vi sáng tạo, và quan trọng hơn, chưa chắc nhà văn là kẻ ta nên tuyệt đối tin nghe theo, chưa chắc cái "tâm hồn" mà nhà văn ra công thiết kế, xây dựng cho ta đã thích hợp, tốt đẹp với ta. Ở đây, tôi chỉ nói đến cái "dư," còn "thiếu" cái gì thì có lẽ nên để các nhà biên khảo văn học nhận định giùm tôi.

ĐTT: *Trong tập* Chỉ là đồ chơi, *anh hay nhắc đến nghệ thuật và trích lời của Milan Kundera và Võ Phiến, có điểm chung nào giữa hai nhà văn này?*

TYT: Cả hai ông cùng sinh sống trong một thời đại vô cùng nhiễu nhương trên quê hương mình. Cả hai đều lúc đầu theo Cộng sản, và đều từ bỏ cái quái thai thời đại đó để quay lại chống Cộng triệt để, và bởi quá hiểu bản chất thật của Cộng sản nên hai ông đều có những trang viết chống Cộng thật hay và thâm thúy. Ngoài ra, cả hai ông đều có cái nhìn rất tinh tế lên con người và sự vật, trong đó có Lịch sử, mặc dù Kundera có xu hướng hướng nội còn Võ Phiến hướng ngoại. Thêm nữa, cả hai đều sống lưu vong (vì Cộng sản), và tình cờ cùng lìa bỏ quê hương mình đúng vào năm 1975.

ĐTT: *Anh viết: "Milan Kundera là người cho tôi thấy thế nào là tiểu thuyết" và phần trọng đại nhất trong tiểu thuyết của Kundera là sự truy tìm bản ngã con người. Như vậy nên nhìn các nhân vật của Kundera như thế nào, là yếu tố chính của tiểu thuyết, hay chỉ là những mẫu thử nghiệm cho các phạm trù mang tính nhị nguyên?*

TYT: Đối với Kundera thì lịch sử, hoặc nói cho rõ hơn, lịch sử chính trị chỉ là bối cảnh cho tiểu thuyết, chỉ là cái phông của tiết kịch. Cái chính là cuộc truy tìm bản ngã để từ đó rất có thể lóe lên luồng sáng mới mẻ cho ta thấy rõ hơn cái ẩn mật của hữu thể. Đưa ra một định nghĩa cho tiểu thuyết, ông nói: "*Ngay khi bạn tạo dựng một hiện hữu tưởng tượng, một nhân vật, tự động bạn đối đầu câu hỏi: Bản ngã là gì? Làm cách nào thấu triệt được cái bản ngã đó? Đây là một trong những câu hỏi cơ bản của tiểu thuyết*." Kundera cả quyết rằng sự nảy sinh của nhân vật tiểu thuyết không giống sự ra đời của con người nơi cuộc sống bên ngoài; "*họ có mặt do một tình huống, một câu văn hay một ẩn dụ bên trong cái vỏ bọc hàm chứa những khả thể cơ bản liên quan đến con người mà tác giả nghĩ rằng chưa ai khám phá hay đề cập điều gì trọng yếu về nó*." Xem thế, tính sáng tạo trong tiểu thuyết Kundera chủ yếu nằm ở điểm này. Và qua tác phẩm chúng ta thấy ông truy xét cái bản ngã đó đến tận cùng. Bản ngã bị ông lật trái lật phải, lật ngang lật dọc đến chóng mặt. Nhưng không phải vì thế ông nắm bắt được điều muốn tìm kiếm; bản ngã vẫn vuột khỏi tầm tay, và ông thú nhận cuộc truy tìm bao giờ cũng chấm dứt trong bất mãn nghịch lý.

ĐTT: *Theo anh, cách lộ diện và can thiệp của tác giả Milan Kundera vào đời sống của nhân vật, có tạo ra những khả thể nào khác cho văn chương, hay là nó nên chấm dứt với Kundera?*

TYT: Lẽ dĩ nhiên, nó không nên chấm dứt với Kundera, mặc dù sự can thiệp của tác giả vào đời sống nhân vật là khá "sỗ sàng." Ngôi nhà văn chương bao giờ cũng có nhiều cánh cửa, và mỗi cánh cửa mở ra cho chúng ta bước vào một khả thể khác biệt để thăm dò cái ẩn mật của hiện hữu, nếu ta thật lòng muốn biết. Mặt khác, ta nên hiểu thêm về thủ pháp viết tiểu thuyết của ông: tiểu thuyết tư duy và siêu hư cấu. Viết tiểu thuyết, ông không miêu thuật một câu chuyện từ đầu chí cuối, mà đưa ra một hay nhiều "tư duy" nào đó, rồi "bịa" ra những nhân vật, những tình huống để biện minh cho tư duy của mình. Trong lúc viết ông cố tình để người đọc thấy ông chỉ "bịa" thôi chứ chẳng có gì là sự thật. Đó là thủ pháp siêu hư cấu ta thấy rất thông thường ở các nhà văn thế giới từ trước đến nay. Siêu hư cấu phá bỏ bức tường ngăn chia giữa người viết và người đọc, nó xóa mờ đường biên, giải trừ tính lưỡng phân giữa hai thế giới thực tại và hư cấu. Nó trực tiếp nhắm thẳng vào người đọc, khiến người đọc có thể tra vấn chính văn bản của câu chuyện. Hơn nữa, siêu hư cấu cho phép tác giả đắp thêm một tầng tưởng tượng bên trên tầng tưởng tượng thường thấy trong bất kỳ một tác phẩm tiểu thuyết nào. Hiệu ứng của nó là một trải nghiệm văn chương bất chấp quy ước, gây thú vị cho người đọc, và làm bật mở những chiều kích bình thường không cảm nhận được. Siêu hư cấu đánh đổ rào cản nhận thức quy ước để sự thật hiển lộ, để đưa ra cái nhìn *khác* – tuy thậm xưng, gay gắt, nhưng lại vô cùng chính xác và đau đớn – về thân phận con người. Đọc Kundera, ta nên đọc với tâm thức đó.

ĐTT: Tôi đồng ý với nhận định "Siêu hư cấu phá bỏ bức tường ngăn chia giữa người viết và người đọc, nó xóa mờ đường biên, giải trừ tính lưỡng phân, giữa thế giới thực tại và thế giới hư cấu. Nó trực tiếp nhắm thẳng vào người đọc, khiến người đọc có thể tra vấn chính văn bản của câu chuyện." Tuy nhiên, thủ pháp này của Kundera lại ít nhiều can thiệp vào sự tham gia của người đọc vào văn bản, theo nghĩa nó phá vỡ sự liên tục trong cảm xúc, tâm trạng, và ngăn cản người đọc thực sự sống trong mạch truyện. Sự trải nghiệm siêu hư cấu với Kundera có thể trở nên gắng gượng và bị bức bách. Nếu chúng ta đối chiếu với các truyện siêu hư cấu của John Barth trong Lost In The Funhouse và các truyện ngắn của Jorge Luis Borges, thì dường như thủ pháp của Kundera nghiêng về giải cấu trúc/deconstruction hơn là siêu hư cấu? Điển hình là Kundera dùng những nghịch lý để phân/tách tính đa diện của bản ngã, vai trò của thể xác trong bản ngã, và bản ngã trong quy chiếu với xã hội và lịch sử?

TYT: Đọc tác phẩm của Kundera, hay bất cứ tác phẩm văn học nào, dưới con mắt lý thuyết văn học, không phải sở trường của tôi, vì vậy xin cho tôi né tránh. Nhưng ta có thể hiểu quan niệm của Kundera về tiểu thuyết như là một suy nghiệm thi vị về hiện hữu, mặc dù tác phẩm của ông ghi lại nhiều biến cố chính trị, từ đó nảy sinh những lý giải xã hội, lịch sử hay ý thức hệ. Có câu hỏi làm cách nào ông hòa giải được va chạm một mặt vẫn chú tâm đến lịch sử, xã hội và mặt khác tin tưởng chủ yếu của tiểu thuyết là tìm kiếm bản ngã của hiện hữu. Để trả lời, Kundera đưa ra quan niệm về hữu thể của triết gia Martin Heidegger. "*Heidegger định nghĩa hiện hữu bằng công thức rất nhiều người biết: in-der-Welt-sein, hiện-hữu-trong-thế-giới. Con người liên kết với thế giới không như chủ thể với khách thể, không như con mắt với hội họa, không như người diễn viên với sân khấu. Con người và thế giới thắt buộc vào nhau như con ốc sên đeo dính cái vỏ nó: thế giới là một phần, là chiều kích của con người, thế giới biến đổi, hiện hữu (in-der-Welt-sein) cũng biến đổi theo. Nhưng chớ nên lẫn lộn hai điều: một mặt tiểu thuyết suy xét chiều kích lịch sử của hiện hữu, mặt khác tiểu thuyết là bản minh họa hoàn cảnh lịch sử, lời miêu tả xã hội ở thời điểm nào đó, một công trình biên chép lịch sử được tiểu thuyết hóa.*"

Ông cũng nói thêm nhiều điều đáng suy ngẫm, "*Đời sống là cái bẫy chúng ta vẫn luôn biết: chúng ta sinh ra đời không phải vì chúng ta yêu cầu, bị nhốt trong thân xác không phải do chúng ta chọn lựa, và cuối cùng chết.*" Một tư duy nhuốm màu sắc hiện sinh. Và, "*… không chuyện gì xảy ra trên hành tinh này đơn thuần là vấn đề cục bộ nữa, mọi thảm họa liên quan toàn thế giới, và kết cục đời* *sống chúng ta càng lúc càng bị chi phối bởi những điều kiện ngoại tại, những cảnh ngộ không ai tháo vuột nổi khiến chúng ta càng lúc càng giống nhau.*" "Càng giống nhau" có nghĩa là dần dà chúng ta mất đi bản sắc đặc thù, mọi căn tính, thuộc tính văn hóa bản xứ nhạt dần để biến thành một nồi "tả-pí-lù" to khủng, một *melting-pot* toàn cầu. Kundera nói điều này nhiều năm trước khi nhóm từ "Toàn cầu hóa" đi vào bộ từ vựng của loài người.

ĐTT: *Trong bài viết "Ở hay về," anh viết về sự trở về cố hương của những nhà văn Việt lưu vong. Có gì khác biệt giữa sự trở về của một nhà văn Việt Nam và các thí dụ như Solzhenitsyn, Kundera, Cao Hành Kiện, Yevtushenko, Brodsky...? Có gì khác biệt giữa trở về như một nhà văn và trở về như một người Việt?*

TYT: Vế thứ nhất của câu hỏi, tôi đã trả lời khá kỹ trong bài viết nói trên. Bài đó, tôi viết cách đây trên mười năm. Riêng về thứ hai, tôi xin có ý nghĩ là, các nhà văn Việt Nam lưu vong đã *trở về như một người Việt*, hay chính xác hơn, như một *Việt kiều*, chứ không phải như một *nhà văn*. Bởi sự thật quá hiển nhiên là họ có được phép sử dụng ngòi bút như một nhà văn đâu! Làm sao có tự do để viết và xuất bản tác phẩm trong một đất nước với những thiết chế kềm kẹp tinh vi, với toàn bộ phương tiện truyền thông và xuất bản sách báo nằm trong tay nhà nước, do nhà nước quản chế và kiểm soát?! Thêm nữa, ngoài sự chiết tỏa thiên la địa võng của nhà cầm quyền, họ còn bị sức ép đến từ chính những "đồng nghiệp địa phương" bám trụ muôn đời ở đó nữa. Tính đố kỵ bè phái vẫn là một thuộc tính bất biến trong "khu làng" văn nghệ Việt Nam, trong nước hay hải ngoại. Tôi vẫn chưa quên chuyện cố nhạc sĩ Phạm Duy bị những "đồng nghiệp địa phương" của ông "đánh" tàn bạo như thế nào lúc ông mới trở về nước sinh sống.

ĐTT: *Sự lạ hóa tại đất nước lưu vong hay ngay trên quê hương, thường bị nhìn theo ý tiêu cực, có thể trở thành nguồn cảm hứng và đề tài không bao giờ cũ cho văn chương? "Tự truyện của kẻ đi tìm quá khứ" hoặc "Một kẻ lạ trên phố phường Hà Nội" là một bằng chứng?*

TYT: Dĩ nhiên, đề tài là đề tài, những gì còn là trăn trở, suy nghiệm của con người thì không bao giờ cũ. Hai đoản thiên chị nhắc đến, tôi viết dưới dạng một phần tự truyện, một phần thời sự, một phần hư cấu. Nếu không, nó sẽ nhàm chán lắm.

Nhân đây tôi xin lạm bàn thêm về từ "lưu vong" trong ngữ cảnh sáng tác văn học chị đề cập trong câu hỏi. Theo tôi, nếu hiểu "lưu vong" là "tan mất" thì chí ít giai đoạn 1975-2000 của dòng văn học Việt Nam hải ngoại, ta có thể gọi là "văn học lưu vong." Đó là thời kỳ khi người ta vẫn chưa tan cơn sốc của biến cố lịch sử 30/4/1975 sau một thời gian dài nội chiến. Khi bỏ xứ ra đi người ta xem như mất hết, mất quê hương và mất cả cội nguồn. Tâm hồn họ lúc nào cũng bất định, không biết trú xứ là nơi đâu. Bởi thế, thuật ngữ "lưu vong" trong ngữ cảnh này hàm chứa một ý thức chính trị rõ rệt. Ý thức đó hiển lộ trong những tác phẩm của các nhà văn, nhà thơ lúc bấy giờ. Họ viết những điều người đọc háo hức chờ đợi. Sự tan rã của cả một tập thể con người, quê hương đang hấp hối trong nghèo đói và tù đày, thảm trạng thuyền nhân, đời sống mới nơi xứ người thảm thương, nhếch nhác... Toàn những đề tài nóng bỏng mà người viết lẫn người đọc đều có thể chia sẻ dễ dàng.

Bước sang thiên niên kỷ III, tình trạng này biến đổi sâu sắc. Ý thức "lưu vong" càng lúc càng mờ nhạt. Bạn chẳng thể nào bảo bạn đang sống "lưu vong" trong khi người ta ùn ùn kéo nhau về nước mở tiệm phở, xây khách sạn, tậu nhà cho thuê! Thế rồi, đùng một cái, cuộc cách mạng tin học với sự bùng nổ của mạng lưới thông tin toàn cầu khiến nền văn học Việt Nam hải ngoại cũng biến đổi mau chóng và ngày nay nó mang một diện mạo khá lạ lùng. Sách báo văn học gần như triệt tiêu, thay vào đó toàn bộ nền văn chương được đưa lên mạng, người viết lẫn người đọc, nhờ thế, gia tăng nhiều vì có sự đóng góp tích cực của khắp bốn phương trời, kể cả trong nước. Bây giờ gọi nó là nền "văn học hải ngoại" hay "văn học di dân," tôi e có người không đồng ý, trừ phi chúng ta gộp chung người đọc, người viết trong nước cùng với chúng ta tại hải ngoại thành những "di dân" trong không gian ảo, *cyberspace*.

Dài dòng nãy giờ chỉ để đi đến luận điểm: Ngày nay chúng ta có thể hiểu lưu vong là lưu vong trong tâm thức, một tâm thức lưu đày, một tâm thức lạ hóa không thể nào tương hợp với thực thể xã hội, chính trị xung quanh, một tâm hồn trôi giạt, một tâm hồn không trú xứ. Người lưu vong có thể là kẻ đang sinh sống ngay trên quê hương mình hay tại một góc trời xa xăm nào đó. Họ gặp nhau tại một tụ điểm *diaspora* ảo, tụ điểm có bảng cắm hai chữ "lưu vong." Nói như thế, lưu vong không phải một cảnh huống, mà là một thái độ, một thái độ có chọn lựa và quyết liệt.

ĐTT: *Vẫn theo anh thì văn chương thế giới có thể chia thành ba vùng: đại chúng, truyền thống, và cách tân. Với sự áp đảo của văn hóa đại chúng, vùng cách tân có thể và nên học hỏi điều gì từ vùng đại chúng, như đề tài, công thức, kỹ thuât... bằng cách nào đó để tăng tính hấp dẫn và vẫn duy trì tính thử nghiệm sáng tạo?*

TYT: "*Văn chương thế giới ngày nay có thể chia thành ba vùng: đại chúng, truyền thống, và cách tân…*" Vâng, tôi viết như thế trong bài Tựa cuốn tạp bút *Chỉ là đồ chơi*. Tôi cũng viết thêm, "*sự phân chia như vậy có thể bị xem là khiên cưỡng và không chuẩn xác chút nào bởi luôn luôn có sự giao thoa đan xen giữa vùng nọ với vùng kia*." Dĩ nhiên "vùng cách tân" có thể học hỏi nhiều điều từ "vùng đại chúng" để tác phẩm của mình được chú ý đến nhiều hơn. (Nói cho cùng, có tác giả nào không muốn tác phẩm của mình được phổ biến rộng rãi đâu?) Cuốn tiểu thuyết *The Sympathizer* của nhà văn Mỹ gốc Việt Nguyễn Thanh Việt là một thí dụ điển hình. Tuy là một cuốn tiểu thuyết có tính cách tân, nhưng tác giả đã sử dụng thủ pháp của thể truyện *thriller* (văn học đại chúng) để làm tăng sức hấp dẫn, thú vị cho người đọc. Cuốn sách được trao giải Pulitzer và bán rất chạy. Điều đó, theo tôi, chẳng có gì sai trái trong một tác phẩm văn học. Nói cho cùng, tiểu thuyết hoặc bất cứ bộ môn nghệ thuật nào khác đều không thể thiếu yếu tố giải trí đem đến cho người thưởng ngoạn.

ĐTT: *Khi nhắm đến các giá trị tinh thần, có khác biệt giữa các thể loại nghệ thuật: hội họa, thi ca, văn chương, âm nhạc, và giữa nghệ thuật với các ngành học nhân văn khác hay không? Nhiệm vụ chính của người nghệ sĩ là gì, theo anh?*

TYT: Khác ở chỗ một bên chú trọng vào sự sáng tạo, và bên kia nhắm vào mục đích khảo sát các hiện tượng và vấn đề nhân văn. Giá trị tinh thần, do đó, cũng khác. Tuy khác, nhưng ở chừng mực nào đó, cả hai bổ sung cho nhau. Riêng phần hai của câu hỏi, "*Nhiệm vụ chính của người nghệ sĩ là gì?*" thì thú thật với chị tôi rất sợ khi người ta đặt nhiệm vụ hay sứ mệnh này nọ lên vai người nghệ sĩ. Người nghệ sĩ làm công việc nghệ thuật sáng tạo. Chấm hết. Nhiệm vụ đối với xã hội, nhân quần nên để dành cho các quan chức và nhà này nhà nọ trong các ngành học nhân văn. Nghệ sĩ chỉ nên giữ vai trò phản biện, nếu cần, và luôn luôn ở vị trí đối kháng với nhà nước, bất cứ nhà nước nào, độc tài cộng sản hay dân chủ tự do. Nghệ sĩ có thể trở thành quan chức (Bộ trưởng Văn hóa, chẳng hạn), nhưng ngay giây phút hắn ngồi xuống bàn giấy làm việc trong tư cách một quan chức, hắn không còn là nghệ sĩ nữa, bởi hắn không còn giữ được phẩm cách cực đoan của người nghệ sĩ mà phải dung hợp những chiều hướng đối nghịch theo một quan điểm trung dung tương nhượng nào đó. Nghệ sĩ nhận lãnh – đôi khi, tự nhận lãnh – sứ mệnh mà mình cho là thiêng liêng thường nảy sinh những con người quái đản làm thơ xúi giục thanh niên đi vào cõi chết, hoặc vẽ tranh, tạc tượng thần thánh hóa lãnh tụ chính trị, vv. Thật chẳng có gì vô luân hơn.

ĐTT: *"Nghệ sĩ chỉ nên giữ vai trò phản biện, nếu cần, và luôn luôn ở vị trí đối kháng với nhà nước, bất cứ nhà nước nào, độc tài cộng sản hay dân chủ tự do." Rất đúng! Và như vậy, song song với sáng tạo, công việc của nghệ sĩ là bảo vệ tư cách độc lập của bản thân, coi tự do như linh hồn của sáng tạo, để với tự do đó hắn mới có thể chủ động trong trò chơi nghệ thuật của mình. Cám ơn anh Trịnh Y Thư!*

TYT: Cám ơn hai chị Đinh Từ Bích Thúy và Đặng Thơ Thơ.

Ghi chú:

[1] Phỏng vấn được thực hiện qua email, 11/2021.

Trịnh Y Thư:
Thơ ở quảng trường Siêu thực

Du Tử Lê

Ghi nhận chung, cho thấy sự hiến cho trường phái thơ Siêu thực là một khó khăn, thử thách lớn. Cụ thể là phải nỗ lực "phi lý trí." Do đấy, nó đòi hỏi nơi nhà thơ một bản lãnh hơn người và, một óc tưởng tượng không chỉ phong phú mà, hoàn toàn khác biệt. Mọi non tay, thiếu tự tin, đều bị loại khỏi trường phái thơ Siêu thực.

Tuy nhiên, gần đây, ở hải ngoại, những người yêu thơ đã được chào đón thi phẩm mới nhất của nhà thơ và cũng là một dịch giả tên tuổi, Trịnh Y Thư, với thi phẩm *Phế tích của ảo ảnh*. Khi chọn tựa sách này, chung cho cả tuyển tập thơ của mình, họ Trịnh đã dứt khoát cho thấy cõi-giới thi ca của ông mang tính siêu thực hoàn toàn. Nó không hề là sự tổng hợp hay còn dựa dẫm, liên hệ gần, xa tới thể loại thơ Tượng trưng, như định nghĩa căn bản về thể loại thơ Siêu thực.

Ngay phần thứ nhất, trong ba phần của *Phế tích của ảo ảnh* cũng đã chọn tiêu đề *Phế tích của ảo ảnh* để khẳng định bản lãnh của họ Trịnh với những câu thơ mới, lạ, gần như chưa hề có trong chiều dài thi ca Việt Nam, như:

ban mai hừng rỡ như mang dấu ấn của tội đồ
phát vãng từ thần kỳ huyền sử.

Hay:

nỉ non bờ giậu ao chuôm duềnh dọc
hay róc rách con trổ vắt ngang

Ngoài hình ảnh, ẩn dụ, liên tưởng như những cú đánh thình lình, bất ngờ, thẳng vào não bộ người đọc, Trịnh Y Thư còn đem vào thơ ông hai từ ghép rất mới là: *"hừng rỡ"* – Chiết tự hai tính từ này, chúng ta có: "hừng" bởi từ kép "hừng hực" và "rỡ" bởi từ kép "rạng rỡ" trong ngôn ngữ Việt.

Thi phẩm *Phế tích của ảo ảnh* không chỉ có hai từ ghép vừa kể mà, chúng đã xuất hiện khá nhiều trong thơ của ông. Vì thế, tôi cho chiết tự là bước đi cần thiết để chia sẻ những cảm nhận, rung động rất mới, lạ trong thơ của tác giả này.

Ngay ở trang thơ kế tiếp của *Phế tích của ảo ảnh*, Trịnh Y Thư đã mang đến cho người hai câu thơ đẹp, phản ảnh thực trạng chiến tranh, đang đưa nhân loại tới vực thẳm:

như thứ ngôn ngữ chiến tranh
đóng đinh vào tận thế

Và:

Chỉ còn sự cô độc
ôi tôi yêu nó biết bao
vang váng một linh hồn cô độc

Ở câu thơ trên, người đọc lại được gặp hai tính từ kép là: vang = chỉ sức dội; váng = chỉ lớp màng mỏng trên mặt nước. Rồi:

Nơi tôi đứng chiều nay
những mái nhà nâu
những chiếc cầu lung linh bóng nước
sẽ tan biến cả và còn lại
chỉ là phế tích của ảo ảnh – rớt rơi.

Và, nhiều câu thơ sau đó, theo tôi, chúng đã được tác giả cố tình cho chúng gánh trên vai những hình ảnh mang ẩn dụ lạ lẫm:

Chiều đã xuống quảng trường nhức nhối lói

Ở câu thơ này, tác giả dùng cùng một lúc hai tính từ là "nhức nhối" và "lói." Diễn giải một cách đơn giản thì đó là "sự nhức nhối lở, lói"

– Hay nhức nhối khủng khiếp tới mức lở lói? Họ Trịnh nhấn mạnh thêm:

Vẫn biết sự thật là tiếng vọng thiên thu
nhưng hãy cho tôi hòa giải
bởi cuộc chiến với ký ức
là cuộc chiến với sự lãng quên
...
Ký ức như mộ phần người chết
hãy để nó vĩnh viễn nằm dưới đáy ngục sâu
đào lên chỉ thấy toàn hồn ma và xương xẩu kinh người

Thi ca như tình yêu, nếu cảm nhận được bởi trái tim (vì tất cả sự phi lý của nó), chứ không phải từ bộ óc, chúng ta sẽ nhận được nhiều thú vị hay hoan lạc tinh thần từ cõi giới siêu thực mà họ Trịnh đã trân trọng mang lại cho người đọc.

Với *Phế tích của ảo ảnh,* thơ Trịnh Y Thư, trong suốt trên dưới 150 trang thơ, ở bất cứ khổ thơ ngắn dài nào của thi phẩm này, người đọc cũng gặp được rất nhiều những yếu tính của trường phái thơ Siêu thực; tới độ, không ít người đã phải thốt lên rằng thơ họ Trịnh có nhiều bài khó hiểu?!?

Tôi vẫn nghĩ, thi ca như tình yêu, cần phải được cảm bằng trái tim chứ không hoàn toàn bằng bộ óc. Việc phân tích những ẩn ngữ, hình ảnh tương tác gần, xa trong một bài thơ là công việc của nhà phê bình – tựa như chúng ta đứng trước một bức tranh. Cảm nhận của người xem tranh là sự mách bảo chính xác nhất, dẫn người thưởng ngoạn tới kết luận đẹp / xấu, hay / dở, chứ không phải là sự phân tích bức tranh từ kỹ thuật, đường nét, tới màu sắc.

Nếu chấp nhận được quan niệm ghi trên thì chúng ta sẽ có được khá nhiều thích thú bất ngờ, khi đọc thơ Trịnh Y Thư – nhất là khi đi tới những dòng chữ cuối mỗi bài thơ của ông:

Bởi tôi không thể dừng lại nơi đây
để đợi chờ Thượng đế
như ba lão già ngớ ngẩn ấy (…)
...
Hãy phó thác linh hồn
vào những đốm lửa vô âm

để biết mình vẫn sống
...
Trong giấc mơ những năm tháng lưu đày
tôi nhận ra nỗi đau tủi nhục
của kẻ sống trọn kiếp trong bóng đêm
...
Tôi muốn mặc cả với đêm yên
hãy cho tôi đầu thai
làm hòn cuội
nằm yên dưới lòng suối này
đến thiên thu
...
Tôi mặc cả với thiên nhiên
cho tôi chén đắng
nhưng đừng bao giờ
có một ngày như buổi sáng hôm nay
...
Tôi muốn cười vào mặt thần chết
có gì đâu ngoài cái vuốt vô biên
thân lạnh trở về ấm cũng về
ngoảnh mặt nhìn từ vô hạn
không bóng người lai vãng

Nói cách khác, thơ Siêu thực của họ Trịnh là một thứ lãng mạn mới mà, cốt lõi là mối ràng buộc giữa con người, thiên nhiên, siêu hình… vốn ẩn tàng trong tiềm thức và những giấc mơ thoát khỏi sự trì kéo thô kệch của ý thức (mang tính chung của lý trí).

Phải chăng vì thế, họ Trịnh đã có một câu thơ mang tính định đề mà tôi rất thích trong số khá nhiều câu như thế của ông:

Chẳng ai nhảy qua được cái bóng của chính mình.

– *Du Tử Lê* [1942-2019]

Trịnh Y Thư: Nỗi hoang mang của gã ôm đàn

Nguyễn Đức Tùng

Trịnh Y Thư quan tâm đến sự chính xác, tiết kiệm chữ, nhưng anh cũng để cho khả năng nhạy cảm với mặt trái của xã hội, sự tra tấn, nỗi đau khổ làm bùng vỡ ngôn ngữ. Anh ý thức về sự hữu hạn của kiếp người, thứ sự thật tương đối, về cái chết, mặt tối đen của số phận, các ảo tưởng. Trịnh Y Thư thuộc những nhà thơ hiện đại, tiến rất xa tới gần các biên giới, trở thành một người lạ, đôi khi.

Gió tây bắc hốt hoảng bữa cơm chiều đạm bạc
như một kẻ dại khờ tìm ánh lửa khoan dung
làn tóc rối che giấu
niềm cảm thông vội vã
rồi vụng trộm khép lại
ước vọng thuở đầu đời
(Phế tích của ảo ảnh [4])

Có những bài thơ của anh như lời độc thoại, như một người đứng trên sân khấu nhưng quay lưng lại với khán giả, tự nói với mình, nhắc đến những kỷ niệm và những ấn tượng mà chỉ mình hiểu được. Khi đó bài thơ của anh đóng kín, sự cảm thông giữa người đọc và tác giả bị tối thiểu hóa. Tuy nhiên, giữa những độc thoại như thế, với cảm giác cô quạnh, giận dữ làm ta ngạc nhiên:

That stupid duplicitous body

I just want to throw away

Cái thân thể trắc nết ngu xuẩn này
Tôi muốn vứt cho xong

Là sự giải thích dịu dàng của anh:

But listen. I also hear the pipes clanking
Nhưng nghe này. Tôi còn nghe tiếng ống sắt rổn rảng
(Song of The Night)

Như mở một cánh cửa, bạn tưởng đã hoàn toàn đóng kín.

Sự chuyển hóa tâm linh trong thơ Trịnh Y Thư là sự thay đổi của những tình huống bên ngoài, nội tâm hóa chúng. Cảnh vật trong thơ anh không còn là sông núi, phố phường, hàng xóm nhưng chính là chiều sâu của tâm thức, là tâm cảnh. Giọng điệu trong thơ là một thứ giao hòa giữa thế giới riêng tư, bí ẩn và thế giới công cộng, bên ngoài, xã hội.

Họ là ai tôi tự hỏi
những bản văn tự không ấn dấu
xung quanh một bến nước
có tiếng hát phù trầm
quay quắt một đêm mưa
hàng cau đánh sập sân từ đường
vỡ vụn những viên gạch
khép nép nghìn thu.
(Phế tích của ảo ảnh [3])

Đôi khi không phải anh trở lại căn nhà cũ, mà chính tình yêu cũ trở về với anh, trong giấc mộng, bên kia tường, trên chiếc bàn đầu giường, dưới ngọn đèn. Những hình ảnh phát ra tiếng nói của chúng, mạnh mẽ đến nỗi những bày tỏ của anh chính là tự biểu hiện của sự vật, những dàn xếp hóa ra là ngẫu hứng, hiện thực chẳng qua là phản chiếu của chính nó.

Nơi tôi đứng chiều nay
những mái nhà nâu

những chiếc cầu lung linh bóng nước
sẽ tan biến cả và còn lại
chỉ là phế tích của ảo ảnh – rớt rơi
(Phế tích của ảo ảnh [1])

Trịnh Y Thư nói về ảnh hưởng của quá khứ lên hiện thực hôm nay. Anh hoài niệm nhưng không dừng lại ở đó, như một người vừa ra khỏi căn nhà cũ, ngước nhìn bầu trời, lắng nghe tiếng động của cuộc sống, ghi nhớ với một cảm quan sắc bén bất ngờ của người từ xa tới. Mọi vật trở nên sắc sảo, đường nét đậm hơn, mùi vị trở nên mạnh mẽ hơn đối với một người như thế. Đó là sự chú ý vượt ra ngoài ngôn ngữ. Trịnh Y Thư giống nhiều nhà thơ thuộc thế hệ của anh, một nửa Việt Nam, một nửa đời sống xứ người, đôi khi họ tự gọi mình là kẻ lưu vong.

Thốt nhiên tôi quay về hướng mặt trời
một ngày thoát thân – xác quạ lót đường đi
những đám mây tích vô tích sự
(Phế tích của ảo ảnh [2])

Anh tái hiện năng lượng của các chi tiết đời sống, sự cô đơn, lòng thương tiếc, hối hận, những sai lầm. Thơ tự do của anh có nhạc tính. Có lẽ vì anh là người chơi nhạc. Và mặc dù không hay xuất hiện trước công chúng, Trịnh Y Thư đã dùng một ngôn ngữ có yếu tố giao tiếp, đối thoại.

Cơn gió mùa hè thổi qua thành phố
Vắng bóng những đôi tình nhân
(Cơn gió mùa hè)

hoặc:

Tôi là người về từ đại dương trầm tích
(Phế tích của ảo ảnh [10])

Tính phức tạp và đa giá trị của thơ đương đại muốn người đọc không ngừng thiết lập và thiết lập trở lại mối quan hệ giữa cá nhân và cộng đồng, giữa hiện tại và quá khứ. Sau cuộc chiến tranh Việt

Nam, lịch sử bạo động, những dối trá và giết người, thơ ca có thể làm được điều gì? Không nhiều lắm.

Tập thơ *Phế tích của ảo ảnh* gồm nhiều bài Trịnh Y Thư viết trong những khoảng thời gian khác nhau, nhan đề là tên của phần đầu tiên của tập thơ gồm ba phần: *Phế tích của ảo ảnh; Trong bóng tối ta chẳng tìm thấy nhau; Con nước vô danh.* Có những bài thơ dài, những bài lục bát, thể haiku, thơ có vần và thơ tự do, thơ năm chữ và thơ Tân Hình thức, như vậy trong một cuốn sách khoảng một trăm năm mươi trang, người đọc có thể nhìn thấy gần như tất cả những thể thơ Việt phổ biến trong mấy chục năm nay.

Bao nhiêu năm ở nơi đây
tôi yêu bóng tối phủ đầy quanh tôi
(Con nước vô danh [8])

Trịnh Y Thư cũng có những câu thơ cũ, rõ ràng chịu ảnh hưởng của người khác:

hồn ai rụng giữa giang hà
tình xanh quyến niệm trên tà áo mơ
(Con nước vô danh [26])

Tuy nhiên bài thơ của anh thường có khả năng vượt qua sự lẫn lộn giữa một bên là các yếu tố lịch sử, bằng chứng, và một bên là ký ức, trí tưởng tượng. Công chúng đọc thơ ngày càng nhỏ lại nhưng không chịu biến mất. Sự sống sót của họ, công chúng đọc thơ, là sự sống sót của tác giả, của tâm hồn nhân loại. Chỉ riêng điều đó thôi cũng đủ an ủi chúng ta.

Tôi trở về đây vòng quay của đất trời tê tái
thăm hỏi những con người bị lãng quên
nằm chen chúc
dưới đám ruộng
chiêm trũng
lúc giao mùa phất phơ.
(Phế tích của ảo ảnh [3])

Theodor Adorno từng viết rằng, sau thảm kịch Auschwitz mà còn làm thơ thì thật là có tội. Thảm kịch Auschwitz của dân tộc Việt Nam đã đến từ lâu, không phải ai cũng đều nhận ra.

Tôi vừa chia tay một linh hồn
tôi vừa gieo vào một đôi mắt
tôi vừa ôm ấp một mái đầu
tôi vừa giẫm nát một con sâu
tôi vừa dụi mắt giấc mơ nào
(Những phiến lá từ tâm)

Có những giây phút chuyển hóa siêu việt, khi anh đi tìm sự mới mẻ, tìm một tương lai khác và do đó một hoài niệm kiểu khác. Sự giao cảm, đồng cảm của tác giả với người đọc qua những thời gian khó khăn, đã đồng hóa tác giả với số phận của những nhân vật. Tâm lý học của một cộng đồng hay một dân tộc có lẽ chi phối tâm lý một cá nhân ở mức sâu xa đến nỗi trong một số trường hợp chúng chỉ là một.

Tôi nhìn thấy gì trong đôi mắt lá răm
ở nơi có ánh chiều tháng Chạp
và những quả ổi mơn mởn xanh
rầu rầu liếp mía
con giẻ cùi phụ họa
lời ru mái nhà nâu hiu hắt à ơi.
(Phế tích của ảo ảnh [4])

Liệu các nhà thơ có trách nhiệm gì đối với xã hội hay không? Thật khó trả lời. Tôi nghĩ nhà thơ chỉ có trách nhiệm trong chừng mực mà đề tài của một bài thơ cụ thể hướng về các vấn đề xã hội, chính trị hay luân lý. Ngoài ra, anh ta là một kẻ hát rong, một người đi lang thang trên đường, một người viết không thuộc vào một hệ tư tưởng nào, không phục vụ cho một thể chế nào. Việc nhà thơ bầu cho một chính khách hay chính thể trong đời thực không can hệ gì đến tiếng nói của nhà thơ ấy trong tác phẩm. Chính nhờ thế mà văn chương trở nên nhẹ nhõm, và sự an ủi là cái nhìn trong sáng đối với sự thật.

Bóng ma quá khứ không làm cô sợ hãi

miểng bom cắm trên hương thờ trở thành linh thiêng.
(Phế tích của ảo ảnh [4])

Nơi Trịnh Y Thư, thơ ca đến gần sự kết hợp giữa Tây phương và Đông phương. Anh ít nói về mình, thường không tự bày tỏ, dưới một vẻ ngoài xông xáo là một tâm hồn nhạy cảm, có lúc yếu đuối, có khi mặc cảm, bên dưới sự kiềm chế, một hình thức gần như kỷ luật tinh thần là sự sôi nổi phóng khoáng, mặc dù không hoàn toàn hoang dại. Bên cạnh một cố gắng kết nối với dĩ vãng và truyền thống là tâm thức chia lìa, tự tách rời của một người ngày càng đi xa nguồn cội, không hẳn là hạnh phúc nhưng tự bằng lòng với chọn lựa của mình. Tham vọng của thơ trữ tình là chinh phục tâm hồn của người khác và, do đó, lịch sử kiến tạo nên họ. Trịnh Y Thư không viết về chính trị nhưng sự bày tỏ của anh đều có thể đưa đến những diễn dịch, xa hay gần. *Hoài niệm chỉ là hình thức khổ đau mới*, câu nói của Charles Baudelaire, mà Trịnh Y Thư ghi trong phần dẫn đề, nói đúng tâm trạng của người đọc và người viết hôm nay, xa xứ hay lưu vong trên chính đất nước mình.

Trăm lần như một tôi không có chọn lựa nào.
(Phế tích của ảo ảnh [2])

Trịnh Y Thư viết ít, các bài thơ không dài lắm, nhưng anh không phải là người quá gọt giũa câu văn. Sự phát triển hay sự trương nở, tôi thiết nghĩ, trong một số trường hợp mang lại nhiều ích lợi hơn cho văn chương. Ở những người viết có tài năng, sự phóng túng, sự buông lỏng mang lại niềm vui thú khó sánh được.

Người con lịch sử khuôn mặt ngươi ở đâu
sau tấm biển quảng cáo nịt vú đàn bà
hay bên kia rừng trảng thâm u
bên dưới những nấm mồ oan khốc
(Phế tích của ảo ảnh [2])

Đó là một bài thơ xuất sắc: nó có thể thở được. Nó chứa đựng trong đó những số phận, những bi kịch, quang cảnh của một đất nước, của một tâm trạng. Hơn thế nữa nó mang lại nhịp điệu, như một làn sóng nước liên tục có thể đi qua những nhát cắt, trong quá khứ, đổ máu, hay trong hiện tại, hệ ý thức. Tôi tin là người nào có dịp đọc thơ Trịnh Y Thư sẽ yêu mến anh hơn, như một nhà thơ, như một người cùng chia sẻ các số phận; và đằng sau vẻ ngoài lặng lẽ và tiết chế là một tâm hồn nồng nhiệt và sự phán xét trong sáng.

– Nguyễn Đức Tùng

Ký ức giữa nhớ và quên

Phạm Xuân Nguyên

1.

Tôi chưa từng lần nào gặp mặt Trịnh Y Thư, tác giả tập truyện này. Tôi cũng chưa đọc cái viết nào của Trịnh Y Thư, trước tập truyện này. Tôi mới chỉ đọc một cái dịch của anh – tiểu thuyết *Đời nhẹ khôn kham/ The Unbearable Lightness of Being* của nhà văn Pháp gốc Czech Milan Kundera. Và vì tôi cũng là người dịch Milan Kundera, nên vậy là giữa anh và tôi có một điểm liên hệ chung, ngẫu nhiên. Trịnh Y Thư chừng như thích nhà văn này (không thích sao dịch), và có chịu ảnh hưởng. Trong tập truyện, có mấy chỗ anh nhắc đến và dẫn văn Kundera.

Thì ngay ở cái truyện đầu tiên, *Tự truyện của kẻ đi tìm quá khứ*, anh đã dẫn dắt trích đoạn khá nhiều từ tác phẩm mới nhất của Milan Kundera, cuốn *Igno-rance* (Trịnh Y Thư dịch khi đưa vào truyện là *Bất tri*). Chẳng là truyện của Trịnh Y Thư kể một người từ Mỹ về tìm lại quê hương bản quán, tìm lại một quá khứ mà hắn không có, hay chưa kịp có, tức thị hắn mang tâm trạng của một kẻ hoài hương, mà truyện của Milan Kundera cũng kể chuyện hoài hương, nhưng sao hoài hương lại nói là "bất tri," hắn nghĩ ngợi, hắn đi tìm mối liên hệ giữa hai khái niệm này. Văn của Milan Kundera tôi có thể gọi là lối văn phân tích. Nhà văn dắt dẫn nhân vật vào mỗi động thái, tâm thái, tình thái, rồi tra vấn hắn (hay bắt hắn tra vấn), soi chiếu, trăn trở từng trạng thái ấy để tìm ra một cái gì đấy, hay như Milan Kundera nói là để hiểu được "hệ toán cuộc đời". Trịnh Y Thư có vẻ cũng "ăn chịu" lối viết này. Anh cũng để cho nhân vật (và chính tác giả) luôn tự phân tích (bị phân tích), tự cật vấn (bị cật vấn).

Trở lại cái tự truyện trên, sau khi trích dịch đoạn Milan Kundera truy tìm ý nghĩa gốc tích ngôn ngữ học của cái từ *nostalgia*, tác giả để "tôi" ngẫm nghĩ: "*Đoạn văn này Kundera viết một mạch, không xuống hàng. Tôi vốn không thích ngôn ngữ học, với tôi nó là khoa học chán ngắt, toàn một mớ chữ nghĩa rối rít nhưng vô cảm; tuy thế mỗi lần đọc lại đoạn văn trên tôi thấy sự thú vị như được nhân lên gấp bội; tôi còn dịch ra đây để chia sẻ với bạn nữa. Kundera nói hộ tôi điều tôi thắc mắc bấy lâu nay*. Hoài hương. Bất tri. *Tại sao ông chọn nhan đề cuốn tiểu thuyết là* Bất tri khi viết về đề tài Hoài hương? (*Kundera là người cầu toàn, ông rất cẩn trọng trong việc chọn nhan đề sách.) Hóa ra chúng nằm cùng phạm trù. Nó là nỗi đau của kẻ không biết chuyện gì xảy ra bên kia quả địa cầu, không biết cái miền đất cũ kỹ, rách rưới đó bây giờ ra sao và sự trở về luôn luôn là niềm khát vọng ám ảnh khôn nguôi. Với tôi, nó còn là nỗi đau của kẻ muốn quên đi, không muốn nhìn nhận, không muốn biết những gì đang xảy ra nơi đó. Một tâm thức vong thân, hay vong bản, nếu bạn muốn gọi như vậy*."

Sâu xa hơn cái viết của một lối văn, Trịnh Y Thư có lẽ đồng cảm và chia sẻ cùng bậc thầy viết văn mà anh ngưỡng mộ một tâm thức văn chương. Không chỉ vì hao hao cảnh ngộ. Mà vì quá trình nhận thức kiếp nhân sinh của con người giữa thế gian, như cái tên sách *The Unbearable Lightness of Being* lúc đầu anh đã dịch là *Nhẹ kiếp nhân sinh*.

Trong một lần trả lời phỏng vấn hiếm hoi (vì ông ít khi chịu cho phỏng vấn) sau khi xuất bản *Ignorance*, Milan Kundera nói: "*Tiểu thuyết gia không phải là thằng hầu của những sử gia. Anh ta không thể kể về, hay bàn về Lịch sử, mà khám phá ra những khía cạnh chưa biết tới của hiện hữu con người. Những biến động lớn lao của Lịch sử đối với anh ta giống như cái đèn giọi bất thình lình làm sáng tỏ những khía cạnh ẩn giấu và vạch trần chúng ra.*" Trịnh Y Thư có lẽ cũng muốn làm vậy trên trang viết của mình: Tìm tới những phận người điên đảo ở phía sau lịch sử đảo điên.

2.

Lịch sử hiện diện trong truyện của Trịnh Y Thư ở lai lịch các nhân vật. Họ, đàn ông và đàn bà, là người Việt vượt biên, sống ở nước ngoài, bị ám ảnh bởi ký ức cuộc ra đi khỏi nước, sống nặng nhọc, chênh chao, khó khăn tìm kiếm sự ổn định và cân bằng trong tinh thần.

Cuộc sống bao giờ cũng có cả hạnh phúc lẫn đau thương. Nhưng người ta chỉ muốn có hạnh phúc chứ không ai thích đau đớn. Con người bình thường vốn dĩ như vậy. Không ai muốn mình bị chà đạp, tàn phá bởi một cá nhân khác hay bởi xã hội. Khi có ai đó tát vào mặt mình thì mình thấy đau đớn, xúc phạm. Và nếu người làm mình đau đớn ấy to lớn, khỏe mạnh hơn mình như cả một cơ chế cầm quyền chẳng hạn và nếu mình cô thế không đủ sức lực chống trả thì mình quay ra đi tìm người khác yếu hơn để trả thù. Cứ thế cái vòng luẩn quẩn đó tiếp diễn mãi, không biết đâu là cùng tận. Nhưng đau thương của mình dù có ghê gớm cách mấy chăng nữa thì đã có người khác đâu đó trong lịch sử gánh chịu rồi. Đừng bao giờ cho mình là người đau khổ nhất trên đời. Hơn nữa, nỗi đau của tôi chỉ là nỗi đau chung của hàng triệu người khác cùng cảnh ngộ mà thôi. Đang sống trên đất nước này cô không sao hình dung nổi sự đau khổ những người dân nước tôi đang gánh chịu. Nghĩ được như vậy tôi thấy nỗi đau giảm đi phân nửa. Nửa phần còn lại tôi cứ việc nhồi nhét vào người, riết rồi không nỗi đau nào làm tôi chết được như thể tâm hồn tôi đã miễn nhiễm với sự đau đớn. Và bên cạnh khối đau thương to lớn đó bao giờ cũng có những niềm vui nho nhỏ. Niềm vui nhỏ thôi nhưng vẫn đủ để khỏa lấp nỗi buồn khổ chất chồng trước đó. Lúc còn ở trong trại tù, niềm vui của bọn tôi là được ăn bắp nướng. Hôm nào kiếm được ít bắp ngon, tối về chúng tôi nổi lửa lên rồi vùi bắp dưới đống than hồng. Đợi bắp chín, chúng tôi lột vỏ ăn ngon lành, vừa ăn vừa xuýt xoa nuốt vào hương vị thơm ngon của từng hạt bắp, rồi câu chuyện rôm rả bên đống lửa làm chúng tôi quên hẳn ngày dài lao động cực khổ trước đó ít giờ. Ngày mai ra sao, chưa cần biết. Đấy, con người vốn thế đấy. Và nhờ thế chúng ta mới có sức mạnh để sống tới...

Đây là lời tâm sự của Khang với Beatrice trong truyện *Đêm trắng*. Cũng có thể hiểu đây là tư tưởng chủ đề xuyên suốt tập truyện của Trịnh Y Thư. Những con người vượt qua những đau thương, mất mát, tìm đến với nhau mong chút cảm thông, thấu hiểu, giải tỏa. Những chuyện tình. Những cuộc tình. Mà thực ra tình yêu ở đây không phải đơn thuần là trai gái, là làm tình. Nó là cách giao hòa để vượt thoát. Trước hết là vượt thoát quá khứ để sống với hiện tại. Nhưng khó lắm thay, Trịnh Y Thư cho thấy hành trình vượt thoát đó. Quá khứ cứ đứng lù lù giữa hai con người muốn đến với nhau, không buông tha họ cho đến "*cuối trời miên viễn.*" Quá khứ trở lại lúc cuối đời, ám ảnh và dằn vặt, ngay cả khi tưởng đã có thể tìm cho mình một chỗ yên nghỉ đời đời ở truyện *Đồi Hồng*.

3.

Các nhân vật trong tập truyện bị mắc vào tam giác: *Cô độc – Khép kín – Định mệnh.* Tác giả không ngại nói ra những từ này đối với nhân vật. Họ sống một nửa cho người, một nửa cho mình. Họ bất lực trước những tình huống xảy ra trong đời, trước những ngã rẽ tâm tư, tâm trạng. Như người đứng trước ngôi nhà của mình bị cháy mà không cách gì cứu chữa được – một hình ảnh, một câu văn, một ẩn dụ được lặp lại nhiều trong các truyện. Họ vật vã, đau đớn. Họ hoài nghi. Quá khứ đối với họ khủng khiếp, ghê rợn, muốn quên mà không thể quên, muốn chôn vùi nhưng cứ hiện về. Hiện tại đối với họ là mong manh, quên lãng. Hai cơ thể gần nhau. Hai xác thịt trộn vào nhau. Nhưng hai thế giới con người vẫn là tách biệt, song hành. Họ níu kéo nhau nhưng biết là không níu kéo được. Và như vậy, truyện của Trịnh Y Thư không chỉ là ám ảnh và hậu quả cuộc chiến. Hình như nó còn chạm đến "*condition humain*" của nhân loại thời nay. Buồn bã, day dứt, bế tắc.

Có lẽ, cái truyện mang hẳn tên *Chuyện tình* có vui hơn, ấm áp hơn, nhưng nghe ra vẫn ngậm ngùi. Thúy Kiều khi đoàn viên với Kim Trọng quyết "*đem tình cầm sắt đổi ra cầm kỳ.*" Còn chàng trai trong truyện này, ngay từ đầu, đã được/bị cô gái đặt ở vị thế "cầm kỳ" chứ không phải "cầm tay." Một cách sống hiện đại. Một kiểu quan hệ tình cảm hiện đại. Một phụ nữ Việt trong thế giới hiện đại ở bên ngoài biên giới đất nước. Nhưng cô gái đó vẫn biết tìm về tiếng Việt, vẫn hãnh diện mình là người Việt. Ngược lại, có một "*người đàn bà khác*" ở trong nước, chỉ sống thực với mình trong khoảnh khắc khi ra nước ngoài, sống như đi trên mây, rồi lại trở về mặt đất, bằng lòng với cuộc sống bình thường.

Giữa những người đàn bà này là một người đàn ông, người xưng "tôi" trong hầu hết các truyện, người dễ gây cảm giác cho người đọc là có bóng hình tác giả ở một số trường hợp (yếu tố tự truyện chăng?) Nhân vật "tôi" khép kín, cô độc, hay tự phân tích mình, tự tách mình ra câu truyện kể để ngẫm nghĩ. Ngẫm về những được mất của đời người. Ngẫm về nổi chìm thân phận con người trong cơn biến loạn lịch sử. Ngẫm về cái chết, cái sống, hạnh phúc, bất hạnh. Và đi tìm. Tìm những yêu thương, hòa hợp. Tìm những cảm thông, chia sẻ. Người đàn ông sống nội tâm, kín đáo, cả khi ở ngôi "tôi", cả khi ở những nhân vật ngôi thứ ba, cho đến khi đọc hết các truyện, đọc xong tập truyện, người đọc thấy anh ta/ông ta vẫn đang đứng đâu đó băn khoăn, day dứt về những cái đã sống qua và những cái đang sống.

4.

Tôi đọc Trịnh Y Thư lần đầu, ở tập truyện này. Như gặp một người, lần đầu. Nhưng không xa lạ, e dè. Văn Trịnh Y Thư gây được ở tôi ngay từ đầu cảm giác tin cậy, yên tâm. Một lối viết điềm đạm. Một giọng điệu điềm tĩnh. Nghệ thuật truyện ngắn được dụng công nhưng gây cảm giác tự nhiên, thoải mái nơi người đọc. Tôi ở trong thế giới truyện của anh với nhiều cung bậc cảm xúc, tâm trạng như các nhân vật, như tác giả. Trịnh Y Thư là một người viết ở ngoài nước, anh thuộc lớp người (tôi đoán định qua trang viết, vì như đã nói, tôi không hề biết gì về tiểu sử của anh) có những trải nghiệm đau đớn, của gia đình và bản thân, với quãng thời gian lịch sử nửa sau thế kỷ hai mươi diễn ra trên đất nước ta. Anh viết truyện trong môi trường ấy, hoàn cảnh ấy, tâm cảnh ấy, cố nhiên, anh không thể bỏ qua lịch sử đã có dự phần, và lịch sử đã dự phần vào trang viết của anh. Lịch sử dửng dưng và tàn nhẫn, nó bẻ ngoặt cuộc đời và cưỡng bức con người ngay cả khi dự phần một cách tự giác, mà phần đông người đời thì chỉ cam chịu lịch sử chứ đâu có làm ra lịch sử. Truyện *Cuộc chiến của anh tôi* là vậy. Sau Auschwitz mà còn viết văn làm thơ thì thật là dã man, Theodor Adorno đã nói thế, nhưng người ta vẫn phải viết. Như đã dẫn lời Milan Kundera ở trên, nhà văn không phải là sử gia, càng không làm tên hầu của nhà sử. Trịnh Y Thư có nói đến cải tạo, vượt biên, có nhắc đến những thảm cảnh của "*boat people,*" nhưng là để chỉ ra những vết thương nặng nề trong lòng người mà anh, người cầm bút viết văn, muốn xoa dịu, muốn khỏa lấp bằng tình yêu thương, nhân ái của người cùng cảnh ngộ, cùng số phận, để đền bù cho những người đã bị chịu những đau khổ ấy.

5.

Tất cả các truyện của Trịnh Y Thư trong tập này đều có chia đoạn đánh số. Cách làm đó hợp với cái nhẩn nha, nghĩ ngợi của người kể chuyện. Đang kể chuyện đời ở đoạn này, sang đoạn sau là liên tưởng sách vở, bình tán chuyện *foreplay*, khoái làm Thúc Sinh vì được thấy Thúy Kiều tắm, từ đó suy ra "Hạnh phúc của đàn bà là được người tình nhìn mình say đắm" (*Rừng đen*). Những khúc đoạn ngắt nhịp truyện, đưa dẫn người đọc khi đi thẳng, lúc đi vòng, buộc họ phải ráp nối, liên hệ các đoạn với nhau để tạo nên một chỉnh thể, một ý nghĩa, nếu như có một ý nghĩa nào đó. Truyện ngắn viết ngắt đoạn còn như dành những bước nghỉ, những khoảng lặng cho người đọc tưởng tượng và ức đoán. Nhưng ở đây biết đâu Trịnh Y Thư có thể đã học được điều gì đấy từ Milan Kundera, dù là anh viết truyện ngắn chứ không phải tiểu thuyết. Các tiểu thuyết của Milan Kundera viết từ khi sang Pháp đều cấu trúc phỏng theo thể *Fuga* [*Fugue: Composition musicale écrite du style du contrepoint/* Cấu trúc âm nhạc viết theo kiểu đối điểm.]

Khi trả lời phỏng vấn về cuốn *Ignorance*, Milan Kundera cho biết nguyên tắc cấu trúc này như sau:

"*Fuga* là một bài học lớn về sự hoàn hảo về hình thức, có giá trị cho tất cả những nghệ thuật. Nguyên tắc đa âm của nó đòi hỏi rằng mỗi chi tiết, một khi được phơi bày ra, biến thành một mô-típ và sẽ tái xuất hiện trong nhiều lặp lại [*repetitions*], biến tấu [*variations*], dẫn dụ [*allusions*] dọc theo cấu trúc, dàn dựng. Trong *Ignorance*, là những mô-típ về hoài nhớ, quên lãng, Ulysses, Arnold Schoenberg, tấm gương (Irena, Milada, bà mẹ, Gustaf, tất cả đều mê mẩn bởi tấm gương), một cái áo T-shirt thô kệch với bộ mặt của Kafka, bên trong căn nhà tại Danemark (Josef không ngừng bị nó ám ảnh), âm nhạc biến thành tiếng động. Những mô-típ này đọng lại ở trong hồi ức của độc giả, ngay từ lần xuất hiện đầu tiên của chúng, ở trong cuốn tiểu thuyết, cho tới lúc chót. Chính vì lý do đó mà phần hai của cấu trúc lẽ đương nhiên phải đẹp hơn phần đầu, giàu có hơn, "ác liệt hơn" [*intense*], như bạn nói đó, bởi vì càng tiến sâu vô những căn phòng của cuốn tiểu thuyết, càng có thêm những tiếng dội [*échos*] của những câu kệ trước đó đã được phô bày ra, những đề tài đã được trình bày, chúng cứ thế nhân lên thêm mãi, kết hợp với nhau thành những cộng hưởng [*résonner, résonnances*], cứ thế vang vọng từ ba bề bốn bên. Đó là cái mà người ta gọi là "*strette*", theo như thuật ngữ của giới âm nhạc: phần chót của một *fuga*, tính đặc thù của nó là do cách viết được nén chặt lại một cách thật là đặc biệt."

Theo nguyên tắc này, mà tôi phỏng đoán là Trịnh Y Thư có biết đến qua việc dịch Milan Kundera, cũng có thể đọc các truyện ngắn trong tập này như một truyện dài được xâu chuỗi và liên kết theo mô-típ hoài nhớ và quên lãng. Không phải Milan Kundera áp đặt lên Trịnh Y Thư. Không. Họ có chung một tâm thức, sống và viết, trong cùng một thời đại. Cố nhiên là sự dự phần Lịch sử của họ rất khác nhau.

6.

Trịnh Y Thư và tôi, như vậy, chưa gặp nhau nhưng đã biết nhau. Nhờ các truyện ngắn anh viết. Nhờ Milan Kundera. Nhưng biết nhau đã hiểu nhau chưa, khi ở giữa hai chúng tôi chưa/không có ký ức. Điều này chờ ở người đọc khi lật giở tập truyện này.

– *Phạm Xuân Nguyên*

(Hà Nội, 5/2010)

Ghi chú:

[1] Tựa, cho tập truyện *Người đàn bà khác* của Trịnh Y Thư.

Và khi về ngồi dưới những gốc nho biển

Bùi Vĩnh Phúc

Tiểu thuyết *Đường về thủy phủ* của Trịnh Y Thư là một bức vẽ, mang nhiều đường nét ấn tượng, về sự thất lạc của con người trong chiến tranh. Nói như thế người đọc vẫn có thể không rõ lắm, và hiểu rằng, dựa trên lịch sử, bám vào lịch sử, đây là một trình bày với những nét cọ, cho dù có những chỗ mạnh bạo, chỗ lơi tay, với những bôi xoá, những bệt màu đậm nhạt của người vẽ, nhưng về tổng thể vẫn là một sự trình bày ít nhiều mang tính "hiện thực", về chiến tranh, về lịch sử. Về những khổ đau, oan khiên của con người. Về sự tan tác của những mảnh đời trong vòng lửa đỏ của cuộc chiến, trong cái mù loà của lịch sử vốn đưa dẫn bước chân của chính nó. Và tất cả được bao phủ bởi cái hơi thở đầy thán khí độc hại của lửa, khói, của máu và nước mắt.

Thật sự, ở một mức độ nào đó, người đi vào quyển sách đều có thể nhận ra ít nhiều, ở chỗ này hay chỗ khác, qua những góc quay khác nhau, với những mức độ đậm nhạt khác nhau, tất cả các dự cảm vừa được trình bày ở trên. Nhưng nếu nghĩ đây là một cuốn tiểu thuyết lịch sử, hay một tiểu thuyết chiến tranh, chúng ta sẽ ngộ nhận tác giả. Tiểu thuyết này, với tính chất và cái nhìn đặc thù của tác giả, không hề có mục đích ấy. Lịch sử có ở đó, cùng với khuôn mặt kinh hoàng, gian trá, điên đảo, và tàn bạo của chiến tranh. Nhưng đây là một cuốn tiểu thuyết chỉ lấy lịch sử làm một cái nền với những gam màu rất mờ nhạt, và, dĩ nhiên, nổi bật lên vẫn là một màu đỏ nhờ nhờ, điên quái, bất tín và bất-khả-tín, khi thì chỉ ươn ướt, chỗ lại đặc quánh những vết thương làm mủ của lịch sử.

Trong trí tưởng tượng (và hẳn cũng là trong nỗi đớn đau) của mình, tác giả Trịnh Y Thư đã nhìn lịch sử chiến tranh Việt Nam trong suốt ba mươi năm giữa thế kỷ XX, cùng với những hậu chấn buồn đau và xót xa của nó, với một cái nhìn của một kẻ sáng tạo. Với những "ấn tượng" riêng của mình. Tác giả nhìn vào cái bối cảnh của cuộc chiến ấy, và thấy ra bao điều đau xót. Tính chất hư cấu cho phép của thể loại, dù sao, không đẩy tác giả vào sự phá tác tuỳ tiện. Ông vẽ ra những chi tiết một phần từ ký ức riêng của tuổi thơ, một phần qua sự học hỏi, tìm hiểu, và một phần khác, qua ký ức tập thể. Và nhất là, trong cái nhìn của tôi, qua vô thức tập thể. Cái vô thức ấy, có thể được gọi như thế này chăng, là một "vô thức quỷ ám". Có thể cái vô thức ấy đã được chủ thể hoá, được tạo nên, được phóng ra từ những ấn tượng riêng của người viết. Nó "đúng" ở mức độ nào, và nó có lý ở những khía cạnh nào, chúng ta không dám quyết đoán. Nhưng nó, cái "vô thức tập thể" ấy, có ở đấy. Trong dạng "nguyên sinh" của nó, cái vô thức ấy làm cho chúng ta quằn quại, không yên. Nó bám vào những hình ảnh, những giấc mơ người, và nó phóng chiếu, ánh xạ, nhảy múa điên cuồng trong ý thức ta khi con người mở mắt. Ngoài những ám ảnh luôn nắm lấy hơi thở và mọi giác quan của sự sống ấy, làm nên cái chất, cái nền của bức vẽ, mọi sự còn lại tác giả dựa vào hư cấu, vào ấn tượng, và vào sự tưởng tượng riêng của mình.

Hư cấu của một nhà văn có thể giúp kẻ ấy sáng tạo nên những điều không hề có trong hiện thực. Nhưng những điều ấy sống trong trí óc hắn, trong các tế bào mang DNA của hắn, sống trong chữ viết, trong mắt nhìn hắn vào tấm sơ đồ của hiện thực. Và từ đó, nhà văn tạo xương thịt và thổi sức sống vào cái sáng tạo của mình. Trong tiểu thuyết này, Trịnh Y Thư vẽ nên một bức tranh khá rộng và tàn bạo, kinh khiếp về cuộc chiến ba mươi năm giữa thế kỷ XX trên đất Việt. Có máu, có lửa, có những cơn co giật, đau xé của lịch sử. Có điên đảo, gian trá, say cuồng, mê lầm, ảo tưởng, lý tưởng, thất vọng, vùi dập, oan khiên của những con người. Tuy nhiên, giữa những nét vẽ hung bạo, bóp thắt và chảy máu ấy, nhà văn lại đưa được vào đó những cảnh đẹp thiết tha, thơ mềm và say lòng của thiên nhiên, của những dáng nét quê hương:

Tôi bỏ Hà Nội lại sau lưng. Ôi, biết bao kỷ niệm. Tôi vừa đạp xe vừa cố nhìn lần chót những hình ảnh của Hà Nội mà chẳng biết bao giờ mới có dịp về nhìn lại. Hồ Hoàn Kiếm vẫn xanh biếc với tháp Rùa, cầu Thê Húc, đình Trấn Ba. Đường Hoàng Gai, nơi bán đèn Trung Thu mà hằng năm mẹ tôi dắt chị em tôi ra mua đèn về chơi. Trường nữ học Đồng Khánh với những tà áo bay. Rồi vườn trại Ngọc Hà với chợ hoa những ngày cận Tết [...] Tôi còn nhớ cả tiếng chày chí chát của đám thợ đập vàng trên phố Hàng Bông Đệm, hay tiếng chuông leng keng, tiếng bánh xe nghiến trên đường sắt của chiếc tàu điện chật cứng người mỗi ngày tôi lấy đi học hay đi chơi. Những bức tường rêu phong loang lổ, những vỉa hè, những con ngõ nhỏ như ngõ Phất Lộc với những căn nhà bé xíu thụt ra thụt vô, dây leo chằng chịt, trông rất ma quái [...] Và ngõ Cấm Chỉ phố Hàng Bông gần nhà, nơi tôi hay ngồi ăn quà buổi sáng. Cũng không thể phai mờ trong tâm trí tôi là rặng bàng khô lá, lối đi quen thuộc từ những ngày còn cắp sách đánh vần với những kỷ niệm tuổi học trò thơ dại. Rồi năm Cửa Ô, cửa nào cũng có vết chân tôi. Cửa Ô Quan Chưởng với gạch ngói cổ xưa, loang lổ dấu vết thời gian. Cửa Ô Cầu Giấy với hàng phượng vỹ mùa hè đỏ ối rợp bóng hai bên đường. Cửa Ô Cầu Dền nơi thuở nhỏ tôi hay theo mẹ đi chợ Tết. Với Cửa Ô Đống Mác, đường đi Bát Tràng, thì tôi không thể quên những quả ổi ương ương chấm muối ớt ăn ngon nhớ đời. Và Cửa Ô Chợ Dừa, muốn ra đó phải đi ngang phường Dạ Lạc, phố Khâm Thiên, có thằng con trai mới lớn đỏ mặt, trống ngực đánh thình thịch mỗi lần thấy các cô gái má đỏ môi son đứng trong nhà nhìn ra cửa. Tất cả quay về tuần tự như khúc phim dĩ vãng vàng ố chiếu giọi chờn vờn trước mắt tôi.

Những góc quay rất đẹp về Hà Nội ngày nào làm bập bùng trong ta những ánh lửa ký ức. Ký ức thực của con người, hay ký ức về những trang văn đầy thiết tha, say đắm của những ngòi bút tài hoa từng viết về Hà Nội.

Hay của sự nhớ về một kỷ niệm đẹp, riêng tư, làm mê lòng, trên bước đường lưu lạc của nhân vật chính trong truyện đầu, giữa khung cảnh lửa khói phủ lấp cuộc toàn quốc kháng chiến đang bùng dậy:

Thân thể các cô thôn nữ này toát ra một mùi vị lạ lùng, khó diễn tả bằng lời. Nó ngai ngái như mùi hoa dại, mà nồng ấm ngọt ngào chứ không chua. Cái mùi ấy quyện lấy tôi trong lúc giã gạo và lưu lại mãi trong khứu giác tôi.

Đẹp. Như thấp thoáng cảnh và tình trong *The Dancing Girl of*

Izu của Yasunari Kawabata.

Hay một cảnh đi thuyền trên sông:

> *Lần đầu tiên tôi được đi thuyền xuôi dòng sông mà lại đi vào ban đêm. Quả chẳng có cái thú nào bằng. Đêm trong vắt, bầu trời đầy sao lấp lánh, không một tiếng động nào ngoài tiếng sóng vỗ vào mạn thuyền oàm oạp nghe như một điệu hát ru em.*

Cảnh này làm tôi nhớ đến bài thơ chứa chan cái đẹp của Cao Bá Quát, khi, từ Thanh Đàm (đầm Thanh Liệt, huyện Thanh Trì), ông buông thuyền xuôi Nam: màu chiều đang vào tối, mây vàng bảng lảng, vòm trời thấp, mặt trời chìm xuống, chiều trên sông ngả bóng tối sầm, con thuyền lạnh lùng lướt đi trên mặt thuỷ, và lòng người như mở ra, hạnh ngộ với sóng nước, với hùng tráng ba đào. Mọi sự trong tối, như thế, bất chợt nở sáng bùng lên cái chí vạn dặm của con người:

Thanh Đàm thôi biệt duệ
Nhị thuỷ tiễn hành khâm
Sa khoát hoàng vân mộ
Thiên đê bạch nhật trầm
Khách châu hàn phiếm phiếm
Giang sắc vãn âm âm
Bất kiến ba đào tráng
An tri vạn lý tâm?

Những đoạn tả cảnh của Trịnh Y Thư, và bài thơ *Thanh Trì Phiếm Châu Nam Hạ* của Cao Bá Quát, trong trí nhớ còm cõi của tôi, làm cho bao cảnh ghê người, bạo liệt và "vô tâm" của cuộc chiến trước mắt tôi, khi đối diện với trang sách, được xoa dịu đi nhiều.

Tác phẩm của Trịnh Y Thư kết hợp ba truyện vừa, không phải là một tiểu thuyết theo đúng dạng "truyền thống" của nó. Nhưng ba truyện này được viết để diễn tả cùng một chủ đề. Đó là sự thất lạc của con người trong cuộc sống, trong chiến cuộc, và rồi tiếp tục trong cái sống thoi thóp sau đó. Nói như tác giả, đó là "*sự thất lạc của con người trong cuộc sống hiện đại. Thất lạc trong chiến tranh, thất lạc trong đời sống, và thất lạc cả trong cõi chết*". Ba truyện, một cách nào đó, có sự gắn kết vào nhau, qua những ý tưởng hướng về chủ đề, qua cái ánh sáng nhờ nhờ màu đỏ của cuộc chiến (trong cái nhìn của tôi), cho dù chúng cũng được đan xen đâu đó, thi thoảng, bằng những khoảng xanh trong, đẹp tươi, của lục diệp, của bầu trời, ánh nước, và của những tình cảm con người. Hơn nữa, chúng lại còn được nối kết vào nhau qua hành trạng của các nhân vật, nhất là trong hai truyện *Dưới những gốc nho biển* và *Đường về thủy phủ*.

Hành trạng của các nhân vật đan cài vào nhau, nối tiếp nhau, xoắn xuýt vào nhau. Có khi, sự đan cài xoắn xuýt đó chỉ được tác giả cất giấu trong một dòng chữ. Nhưng cũng có khi, đó là sự xuất hiện trở lại một cách rõ rệt của các nhân vật. Họ xa cách nhau trong thời gian, và rồi tìm lại được nhau trên dòng chảy phù du của cuộc đời. Một thứ "*le temps retrouvé*", của Proust. Một thứ "thời gian tìm lại được". Cho dù sự "tìm lại được" này thấm đẫm cái thời tính của phôi pha, thấm đẫm cái chất và cái màu thời gian xanh lục của rêu rong đắp tụ, cũng như thấm đẫm, đong đầy chất và lượng khổ đau trong nó. Ba câu truyện là ba hành âm của một tổ khúc. Một tổ khúc đớn đau và tan nát. Nhưng vẫn có những ánh sáng lấp loé đâu đó.

Những đoạn tả cảnh chết đói hết sức đau xót của người dân năm Ất Dậu, cảnh tình yêu giữa hai nhân vật ở hai phía trong cuộc chiến, và, thậm chí, cảnh những chàng trai trẻ, mới lớn, tò mò khám phá cái ham muốn trong con người mình qua việc đi xem trộm một người con gái tắm, có thể gợi cho người đọc nhớ đến những câu truyện, hay những phân cảnh, trong những tác phẩm khác của văn chương thế giới. Như cảnh cùng khốn, đau thương của những cái khổ, cái nhục, cái chết vì đói trong những tiểu thuyết của Dư Hoa, đặt trong bối cảnh đặc thù của Trung Quốc thế kỷ XX, khoảng thập niên '50-'60. Như cuộc tình giữa cô gái Pháp, Lucille – trong thời thế chiến, thập niên '40, khi lính Đức tràn về một thị trấn nhỏ ở Bussy (Pháp) – với viên sĩ quan người Đức, Bruno, trong *Suite Française* của Irène Némirovsky. Hay như cảnh tác giả cùng mấy người bạn nghịch ngợm, đang hồi tuổi lớn của mình, khám phá dục tình bằng cách rủ nhau đi xem trộm con gái tắm, trong khung cảnh xóm đêm nghèo khổ của Limerick, Ireland, qua bức tranh toàn cảnh của một đất nước Ireland còn nhiều xung đột, khoảng thập niên '50-'60 của thế kỷ XX, trong hồi ký *Angela's Ashes* của Frank McCourt. Tất cả những sự gần gũi, mang tính nhân loại này, cho thấy cái đồng dạng muôn thuở và muôn nơi của con người trên cõi thế.

Đường về thủy phủ, trong sự chia sẻ rất con người ấy, cho dù tất cả những cảnh, những chuyện vừa nói, trong tiểu thuyết của Trịnh Y Thư, đều mang đậm nét Việt, tâm tình Việt, cảnh thổ Việt, qua nét vẽ ấn tượng của tác giả, cho ta thấy cái khổ đau, cái rung động trong tình yêu, hay cái nghịch ngợm, tò mò của tuổi trẻ, là của con người nói chung. Của con người muôn thuở và muôn nơi. Tất cả đều phản ánh những nét nhân sinh. Từ sự đớn đau quằn quại, đến cái tế vi, những ngã quặt bất ngờ và mong manh trong những mối tơ của đời sống, của tình cảm con người, cho đến cái tự nhiên, phải khởi phát như những đọt non bùng thức trong nhịp sống của muôn loài. Của nhân loại giữa "cõi người ta".

Toàn bộ câu truyện, kết hợp bởi ba hành âm của một tổ khúc như đã nói, được viết bằng một cái nhìn tỉnh táo của tác giả, với kỹ thuật pha trộn giữa *metafiction – siêu hư cấu*, cho thấy sự cố tình để lộ việc thâm nhập của tác giả vào câu truyện, sự đan xen tinh quái của chính tác giả trong đó, nhắc nhở người đọc về sự có mặt của người viết, với những chỗ tác giả xưng "tôi" chen ngang vào mạch kể, để nhấn mạnh đến tính hư cấu của truyện – và cách viết theo phong cách hiện thực huyền ảo. Ở những không gian khác, chẳng hạn như trong phần đầu truyện thứ ba của quyển sách, hình ảnh, ngôn ngữ ở đây lại rất hiện thực. Nhân vật nữ chính, ở thời điểm này, có chút gì "tâm thần". Có chút gì của Haruki Murakami. Thế nhưng, nó lại phản ánh thật sát cái "gốc rễ" của hai nhân vật chính. Cái tâm lý. Cái bối cảnh xã hội, lịch sử mà, từ đó, họ được sinh ra và lớn lên.

Thế nhưng, dù ý thức, qua sự nhắc nhở của tác giả, rằng đây là một câu truyện hư cấu, người đọc vẫn rơi vào khung cảnh và sự cuốn hút của những câu chuyện, những tình tiết, vào cái toàn cảnh sinh động của cuộc chiến, mà tác giả khéo léo tạo nên. Pha trộn một vài nét triết lý và thơ mộng xuyên suốt cuốn truyện, nhà văn, trong khi lôi kéo người đọc vào những suy nghĩ sâu xa về cái bi khốc của chiến tranh, của những cuộc chém giết tàn bạo, của ý nghĩa về phận người, của các lý tưởng-ảo tưởng-huyễn tưởng-mộng tưởng chen kẽ lẫn lộn, xâm chiếm cái sống cái chết của con người, vẫn đẩy người đọc đối diện với cái kinh hoàng của cuộc chiến trước mắt, của một lịch sử sôi động. Và của những gì xảy ra sau đó. Cuốn sách vẽ ra được một toàn cảnh với các chi tiết, tạo được một ấn tượng về cuộc chiến, về không gian và cuộc sống xã hội, lịch sử của các giai đoạn *gối tiếp* nhau. Và về cuộc bể dâu mà con người phải đối mặt, với những quyết định sai lầm của chính nó. Hay với cái "quyết định", cái hướng đi mù loà, xiên xẹo và xộc xệch của lịch sử.

Nhưng, ở phần cuối của cuốn sách, nơi truyện thứ ba của tổ khúc đớn đau này, nhân vật nữ chính, trở về ngồi dưới những gốc nho biển, nơi Bố và Mẹ của cô trước đây vẫn hay ngồi. Và cô đã nhìn thấy gì?

> *Trước mặt, hoàng hôn vàng đỏ vỗ về mặt biển nhấp nhô sóng. Những cánh hải âu chao liệng. Một đàn cốc biển bay thành hàng một về phía chân trời xa xa, nơi có những hòn đảo lờ mờ nổi trên mặt nước. Những hình ảnh này, có lẽ mẹ tôi đã trông thấy y như tôi thấy bây giờ. Ý nghĩ này làm tôi ấm lòng.*

Cuốn truyện khép lại như thế, với một nốt nhạc dịu, cho thấy nhân vật đã tìm lại được một chốn bình yên để trú ẩn, để quay về, như mục đích của truyện mà nhà văn đã mong ước và hướng tới: Tiểu thuyết, cái nẻo vào lạ lùng ấy, có thể "*cung cấp một bối cảnh văn học phong phú và đa dạng. Nó giúp xóa nhòa đường biên của tranh chấp, hận thù. Nó vuốt ve những khổ ải, đớn đau*". Đúng như thế, cuốn tiểu thuyết này, với lịch sử được dùng làm một phông nền qua những gam mầu rất mờ nhạt, và ước muốn của nó, theo tôi thấy, là hướng về phía ánh sáng, về sự yên bình, về sự xoa dịu, qua lòng hiểu biết và niềm tin vào cái thiện, cái tốt.

Chia sẻ mong ước ấy của tác giả, nhà văn Trịnh Y Thư, tôi hy vọng người đọc tìm được cái ánh sáng và niềm tin ấy nơi tiểu thuyết nói chung. Và nơi quyển sách này, nói riêng. Nỗ lực của tác giả, tôi tin, người đọc có thể nhìn thấy, luôn ánh lên đâu đó, trong suốt hành trình đi vào và đi ra khỏi quyển sách của mình.

– Bùi Vĩnh Phúc

Tustin Ranch, Tháng Năm, 2024, trong mưa Xuân.

Ghi chú:

[1] Tựa, cho tiểu thuyết *Đường về thủy phủ* của Trịnh Y Thư.

Những chiếc lá nhỏ nhoi trong cơn lốc lịch sử

Nguyễn Thị Khánh Minh

Trịnh Y Thư, trước hết là một nhà thơ, với thi phẩm *Phế tích của ảo ảnh*; là một nhà văn, với các tác phẩm tạp bút, tạp luận *Chỉ là đồ chơi, Theo dấu thư hương* hoặc truyện ngắn *Người đàn bà khác*; là một dịch giả các tác phẩm ngoại quốc nổi tiếng như *Tập sách cái cười và sự lãng quên, Jane Eyre, Đời nhẹ khôn kham, Căn phòng riêng*; là một cầm thủ ghi-ta cổ điển, một nhạc sĩ sáng tác. Với tư cách nào Trịnh Y Thư cũng chinh phục được người đọc, người nghe. Ở lãnh vực văn chương, văn phong Trịnh Y Thư trữ tình mà không thiếu ánh sáng lóng lánh của trí tuệ. Có đủ cả hai như thế là do Trịnh Y Thư vừa có tâm hồn nhạy cảm của nhà thơ vừa có nội lực dồi dào của tri thức. Điều đó càng khẳng định hơn khi gần đây, Trịnh Y Thư đã phổ biến trên các trang *web* một số truyện ngắn, và các trích đoạn của tiểu thuyết sắp xuất bản *Đường về thủy phủ.* Tôi cũng như một số bạn quen cùng độc giả không khỏi ngỡ ngàng về cuộc dấn thân mới mẻ trong lãnh vực tiểu thuyết của anh, không những là lần đầu thể hiện, mà thể hiện một cách rất mới và rất khác. Không lặp lại ai, không theo một khuôn mẫu nào, nổi bật một Trịnh Y Thư bản lĩnh, can đảm, nghiêm khắc và nhân ái.

Một Trịnh Y Thư như thế mới dám đưa mình vào lãnh vực tiểu thuyết hiện đại – mà theo anh nói – *không nhất thiết phải duy trì tính dài hơi của một truyện dài, mà có thể là nhiều truyện ngắn hay truyện vừa kết hợp. Cái thắt buộc cuốn tiểu thuyết ở đây không còn là cốt truyện hay nhân vật, mà là phạm trù ý niệm, hoặc thông điệp, hoặc cả hai*. (Lời ngỏ).

Cuốn tiểu thuyết *Đường về thủy phủ* gồm ba phần: *Ký ức của loài bò sát, Dưới những gốc nho biển* và *Đường về thủy phủ*. Cấu trúc của tiểu thuyết, mỗi phần có thể đứng độc lập là một truyện vừa, và ngay cả những tiểu đoạn trong một phần cũng mang đủ những yếu tố của một truyện ngắn. Khi anh phổ biến những tiểu đoạn rời trên các trang mạng, tôi đã có những bài cảm nhận riêng về nó, nay được đọc toàn bộ tác phẩm thì tôi thấy được rằng, những cảm nhận tôi viết cho từng đoạn, không phản bội lại những cảm nhận lúc này khi đặt vào bối cảnh toàn bộ tác phẩm. Tôi thiết nghĩ đó là bản lĩnh của nhà văn, đã cầm chịch được mạch văn, ý tưởng, trong cốt truyện của mình.

Đây là bài tôi tổng hợp có sửa chữa, bổ túc từ ba bài viết trước đây đã phổ biến.

*

Trong *Lời ngỏ*, Trịnh Y Thư nói rằng, "*Tôi tuyệt đối không có ý định viết một cuốn sách lịch sử chiến tranh, cũng không phải một cuốn tiểu thuyết lịch sử.*" Anh không viết sử, nhưng cuộc đời của các nhân vật trong *Đường về thủy phủ*, nhất là nhân vật Tôi ở phần *Ký ức của loài bò sát*, đều gắn liền với tất cả thăng trầm của lịch sử khiến người đọc biết được bối cảnh chiến tranh Việt Nam trong suốt ba mươi năm giữa thế kỷ XX, nhất là mặt bóng tối của nó, những điều chúng ta không hề được đọc trong những trang chính sử. Với thủ pháp dùng hư cấu, phi hiện thực để người đọc lần ra chân tướng hiện thực, khiến Trịnh Y Thư có một thái độ khách quan khi viết về sự tương quan giữa các nhân vật với những sự kiện liên hệ đến lịch sử và ý thức hệ.

Bất cứ một gợi mở nào của Trịnh Y Thư cũng đưa tới người đọc một nghi vấn, phải đọc tới đọc lui một số đoạn văn, phải đọc cho tới dấu chấm cuối cùng của câu chuyện, để tìm câu trả lời thỏa đáng cho câu hỏi của mình. Và không dễ hài lòng. Bạn muốn tìm thấy tác giả? Vô ích. Ở đây chỉ có vấn đề khơi gợi. Cứ tưởng như bạn đang được mời tham dự một trò chơi, cách nắm bắt điều khiển tùy vào bạn. Không biết đó có phải là một trong những tố chất khiến tiểu thuyết *Đường về thủy phủ* có lực hút người đọc?

Tôi đi theo dòng văn bằng bước chân của cảm xúc, đối với tôi, cái cảm xúc ngay lập tức đó, là tất cả để tôi quyết định đọc tiếp tác phẩm ấy không, cũng như nó có ở lại trong lòng mình hay không.

1. Ký ức của loài bò sát

Loài Bò Sát. Khiến tôi liên tưởng đến động vật máu lạnh, và đầm lầy. Tự nhiên, tôi bật ra tưởng tượng, một con thú bò sát nằm trong bóng mát, nó bỗng nhớ đến quá khứ một thời, nơi đó cũng là một đầm lầy, lầy hơn, hôi hám hơn, có con vật hai chân, được gọi là con Người, và những chuyện xảy ra ở đó tệ hại hơn nhiều nơi này vì trong dòng máu nóng ấy rất ít hoặc không có những tế bào tình người. Cho đến một ngày, toàn bộ con Người nơi đó bị diệt chủng. Bây giờ, loài bò sát, là nó được hóa thân với một ký ức không hề bị quên, đủ sức lôi nó về cái kiếp Người xa xưa, và những hạt nước mắt từ vô thức ứa ra… Ký ức, phải chăng là một nghiệp theo đuổi chủ thể đến vô cùng? Chủ thể ấy là nhân vật xưng Tôi ở phần I này, qua đó, người đọc sẽ thấu cảm được phận người trong chiến tranh, cùng lịch sử, xã hội thời ấy.

Khởi đi từ một mảnh đất chữ S ốm o, cưu mang những con dân bất hạnh, mang tên Việt Nam, từng vang lên những câu hát của những tù nhân, *một ngàn năm nô lệ giặc Tàu, một trăm năm đô hộ giặc Tây, hai mười năm nội chiến từng ngày*[1]. Người ta có thể hình dung nỗi bi thống của máu và nước mắt tình người nát tan như thế nào trong những chữ *nô lệ, đô hộ, nội chiến?*

Thăm thẳm từng thời kỳ, bạn sẽ thấy hy vọng là một trạng thái mỏi mòn và ngây thơ, nơi mà cái lý của kẻ mạnh, của quyền lực đặt dấu ấn trên lịch sử, cuốn xã hội và con người vào cơn lốc xương máu, để bạn ngộ ra một điều như tác giả:

> *[...] Loài vật giết nhau vì định luật sinh tồn tự nhiên, nhưng con người giết nhau chỉ vì không chấp nhận kẻ khác không giống mình.* (Tiểu đoạn 6).

Chúng ta cùng đi ngược về thời bình minh của một huyền thoại.

---

[1] Ca từ Trịnh Công Sơn.

Trong những lớp học của trường Chu Văn An nơi tản cư đã có giờ học chính trị:

> *[...] Lần đầu tiên tôi được nghe những cụm từ lạ tai như duy vật sử quan, đấu tranh giai cấp, bạo lực cách mạng, chuyên chính vô sản, địa chủ, bần cố nông, công nhân tiên tiến, và nhiều từ khác…* (Tiểu đoạn 7).

Họ say mê với lý tưởng giải phóng đất nước khỏi ách nô lệ và nghèo đói, cùng hình ảnh một cuộc cách mạng, chuyên chính vô sản. Lúc đó không ai nghĩ rằng đó là điều vừa may mắn vừa bất hạnh cho Việt Nam.

> *[...] Nó là cuộc cách mạng. Một cuộc cách mạng chưa từng có bao giờ trên đất nước ta. Tất cả sẽ phải thay đổi. Và những người chủ trương cuộc cách mạng quyết theo đuổi nó đến tận kỳ cùng. Bằng mọi giá, dù phải đổ máu, họ phải đạt cho bằng được kết quả sau cùng."* (Tiểu đoạn 7).

Bằng mọi giá có nghĩa là gì? Tất tần tật đều là phương tiện? Nếu những kẻ nắm quyền lực trong tay biết đâu là sự dừng lại của cái gọi là "bằng mọi giá" thì thế giới từ ngàn xưa tới giờ đâu có những cuộc chiến tranh, tàn sát…

> *[...] Lúc đó tôi không hề biết con đường từ lý tưởng đến cuồng tín chỉ là một khoảng cách rất ngắn, ngắn lắm, chỉ vài milli-mét thôi, và chỉ cần một lực tác động nhẹ vài milli-gam là đủ cho một con người ôm ấp lý tưởng trở thành kẻ sát nhân, sẵn sàng chém giết đồng loại để thực hiện lý tưởng của mình.* (Tiểu đoạn 7).
>
> *[...] Thế hệ thanh niên chúng tôi bị thất lạc trong cơn lốc lịch sử này. Tuổi trẻ với bầu nhiệt huyết sôi sục sẵn sàng lao đầu vào chỗ chết, hy sinh mạng sống mình cho đất nước, cho dân tộc. Nhưng tất cả chỉ là huyền thoại [...] Tuổi trẻ chúng tôi mù lòa vì huyền thoại, bởi huyền thoại sáng rực như ngọn đèn một nghìn nến chiếu thẳng vào đồng tử khiến mọi thứ như lóa đi trong cơn đồng thiếp.* (Tiểu đoạn 10).

Tôi nghĩ chỉ với đoạn văn súc tích rõ ràng này, Trịnh Y Thư hầu như đã có một giải đáp cho tất cả hệ lụy mà huyền thoại ấy đã gây ra.

Nhân vật Tôi theo kháng chiến, như đa số thanh niên, lúc đầu mang đầy lý tưởng của lòng yêu nước, yêu dân tộc, tạo nên một sức mạnh của toàn quốc kháng chiến. Khoảng ký ức này còn được đan xen nhiều vẻ đẹp – đủ để kéo ta về với cảm xúc con người – biểu lộ qua nhân vật Tôi, một người có tâm hồn lãng mạn, dọc đường kháng chiến, bên cạnh những hiểm nguy mà vẫn say đắm với cảnh thiên nhiên, để chúng ta được thưởng lãm một văn phong thơ mộng mà sắc nét ở những đoạn tả cảnh:

> *[...] Lại đi ven những bờ ruộng, hay dọc theo đường tàu hỏa chỉ còn lại những đống đá xanh lổn nhổn, dấu vết đường rầy năm xưa. Xóm làng hiu quạnh lắm. Vết xích xe tăng còn in hằn trên bờ đê, những ngôi đình bị bom cháy rụi đổ nát, những thân cây lỗ chỗ vết đạn. Cả một dải đất dài ngút mắt tới tận chân trời không hề có dấu vết của cuộc sống. Sự hoang vu như phả lên mặt mũi ba anh em.* (Tiểu đoạn 8).

Chữ "phả" khiến "hoang vu" mang đầy tính biểu cảm. Tất cả hồn vía của hoang vu đều được cảm nhận trọn vẹn. Trịnh Y Thư có được nhiều chữ "nặng ký" như thế có phải nhờ vào bản chất đa cảm của anh? Bên cạnh đó, tôi đặc biệt thích những cặp tính từ dùng rất đắt trong lối tỷ dụ có rất nhiều trong tập tiểu thuyết này, tạm lấy hai ví dụ:

> *[...] Đêm trong vắt, bầu trời đầy sao lấp lánh, không một tiếng động nào ngoài tiếng sóng vỗ vào mạn thuyền oàm oạp nghe như một điệu hát ru em. Thuyền trôi êm.* (Tiểu đoạn 8).

Oàm oạp, hai tiếng gợi thanh rất lạ và chính xác cho tiếng sóng vỗ vào mạn thuyền, đến tỷ dụ *nghe như một điệu hát ru em,* thì hiện thực bỗng chuyển sang một liên tưởng tâm linh nằm trong ký ức. Cái nghe như đi xuyên thời gian…

Và, trong đoạn tả cảnh một lũ thiếu niên nhìn trộm con gái tắm, tôi không thể ngăn được mỉm cười trước hình ảnh tỷ dụ đầy hóm hỉnh khôi hài của Trịnh Y Thư:

> *[...] trước khi tụt xuống gốc cây bàng tôi đủ thời gian dán mắt vào đôi mông ấy. Núng nính. Nủng nỉnh. Như hai túi bột ai túm lại rồi lắc lắc.* (Tiểu đoạn 3).

Cũng ở Phần I này, nếu ai chưa biết có thể hình dung được sinh hoạt những nơi tản cư, thật ngạc nhiên cảnh náo động vội vã sống trong thời loạn, thú vị nhất là được biết một số các văn thi họa nhạc sĩ lừng lẫy của Việt Nam, như Văn Cao, Phạm Duy, Tạ Tỵ, Đinh Hùng thời kháng chiến. Trịnh Y Thư tường thuật cảnh họ tranh luận về văn chương nghệ thuật tại một quán phở tản cư, họ nói đến các trào lưu mới ở phương Tây, họ có hoài bão đổi mới trong sáng tạo, tôi cảm giác có gì đó cả tin ngây thơ trong sự dấn thân của họ vào cuộc kháng chiến. Họ chỉ biết một điều đuổi giặc Tây với trái tim nóng bỏng của lòng yêu nước pha màu trí thức lãng mạn, nghĩ lại thấy vừa thương vừa ngậm ngùi, đấy là lứa bị vỡ mộng nhiều nhất sau này khi cục diện lịch sử đổi thay.

Cũng may, Phạm Duy vào Nam sau này, mới có được không khí để khẳng định được với thời gian tài năng âm nhạc của mình.

Có tình tiết đẹp đến nỗi người mang ký ức này nói là nhớ đời, ký ức về những trang tài sắc nổi tiếng, may thay họ sống sót qua thời chiến tranh để cống hiến tài năng cho văn học nghệ thuật miền Nam Việt Nam sau này.

> *[...] Quả thật đó là một trang thiếu nữ đang tuổi thanh xuân, đẹp thanh nhã, đài các, nhưng nét đẹp sao u buồn đến não nùng [...] Có lẽ nhờ thế trông cô quyến rũ vô cùng [...] Cô ấy tên Thái. Nhưng có thời gian trước đây đi theo ban kịch của ông Thế Lữ và bà Song Kim nên có tên sân khấu là Thái Hằng.*
> *[...] Người bưng phở là một cô gái tôi áng chừng mười ba, mười bốn, tức là còn nhỏ tuổi hơn tôi. Cô mặc áo cánh trắng, tóc kẹp buông sau lưng, khuôn mặt sáng láng như trăng rằm [...] Cô nhanh nhẹn đặt ba bát phở trước mặt chúng tôi, nhoẻn miệng cười... "Em tên Băng Thanh. Em là em ruột của chị Thái Hằng ngồi đằng kia."*
> *Cái tên Băng Thanh, giọng nói, khuôn mặt, cử chỉ, hình dáng ấy theo tôi trên đường về. Nó vẫn ở lại, ngọt ngào trong trí nhớ, tâm khảm tôi suốt quãng đời còn lại.* (Tiểu đoạn 9).

Kể ra trong ký ức loạn lạc, có những hình ảnh diễm lệ này thì vẫn còn nguồn sống vỗ về con người, và là tấm khiên mỏng manh che chắn cái ác, nhưng, liệu có đủ sức cho những điều trong ba sự việc sau đây: cảnh xử tử một xác chết, cảnh đói năm Ất Dậu, và cảnh thảm sát một làng H'Mông? Đó là ba sự kiện mà tôi tin ai cũng có cảm xúc chấn động tâm can như tôi khi đọc nó.

Trong một cuộc tấn công đồn Pháp, một trận chiến không chấp nhận có tù binh. Chỉ có xác chết và vũ khí được coi là chiến lợi phẩm được đếm số. Bản chất ác trong con người khi có điều kiện hỗ trợ bộc lộ còn hơn là thú dữ, vì hành xử cái ác có ý thức. Đành rằng đuổi ngoại xâm là một điều hợp lý đứng trên phương diện tôn trọng quyền lãnh thổ, quyền được sống tự do, độc lập của một dân tộc, nhưng nhân danh gì để giết nhau một cách tàn bạo? Trịnh Y Thư nói "*tôi không viết về chiến tranh, mà chỉ viết về ấn tượng của tôi về chiến tranh,*" ấn tượng về chiến tranh ấy thường người ta được đọc qua các tác phẩm văn học, như *Đường về thủy phủ* này, như một nhắc nhở đau đớn về sự thúc thủ của con người trước cái ác, và thực chất của một cuộc chiến xảy ra bất cứ đâu trên cõi bụi đỏ này.

Đoạn văn tả cảnh cắt đầu một xác chết với chiếc lưỡi lê như thử thách cảm xúc bạn và nói cho bạn biết biên giới để thỏa mãn thù hận là vô tận! Không biết sau khi nhân vật Sơn vất vả với việc xử tử xác người sĩ quan Pháp, anh còn đủ nhiệt huyết của lòng yêu đời mà theo mộng văn chương?

> *[...] Anh túm tóc cái đầu lâu khủng khiếp đưa cho ông Lê Lân. Ông này cầm lên nhìn chòng chọc, mặt ông đanh lại, nhổ một bãi nước bọt vào mặt nó. Đoạn ông ra lệnh cho một anh bộ đội khác cắm nó vào một cây sào tre đem dựng trước cổng đồn. Tôi thấy anh Sơn cầm súng lên lảo đảo đi vài bước rồi ôm ngực nôn thốc nôn tháo.* (Tiểu đoạn 15).

Trong bối cảnh tàn bạo của chiến tranh, con người đánh mất mình trong cuộc xóa sổ lòng nhân đạo, Trịnh Y Thư vẫn còn để lại cho chúng ta niềm an ủi. Dẫu là một chi tiết nhỏ nhưng sức đánh động của nó thật sâu sắc. Việc anh Sơn nôn thốc nôn tháo là gì, phải chăng đó là cái nhân tính trong người anh trỗi dậy, phản ứng lại cái thú tính? Nhân tính mà Trịnh Y Thư nhắc nhở, chí ít cũng là một cái phao hy vọng cho người ta bám lấy để sống tiếp trong chiến tranh và đói khát.

Vâng, nạn đói năm Ất Dậu ở miền Bắc, vào thời mà một triệu quân Nhật chiếm đóng ở Việt Nam. Những đoạn tả cảnh đói thật quá sức cho sự thương tâm và phẫn nộ.

> *[...] Thằng Cu Vĩnh nhà tôi chết rồi, nó chết từ nửa đêm, và tôi quyết định lóc thịt nó ra giã làm giò.* (Tiểu đoạn 3).

Hai vợ chồng đói ăn giò làm bằng thịt thằng con trai, vợ chết, ông cho rằng vợ ông "*đứt ruột vì ăn thịt con.*" Ông phát rồ đốt nhà đi lang thang… rồi "*ông đi mãi về phía những doi cát màu hồng. Tôi thấy ông nhúng một chân xuống nước rồi lại rút lên. Tôi nhìn theo ông. Trong mắt tôi, cái bóng ông bây giờ chỉ còn là một điểm nhỏ xíu. Vô cùng bé nhỏ, nhỏ đến độ không một chút trọng lượng giữa vũ trụ bao la này.*" (Tiểu đoạn 3).

Dòng sông thương đau đưa ông về thủy phủ?

Cứ nhân trường hợp kia lên thành con số triệu của nạn nhân trong nạn đói thảm khốc năm Ất Dậu 1945 ở miền Bắc Việt Nam! Một trận đói như thế mà không có một thống kê chính xác về số người chết, mãi đến tháng 7.2022, cuốn sách *Nạn Đói Năm 1945 Ở Việt Nam* của hai tác giả: GS. Văn Tạo, GS. Furuta Motoo xuất bản trong nước, mới ghi rõ hơn 2 triệu người chết đói (dân số Việt Nam lúc ấy là 20 triệu). Một trận đói kinh hoàng trong lịch sử các trận đói của loài người. Không một tòa án quốc tế nào xét xử tội ác. Không một ai nhận trách nhiệm và chí ít một lời xin lỗi oan hồn của hơn hai triệu người. Tôi nhớ bài thơ *Đói* của thi sĩ Bàng Bá Lân, được thầy Việt văn Vũ Thược đọc cho chép để làm bài bình luận, năm lớp Đệ Tam, *Những thây ma thất thểu đầy đường*… Lúc đọc bài này thầy rưng rưng nước mắt. May thay, còn những hạt lệ theo dấu bước lang thang của hai triệu cái bóng chết đói.

Và, có một cõi rất nhỏ nhoi. Nhỏ hơn hạt cát trong cuồng phong chiến tranh. Nó là "*một cái lán xiêu vẹo bỏ không, tôi sửa sang, dọn dẹp thành căn lều lý tưởng cho hai chúng tôi yêu nhau.*" Tả cảnh yêu nhau, văn Trịnh Y Thư trầm dịu nhẹ nhàng, giản dị, hết sức con người, cho ta thấm thía cái quý báu của cảm giác thịt da, tự nhiên đến độ bật lên sự trong sáng ngây thơ của đôi tình nhân, đúng như chữ của Trịnh Y Thư "*say đắm và tinh tuyền*", nên cảnh yêu đương không phả lên mùi nhục cảm, có lẽ đây là đoạn êm ả hiếm hoi trong tập tiểu thuyết này.

> *[...] Cô cảm động nhìn tôi âu yếm rồi cởi áo, cầm tay tôi đặt lên ngực mình. Vú cô bé lắm, chỉ nhỉnh hơn quả cau một chút, nhưng đầu vú to, màu hồng. Tôi thích nghịch vú cô. Cô biết thế. Tôi đưa môi hôn cô, tay mân mê đầu vú xinh xắn, ngọt ngào.* (Tiểu đoạn 16).

Cái màu trắng trong của tình yêu ở đoạn trên nó tương phản làm sao với màu đỏ máu của đêm thảm sát ở đoạn sau, nỗi bi thảm thành muôn tiếng vỡ tan tành của cảm xúc. Dòng suối máu kia có chảy xuống đồng bằng loan tin thảm sát không? Đứng trên nền nhân tính, chúng ta ăn nói làm sao với ba trăm mạng người H'Mông bị thảm sát này? Có lòng từ bi nào đủ lực để cứu chuộc cho những loại tội ác như thế?

Thế mà, trong kết từ phần này, là hình ảnh "*Đúng vậy, con ạ. Họ cùng về thủy phủ với mình, nơi không còn bom đạn hay hận thù, nơi mẹ con mình sẽ gặp bố, bố sẽ yêu thương bảo bọc mẹ con mình...*"

Tôi nghĩ chỉ có lòng nhân ái mới để họ ra đi không mang chút thù hận nào trong lòng. Thủy phủ của Trịnh Y Thư, nơi ẩn dụ cho cõi nương tựa của niềm tin, hy vọng, nơi Trịnh Y Thư nhắn nhủ rằng, tất cả những oán cừu sẽ tan vào mầu xanh vị tha.

Trên đây là ba ấn tượng về thời chiến được nhà văn Trịnh Y Thư tả chân khốc liệt nhất trong tiểu thuyết này, ẩn dưới những hình ảnh cuộn trào của bi phẫn, là nỗi hoài mong về lòng tin vào nhân tính và lương thiện.

Không thể không nhắc đến phận tù của nhân vật Tôi. Thân phận con người quả là "*chiếc lá nhỏ nhoi trong cơn lốc lịch sử,*" trong cuồng phong chiến tranh. Một trong những hệ lụy tàn khốc của chiến tranh là tù ngục. Nó như một thứ "đặc sản" của chiến tranh.

> *[...] Mười năm tôi nằm trong cái xà-lim của trại tù giữa cánh rừng thông thơ mộng gần Nhã Nam. Mười năm tôi bị tù không một phiên tòa xử, không một cái án, không người thăm nuôi, không tin tức bên ngoài. Mười năm họ nhốt tôi mà không cho tôi biết vì sao họ nhốt. Mấy năm đầu tôi còn kêu than, nhưng mỗi lần kêu là mỗi lần bị đánh đập dã man nên tôi đâm ra chai lỳ, an phận với số mệnh của mình [...]*
>
> *Ở một đất nước trại tù nhiều hơn trường học.*

Trịnh Y Thư kết vỏn vẹn một câu bằng nhận xét, không phê phán, không giải nghĩa, không biểu lộ chút tình cảm. Nhưng đem lại cho tôi cảm giác nặng nề muôn lần những khái niệm ấy.

Tính cô đọng ở những câu ngắn cuối mỗi đoạn, có thể nói đó là đặc trưng để người đọc nhận diện được văn phong Trịnh Y Thư.

Bản thân nhân vật Tôi là một trí thức, là một thông dịch viên tiếng Pháp trong những buổi hỏi cung tù nhân Pháp, rồi cuốn theo vòng quay của số mệnh và nghịch cảnh, ông thành tù nhân, mà thời gian tính là hàng chục năm, đủ để biến đổi tâm tính, thể xác con người, từ một người có bản chất hiền lành, yêu thiên nhiên, đến con người với "*bản thể cứt*" thờ ơ, lãnh đạm, hung tợn, trơ lỳ.

Khi bị dẫn đi tù, ông vẫn "*Tôi nghe tiếng thông vi vu trong gió đêm, chỉ có tiếng lá thông tấu khúc nhạc du dương... Mỗi bước đi, tôi nghe tiếng rào rạo của lá thông khô...*" (Tiểu đoạn 26), có lẽ nhờ bản chất này mà nhân vật Tôi sống sót được, cầm cự được với "*bản thể cứt*" do đầy đọa của tù ngục tạo nên. "*Bản thể cứt*" là dấu tích tội đồ khó phai mờ. Nó không chỉ đeo đẳng suốt đời người, mà thành một ấn tích lưu dấu trong ký ức những đời khác.

> *[...] Tôi là một người tù chuyên nghiệp [...] Nhưng dù ở trong trại tù hay ngoài đời, tù nhân này làm một công việc duy nhất là bốc cứt [...] Hiện thân hắn là cứt, cả cuộc đời hắn là cứt, chân dung, bản mặt hắn là cứt, bản ngã hắn là cứt, bản sắc hắn là cứt, bản nguyên hắn là cứt, và cuối cùng bản thể hắn cũng là cứt nốt.* (Tiểu đoạn 25).

Bạn có thể tìm chữ gì để chia sẻ với tâm cảnh của nhân vật này?

> *[...] Tôi chẳng còn lòng dạ và tâm trí đâu để lao đầu vào những trò chiến đấu điên cuồng này. Tôi chỉ muốn sống, sống như một con người. Ôi, chưa bao giờ một đời sống giản dị như cỏ cây lại có thể khó khăn như vậy.* (Tiểu đoạn 19).
>
> *[...] Sự thật là chẳng bao giờ có tình đoàn kết giữa những người anh em, lòng trắc ẩn với đồng loại cũng không, và sự đồng cảm lại càng không có. Ở buổi hoàng hôn của nhân loại, tôi vẫn thấy Sisyphus hì hục lăn tảng đá lên đỉnh núi chỉ để nhìn nó lăn xuống lần nữa. Vĩnh viễn. Như đóng đinh vào tận thế.* (Tiểu đoạn 20).

Và cũng như những trường hợp tương tự, sau bao nhiêu bi kịch, Trịnh Y Thư đã để lại một an ủi nhỏ của tình người khiến nhân vật này *sống chung* được với *sự phi lý của sự tồn tại*, là lá thư chân tình của người bạn Luke.

> *[...] Nhờ lá thư, tôi còn một chút hy vọng mong manh trong tim mình là tình cảm giữa con người với nhau chưa hoàn toàn tan biến khỏi vũ trụ.* (Tiểu đoạn 28).

Như đoạn mở đầu, tôi đã nói đến sự tưởng tượng của mình, vừa buồn vừa bất lực vừa như một sự tránh né đối diện với sự thật – làm con người với máu nóng còn đủ tình người, thật khó kham nổi với những dã man do con người gây ra, chi bằng về làm loài bò sát, với máu lạnh, để không còn cảm xúc với những nỗi đau? Nhân vật Tôi sau khi trút bỏ những ký ức thống khổ – vỏ bọc bò sát này – có thoát xác được không để sống như loài cỏ hoa dịu dàng, giản dị như ông ước mơ?

2. Dưới những gốc nho biển

Mở đầu Phần II Trịnh Y Thư đã tháo ngay cái nút thắt của định mệnh nhân vật Cô. Như một khẳng định sự việc đến lúc phải như thế. "*Hôm cô tự kết liễu đời mình, trước chợ có một vụ đâm chém nhau…*" (Tiểu đoạn 1).

Giọng văn lãnh đạm tường thuật một sự kiện xảy ra ở một nơi đông đúc là trước chợ. "*Hôm cô tự kết liễu đời mình, cô mặc chiếc áo lụa trắng ra chợ huyện như một thói quen...* " (Tiểu đoạn 1).

Khí văn ở câu này không phải là một câu kể suông nữa, mà buồn buồn tiếc nuối khi tác giả kéo sự chú ý đến chiếc áo lụa trắng cô gái mặc.

Thời gian lúc này là đất nước sau chiến tranh: *"Bây giờ cô đi trên con đường đất đỏ dọc theo bờ sông. Nước sông đỏ lờ lợ chảy nhẹ, thao thiết.* (Tiểu đoạn 2).

Tôi để ý khi tả một sự kiện, dẫu kinh khủng chăng nữa, Trịnh Y Thư đều dùng lối văn tường thuật, chính xác và khách quan như một phóng viên, nhưng khi tả cảnh thì ngược lại, anh đều đặt cảm xúc của mình trên cảnh vật, khiến cảnh vừa thực lại vừa nên thơ, và chính cảm xúc chủ quan đó mà văn cảnh Trịnh Y Thư có sức quyến rũ của sự độc đáo. Như câu trên, "*nước sông đỏ lờ lợ chảy nhẹ*" là tả chân nhưng đến "*thao thiết*" thì có phải là anh cho dòng sông đó một linh hồn, phản ảnh tâm tư cô gái đang đi tìm cái chết?

Nhân vật Cô, mà cuộc đời qua lời văn của Trịnh Y Thư, "*toàn những biến cố khốc liệt, du cô vào thế thụ động...* " (Tiểu đoạn 7). Một biến cố được ghi dấu rất chính xác từ thời gian cho đến nơi chốn, một điểm như ánh lửa lóe hoài trong trí nhớ cô: Mùng Năm Tết, ở Huế, năm Mậu Thân, "*một toán lính xông vào nhà cô. Nó là cơn ác mộng kinh hoàng...*" (Tiểu đoạn 10). Tôi đọc đoạn này với tất cả rung động của tâm trí lẫn thân xác, vì nó gợi cho tôi cơn ác mộng của chính gia đình tôi sau quốc biến 1975[2], cũng "*một toán sáu bảy người lạ mặt súng ống đầy người*" bắt ba và hai em trai tôi, đôi tay người nào cũng bị còng, đẩy lên một cái xe bít bùng. Cái "*níu vào nhau run rẩy mặt mày tái mét*" của cô và của tôi không khác vào đâu được! Những vòng tay của mẹ và chị em chúng tôi bấu vào nhau chặt đến nỗi nếu bị bung ra chắc là chúng tôi sẽ đứt mạch sống mà chết.

Một cảnh ngộ như thế dễ gì quên?

Rồi đến cảnh mẹ cô, và những người dân Huế đi tìm xác người thân ở những hố chôn người khắp nơi trong thành phố.

> *[...] Ba tiếng "Mụ cô bây" cứ thế tuôn ra đều đều như tiếng láy rền của điệu nhạc cáo chung kỷ nguyên văn minh loài người [...] Hình ảnh người đàn bà trong chiếc áo dài màu nâu cánh gián lem luốc đất cát bẩn thỉu, đầu tóc rối bù, nằm co quắp giữa một đống xương người có lẽ chỉ tìm thấy ở hai nơi: địa ngục và mảnh đất khốn khổ này. Chiếc nón lá nằm lăn lóc bên cạnh bị gió thổi bay là là, đến bờ miệng hố chôn xác người nó đậu lại, rồi một cơn gió nữa thổi tốc cuốn nó rơi xuống hố.*
>
> *Xem đến cái đầu lâu thứ mười tám thì bà biết chắc đây là đầu chồng bà.* (Tiểu đoạn 10).

Một câu kết ngắn, một cú đập, chấm dứt việc tường thuật. Bạn có nghe từng thớ tâm hồn bị xé ra trong cái buốt giá của hư vô dưới cú đập phẫn nộ vô thanh này? Tôi nổi ốc với hình ảnh bà ngồi nhìn tới mười bảy cái đầu lâu, tới cái mười tám, bỗng như một cuốn phim câm, bất động, bà mất hút trong hố đen ngòm của tuyệt vọng, như chiếc nón tội tình kia bị gió cuốn rơi xuống hố chôn người.

Phải nói rằng sau vụ Mậu Thân, nhờ *Giải khăn sô cho Huế* của Nhã Ca, ca khúc *Chiều đi lên bãi dâu* của Trịnh Công Sơn… nay với *Đường về thủy phủ,* người ta mới hình dung được hết cảnh tượng Mậu Thân, với những sự bắt bớ, trả thù, và những mồ chôn người tập thể, mới có câu trả lời thực sự về Mậu Thân 1968.

Vì vậy, để có được cái nhìn khách quan và nhân bản, khi nghiên cứu lịch sử xã hội trong thời gian nào, không phải chỉ bằng những

---

[2] Quốc biến 1975, chữ của nhà văn Tưởng Năng Tiến.

trang sử trong sách giáo khoa, mà phải đối chứng thêm qua các tác phẩm văn học nghệ thuật, những di sản văn hóa này rất quan trọng vì đó là kho tàng lưu trữ sự thật.

Tại sao người ta thất vọng với văn bản lịch sử chính thống? Tiểu thuyết gia người Anh, Samuel Butler có lẽ đầy kinh nghiệm thấm thía về sự dối trá đó, đã nói rằng, "*Chúa không thể thay đổi quá khứ, tuy sử gia thì có thể.*"

Cô cùng lứa với tôi thuở ấy, là lớp nữ sinh thành thị:

> *[...] Suốt tuổi ấu thơ và thời thanh xuân, cô chỉ biết chiến tranh qua báo chí, truyền thanh, truyền hình, hay chuyện kể từ những người thân quen [...] Vào những đêm thanh vắng, cô nghe tiếng đại bác cầm canh từ xa vọng về thành phố, rì rầm như tiếng sấm động. Nhưng đời sống trong thành phố lặng lẽ trôi qua, thi thoảng bị khuấy động bởi vài biến cố chính trị nhưng khói lửa chiến tranh thì cô chưa chứng kiến bao giờ.* (Tiểu đoạn 10).

Vậy đó, tin chiến sự cùng tin lính tử trận đều đều trên báo, trên TV, mà không đánh động tâm can lớp thị dân, giới giàu sang vẫn hượng thụ ăn chơi, sinh viên học sinh thì biểu tình phản chiến, nằm vùng, tôi cho rằng đây là một lỗ hổng của Dân Vận Việt Nam Cộng Hòa, và sự áp dụng dân chủ không đi đôi với trình độ ý thức chính trị, nên mới bị lợi dụng. Lấy hai mốc đau thương là năm Mậu Thân 1968 và 1975, người dân thành phố mới thực sự đối đầu với hậu quả của chiến tranh về quân sự lẫn ý thức hệ, bật tung mọi gốc rễ của cuộc sống gia đình, xã hội.

> *[...] Tất cả mộng mơ thời tuổi trẻ, cô chẳng giữ được hình ảnh nào, cô lao đầu vào cuộc sống mới với một tâm trạng khủng hoảng, tan nát.* (Tiểu đoạn 10).

Cô khá là đơn giản, mộc mạc và ngây thơ, là miếng mồi ngon cho những kẻ bất lương, như O Lê ở đây, người chuyên dụ dỗ để buôn bán xác thân những cô gái sa cơ thất thế. Đây là nút buộc của định mệnh trói cô vào những thảm cảnh.

> *[...] Đó là vết thương đầu đời của cô. Vết thương quá đau đớn và tủi nhục đến nỗi cô đành chôn sâu nó trong lòng chứ không bao giờ dám thổ lộ cùng ai. Và càng chôn sâu nó càng nung nấu giày vò tâm tư cô. Nó là căn bệnh cô mang trong người cho đến*

mãn đời, không cách gì chữa khỏi. (Tiểu đoạn 12).

Màu áo trắng cô mặc vào ngày thất thân, có phải là hình ảnh của lương thiện đang vật vã chống lại sự bất lương? Và cũng với màu áo trắng ấy cô tìm về thủy phủ để rửa sạch ô uế bụi trần?

"*Bi kịch của cô là cô không tìm thấy chút lửa nào trong trái tim mình.*" Tim mụ mẫm, thì thân xác sẽ cất lên tiếng nói của nó. Nó chối bỏ cảm xúc. Sự phản kháng quyết liệt của nó đưa cô vào trạng thái vô cảm, trơ lỳ cũng như liều lĩnh cuốn theo sự đẩy đưa. Đó là sự "rối loạn lưỡng cực" mà nhà văn Trịnh Y Thư đã đề cập đến. Cứ thế, cô như hòn đá lăn theo định mệnh mà "*định mệnh thì mù lòa và không có quả tim...*"

Cứ mỗi lần bị nghịch cảnh giáng xuống, cô (hay Trịnh Y Thư) luôn kết luận với cái nhếch mép:

> *[...] Cô có cảm tưởng nó là con khỉ làm trò trong gánh xiệc, một con khỉ đóng vai con người, một con khỉ tưởng mình đang nắm vận mệnh thế giới trong tay, một con khỉ tưởng mình có quyền sinh sát, định đoạt số phận bất cứ ai, một con khỉ muốn toàn thể nhân loại phủ phục dưới chân mình [...] Từ ngày đó cô thấy khỉ nhiều lắm, khắp mọi nơi.* (Tiểu đoạn 11).
>
> *[...] Thân xác cô rã ra như quả bong bóng xì hơi, nhưng nó chẳng có cảm giác đau đớn khủng khiếp gì [...] Cái thân xác phàm trần ấy hình như đã miễn nhiễm với cái đau, hay là cái đau trong tâm hồn cô quá lớn khiến các sợi dây thần kinh trong người cô trở nên tê liệt, và thể xác cô chẳng còn phản ứng lại cảm giác đau đớn nữa? Cô bình thản chấp nhận thêm một cảnh ngộ bất hạnh nữa xảy ra cho đời mình. Cô xem như mình đang bị một con chó dại cắn.*
>
> *Ở xứ sở nơi cô sinh sống, chó dại nhiều vô số kể.* (Tiểu đoạn 14).

Hai câu kết đầy ấn tượng, đặc biệt Trịnh Y Thư, nó có sức mạnh mở ra những liên tưởng cho người đọc. Tôi rùng mình hình dung cô đang giãy giụa trong cái chuồng-người-thú đang cắn xé cô.

Cô sống như cái bóng, không tên, hắt lên tất cả những phận đời bất hạnh trong thời xã hội đảo lộn mọi giá trị như sau 30.4.75. "*Người tử tế không thấy đâu nữa, cô chỉ thấy một trần gian mờ mịt bóng tối và ngập ngụa bùn đen.*" (Tiểu đoạn 7).

Có lẽ bóng hạnh phúc cho cô chút an ủi là người chồng xấu số mà cô vẫn gặp trong giấc mơ, là hình ảnh cô con gái ba tuổi đã rời xa. Người chồng và cô là hai phận đời điển hình cho những nạn nhân của hai sự kiện mà đối với người dân miền Nam là dấu ấn đau thương – Mậu Thân 1968 và quốc biến 1975. Người thì bị sự vô đạo của xã hội đẩy xuống bùn đen, người thì bị đầy đọa bởi tù ngục. Chồng cô, từ một thiên tài Toán học, bị động viên, bị thương, rồi thành người tù cải tạo sau 1975, rồi "*trong lúc chặt cây, anh ngã xuống hẻm núi, vỡ sọ, tay chân gãy lìa, chết ngay tại chỗ. Xác anh nằm đó, không ai buồn xuống nhặt đem đi chôn. Xác thân một thiên tài Toán học trở thành miếng ăn cho thú rừng cắn xé.*" (Tiểu đoạn 13).

Biết bao tù nhân cùng số phận như anh? Đọc đoạn này, tôi cảm thấy tiếc nuối cho một sai lầm đã để biết bao nhân tài của đất nước bị hủy hoại trong buổi đa đoan của vận nước, lớp dân thành thị bị xô về những vùng gọi là kinh tế mới sống trong cảnh tự sinh tự diệt, thảm cảnh thuyền nhân, chịu bao nhiêu cảnh sinh ly tử biệt, những người vợ lính thành một lứa vọng phu trông mong chồng nơi trại-cải-tạo. Vâng, những trại tập trung cải tạo, như văn hào Nga Alexandre Solzhenitsyn, giải Nobel văn học năm 1970, hai mươi ngày trước 30.4.1975 đã tuyên bố trên đài truyền hình Paris rằng, "*Việt Nam sẽ trở thành một nhà tù khổng lồ.*" (Michel Tauriac, *Hồ sơ đen Cộng sản Việt Nam*, Nguyễn Văn dịch, California, Văn Mới 2002, tr. 36).

Không khỏi ngậm ngùi cho tình cảnh cô, bị đẩy đưa để cùng gã bác sĩ bộ đội "*nằm cạnh nhau trên giường nói chuyện vãn*", có rất nhiều kết hợp như cô thời sau 1975, khiến có người cười gừng rằng, nói chuyện hòa giải hòa hợp dân tộc chi cho đao to búa lớn! Chí ít cô cũng có chút an ủi và may mắn gã bác sĩ bộ đội là một kẻ trí thức – không phải là khỉ hay chó!

> *[...] "Tại sao con người lại ác độc với con người như thế, hả anh? Em không hiểu được."*
>
> *Gã ngẫm nghĩ một lúc khá lâu rồi mới trả lời cô: "... Riêng anh thì anh nghĩ có lẽ nó là cái ý thức hệ. Thời gian học bên Liên Xô, anh có đọc một cuốn sách của ông nhà văn Solzhenitsyn, chắc là cuốn Quần đảo Gulag. Theo ông nhà văn này thì nguyên ủy của tội ác là ý thức hệ. Ý thức hệ cung cấp cho kẻ ác sự bền bỉ và quyết tâm, bằng mọi giá, phải tiêu diệt tất cả những kẻ cản trở bước đường của mình.* (Tiểu đoạn 11).

Biết thế gã vẫn dám đối đầu với guồng máy quyền lực: "*Tôi yêu một cô gái điếm đấy, và tình yêu của tôi cao đẹp hơn vạn lần các thứ chủ nghĩa quái đản của các anh...*" Khi bị tước mọi danh hiệu, quân hàm, "*Gã nhủ thầm trong lúc bước ra khỏi cơ quan, lòng thơ thới hân hoan, chưa bao giờ thấy nhẹ nhàng như vậy. Như bị táo bón lâu ngày, một hôm được tống ra sạch ruột non ruột già các thứ cặn bã dơ bẩn.*" (Tiểu đoạn 5).

Qua nhân vật gã bác sĩ bộ đội, ta biết được lúc đó đã manh nha sự phản kháng trong lớp trí thức đỏ, khi nhìn ra mặt thật sau lớp son phấn của một huyền thoại.

Không thấy ở Trịnh Y Thư một lời phê phán nào, chỉ có một thái độ quyết liệt trưng ra những bi thảm tột cùng mà chiến tranh mang lại cho con người, điều đó hẳn nhà văn Trịnh Y Thư bị thương tổn tình cảm không ít. Nghe như anh tâm sự, làm sao hóa giải được mâu thuẫn giữa lòng mong mỏi một cuộc sống có ý nghĩa với cái phi lý kiếp người, để không như nhân vật Cô, dường như trong suốt thời gian sống, cô chờ cái chết.

> *[...] Cái bóng đè lên người cô, và nó vẫn đè lên người cô lúc cô ngồi dưới những gốc nho biển. Chờ.* (Tiểu đoạn 12).

Chỉ một chữ "Chờ" rồi chấm, mà sao tôi thấy nó dằng dặc... Đó là những lúc thân xác ê chề và tâm hồn bi cảm của cô bị đụng độ sâu sắc. Cách giải hòa của cô là giấc mơ thủy phủ. Cô biết chắc nơi đó – *làn nước trong xanh* – sẽ trả lại cho cô sự trong trắng cô hằng có, giải cho cô hết những oan khiên của định mệnh. Cô và Nước hòa vào nhau trong suốt, một "thủy phủ" huy hoàng, tôi nghĩ, đó là một ẩn dụ đầy tính văn chương của nhà văn Trịnh Y Thư để nói về giải thoát trong niềm hy vọng, và hẳn cô cũng biết rằng, ngày ngày "gã bác sĩ bộ đội" vẫn ra biển ngóng cô về, lại một cuộc chờ, có lẽ không nguôi của lòng chung thủy.

Kết từ phân đoạn này, nhà văn Trịnh Y Thư đã nhân ái để lại một bóng Thiện Lương trên bãi cát cuộc đời. Khơi gợi cho ta rằng trong vô vàn cái Ác, dẫu chỉ còn một điều Thiện nhỏ nhoi, cũng là ánh sáng để vực dậy những tối tăm.

Tôi thầm nghĩ, những ghi chép không phải tình cờ của Trịnh Y Thư trong cuộc bể dâu này là để giải oan. Cho những phận người.

3. Đường về thủy phủ

Tiểu đoạn 1-3 trong Phần III này, có thể đứng độc lập là truyện ngắn rất đặc sắc. Một kiểu truyện không có cốt truyện, dựa trên hư cấu từ sự xuất hiện và cảnh ngộ của nhân vật, điều này làm cho diễn biến câu chuyện có những gút mở thú vị hơn. Bạn phải lần theo sợi chỉ tự sự của một nhân vật ảo để thấy và để dần hiểu cô là một âm bản của một nhân vật mang đầy tâm lý mâu thuẫn và phức tạp ở những đoạn sau.

Tạm xem như có hai nhân vật, Tôi và Gã Nhà Văn, trong đó, Tôi là một nhân vật trong truyện của Gã Nhà Văn. Nhưng Gã Nhà Văn chỉ được nhận diện qua lòng thù hận bởi nhân vật của Gã. (Cho nên tôi đã cãi với mình, thật ra chỉ có một nhân vật xưng là *Tôi* thôi). Có lúc tôi ngừng lại giữa một trạng thái như phân thân, tự hỏi, mình đang lạc vào truyện của nhân vật Gã Nhà Văn, hay truyện của Trịnh Y Thư? Hay chẳng là của ai vì tình tiết diễn biến cứ thế bật ra từ suy tư của một nhân vật ảo.

Nếu mở đầu Phần II đã tháo gút, thì ở đây, Phần III, đã có ngay một nút thắt đầu tiên nơi dòng chữ mở đầu.

> *Tôi thù gã nhà văn khôn tả. Tôi thù gã đến độ tôi muốn giết chết gã [...] tiếng nói tôi nhỏ nhẹ như thì thầm với trái tim của gã. Tim ơi, sau phút giây này mi sẽ vĩnh viễn nằm im trong cái lồng ngực thâm u mông muội ấy và ngàn đời mi chẳng bao giờ nhìn thấy ánh sáng của trí huệ [...] Mi sẽ không còn khả năng nhân danh những điều diệu kỳ, cao đẹp hay bất cứ cái gì để thỏa mãn lòng tham đê hèn vô độ của mi. Sẽ không có luân hồi cho mi, sẽ không có kiếp nào cho mi nữa, mi sẽ không bao giờ đầu thai lên cõi trần làm bất cứ sinh vật gì. Mi sẽ đời đời kiếp kiếp nằm sâu trong ngục tối của cõi a tỳ để ăn năn sám hối về những gì mi đã gây cho ta.* (Tiểu đoạn 1).

Nhân vật Tôi xuất hiện với một tâm thái vừa thù hận, vừa ảnh hưởng của triết lý Phật Giáo, về nhân quả, luân hồi.

> *[...] Và bởi tôi chỉ là ảo ảnh. Tôi chỉ hiện hữu trong thần trí tưởng tượng của gã, một thần trí tưởng tượng chẳng liên quan gì đến suy nghĩ trong đầu óc tôi lúc này.* (Tiểu đoạn 1).

Nhân vật này phủ nhận nhân vật kia, nói khác, một *thần trí tưởng tượng* và một thực-thể-ảo xung đột nhau, là sự va chạm giữa ảo và thực, tuy cả hai ảo-thực đều thuộc phạm trù siêu hình. Với cấu trúc như vậy, đưa đến hai hiệu quả khả dĩ có thể, tác giả độc lập với nhân vật của mình, phó thác cho nó tự do suy tưởng, và nhân vật cũng không lệ thuộc vào tác giả, làm tính cách nhân vật có tính phổ quát hơn. Một thủ pháp quả là lợi hại. Tôi nói thế vì trong việc viết lách đã có chút kinh nghiệm thất bại khi bị ràng buộc vào mối liên quan giữa mình với nhân vật.

> *[...] Nhưng rồi chuyện gì xảy ra và họ bị lùa vào đây sống như bầy súc vật. Tôi nói thế bởi lý do giản dị là bản năng súc vật của họ không thể không chui ra từ đáy sâu bản ngã họ, gầm gào múa nanh múa vuốt để sinh tồn trong vũng bùn nhầy nhụa hôi tanh này.* (Tiểu đoạn 1).

"Họ chẳng từng là con người đấy ư?" Câu hỏi đầy phiền muộn khi đề cập đến bản năng súc vật nơi con người, và tác giả đã phải dùng một nhân vật hư cấu để chỉ điểm bản mặt nó. Đó cũng là cách để kìm lòng phẫn nộ, đây là hiệu quả thứ ba của thủ pháp Trịnh Y Thư:

> *[...] Nhưng thật ra cái bẩn thỉu, xấu xí trong này chỉ là sự nén ép đậm đặc đến tối đa cái bẩn thỉu, xấu xí ngoài kia thôi. Nơi nào cũng là nhà tù [...] Quả thật tôi không tin tưởng gì vào sự tốt lành của cuộc sống và sự hiện hữu của tôi nơi đây, trên thế gian này, hoàn toàn không do chủ ý của tôi.* (Tiểu đoạn 1).

Ngoài bốn bức tường nhà tù Cô đang bị giam, đến cõi thế gian kia là một nhà tù lớn, có phải Trịnh Y Thư muốn nói rằng tự do chỉ là con ngỗng quay mà cô bé bán diêm tưởng tượng khi đói lả và chết trong sự khát khao?

Nhân vật Tôi luôn giãy giụa để trốn thoát, để được sống với cái bản chính của nàng lúc mới được gã nhà văn tạo dựng: "*Tấm áo lụa màu trắng tinh khiết*". Gã Nhà Văn thì cũng đầy chán chường trong cuộc sống thừa thãi ham muốn, cô đơn, gã trốn chạy bấu víu vào nhân vật tưởng tượng của mình để rốt cuộc thấy rằng, "*Tốt hơn anh chỉ nên sống với ảo ảnh*". Ở đâu trên thế gian này cũng bùng nổ những cuộc trốn chạy. Nơi nào để nỗi cùng quẫn, cô đơn của con người nương náu? Một cái kén ảo như Gã Nhà Văn kia chăng?

Tôi thấy không yên ổn và thương cảm khi nhân vật này sau bao phẫn nộ, thù hận, tra vấn, để rồi "*Trong lúc gã đi vào tôi, đầu tôi hất ra đằng sau, hai mắt nhắm nghiền và tôi cố trôi theo dòng nghĩ tôi là người đàn bà của gã.*" (Tiểu đoạn 3). Trôi theo dòng nghĩ, trôi theo dòng đời. An phận trôi theo cũng là một mặt khác của sự vong thân. Tính cách của nhân vật này, sống là một sự đối diện với khắc khoải "*Cuộc sống này có gì vui đâu mà người ta thèm sống đến thế?*" Và có phải "*Bà sống thật với đời sống này nên bà hạnh phúc?*" (Tiểu đoạn 3).

Thế nào là sống thật với đời sống này? Đơn giản hóa tối thiểu suy tư? Bình thường hóa những nghịch lý, bất công, đôi khi đến vô nhân đạo của cuộc sống và con người? An phận với thuyết Định Mệnh? Một hạnh phúc như thế có thực sự là nghĩa của hạnh phúc không? Mãi chỉ là câu hỏi, từ xưa đến giờ, như thể hỏi và tìm là hành trình của cuộc sống.

Đọc hết tiểu đoạn 1-3 này tôi như bị trói vo trong chuỗi tra vấn của nhân vật, chạm đến mọi khía cạnh về cuộc sống và bản chất con người, làm sao để tìm được hạnh phúc giữa nghịch cảnh và những mâu thuẫn nội tại con người? Dưới cấu trúc dựa vào hư cấu để hiện thực một cuộc truy tìm và lôi ra ánh sáng những điều tội tệ nhất trong thẳm sâu bản ngã con người, mà vì một số những rào cản về đạo lý, hoặc vì dối trá, người ta đã không thẳng thắn thừa nhận, nếu dụng ý của tác giả là để người đọc "phản quang" lại mình, thì với trích đoạn 1-3 *Đường về thủy phủ* này, Trịnh Y Thư đã thành công.

Đặt không gian truyện trên một nền ảo, vô hình trung, đã khiến cho ta thấy một nhân sinh quan nhuốm chút ít màu sắc giáo lý nhà Phật, cái thực tướng của con người kia chỉ là giả, là tạm, thì sao phải trăn trở với quá nhiều hệ lụy của cuộc sống, của lòng tham và thù hận. Sáng tỏ được điều này thì, với riêng tôi, khả dĩ tìm được một điểm tựa yên bình sau khi viết một bài, chẳng nhiều cảm nhận mà toàn là câu hỏi.

Dẫu sao tôi cũng xin mời bạn đi vào dưới hai hàng cây bóng mát, nghỉ ngơi sau một đoạn đường nắng bỏng. Bóng mát của văn chương trữ tình.

> *[...] Có những con đường với hai hàng cây cổ thụ san sát nhau đan thành cái vòm trên cao trông như họng một con quái thú đang nuốt chửng chúng tôi vào [...] Tôi quấn mảnh khăn lụa che mái tóc rồi bước ra ghềnh đá đen đúa sát gần mực nước. Sóng biển vỗ tung tóe vào ghềnh đá dưới chân tôi. Đang là mùa hè nhưng gió biển vẫn lạnh căm. Tôi không biết đây là đoạn biển*

nào, ở đâu, chỉ biết phong cảnh xung quanh trông hoang sơ, vắng vẻ lắm. Bên cạnh cái khách sạn không quá mươi phòng chúng tôi ngủ đêm nay là một quán ăn nhỏ lụp xụp le lói ánh đèn, xa hơn tí nữa vài nóc nhà rầu rầu ẩn hiện dưới làn sương lam chiều lờ mờ, ảm đạm. (Tiểu đoạn 2).

Cái nhìn *rầu rầu* của nhân vật trên những mái nhà "*ẩn hiện dưới làn sương lam chiều lờ mờ, ảm đạm*" kéo tôi trở lại là mình với những cảm xúc dịu dàng. Ở đó tôi gặp Nhà Thơ Trịnh Y Thư.

Cho dù dưới làn sương tất cả hiện hữu cũng chỉ là ảnh ảo.

Sang đến tiểu đoạn 10: "*Tôi chú ý cô gái ngay hôm khai giảng lớp học. Cô ngồi bàn đầu, cô gái Á Đông duy nhất trong lớp học.*" Đó là hai nhân vật ở Phần III này, nói cho đúng ngữ cảnh của cốt truyện thì đây là hai dương bản của nhân vật Tôi-Gã Nhà Văn ở tiểu đoạn 1-3. Ở mỗi người đều có hai mặt âm-dương tối-sáng song hành với nhau, một là sự thao thức dằn vặt của nội tâm về sự phi lý của kiếp người, một là con người đối diện xoay xở với những thách thức của nghịch cảnh, hai mặt này luôn bị va chạm nhau nên phản ứng của họ trở nên bất thường. Họ sống như hai kẻ lạc loài giữa chợ đời, và cả trong chính họ.

Nhân vật Cô.

Cô là con gái của nhân vật Cô ở Phần II, *Dưới những gốc nho biển*, bà mẹ cô gửi cô cho gia đình người anh chồng lúc cô ba tuổi và đã theo họ vượt biên khi xảy ra quốc biến 1975, từ đó mẹ con lìa nhau vĩnh viễn. "*Một con bé ba tuổi chứng kiến tận mắt, thật gần cảnh năm người đàn bà và một đứa bé gái mười hai tuổi bị một lũ đàn ông hung dữ như một bầy sói cưỡng hiếp...*" (Tiểu đoạn 10), rồi khi lớn lên cô bị người cha nuôi lạm dụng, một thứ hội chứng thuyền nhân, một thứ hội chứng của sự lạm dụng, chi phối tâm sinh lý của cô, khi thì trầm cảm khi thì phấn kích quá mức. Thân phận hai mẹ con giống nhau một cách đau đớn, có lẽ mối liên hệ huyết thống cảm động của họ biểu hiện nơi màu áo trắng mà họ quyết liệt quay về bằng sinh mệnh của mình. "Cô" con thì sợ "*máu từ vết thương trên người gã sẽ bắn vọt ra làm ô uế tấm áo tơ lụa màu trắng tinh khiết trên người tôi...*" (Tiểu đoạn 1), "Cô" mẹ thì "*Chiếc áo lụa trắng bay phất phới trong gió biển...*" (Tiểu đoạn 17, Phần II). Vâng, họ chỉ tìm thấy được sự nương tựa vào chính mình với màu áo trắng.

Còn nhân vật Gã Nhà Văn?

Là nhà văn nổi tiếng, là giảng viên đại học, gia đình khá giả, chỉ vì bản tính cô đơn, bứt phá, ghét thói đạo đức giả mà gã luôn gặp thất bại trong tình trường cũng như hoạn lộ, dần thành một thứ tâm bệnh.

> *[...] Tôi cũng có cảm tưởng Thượng đế bỏ quên tôi. Tôi tuột dần vào một tâm trạng khủng hoảng vô bờ, chẳng biết làm gì hôm nay, ngày mai đi đâu.* (Tiểu đoạn 14) *[...] Hai chữ Việt Nam từ lâu đã là nỗi ám ảnh đen tối lớn cho cuộc đời tôi từ lúc tôi trưởng thành. Vì nó, tôi và cha tôi không nhìn mặt nhau hơn hai mươi năm [...] Suốt cuộc đời sau đó của tôi, tôi sống trong ân hận và cố tìm kiếm một cái gì khả dĩ giúp tôi vơi bớt nỗi buồn khổ dằn vặt khôn nguôi.* (Tiểu đoạn 15).

Cha là phi công, máy bay bị bắn rớt trên bầu trời Bắc Việt, gãy một chân và bị bắt làm tù binh, con thì trong phong trào phản chiến, mùi chiến tranh Việt Nam đã lan vào không khí gia đình này, "*Như thể cha con là hai kẻ đứng ở hai bên chiến tuyến.*" (Tiểu đoạn 15). Không ít những gia đình Mỹ có người tham chiến ở Việt Nam đều rơi vào hoàn cảnh như vậy. Khi trở về, ông không hội nhập được vào đời sống, rối loạn tâm lý, trở thành kẻ nát rượu rồi chết. Người ta gọi đó là Hội chứng Chiến tranh Việt Nam. "*... Họ đã để lại cho nước Mỹ một hội chứng cả trăm năm nữa không biết có gột rửa được không.*" (Tiểu đoạn 17).

Xuyên qua hai cảnh ngộ ở Phần III này, nhà văn Trịnh Y Thư đã đề cập đến một vấn nạn muôn đời của cõi thế gian, sự bất lực của con người trước những phi lý của sự tồn tại. Bi kịch sống chung ấy là căn nguyên bao thảm cảnh. Chỉ khi tới những nút tháo gút, nhà văn Trịnh Y Thư mới để vào đó những hình ảnh và ý tưởng nhân bản, để trả lời cho nội dung của câu chuyện vừa kể. Đó là tâm ý của nhà văn Trịnh Y Thư.

Một nút tháo gỡ bao trói buộc tâm sinh lý cho cô gái rất ngoạn mục, đó là tô phở. Cô dẫn người yêu vào một quán ăn Việt Nam, cô được nói tiếng mẹ đẻ, ăn phở một cách "*Hăm hở. Tận tình [...] Cô vui sướng như người trở về căn nhà cũ sau một chuyến đi thật xa, thật lâu.*" (Tiểu đoạn 14). Tô phở đã phấn kích tâm hồn tháo cho cô bao mối trầm cảm trong lòng. Tô phở đã nối cô về với quê hương, tìm mẹ, tìm nguồn gốc của mình. Tại sao Trịnh Y Thư lại nghĩ ra được hình ảnh Phở như thế? Tôi thiết nghĩ, đó là do tình yêu quê hương chảy trong huyết quản đã dẫn ngòi viết. Giản dị, mà thâm trầm cảm động.

Cuối cùng cô gái quyết định về quê hương, và sống trong miếu thờ người mẹ nơi bờ biển bà tự trầm. Thủy phủ của cô là niềm tin vào mẹ. Niềm tin siêu hình nhưng rất gần gũi của văn hóa Việt Nam, như nhân vật Tôi ở Phần I, ông nương tựa vào niềm tin rằng linh hồn người yêu vẫn luôn ở bên ông. Những chi tiết tâm linh về nhân quả, về sự có mặt của linh hồn, dù siêu hình nhưng khả dĩ là một nương tựa cho ta khi mất hết niềm tin vào cuộc sống, con người.

*

Mặc dù Trịnh Y Thư khẳng định không hề có chủ ý đưa ra một luận đề hay thông điệp nào, nhưng tôi luôn nhận ra nỗi ưu tư khắc khoải của anh ẩn hiện suốt tiểu thuyết này. Sự ưu tư triền miên pha lẫn niềm khát khao, nỗi thất vọng, có thể cấu thành một thông điệp.

Thân phận con người quả là *"chiếc lá nhỏ nhoi trong cơn lốc lịch sử"*, đấy là một thông điệp nhắc nhở hay một kết luận buồn bã? Dù là gì nó đều nói lên nỗi thống khổ của phận người từ đó khích động các cảm xúc về lòng Trắc Ẩn, Nhân Đạo, Lương Thiện và Vị Tha. Đó là luồng ánh sáng chiếu xuyên suốt tác phẩm này, lấp lánh qua văn phong tả chân, bạo liệt mà không thiếu tính trữ tình của lòng nhân ái, đa cảm.

Thưa bạn đọc cùng nhà văn Trịnh Y Thư, bản chất cảm xúc của một cá thể là chủ quan, biết làm sao, cảm xúc tôi bật ra như một phản xạ. Và cho dù cảm xúc ấy chỉ vỏn vẹn vừa đủ một nụ cười vớt vát về Tình Người, cũng xin góp chút dũng khí, cho nhau gây lại niềm tin.

– Nguyễn Thị Khánh Minh
(Upland, 4.1.2024)

Ghi chú:

[1] Bạt, cho tiểu thuyết *Đường về thủy phủ* của Trịnh Y Thư.

Đường về thủy phủ: Khi mặt trời mọc là mình đến nơi

Nina Hòa Bình Lê

Cuốn sách này, như chính tựa đề, *Đường về thủy phủ*, đã báo hiệu điều gì đó huyễn hoặc. Vì vậy, bạn đọc nếu chờ đợi một câu chuyện tiểu thuyết thông thường có đầu đuôi, có lô-gích, có sự tình chặt chẽ hợp lý, xin gấp sách lại, hãy tìm đọc một cuốn khác.

Là một tác phẩm hư cấu không có chủ ý đáp ứng những quy củ tiểu thuyết thông thường, *Đường về thủy phủ* của Trịnh Y Thư là một tập hợp của ba câu chuyện, ba toa riêng lẻ của một chuyến tàu, vận hành trên cùng một đường rầy thiên lý, theo chiều dài của một giai đoạn lịch sử chiến tranh tanh nồng, nơi hành khách là những nhân vật bị ném lên tàu, vất vưởng chuyển động trên một trục cố định, dốc toàn bộ sức lực và trí tưởng tượng gắng tìm cho mình một lối thoát, hay theo tác giả, tìm một lối về.

Chuyến tàu thật ra không khởi hành từ những ngày binh đao khói lửa, mà xuất xứ từ một chốn thanh bình nơi "*Ký ức của loài bò sát*" hay Phần I, câu chuyện thứ nhất bắt đầu, với lời kể chuyện của một ông già chín mươi tư tuổi:

> *Để tiếp chuyện ông bạn trẻ từ nước ngoài xa xôi vạn dặm lặn lội về đây thăm, tôi sẽ kể ông bạn nghe câu chuyện thời mới lớn của tôi sống trên mảnh đất rách rưới tang thương này. Bởi vì chỉ có mấy năm trời ấy là có đôi điều đáng nói, còn lại mấy chục năm sau, chỉ là đồ bỏ, chẳng đáng gì.*

Ngược dòng thời gian, ông già chín mươi tư tuổi bấy giờ là một cậu bé 13 tuổi lớn lên trong khung cảnh yên lành từ một gia đình người

Hà Nội khá giả, học ở trường Bưởi, một ngôi trường nằm ven Hồ Tây cảnh trí thơ mộng nơi ông già hay thằng bé đã có được *"những buổi chiều thật đẹp nhìn ngắm không biết chán mặt gương sáng bạc của cảnh quan đẹp nhất Hà Nội."*

Khởi truyện với bối cảnh tiền chiến, câu chuyện đưa độc giả cùng nhân vật sống lại ký ức tuổi thơ vô ưu của những cậu học trò tinh nghịch, từ những chiều giắt ná bắn chim đến rủ nhau leo cây bị kiến cắn bi vắt vẻo chờ xem trộm:

> *... cô gái chắc chắn hơn tuổi chúng tôi nhưng có lẽ không quá mười tám mười chín. Cô đi về phía hai cái vại sành đựng nước mưa được quây xung quanh bằng một tấm nan sơ sài. Cô mở tấm nan, không buồn khép lại mà từ tốn cởi hết quần áo máng lên chậu cây thâm thấp bên cạnh rồi cầm gáo múc nước giội lên người. Da cô trắng muốt, mái tóc đen xõa tung trên hai bờ vai tròn lẳn...*

Những ngày thanh bình chỉ hiện diện vỏn vẹn trong trên dưới mười trang giấy. Quân Nhật tràn vào chiếm đóng Đông Dương, chiến tranh bao trùm, miền Bắc rơi vào nạn đói Ất Dậu lấy đi sinh mạng của trên 2 triệu dân đen.

> *Quê tôi dưới Thái Bình, cậu ạ. Mấy tháng qua làng tôi đói đến độ chết gần hết cả làng. Thoạt tiên là bọn trẻ con. Chúng chết nhanh lắm. Chỉ ba hôm không có cái ăn là bụng chúng ỏng ra, hai mắt như chó dại, ngồi đâu ngồi một chỗ, ruồi nhặng bám đầy mặt đầy người cũng không buồn xua đi. Chỉ một đêm là chết.*

Đó là lời của ông làm giò ăn thịt con, chôn vợ, đốt nhà rồi gia nhập đoàn người bỏ làng bỏ xóm thất thểu đi kiếm cái ăn để rồi người ta thấy ông tách về phía bờ sông và mất hút như *"một điểm nhỏ xíu, vô cùng bé nhỏ, nhỏ đến độ không một chút trọng lượng giữa vũ trụ bao la này."*

Cũng như thân phận của hàng trăm ngàn thanh niên lớn lên phụng sự và "tỉnh ngộ" ở Bắc Việt, nhân vật chính trong truyện từ một cậu bé sống trong một gia đình yên lành, no ấm, trở thành nạn nhân của chiến tranh loạn lạc, tan tác. Hơn ba thập niên lịch sử chiến tranh hằn khắc biến những giấc mơ bình dị của chàng trai Hà Nội thành một lão già *"hiện thân hắn là cứt"*. Lịch sử cuộc chiến qua cái nhìn của tác giả Trịnh Y Thư đầy dẫy những man rợ, xảo trá, ác độc của từng cá nhân và của cả một thể chế, nhưng cũng không thiếu mùi vị của lương tri con người nơi tình yêu và tình bạn, trong trí tưởng tượng của tác giả, là nguyên tố tranh đấu kháng cự giữ cho con người không gục ngã khi lý tưởng suy sụp. Tình yêu của chàng thanh niên dân quân và cô gái thiểu số, hay tình bạn của người phiên dịch hỏi cung và người tù nhân Pháp là thứ nhân tính mà chế độ cộng sản không thể "quản lý".

Phần I kết thúc với cuộc hành trình về thủy phủ của mẹ con Xụ Phụn Phèn. Tác giả vẽ ra hình thể một xứ sở trong trí tưởng tượng của mình, nơi những đứa con lưu lạc có thể trở về. Trớ trêu thay, hình ảnh âm phủ, nơi tận cùng địa ngục, nơi cậu bé hỏi mẹ: "*Con thấy những xác người trôi bên cạnh, nhiều lắm, họ cùng về thủy phủ với mình, hả mẹ*" lại là một hứa hẹn tươi sáng hơn thế giới u tối của hai mẹ con: "*Khi nào mặt trời mọc là mình đến nơi.*"

Chúng ta có thể hy vọng cùng với tác giả hay không? Liệu sự cạn kiệt, tận cùng có thể là nhân tố hồi sinh? Và con người có bao giờ gột rửa trút bỏ hết thống khổ trở thành vô tri vô giác như ký ức của loài bò sát?

Với Phần I đóng lại trong giới hạn địa lý và những hệ lụy tác động từ cuộc chiến đối với người dân Bắc Việt, Phần II mở ra câu chuyện của người con gái miền Trung lưu lạc vào một thành phố miền Nam sinh sống, rồi nổi trôi ra Bắc trầm mình tự sát. Câu chuyện mở đầu:

> *Hôm cô tự kết liễu đời mình, cô mặc chiếc áo lụa trắng ra chợ huyện như một thói quen. Ra chợ nhưng cô không mua thức ăn như mọi lần về nấu cho cô và gã bác sĩ bộ đội ăn tối. Đầu óc cô hoàn toàn trống rỗng như tờ giấy trắng tinh...*

Tuy trong Lời ngỏ tác giả đã báo động rằng đây hoàn toàn là một tác phẩm hư cấu, với tất cả các nhân vật và nơi chốn đều là sản phẩm của trí tưởng tượng do tác giả cảm nhận cuộc chiến qua tài liệu sách vở, nhưng độc giả đọc đến đây đã thấy mình gắn liền với các nhân vật và dễ dàng liên tưởng đến cái bối cảnh không gian lịch sử ấy. Khung cảnh miền Nam sau những ngày bị miền Bắc tiếp quản được tác giả dựng lên tài tình qua các nhân vật: gã bác sĩ bộ đội, vợ chồng người anh họ vượt biên, mụ tú bà vợ cán bộ, và cô gái ôm con đói rách bất lực có chồng học tập cải tạo chết mất xác trong rừng…

Sau 1975, Sài Gòn đổi đời, chính quyền cộng sản một mặt bắt hàng trăm ngàn người chồng, người cha đi học tập cải tạo, mặt khác tịch thu nhà, siết của, đẩy cả một thế hệ các bà vợ trẻ có con mọn ra đường lây lất, đói khổ. Nhân vật "Cô" trong câu chuyện thứ hai không gì khác hơn một phần tử sản sinh từ cái mà người cộng sản tự hào gọi là "chính sách khoan hồng" của Đảng và nhà nước.

Nhân vật Cô tuy được hư cấu dựng lên từ chất liệu lịch sử, nhưng mang số mệnh của cả một thế hệ phụ nữ miền Nam không đủ sức phản kháng; họ sống cũng như chết, nổi trôi mặc số phận đẩy đưa như thể định mệnh đã an bài sẵn cho một đám tàn dân. Họ bị những người cùng phe khinh khi, ruồng bỏ, bị xã hội chà đạp xô ngã vào lòng phe thắng cuộc. Họ sống vừa với mặc cảm tội lỗi vừa với những hành hạ thân tâm của kẻ đánh mất cả lương tri lẫn quá khứ, mà tương lai, là một canh bạc, trong đó bản thân họ chỉ là một quân tốt đen của ván cờ đời oan khiên.

Với tất cả chà đạp, nhơ nhớp, bỉ nhục người đời dán lên thân phận của những người đàn bà lạc loài này, thì trong trí tưởng tượng của tác giả, nhân vật Cô là một người phụ nữ trẻ, đẹp, thích mặc chiếc áo lụa trắng.

Lớn lên ở miền Trung, cuộc sống Cô yên lành không hề thấy cảnh súng đạn giết chóc cho đến một ngày Mùng Năm Tết:

> *Nó ập đến ngưỡng cửa nhà cô như một cơn lốc. Nó là cơn ác mộng, kinh hoàng. Đêm mùng Năm Tết, cha cô bị một toán sáu bảy người lạ mặt súng ống đầy người phá cửa xông vào nhà bắt dẫn đi...*

Tuy những trang sách này không gọi rõ tên cuộc tấn công, nhưng hình ảnh cuộc thảm sát Mậu Thân tại Huế đã dần hiện rõ với cảnh người mẹ của Cô đi tìm xác chồng:

> *Bà ngồi xổm, hai tay bưng cái sọ người, ngắm nghía thật kỹ hàm răng trắng nhởn... Hai hốc mắt sâu hoắm của cái sọ người chĩa thẳng... Cái miệng nhe ra... Xem đến cái đầu lâu thứ mười tám thì bà biết chắc đây là đầu chồng bà.*

Mất cha, mất mẹ, bị cuộc đời xô đẩy, người con gái trong cuộc hành trình vô Nam theo lời trăng trối của người mẹ đã tự cắm vào thân những vết sẹo không thể gột rửa. Nhưng có lẽ tác giả có trái tim nhân hậu, nên đã nhiều lần quẳng cho Cô những chiếc phao – ba nhân vật: người chồng, đứa con gái, và gã bác sĩ bộ đội – dù chỉ là những giai đoạn ngắn ngủi trong đời, dù thiếu vắng ngọn lửa tình yêu ấm áp, nhưng đủ giúp giữ Cô tạm thời ở lại, để rồi *"Con người một khi bị kẹt cứng trong bi kịch đời sống, sớm muộn sẽ chọn cái chết cho chính mình?"*

Một điểm khá thú vị xuất hiện nhiều lần trong Phần II là lối viết siêu hư cấu cho phép tác giả xâm nhập vào câu chuyện, xâm nhập vào các nhân vật, lồng ý niệm và suy tư của tác giả vào trang sách, như thể nhắc nhở người đọc sự có mặt của người viết. Nhân vật bác sĩ bộ đội của Trịnh Y Thư khiến người đọc phần nào liên tưởng đến nhân vật Tomas của Kundera trong tiểu thuyết *Đời nhẹ khôn kham*, một nhân vật được sinh ra từ một tình huống, một bối cảnh mà ở đây là tình hình miền Nam những ngày Sài Gòn thất thủ, dù muốn dù không dân trong Nam phải sống chung với các "đồng chí" Bắc Việt tràn như kiến lửa vào thành phố.

Là một bác sĩ phẫu thuật đã từng được gửi sang tu nghiệp bên Liên Xô, gã bác sĩ bộ đội đang say mê đời sống trong Nam bỗng dưng bị gọi về thủ đô làm việc với trưởng phòng Quân huấn, tên này là bạn học bên Liên Xô cùng thời với gã, hắn muốn đưa gã về thủ đô làm việc với điều kiện gã phải bỏ mối quan hệ với Cô gái. Gã từ chối. Không lâu sau đó gã bị cơ quan yêu cầu ký vào tờ công văn kỷ luật, gã bị tước danh hiệu sĩ quan, trở về đời sống dân sự mà không được hưởng một khoản phúc lợi quân nhân nào. Nhưng thay vì lo buồn, gã lại thấy *"lòng thơ thới hân hoan, chưa bao giờ gã thấy nhẹ nhàng như vậy. Như bị táo bón lâu ngày, một hôm được tống ra sạch ruột non ruột già các thứ cặn bã dơ bẩn."*

Nhân vật bác sĩ bộ đội, như một tầng lớp trí thức miền Bắc trải qua cuộc khủng hoảng lý tưởng, đức tin sụp đổ, bám víu vào tình yêu thiêng liêng mà sống còn. Nghịch lý ở đây là Cô gái miền Trung-Nam bộ yếu ớt đáng thương nay không còn khả năng yêu thương, trong khi đó một gã bộ đội miền Bắc vốn bị người trong Nam cho là phường gian ác, thiếu nhân tính lại yêu Cô bằng cả trái tim và sinh mạng còn lại: *"Gã yêu cô. Từ đó cho đến hết đời."*

Có lẽ Phần II là cốt lõi của cuốn tiểu thuyết, là phần kết nối quá khứ với hiện tại, tương lai, với sự hiện hữu của các nhân vật của cả ba thế hệ, những con người đánh mất bản thể và lưu lạc trên chuyến tàu lịch sử đăng đẳng, chờ đợi một lần "tìm lại", dõi trông một "cõi về".

Trong những trang cuối Phần II, nhân vật Cô hay người đàn bà với chiếc áo lụa trắng biến mất, kết lại câu chuyện với hình ảnh một ông già hằng ngày vác chiếu đến ngôi đền trên Cống Liệp, *"một ngôi đền nằm giữa một vườn cây xanh rợp bóng mát trông ra biển."*

Về cơ bản, Phần I và Phần II tuy được viết dưới thể dạng vừa siêu thực vừa hư cấu, Phần III mới là siêu điểm của mọi sự bất thường, nơi câu chuyện, nhân vật, bối cảnh, ngôn ngữ, tình cảm, tất cả đều ra đời như một cuộc hẹn siêu tưởng. Nhà văn nữ Virginia Woolf trong nhật ký của bà vào năm 1929 đã viết: "*Tôi chán viết kể chuyện*," qua đó gợi ý rằng một cuốn tiểu thuyết được duy trì và tồn tại nhờ sự tấn công của các tiểu thuyết gia vào các quy củ truyền thống. Bằng cách phá vỡ bố cục, phát minh ra ngôn ngữ của riêng họ, tập hợp câu chuyện dài không bằng một cốt truyện, mà bằng nhiều tổ khúc nối kết nhau qua chủ đề hay phạm trù ý tưởng, lối viết tiểu thuyết này ra đời giữa thế kỷ 19. Trong khi John Simmons Barth, một nhà văn Hậu Hiện đại người Mỹ được cho là cha đẻ của thể loại này, thì tiểu thuyết gia tiêu biểu cho xu hướng siêu hư cấu – như tác giả Trịnh Y Thư đã nhắc tới trong phần Lời ngỏ – là nhà văn người Tiệp Khắc Milan Kundera với *Tập sách cái cười và sự lãng quên*. Người đọc thể loại này không để tâm đến sự liền lạc chặt chẽ của câu chuyện hoặc tin vào sự tồn tại có thật của các nhân vật, mà chú ý tập trung vào diễn tiến tư tưởng nhân vật, bối cảnh xã hội, lịch sử, những suy diễn thuận nghịch... Sự kết nối của bảy tổ khúc trong tác phẩm của Kundera chính là hai vế *cái cười* và *sự lãng quên*, trong khi đó *Đường về thủy phủ* của Trịnh Y Thư nối kết ba câu chuyện bằng những hệ lụy và thân phận lạc loài của con người dọc theo thời gian cuộc chiến dài trên 30 năm, xuyên suốt quãng đường từ Bắc, Trung, Nam, qua tận Hoa Kỳ.

Phần III với câu chuyện mang tựa đề chính của cuốn tiểu thuyết, *Đường về thủy phủ*, có lẽ là phần thi vị nhất, được dàn dựng vào những năm sau khi cuộc chiến Vietnam War đã chấm dứt, tại một đất nước xa xôi cách trở một đại dương.

Mở ra bằng những lời tự sự của một nhân vật siêu hư cấu, một nhân vật ảo, *Đường về thủy phủ* dẹp bỏ mọi quy tắc cấu trúc trật tự, mà hỗn loạn và xung đột từ chính sự ra đời và ý nghĩa tồn tại của nhân vật chính.

Tôi thù gã nhà văn khôn tả. Tôi thù gã đến độ tôi muốn giết chết gã. Tôi ao ước có một mũi dao nhọn sắc lẻm cho tôi ấn sâu vào ngực gã với động tác êm nhẹ, từ tốn để trái tim gã khi bị mũi dao đâm thủng vẫn không hay biết mình đang bị đâm mà tiếp tục hân hoan...

Trái ngược với nhân vật chính của Phần II là một nhân vật vô tri vô giác không còn khả năng làm chủ tình cảm của mình được tác giả gọi bằng "Cô", nhân vật chính của Phần III xưng "tôi". Tuy ra đời là một nhân vật ảo, nhưng cô gái có bản tính nổi loạn với đầy đủ si mê sân hận. Cũng như tất cả các nhân vật khác trong cuốn tiểu thuyết, cô gái ra đời từ một bối cảnh của trên một triệu người Việt lưu vong đến sinh sống trên mảnh đất có nhiều ân oán nợ nần với quê hương họ.

Là một nhân vật ảo được tạo dựng để đáp ứng một nhu cầu, cô gái mơ hồ không hiểu vì sao mình hiện hữu:

... tôi tự hỏi tôi muốn gì nơi cuộc sống này, những khao khát của người đàn bà trong tôi là gì, rồi ngay cả những ước mơ, những đòi hỏi thầm kín, tôi cũng hoàn toàn mù mờ, tất cả như đám mây chiều hư ảo hỗn độn ngoài kia. Tôi vẫn ngủ với gã nhà văn hằng đêm. Gã vẫn làm tình với tôi mặc dù tôi biết gã có những người đàn bà khác. Nhưng điều ấy có gì là hệ trọng lắm đâu khi tôi chỉ là hình bóng ảo của gã...

Mối liên hệ giữa gã nhà văn và cô gái là một chuyện tình tiêu biểu của thời hiện đại, nơi hai người ở bên nhau ôm nhau ăn ngủ làm tình hằng đêm nhưng lòng vẫn cảm giác *"hoang lạnh như khu nghĩa trang với những nấm mồ quanh năm không người thăm viếng."*

Nhân vật gã nhà văn ở đất nước xa xôi này là điểm nối dài những hệ lụy của cuộc chiến lấy đi sinh mạng của trên 60,000 lính Mỹ và để lại cả một thế hệ người Mỹ lạc lõng, vô hướng ngay trên chính quê hương của họ.

Tôi cũng có cảm tưởng Thượng Đế bỏ quên tôi. Tôi tuột dần vào một tâm trạng khủng hoảng vô bờ, chẳng biết làm gì hôm nay, ngày mai đi đâu cũng chẳng có dự tính nào... Tôi đã ném tất cả mọi lý tưởng và hoài bão, cùng các thứ rác rến khác của tuổi trẻ, qua cửa sổ rồi. Tôi viết chỉ vì nếu không, tôi chẳng biết làm gì khác. Và kiếm tiền sống.

Câu chuyện của gã nhà văn được tác giả trình bày trên một bề mặt giống như một tấm gương nứt, trong đó phản chiếu những mảnh ráp nối của đổ vỡ, mảnh lớn nhất là sự rạn nứt giữa tình cảm cha con:

Hai chữ Việt Nam từ lâu đã là nỗi ám ảnh đen tối lớn cho cuộc đời tôi từ lúc trưởng thành. Vì nó, tôi và cha tôi không nhìn mặt nhau hơn hai mươi năm, từ thời tôi học năm thứ hai đại học cho đến khi ông gần lìa cõi đời. Năm 1965 trong lúc ông lái chiếc máy bay phản lực F-4 cùng các đồng đội của ông gầm rú đánh phá cầu Hàm Rồng hay một nơi nào đó trên cái mảnh đất xa xôi mù mịt bên kia bờ đại dương thì tôi và các bạn sinh viên trong trường đại học Yale đứng trước mặt hàng trăm Vệ binh Quốc gia đốt thẻ trưng binh.

Tác giả mô tả sự xuống dốc, tan nát của cả một gia đình người cựu chiến binh Mỹ sau khi ông sống sót trở về, và sự hối hận dằn vặt của chàng thanh niên trên giường bệnh của người cha, sau tất cả những phản kháng, chống đối, để cuối cùng:

Tôi ngồi cạnh ông, tay tôi nắm tay ông, nước mắt giàn giụa, cha con không nói với nhau lời nào, nhưng tôi nghĩ ông hiểu tất cả và tôi cũng hiểu tất cả. Cái cuộc chiến phi lý và khốn nạn ấy đã cướp mất của cha con chúng tôi hơn hai mươi năm. Suốt cuộc đời sau đó của tôi, tôi sống trong ân hận và cố tìm kiếm một cái gì khả dĩ giúp tôi vơi bớt nỗi buồn khổ dằn vặt khôn nguôi.

Trong khúc quanh của câu chuyện, người đọc cảm nhận được bàn tay vô hình của tác giả thò vào tấm gương bẻ cô gái từ nhân vật chính thành biến thể trong mảnh gương vỡ của gã nhà văn, cho cô ra đời như một sứ mệnh cứu chuộc lỗi lầm của gã. Cứ như thế, suốt câu chuyện, hai nhân vật, hai thực thể xung đột trong chiếc kính vạn hoa không ngừng phóng lên những tấm ảnh vạn hình thể của hai tâm hồn ở tận đáy sâu bản ngã, cô đơn, trống trải, xa vắng, bên nhau mà vẫn luôn thất lạc nhau…

Những tấm ảnh tiếp tục lóe lên như những thước phim đậm lạt sáng tối phác họa nhiều thể dạng của sự xấu, cái đẹp… và cuối cùng dừng lại. Tại một mảnh đất xa xôi nơi mà quá khứ cha ông đã ném hai thân phận sinh ra ở hai bờ đại dương vào cùng chuyến tàu lịch sử, họ tìm ra nhau. Trái tim được bồi dưỡng chữa lành bằng tất cả tình yêu thương, sự hiểu biết còn nguyên vẹn truyền từ bao thế hệ.

Đường về thủy phủ kết lại với cảnh cô gái và ông già (gã bác sĩ bộ đội thời trước) *"níu nhau hướng về ngôi đền le lói ánh đèn trên mỏm đất cao."* Có lẽ đây cũng là ước mong thầm kín của tác giả, bằng một phép mầu nào đó, một ngày nào đó, triệu người Việt lưu lạc trên thế giới này sẽ có ngày tìm thấy đường về, dù "thủy phủ" chỉ hiện hữu đâu đó trong ước mơ, hay trong niềm tin.

– Nina Hòa Bình Lê

Irvine, 5 Tháng Bảy, 2024

● ● ●

www.ingramcontent.com/pod-product-compliance
Lightning Source LLC
LaVergne TN
LVHW032022041026
849517LV00008B/2697
9798330332601